સ્પિરિચ્યુઅલ એનાટમી

(આધ્યાત્મિક સંરચના)

સ્પિરિચ્યુઅલ એનાટમી
અને
દાજીની પ્રશંસામાં બે શબ્દો

"આ અસાધારણ પુસ્તક - '*સ્પિરિચ્યુઅલ એનાટમી*' - તમારી અંદર રહેલ અનંત ક્ષમતાઓને ઉજાગર કરવા માટે યોગિક ફિલસૂફીના શાણપણને વ્યવહારુ ટેકનિકના ઉપયોગ સાથે રજૂ કરે છે."

— '*સફળતાના સાત આધ્યાત્મિક નિયમો*'ના લેખક
દીપક ચોપરા

"આપણામાંના ઘણાં માટે એ ચેલેન્જ હોય છે કે આધુનિક જીવન સાથે જીવનના હેતુને કેવી રીતે પૂર્ણ કરવો. '*સ્પિરિચ્યુઅલ એનાટમી*' મારફતે દાજી એક એવો માર્ગ બતાવી રહ્યાં છે, જેનાં દ્વારા આપણે આપણાં ખંડિત જીવનને એકીકૃત કરી શકીએ છીએ કે જેથી આપણે આપણી ઉચ્ચતમ ક્ષમતાને પ્રાપ્ત કરી શકીએ. તેઓ એ પણ યાદ કરાવે છે કે ચેતનાનાં વિકાસનો માર્ગ હંમેશાં હૃદયમાંથી જ પસાર થાય છે."

— સ્ટેમફોર્ડ યુનિવર્સિટી સ્કૂલ ઑફ મેડિસિનના ન્યૂરોસર્જરી વિભાગના
પ્રૉફેસર અને બેસ્ટ સેલિંગ '*ઇનટુ ધ મેજિક શોપ*'ના લેખક
જેમ્સ આર. ડૉટી, એમ.ડી.

"આપણી જાગૃતિનો અને ધ્યાનનો, સ્વાસ્થ્ય માટેના એક સાધન તરીકે ઉપયોગ કરીને, દાજી નું આ કાર્ય સ્વાસ્થ્ય-વિજ્ઞાન ક્ષેત્રે અમૂલ્ય યોગદાન આપે છે. દાજી વાચકોના વ્યક્તિગત પરિવર્તનને આગળ વધારવા માટે એક મહત્વપૂર્ણ સાધન તરીકે તેમાં હૃદયને સામેલ કરે છે."

—'*લવિંગ કાઇન્ડનેસ: ધ રિવોલ્યુશનરી આર્ટ ઑફ હેપ્પીનેસ*'ના લેખિકા
શેરોન સાલ્ઝબર્ગ

"દાજી એક ગહન માર્ગ-દર્શક નકશો અને માર્ગદર્શિકા પ્રદાન કરે છે, જેમાં તેઓ આધ્યાત્મિક સંરચના દ્વારા આપણી આધ્યાત્મિક યાત્રા દરમિયાન ચક્રોને સક્રિયપણે જોડવાની તક દર્શાવે છે."

— કોલંબિયાના પ્રૉફેસર અને બેસ્ટ સેલિંગ '*ન્યૂયોર્ક ટાઇમ્સ*'ના લેખિકા
લિસા મિલર, પી.એચ.ડી

સ્પિરિચ્યુઅલ એનાટમી

ધ્યાન,
ચક્રો
અને
'કેન્દ્ર' તરફની યાત્રા

દાજી

કમલેશ ડી. પટેલ

MANJUL
મંજુલ પબ્લિશિંગ હાઉસ

First published in India by

MANJUL

Manjul Publishing House

Corporate and Editorial Office

• 2nd Floor, Usha Preet Complex, 42 Malviya Nagar, Bhopal 462 003 – India

Sales and Marketing Office

• C-16, Sector 3, Noida, Uttar Pradesh 201301, India

Website: www.manjulindia.com

Distribution Centres

Ahmedabad, Bengaluru, Bhopal, Kolkata, Chennai,
Hyderabad, Mumbai, New Delhi, Pune

Spiritual Anatomy: Meditation, Chakras, and the Journey to the Center
by Daaji Kamlesh D. Patel – Gujarati edition

Cover and Illustrations by Uma Maheswari G.

This Gujarati edition first published in 2024
Second impression 2024

ISBN 978-93-5543-370-1

Translation by: The Heartfulness Institute, Texas, USA

Printed and bound in India by Sanat Printers

ઓ, સાધુ!
વ્યાપે છે એક જ સ્વરૂપ સઘળે.
નથી ભેદ કોઈ અહીં બિંદુ-બિંદુએ,
બુંદ – સમુદ્ર, એક જ છે, બંને
બુંદમાં સમુદ્ર, ને સમુદ્ર બુંદરૂપે.

છે આ જ સત્ય, સદા સર્વથાએ.
બુંદથી સમુદ્ર વિસ્તરે
ને આપે આધાર સમુદ્ર તેને.
પ્રત્યક્ષ કરાવવા બુંદને
કે માત્ર મહાસાગર જ 'પરમ-સત્ય' છે.

— ફતેગઢના રામચન્દ્ર,
પરમ સત્યની શોધ –
ચોથા તબક્કા તરફ સંકેત, *શાશ્વત સત્ય*

અનુક્રમણિકા

ધ્યાન કરો અને ઉન્નતિ પામો

લેખકની નોંધ

આ પુસ્તક લખવાની પ્રેરણા મને સન ૨૦૧૬ના પાનખર વખતે મળી હતી, તે વખતે હું ન્યુ જર્સીમાં હતો અને ધ્યાનની શિબિરોનું સંચાલન કરતો હતો. એક સાંજે મને 'પવિત્ર માનવદેહ'ના દર્શન થયા – જેમાં મને ચક્રો દેખાયા તથા ચેતનાની ઉન્નતિ માટેના ઊર્જા કેન્દ્રો વિષેના તમામ આધ્યાત્મિક સંશોધનો દેખાયા – અને આ બધું એકસાથે એક પુસ્તકના રૂપમાં એકત્રિત થતું દેખાયું. તે રાત્રે જ મેં પહેલું પ્રકરણ લખી નાખ્યું અને તે પછીના થોડા દિવસોમાં મેં પુસ્તકની રૂપરેખા પૂર્ણ કરી.

તે પછીના છ વર્ષ દરમિયાન હું આ વિષય પર ઘણા લેખો લખતો રહ્યો છું, વિશ્વભરમાં તાલીમ સત્રો યોજતો રહ્યો છું અને મારી સમક્ષ પ્રગટ થયેલાં નવા નવા અનેક સંશોધનો અને ટેકનીકો લોકો સમક્ષ રજૂ કરતો ગયો છું, આમ, હું આ પુસ્તક પર આ રીતે કામ કરતો રહ્યો હતો. વૈજ્ઞાનિક જ્ઞાનની જેમ જ, આધ્યાત્મિક જ્ઞાન પણ વિકસતું રહે છે. જેમ જેમ વ્યક્તિની ચેતના વિકસતી જાય છે, તેમ તેમ તેને વધુ ગહન અનુભવો થતા જાય છે અને તેને નવું નવું જ્ઞાન પ્રગટ થતું જાય છે. જ્યારે પણ મારી ચેતનામાં કોઇ નવી પદ્ધતિ કે જ્ઞાન ઉતરી આવે છે, ત્યારે આધ્યાત્મિક રીતે ઉચ્ચતર સ્તર પર પહોંચેલા મારાં અન્ય સહયોગીઓ સાથે હું તે ચકાસી લઉં છું અને તે અવલોકન નોંધી લઉં છું. ત્યાર બાદ, તે ટેકનિકને વધારે સુધારીને તેનો ઉપયોગ બહોળા શ્રોતાગણ માટે કરું છું. જે ગુરુ-પરંપરાએ સમગ્ર માનવ-સમુદાયની સેવા માટે આ કાર્યનો પ્રારંભ કર્યો હતો, તેમણે આ સમગ્ર પ્રક્રિયા દરમિયાન, આ કાર્યને ચાલુ રાખવા મને પ્રેરણા અને માર્ગદર્શન પૂરા પાડ્યાં છે.

'આધ્યાત્મિક સંરચના' *(સ્પિરિચ્યુઅલ એનાટમી)* પુસ્તક, એ આત્માની સંરચના અને આત્માની યાત્રા પર કરાયેલાં આધ્યાત્મિક સંશોધનોનો એક સંકલિત સંગ્રહ છે. યાત્રાની શરૂઆત ધબકતાં કેન્દ્રથી, એટલે કે હૃદયથી થાય છે. હૃદય, વિકાસના અને આધ્યાત્મિક જ્ઞાન-પ્રાપ્તિના દ્વાર ખોલે છે. હૃદય, એ આંતરિક માર્ગદર્શક છે તથા 'પરમતત્ત્વ' તરફની યાત્રાનો સાચો ગુરુ છે. આપણે સૌ, બૌદ્ધિક, નૈતિક તેમજ આધ્યાત્મિક રીતે આપણા હૃદયના અદૃશ્ય જોડાણ દ્વારા એકબીજા સાથે જોડાયેલાં છીએ અને આપણું આ જોડાણ, આપણાં સહિયારા અને ભવ્ય પ્રારબ્ધને વણી લે છે.

તે પ્રારબ્ધ તરફ જતો માર્ગ આપણાં પ્રણેતાઓએ તૈયાર કર્યો છે. ગુપ્ત રહેલા તથા સમજદાર પ્રણેતાઓ પરિવર્તનના ઉત્પ્રેરક છે. સ્વ-પરિવર્તન માટે તેમણે કરેલા આ મૂક કાર્યો, ચેતનાને એક એવા ઉચ્ચ તબક્કે પહોંચાડશે કે જે માનવતાનું ભાવિ બદલી નાખશે. તેમનાં હૃદય સાથે એક થઈને પ્રેમનો માર્ગ એ રીતે આગળ વધશે કે જે માનવીય અવસ્થાને ઉન્નત કરશે અને યુદ્ધખોર આક્રમકતા, વધતી જતી અસહિષ્ણુતા અને વધતી જતી અસમાનતામાંથી બહાર લાવશે. આ પ્રણેતાઓ ચેતનાની મૂક ક્રાંતિમાં તીરનાં અગ્ર ભાગ સમાન છે.

હવે, આજે હું તમને તે પ્રણેતાઓમાંથી એકનો પરિચય કરાવું છું: એ 'તમે.' છો.

હા, તે તમે જ છો. તમારી પાસે બાકી રહેલા કાર્યો કરવાનો, મિત્ર સાથે ગપસપ કરવાનો, ચાલવા-દોડવા કે ઘેર જઈ સૂઈ જવાનો વિકલ્પ હતો, પરંતુ તેના બદલે, તમે આ પુસ્તક વાંચવાનું પસંદ કર્યું છે. કોઈ કારણે તમને આ પસંદગીની પ્રેરણા મળી છે. દિલ અને દિમાગ વચ્ચે પ્રેરણા જાગી અને તમે આ પુસ્તક હાથમાં લીધું છે. હવે આ પ્રેમ માર્ગે આગળ વધવા માટે તમારે કદમ ઉઠાવવાના છે.

જ્યારે તમારું જીવન હૃદય દ્વારા માર્ગદર્શન મેળવે છે, ત્યારે સર્જાયેલી પ્રેમાળ ઊર્જા તમારાથી પણ પર જાય છે. તે ઊર્જા શુદ્ધ હવાના તરંગ જેવી હોય છે અને માનવ આત્માને જીવંત રાખી શકે છે. હૃદયના માર્ગે, જ્યારે તમે પોતાના પર કાર્ય કરો છો, ત્યારે તે અનેક માટે લાભદાયી હોય છે. વ્યક્તિગત રીતે તમે એક હોઈ શકો છો, પરંતુ સામૂહિક રીતે, તમે અંધારા આકાશમાંના તારાઓની જેમ, અંધકારમાં પ્રકાશ ફેલાવતી મશાલ જેવા હો છો. જુદા જુદા માર્ગો પરનાં પ્રેમાળ હૃદયોનાં સહિયારા પ્રયત્નો એકત્ર થશે અને માનવતાને ઉન્નતિ તરફ લઈ જતાં મોજાને મજબૂત કરશે.

'આધ્યાત્મિક સંરચના'નું મુખ્ય સૂત્ર છે – 'વાંચો અને માણો,' 'કરો અને અનુભવો' અને 'ધ્યાન કરો અને મર્યાદાઓથી પર જાઓ.' જો તમે પ્રેરણાદાયી પુસ્તકોના જિજ્ઞાસુ વાચક હો અને નિયમિત ધ્યાન કરનાર હો, તો પણ આ તમને લાગુ પડે છે અથવા જો તમે તમારી સ્વ-પરિવર્તનની યાત્રાની હજુ શરૂઆત જ કરી રહ્યા હો, તો પણ આ તમને લાગુ પડે છે.

'આધ્યાત્મિક સંરચના' *(સ્પિરિચ્યુઅલ એનાટમી)* પુસ્તક તમને મદદ કરવા માટે લખાયું છે કે જેથી તમે તમારી મહત્તમ ક્ષમતા જેટલી શક્તિ પ્રાપ્ત કરી શકો અને આપણા સૌની સામૂહિક ચેતના એ ઉચ્ચ તબક્કે ઝડપથી પહોંચે. તમને 'પરમતત્ત્વ'ના પંથે પ્રગતિ કરતા જોવા જેવો મોટો આનંદ મારા માટે બીજો કોઈ નથી.

આ પ્રથમ પગલું ભરવા બદલ આભાર.

દાજી

પરિચય

તમારી આંતરિક સાહસ-યાત્રાની શરૂઆત

'આધ્યાત્મિક સંરચના' *(સ્પિરિચ્યુઅલ એનાટમી)* એ એક અસાધારણ સાહસની વાત છે, તમારી આ આંતરિક સાહસ-યાત્રાનું મુખ્ય પાત્ર છે, તમારી ચેતના તથા તે યાત્રાનું લક્ષ્ય છે પરમસત્યનાં કિનારે પહોંચવું - એટલું જ નહીં, તેનાથી પણ આગળ જવું. આમાં તમે જે કેન્દ્રીય ભૂમિકા ભજવો છો, તે માટે તમે આ પુસ્તકને '*સ્ટોરી ઑફ ઇન્વેન્ચર (Story of Inventure)*,' તમારું આંતરિક સાહસ પણ કહી શકો છો. આ શોધ શરૂ કરવાનો અર્થ એ છે કે એ માર્ગ પર કદમ ભરવા, જે માનવ-જીવનની અસીમ સંભાવનાઓને પરિપૂર્ણ કરવા તરફ લઈ જાય છે. આપણે અનંત સ્ત્રોતમાંથી આવ્યા છીએ અને આપણો આત્મા - આપણી આંતરિક જીવનશક્તિ - તે અસીમ સંભાવનાને મૂર્તિમંત કરે છે. તમારી આ સાહસ-યાત્રા, એ સંભવિતતાને સાકાર કરવાની યાત્રા છે.

'આધ્યાત્મિક સંરચના' પુસ્તક ચેતનાની યાત્રાની ઊંડાણપૂર્વકની સમજણ આપે છે. તે એક એવા માર્ગનું નિદર્શન કરે છે કે જેમાં વ્યક્તિ ચેતનાના વિવિધ સ્તરોને પ્રાપ્ત કરી શકે છે, જે સામાન્ય રીતે અતિકઠિન સાધના-પદ્ધતિઓનાં અને બલિદાનના આત્યંતિક સ્તરો વિના અપ્રાપ્ય માનવામાં આવે છે. હાર્ટફુલનેસમાં એક સરળ અને કુદરતી પદ્ધતિ દ્વારા, વ્યક્તિના હૃદયમાં એવી હાલત સર્જાવામાં આવે છે, જે તે વ્યક્તિના વિશેષ ગુણોના સ્વરૂપમાં વ્યક્ત થાય છે. જેમ જેમ વ્યક્તિની યાત્રા આગળ વધે છે, તેમ તેમ વ્યક્તિમાં સંતોષ, શાંતિ, પ્રેમ, હિંમત, સ્પષ્ટતા, ઉદારતા અને અન્ય ઘણા ગુણો ખીલે છે. તે ઉપરાંત, આ પ્રવાસ જેનું વચન આપે છે, તે છે, મનુષ્ય પોતાનાં આ જીવનકાળમાં જ 'સ્ત્રોત' સાથે એક થવાનું લક્ષ્ય સાકાર કરી શકે છે.

કુદરતનો સાર એ સરળતા અને શુદ્ધતા છે. તમારી આ આંતરિક સાહસ-યાત્રામાં, તમે તમારા સાચા સ્વભાવની નજીક આવો છો અને તમારી ચેતનામાં સરળતા અને શુદ્ધતાના ઉચ્ચતમ સ્તરે પહોંચો છો. પ્રક્રિયા સરળ અને કુદરતી છે. તમારા સાહસના મૂળમાં હૃદય-કેન્દ્રિત ધ્યાન દ્વારા સહાય આપનારી યાત્રામાં તમે જોશો કે 'આધ્યાત્મિક સંરચના' એ વર્ણનો, નકશાઓ, ટીપ્સ અને ટેકનિકો સાથેની એક

વ્યવહારુ માર્ગદર્શિકા છે, તે મુખ્ય ત્રણ વિભાગોમાં છે – 1) વાંચો અને માણો, 2) જાતે કરી જુઓ અને અનુભવો અને 3) ધ્યાન કરો અને ઉત્કૃષ્ટતા પ્રાપ્ત કરો. 'વાંચો અને માણો' વિભાગના પ્રકરણો આધ્યાત્મિક સંરચનાનું મહત્ત્વ તથા આત્માની ઉત્પત્તિનું અન્વેષણ કરે છે. 'કરો અને અનુભવો' વિભાગ મુખ્ય હાર્ટફુલનેસ પ્રેક્ટિસનું વિહંગાવલોકન પૂરું પાડે છે, ચક્રોની વિશેષતાઓ સમજાવે છે (આપણા આધ્યાત્મિક ઊર્જાના કેન્દ્રો) અને આપણી ચેતના પરની મર્યાદાઓને દૂર કરવા માટે માર્ગદર્શન આપે છે. 'ધ્યાન કરો અને ઉત્કૃષ્ટતા પ્રાપ્ત કરો' વિભાગમાં તમને તમારી આધ્યાત્મિક યાત્રા દરમિયાન ઉદ્‌ભવતા અનુભવો અને પરિસ્થિતિઓનું પૂર્વાવલોકન કરવામાં મદદ કરવા માટે તમને ચક્રોનો એટલાસ જોવા મળશે.

વર્ષોથી, મને વિશ્વભરના અભ્યાસીઓ તરફથી ઘણા પ્રશ્નો પૂછાતાં રહ્યાં છે અને નીચેના પ્રકરણોમાં કેટલાક પસંદગીના પ્રશ્નો તમને જોવા મળશે. વધુમાં, મેં હાર્ટફુલનેસના સંશોધકો દ્વારા ડિઝાઇન કરાયેલ, *'ધ અવેરનેસ એટલાસ'* નામનું સ્વ-મૂલ્યાંકન શામેલ કર્યું છે. તે એક ચેતના સ્કેલ છે, જે સ્વ-વિકાસ માટે બેરોમીટર તરીકે ઉપયોગી બની શકે છે.

જો આ પુસ્તકમાંના કેટલાક વિચારો વિશિષ્ટ લાગે, તો તેનાં પર અંધ વિશ્વાસ કરવાનું અથવા તો તેને માની લેવાનું કોઈ કારણ નથી. તમારામાંના કેટલાક આ વિચારો પર વિશ્વાસ કરશે કારણ કે હું તેમને મારા અનુભવો પ્રત્યક્ષ ખ્યાલથી જણાવું છું, પરંતુ જે સૌથી મહત્ત્વપૂર્ણ છે, તે છે, તમારો પોતાનો અનુભવ છે. વૈજ્ઞાનિક અભિગમ અપનાવો અને તમારા પોતાના અનુભવના પુરાવાઓને તમને માર્ગદર્શન આપવા દો. છેવટે, આધ્યાત્મિકતા એ આત્માનું વિજ્ઞાન છે. અહીં શેર કરેલી માહિતીને પૂર્વધારણા તરીકે લો અને તમારા હૃદયની લેબોરેટરીમાં તેનું પરીક્ષણ કરો. તમારાં અભ્યાસને ઉચ્ચ ચેતનાની ભેટોનું અનાવરણ કરવા દો કે જે તમારી રાહ જોઈ રહ્યા છે.

તે ધ્યાનમાં રાખીને, હું તમને તમારા ધ્યાનને રેકોર્ડ કરવા, નોંધ લેવા અને તમારાં મનમાં ઉદ્‌ભવતાં કોઈપણ પ્રશ્નો અથવા શંકાઓ લખવા માટે એક ડાયરી રાખવા પ્રોત્સાહિત કરું છું. સમજણ અનુભવમાંથી આવે છે અને અનુભવથી અનુભવ થાય છે અને અનુભવ કરવા માટે તમારે વધુ અભ્યાસની જરૂર છે. જ્યાં પુનરાવર્તન મદદ કરે છે. તમને વધુ સમર્થન આપવા માટે, વેબસાઈટ https://www.spiritualanatomy.com, ઓનલાઈન વર્ગો, રંગ ચિત્રો અને તમારા પ્રશ્નો શેર કરવા માટે એક હાઉસ લિંક્સ બનાવવામાં આવી છે. સૌથી વધુ, હું તમને ટેકો આપવા માટે અહીં છું જ! હાર્ટફુલનેસ ઝુંબેશના આધ્યાત્મિક માર્ગદર્શક તરીકે, હજારો આત્માઓનો પરિચય કેળવવો કે જેઓ દરરોજ ધ્યાનમાં અમારી સાથે જોડાય છે, તેમની સાથે રહેવું એ મારું સન્માન અને મારી ફરજ છે. આ પ્રવાસ તમને વહેંચવામાં અને એકબીજા પાસેથી

શીખવામાં મને આનંદ થશે. કૃપા કરીને મને https://www.spiritualanatomy.com પર લખો અને હું તમારા પ્રશ્નોના જવાબ આપી શકું છું. સમય ઓછો છે, પ્રવાસ લાંબો છે અને હવે એ ક્ષણ છે.

તમારા આંતરિક સાહસ માટે શુભકામનાઓ.

વાંચો અને માણો

ભાગ 1

તમારી આધ્યાત્મિક સંરચના

1.

સાચા પરિવર્તનની ચાવી – તમારી આંતરિક યાત્રા

ઘણા સમય પહેલા, એક સંત, તેમના શિષ્યો સહિત આશ્રય શોધતાં શોધતાં, એક રાજ્યના દરવાજે પહોંચ્યા. રક્ષકોએ તેમને ભોજન અને પાણી આપ્યાં અને એક રક્ષક રાજાને જાણ કરવા ગયો. જ્યારે રક્ષકે રાજાને જાણ કરી, ત્યારે રાજાએ એક ક્ષણ વિચાર કર્યો અને પાણી ભરેલું એક પાત્ર મંગાવ્યું. પછી રાજાએ તે પાત્ર સંતને આપવા માટે રક્ષકને કહ્યું.

સંતે પાત્રને એ રીતે સ્વીકાર્યું કે જાણે તેઓ તેની જ રાહ જ જોઈ રહ્યા ન હોય! તેમણે રક્ષક સામે સ્મિત કર્યું અને એક મુઠ્ઠીભર સાકર મંગાવી અને તેને પાણીમાં ભેળવી દીધી. સાકર બરાબર ઓગળી જાય, તે માટે સંતે પાણી હલાવ્યું, પછી રક્ષકને વિનંતી કરી કે તે રાજાને આ પાત્ર પાછું આપે.

રક્ષક આ બધું જોઈને ખુબ મૂંઝાઈ ગયો અને તે પાત્ર લઈને રાજા પાસે પાછો ગયો. રાજાને પાત્ર આપીને તે બોલવા ગયો, પણ રાજાએ તેને ચૂપ રહેવા ઈશારો કર્યો. રાજાએ તેમના મંત્રીને પાણી ચાખવાનું કહ્યું. મંત્રીએ પાણી ચાખીને કહ્યું," પાણી ગળ્યું છે, મહારાજ."

રાજાના હોઠ પર સ્મિત દેખાયું. 'રક્ષકો,' તેમણે આદેશ આપ્યો, 'સંત અને તેમના શિષ્યોને આદરપૂર્વક આવકારો.' પછી તેમણે મંત્રી તરફ જોઈને કહ્યું, "કૃપા કરીને ચોક્કસાઈ રાખજો કે સંતને, રોકાણ દરમિયાન તમામ સુવિધાઓ આપવામાં આવે અને શિષ્યો સાથે તેમને જ્યાં સુધી રહેવું હોય, ત્યાં સુધી તેમને રહેવા દેવામાં આવે."

રક્ષકની જેમ જો તમને પણ આ બાબતે આશ્ચર્ય થયું હોય કે જ્યારે આશ્રય માટેની વિનંતી રાજા પાસે પહોંચી, ત્યારે તેમણે સંતને પાણીથી ભરેલું પાત્ર મોકલ્યું કેમ મોકલ્યું હશે? તો તેનો એક વિશેષ અર્થ હતો. તે એક ગુપ્ત સંદેશ હતો કે *અમારા પ્રદેશમાં પૂરતી વસ્તી છે, હવે તમને બધાને અમે કેવી રીતે સમાવી શકીએ?*

જેના જવાબમાં સંતનું કહેવું હતું કે *જેમ સાકર પાણીમાં ભળી જાય છે, તેમ અમે પણ તમારા રાજ્યમાં ભળી જઈશું અને તમારા લોકોમાં સદાચાર અને ચારિત્ર્યની મીઠાશ પ્રસરાવીશું.*

રાજાએ સંતના શાણપણની કદર કરી કારણ કે તેઓ જાણતા હતા કે પોતાના રાજ્યમાં આવા જ્ઞાની સંતની હાજરીથી પ્રજા ઉન્નત થશે.

આપણાં દરેકમાં પણ આવી જ મથામણ રોજ ચાલતી હોય છે. આ રાજા, આપણા રોજબરોજનાં એ હીરોનું પ્રતિનિધિત્વ કરે છે – જેનું જીવન જવાબદારીઓ, ઇચ્છાઓ, મહત્ત્વકાંક્ષાઓ, સમસ્યાઓ, આકાંક્ષાઓ, તકો, અવરોધો, સદ્ગુણો અને દુર્ગુણો વગેરેથી સંપૂર્ણપણે ભરેલું છે. આપણી સમક્ષ એટલું બધું હોય છે કે આપણા જીવનમાં બીજા કશા માટે કોઈ અવકાશ જ નથી હોતો.

તે સંત અને તેમના શિષ્યો, આપણા ધ્યાનને આકર્ષતી રહેતી ઉદ્દેશ્ય, વૃદ્ધિ અને ઉન્નતિની શક્યતાઓ સાથેની ઉચ્ચતર સંભાવનાઓનું પ્રતિનિધિત્વ કરે છે કે જે આપણા જીવનને ઉન્નત કરવા તૈયાર જ છે, પણ જો આપણે તે સંભાવનાઓને તક આપીએ તો; અને આપણે એ તક આપીએ પણ છીએ કારણ કે ઊંડે ઊંડેથી એક અવાજ આપણને આપણા પરિવર્તનનું વચન નિભાવવાની પ્રેરણા આપે છે.

પાણીમાં સાકર ઓગળવાની પ્રક્રિયા એટલે સંકલન અને વિલીનીકરણ, જે આપણા આધ્યાત્મિક જીવનનો સર્વોચ્ચ આદર્શ છે. આપણા આધ્યાત્મિક સંરચનાના અભિયાનનો હેતુ ચેતનાના ઉચ્ચતર સ્તર સાથે ભળી જઈને વિભાજિત અસ્તિત્વને એકીકૃત કરવાનો છે.

હવે, જ્યારે હું 'શરીરની સંરચના' કહું છું, ત્યારે તમારા મનમાં શું વિચાર આવે છે? કદાચ તમે તમારાં ભૌતિક શરીર વિષે વિચાર્યું હશે. કદાચ તમારી હાઇસ્કૂલના જીવવિજ્ઞાનના પાઠ્યપુસ્તકમાંની ભૂરી શિરાઓ સહિતનું રાતા સ્નાયુતંતુઓ અને પીળાશ પડતા હાડકાંનું માળખું વિચાર્યું હશે. શારીરિક સંરચના, આપણા ભૌતિક શરીરનું રચનાશાસ્ત્ર, એટલે એકબીજા સાથે સહયોગથી કામ કરતા શારીરિક અંગોનું સંકલિત તંત્ર. તેવી જ રીતે, માનસિક શરીરરચનાશાસ્ત્ર, એટલે ચેતના, અહંકાર, બુદ્ધિ અને વિચારસરણીની સંયુક્ત રચના, જે આપણા વિચારો અને લાગણીઓનાં ઉદ્‌ભવ માટે સાથે મળીને કામ કરે છે. શારીરિક અને માનસિક શરીરરચનાશાસ્ત્ર, એ બંને વિષે અને તેની જાળવણી કેવી રીતે કરવી, તે વિષે ઘણું લખાયેલું છે. પરંતુ, એક ત્રીજું અને ઓછું જાણીતું શાસ્ત્ર છે, આધ્યાત્મિક સંરચનાશાસ્ત્ર.

આત્માનું આ સૂક્ષ્મ ઊર્જા-તંત્ર જ્યારે જાગૃત થાય છે, ત્યારે તે શારીરિક અને માનસિક સંરચના – બંનેનું સંકલન કરીને, સાર્વત્રિક અસ્તિત્વ સાથે આપણું એકીકરણ કરીને, આપણા જીવનમાં શાશ્વત મધુરતાનો સંચાર કરે છે.

સંકલન (Integration) દ્વારા વિકાસ

અંગ્રેજીનો '*ઇન્ટિગ્રેશન*' શબ્દ જોઈએ, તો તે લેટિન શબ્દ '*ઇન્ટિગર*' પરથી આવ્યો છે, જેનો અર્થ છે, 'સમગ્ર,' – 'અખંડ.' જ્યારે તમે આધ્યાત્મિક સંરચના તરફ વળો છો, ત્યારે તમે તમારી શારીરિક, માનસિક અને આધ્યાત્મિક શરીર-રચનાઓનું સંકલન કરો છો કે જેથી તે ત્રણે એક જ સંકલિત રચના તરીકે કાર્ય કરે છે. એ સંગઠનને કારણે, તમે જે અનુભવો છો અને તમે જે હૃદયપૂર્વક વ્યક્ત કરો છો, તે બંને વચ્ચે સંવાદિતા હોય છે. હૃદય અને મનમાં સુમેળતા હોય છે અને સુમેળતા તમારા વિકાસને શક્ય બનાવે છે.

યોગિક ફિલોસોફીમાં સંકલનના મહત્ત્વ વિષે ઘણું કહેવાયું છે. યોગની વ્યાખ્યા છે, 'યોગ એટલે સમાધિ'. યોગ અને સમાધિ, એ બંને શબ્દોના ઘણાં અર્થો છે, પરંતુ યોગની લોકપ્રિય વ્યાખ્યા છે, 'એક થવું'. સમાધિ, જેને સામાન્ય રીતે પરમાનંદની કે મનની એક ઉચ્ચતમ અવસ્થા તરીકે સમજવામાં આવે છે તથા તે ખૂબ ભવ્ય વિચાર છે. સમાધિનો અર્થ છે 'સૃષ્ટિના અસ્તિત્વ પહેલાં પ્રવર્તમાન હતી, એવી અવસ્થા અને તે સંપૂર્ણ સંતુલનની અવસ્થા હતી, ઐક્યની અવસ્થા હતી. આમ, 'યોગ એટલે સમાધિ'[1]નો અર્થ છે, 'આંતરિક ઐક્યની એ અવસ્થા, જ્યાં બધું જ સૃષ્ટિના સર્જન પહેલાની અવસ્થાની જેમ જ સંતુલનમાં હોય, વ્યવસ્થિત હોય અને સુમેળમાં હોય.'

કલ્પના કરો કે જો તમે સંપૂર્ણ એ સંતુલનની અવસ્થામાં પહોંચી ગયા છો – તમે શું પ્રાપ્ત કરી શક્યા? તે માટે, એક પળ માટે, તેનાથી વિપરીત અશાંતિ વાળી, વિક્ષેપિત મન તરફ અને અંતે ખંડિત જીવન તરફ દોરી જતી વિઘટનલક્ષી અને અસંતુલિત અવસ્થાનો વિચાર કરી જોઈએ. તે અવસ્થાની, એક સંકલિત અને સંતુલિત અવસ્થા સાથે સરખામણી કરી જુઓ કે તે આપનું જીવન કેવી રીતે પરિવર્તિત કરી શકે.

સંકલિત જીવન દ્વારા વિકાસ, એ એક એવી યાત્રા છે, જેમાં આપણે ચેતનાની વિવિધ અવસ્થાઓ મારફતે ઉત્તરોત્તર પ્રગતિ કરતાં રહીએ છીએ. આ એક લાંબા અભિયાન જેવી યાત્રા છે, જેમાં વચ્ચે વચ્ચે વિરામ અને મનન માટેની જોગવાઈ પણ છે. વિરામની એ પળો દરમિયાન, આપણે આસપાસની પરિસ્થિતિ સાથે અનુકુલન સાધતાં જઈએ છીએ અને આગળ વધતાં પહેલાં, તે વાતાવરણને આત્મસાત કરીએ છીએ. આમ, આપણી પ્રગતિની સાથે સાથે, આપણી ઉપલબ્ધિઓને એકત્રિત કરતાં જઈને, આપણે આપણી આધ્યાત્મિક દ્રષ્ટિનો દુન્યવી બાબતોથી ઉચ્ચતમ બાબતો તરફ વિસ્તાર કરીએ છીએ. આમાં સમય લાગે છે, પરંતુ આપણી રૂચી અને આપણા પ્રયત્નને કારણે, આ પ્રક્રિયા ઝડપી બને છે.

આ મહાન યાત્રાનો ઉલ્લેખ હું 'આધ્યાત્મિક સંરચન અભિયાન' તરીકે કરું છું. સંસ્કૃતમાં, યાત્રા એટલે આપણી અંદર સ્થિત, 'કેન્દ્ર', સુધીની એક પવિત્ર યાત્રા અને

યાત્રી, એટલે તમે બધા સાધના કરનારાં અભ્યાસીઓ. અભ્યાસી માટે હું આકાંક્ષી અને સાધક શબ્દો પણ વાપરું છું. યાત્રા માટે કે ધ્યાન કરવા માટે કોઈ તમને દબાણ ન કરી શકે. તે હૃદય દ્વારા પ્રેરિત તમારી સ્વૈચ્છિક જવાબદારી છે. જ્યારે તમે તે શરૂ કરો છો, ત્યારે હૃદય તમારી સાથે વાત કરવા તૈયાર થાય છે અને હૃદયને સાંભળવાની સવિશેષ ક્ષમતામાં તમે નિપુણતા મેળવતા જાઓ છો અને પછી હૃદયના ગહન શાણપણનું પાલન કરવાની હિંમત કેળવતા જાઓ છો.

હૃદયની ભાષા પ્રેરણા છે. જ્યારે તમે હૃદય પર ધ્યાન કરો છો, ત્યારે ઉમદા વિચારોનું સર્જન કરીને, પ્રેરણા તમારી ચેતનામાં વહે છે. પરંતુ, જો પૂર્વગ્રહ અને વૃત્તિઓ – જે આધ્યાત્મિક ઝેર છે – ચેતનાને અવરોધે, તો હૃદયની પ્રેરણા પૂર્ણતઃ કાર્યક્ષમ બની શકતી નથી. કિંબરલાઈટ નામના અગ્નિકૃત ખડકો બનાવતા લાવાનો વિચાર કરો, જે પૃથ્વીના પેટાળના પડો ચીરીને બહાર આવે છે. જો તેનો માર્ગ અવરોધાય, તો તે ગતિ ગુમાવે છે અને અટકી પણ જાય છે. પરંતુ, જો તે કોઈ અવરોધ વિના બહાર આવે, તો કિંબરલાઈટ, એક ઝગમગાટ કરતો હીરો[2] બની શકે છે.

હવે તમે તમારાં વર્ષાન્તે કરેલા સંકલ્પો, તમે નિર્ધારિત કરેલાં કાર્યો, ઇચ્છાશક્તિ નબળી છે, તેવું માની લેવાને કારણે અધૂરા રહેલાં વચનો, આગામી કાર્યોની અનિર્ણાયકતા તથા આપણી બરબાદી તરફ દોરી જતી, પોતાની જાતને નબળા ગણવાની ટેવ વિષે વિચારો. અહીં આપણે એ સમજી નથી શકતાં કે આપણી ચેતનામાંના આ અવરોધો, આપણા વિચારોને વિષાદયુક્ત બનાવી દે છે અને આપણી નિર્ણાયકતાને અસર કરે છે.

ધ્યાન રૂપી ભેટને કારણે આ અવરોધો હટાવી શકાય છે.

જ્યારે તમે તમારી યાત્રાનો એટલે કે તમારાં આધ્યાત્મિક સંરચના અભિયાનનો આરંભ કરો છો, ત્યારે તમે તમારી ચેતનામાંના આ અવરોધો દૂર કરવાનું શરૂ કરો છો. પરિણામે, વિકાસલક્ષી અને પરિવર્તનલક્ષી સકારાત્મક વિચારો પેદા કરતી લાગણી પ્રેરિત કરતાં હૃદયનાં સ્પંદનો વધારે મુક્તપણે વહે છે. તમારાં વિચારો, એ તમારી લાગણીઓ સ્પષ્ટપણે રજૂ થાય, તેને યથાર્થ સમજાય તથા તે અર્થસભર બની રહે, તે માટેનો તમારાં મનનો પ્રતિભાવ છે.

ઉદાહરણ તરીકે, જ્યારે કોઈ તમારી ટીકા કરે અને તમે અસ્વસ્થ થઈ જાઓ છો, ત્યારે તમારાં વિચારો તમારી લાગણીને એ રીતે યોગ્ય ઠેરવે છે કે 'મને દુઃખ થયું છે, કારણ કે મારાં ઘણા બધા પ્રયત્નોને કારણે જ તો મેં પ્રશંસાની અપેક્ષા રાખી હતી.' એ જ રીતે, જ્યારે તમે થોડા દિવસોની રજાઓનો આનંદ માણવા માટે ઉત્સાહિત હો છો, ત્યારે તમારા વિચારો આ લાગણીનું એવું અર્થઘટન કરી શકે કે, 'હું ખૂબ ઉત્સાહમાં છું કારણ કે મને આરામની જરૂર છે અને મને નવા નવા સ્થળો જોવાની અત્યંત

ઇચ્છા છે.' બંને કિસ્સાઓમાં, તમારી લાગણીઓને યથાર્થ ઠેરવવા તમારા વિચારો એક સમજાવટ સાથેનો પ્રતિભાવ આપે છે.

લાગણી એ કારણ છે અને વિચાર એ અસર છે તથા કાર્ય એ પરિણામ છે. તમારા માટે 'હું વિચારું છું, કારણ કે હું અસ્તિત્ત્વ ધરાવું છું', તેની પહેલાં એ હોય છે કે 'મારી લાગણીના કારણે જ હું વિચારું છું'. તમારું 'આધ્યાત્મિક સંરચના અભિયાન' અંદરથી બહાર તરફ વિસ્તરે છે: તમારો બદલાવ ફક્ત બહારથી જ નથી થતો, તમે અંદરથી પરિવર્તન પામો છો.

જ્યારે સાચું આંતરિક પરિવર્તન થાય છે, ત્યારે શું થાય છે? ગ્લાસને અડધો ભરેલો છે કે અડધો ખાલી છે, એવા દ્રષ્ટિકોણને બદલે, તમે એ શક્યતા પણ જોઈ શકો છો કે તે ગ્લાસને બમણી ક્ષમતા વાળો પણ બનાવી શકાય. નવા નવા પરિમાણો ઉભરી આવે છે, તમારું કાર્ય-ક્ષેત્ર વિસ્તૃત બને છે. તમે વિકાસલક્ષી કાર્યો કરો છો, જે સારાં હોય છે, તમને પ્રોત્સાહિત કરે છે અને વધુ પ્રેરણાસભર ભાવનાઓ સર્જે છે.

ચાલો ફરીથી આ ક્રમ જોઈએ –

આંતરિક પ્રેરણાઓ મળે છે → તે તમારી લાગણીઓ બદલે છે → તેનાથી તમારી વિચારસરણી બદલાય છે → પરિણામે તમારા કાર્યો બદલાય છે.

જેમ જેમ તમારી ચેતનાનાં વિકાસ આડેનાં અવરોધો દૂર થતા જાય છે અને તમારી ચેતના વિકસતી જાય છે, તેમ તેમ તમે એક એવો સદ્ગુણ-અનુક્રમ – એક એવું પરિવર્તનકારી ક્રિયાશીલતા રૂપી એન્જિન – બનાવો છો, જેમાં પ્રેરિત લાગણીઓ સકારાત્મક વિચારને સતતપણે પ્રોત્સાહિત કર્યા કરે છે તથા તેના પરિણામે હેતુપૂર્ણ ક્રિયાઓ થતી રહે છે. જ્યારે આ એન્જિન ગતિમાન થાય છે, ત્યારે તમારામાં એક નવી જાગૃતિ આવે છે અને ત્યારે તમને જીવનમાં એક હેતુપૂર્ણ સભાનતાનો અને સાર્થકતાનો અહેસાસ થાય છે -પછી તમે તે તરફ કાર્ય કરો છો. હવે જીવનના અનુભવોનો પ્રતિકાર કરવાને બદલે, તમે તમારાં જીવનના અવરોધોમાંથી બોધપાઠ ગ્રહણ કરો છો.

આવા પરિવર્તનનું પરિણામ છે, સુખ.

તમારા જીવનમાં કદાચ સર્વપ્રથમ વાર તમે એક એવી ખુશી અનુભવો છો કે જે કોઈ શરતને આધીન નથી હોતી, જેમાં ભૌતિક પ્રોત્સાહનની જરૂરીયાત નથી હોતી. તમારી ખુશી સ્થાયી હોય છે અને તે અસ્તિત્વની એક સ્થિર અવસ્થા હોય છે. જ્યારે તમે આ સ્થિતિમાં આવો છો, ત્યારે તમને મોજ-મજા અને સુખ વચ્ચેના મૂળ તફાવતનો ખ્યાલ આવે છે, તે વિશુદ્ધ સ્વરૂપ છે. મોજ-મજા કરવી, તેમાં કંઈ ખોટું નથી. આપણે સરસ રેસ્ટોરાંમાં જમીએ છીએ, મિત્રોની સંગતમાં મજા કરીએ છીએ, વેકેશનનો આનંદ માણીએ છીએ, આ બધું આપણા જીવનમાં ક્ષણિક ખુશાલીઓ લાવે છે. આપણને સૌને મોજ-મજા ગમે છે – ક્યારેક ઘણી જ ગમે છે! પણ ખરેખર આપણને ઝંખના સુખની હોય છે.

સ્થાયી સુખની સભાન અનુભૂતિની ખબર પડવી, એ સંકલિત જીવન તરફની યાત્રાનું પ્રારંભિક પગલું છે. તે પછી, તમને આંતરિક શાંતિ, કરુણા અને ખુશી પામવાની ચાવી ટૂંક સમયમાં મળી જશે, જે તમને અસાધારણ સુખના ઉચ્ચતર સ્તર તરફ લઇ જશે; કારણ કે એ આંતરિક શાંતિ સ્થાયી હોય છે. અહીં હું જે કહી રહ્યો છું, એ અનુભૂતિની બાબત છે અને તમને પણ આ બાબત તમારી યાત્રા દરમિયાન ટૂંક સમયમાં જ દેખાશે. 'આધ્યાત્મિક સંરચના' પર કાર્ય કરવામાં આવાં પરિણામો મળતાં હોય છે.

તમને જાણીને આનંદ થશે કે વિજ્ઞાનના પુરાવાઓ અને ધ્યાનનું શાણપણ, બંને એક જ સત્ય બતાવે છે. ડૉ. લિસા મિલરે, તેમના પુસ્તક '*ધ અવેકન્ડ બ્રેઈન*'માં, આધ્યાત્મિકતાના વિજ્ઞાન પર એમ.આર.આઇ.(MRI), જીનેટિક સંસોધનો અને રોગચાળાને લગતા વિજ્ઞાનના ઉપયોગ દ્વારા કરેલું પોતાનું અદ્યતન સંશોધન જણાવ્યું છે. વ્યક્તિના આંતરિક આધ્યાત્મિક સારરૂપ તત્ત્વ પર કામ કરવાના ફાયદાઓ વિષે તેઓ લખે છે, "આપણે વિભાજીત વ્યક્તિત્વ હોવાનો દૃષ્ટિકોણ બદલી, જર્જરિત અને ખંડિત વ્યક્તિત્વથી પર જઇ, એક નવીન જીવનનો પ્રારંભ કરીએ અને પ્રેમની સભાનતા, પારસ્પરિક જોડાણ અને માર્ગદર્શિત અને વિસ્મયસભર જીવનના સાર આધારિત જીવનશૈલી કેળવીએ."[3] આમ, વ્યક્તિગત સ્વના મર્યાદિત વિચારથી શરુ થઇ, 'સર્જન' સાથેના વૈશ્વિક જોડાણની અનુભૂતિ મારફતે આગળ વધી, 'સર્જન' સાથે એક થઇ જવાની આપણી આ યાત્રા, એ ચેતનાની યાત્રા છે.

ભવિષ્યમાં આપણને જોવા મળશે કે વિજ્ઞાન અને આધ્યાત્મિકતા, બંને એક સમાન જ સંદેશ આપે છે: આધ્યાત્મિક સંરચના પર કામ કરવાથી આપણી ચેતના ઉન્નત થાય છે. ઉન્નત થઇ રહેલી ચેતના જીવનને વધારે અર્થપૂર્ણ બનાવીને એક હેતુ પૂરો પાડે છે અને આપણને આપણી સાચી ક્ષમતા પ્રાપ્ત કરવામાં મદદ કરે છે. તો આ દિશામાં આગળ કેવી રીતે વધી શકાય? તમે 'આધ્યાત્મિક શરીરરચનાશાસ્ત્ર અભિયાન' માટે જરૂરી ભક્તિભાવ સાથેની પ્રતિબદ્ધતા કેવી રીતે કેળવી શકો? એ માટેની ચાવી છે, ઇચ્છા અને રુચિ.

આ માટે તમારા તરફથી શું શું જરૂરી છે?

એક પક્ષીને સીધી ઉડાન ભરવા માટે બંને પાંખોની જરૂર હોય છે. એક વિકાસશીલ અને હેતુપૂર્ણ જીવન જીવી શકાય, તે માટે તમારાં રોજબરોજનાં કાર્યોને આધ્યાત્મિક બનાવી દઇ, તમારાં દુન્યવી કાર્યો સાથે આધ્યાત્મિકતાનો પણ સમન્વય કરો. તમારા રોજબરોજનાં કાર્યોમાં તમારા આત્માને અને તમારા હૃદયને રેડીને તે કાર્યો કરો. જ્યારે તમે બોલો, ત્યારે હૃદયથી બોલો. જ્યારે તમે કોઇ સામે જુઓ, ત્યારે કરુણાભર્યા

ભાવથી જુઓ. જ્યારે કોઈ કુટુંબ ભોજન આરોગતું હોય, ત્યારે તેમની સુખાકારી માટે મૂક પ્રાર્થના કરો. જ્યારે તમે લોકોને પીડાતા જુઓ, ત્યારે તેમની મદદ કરો.

દુનિયામાં ઉદાર અને ચારિત્ર્યવાન હૃદયોની કમી છે. તમારી આધ્યાત્મિક પ્રવૃત્તિ શાંત અને ઉચ્ચ કક્ષાની હોય છે, જે અન્યના હૃદયને સ્પર્શે છે. આ 'આધ્યાત્મિક સંરચના અભિયાન'ની શરૂઆત તમે તમારા જીવનનાં જે તબક્કે છો, ત્યાંથી જ થાય છે. તમારું કુટુંબ, તમારું કાર્ય-સ્થળ અને તમારો સમાજ, એ તમારા વિકાસ માટે પાયા સમાન પ્રેમ, સ્વીકૃતિ, બલિદાન અને ક્ષમાની તાલીમ લેવા માટેનાં તાલીમ-ક્ષેત્રો છે.

આ અભિયાન માટે, માત્ર તમારી ઇચ્છા અને રુચિ જ જરૂરી છે. જ્યારે તમે તમારી પોતાની ઇચ્છાથી અભ્યાસ કરો છો અને સ્વ-પરિવર્તનનો પ્રયત્ન કરો છો, ત્યારે તમે તમારા આત્માની ઊર્જા વડે તમારા જીવનનું સંકલન કરો છો. તમે તમારા હૃદય પાસે, રુધિરાભિસરણ માટેનાં એક પંપ તરીકેની કામગીરી ઉપરાંત, ચેતનાનાં એક માધ્યમ તરીકેની ઉચ્ચતર કામગીરી પણ કરાવો છો.

જો તમને આધ્યાત્મિક સંરચના માટે માત્ર કુતૂહલ જ હોય, તો પણ આ પુસ્તક તમને મદદરૂપ થશે. જો તમને માત્ર ધ્યાન અંગેની મૂળભૂત બાબતો જાણવામાં જ રસ હોય કે જેનાથી એકાગ્રતા વધે, તણાવ કાબૂમાં રહે અને સારી ટેવો વિકસે, તો પણ આ પુસ્તકમાં તમારા માટે ઘણી સામગ્રી છે. આ તમારું અભિયાન છે અને આ અભિયાનમાં તમે તમારો માર્ગ તમારી ઇચ્છા મુજબ નક્કી કરી શકો છો.

તમારી મદદ માટે હું અહીં છું. યાત્રા લાંબી હોઈ શકે છે અને મુસાફરીમાં મિત્રો સાથે હોય, તો સારું રહેશે. મારા જીવનનું ધ્યેય, માનવતાના વૈવિધ્યસભર બાગમાં, પ્રેમસભર હૃદયોને એ રીતે તૈયાર કરવાનું છે કે તે દિવ્ય આધ્યાત્મિક પુષ્પો તરીકે ખીલી ઉઠે અને નિર્ભય તથા પ્રેરણાસ્પદ જીવન જીવે. આ પુસ્તક એ હેતુને પરિપૂર્ણ કરવાનો એક નિષ્ઠાવાન પ્રયાસ છે અને હું આશા રાખું છું કે આ પુસ્તક તમને આત્મ-સાક્ષાત્કારના માર્ગને અનુસરવાની પ્રેરણા આપશે.

જાગૃતિની અવસ્થાઓની નકશાપોથી
(Awareness Atlas)

જો તમારે રોડમાર્ગે સાન ફ્રાન્સિસ્કોથી ન્યુયોર્ક સિટી જવું હોય, તો પૂર્વ તરફ જાઓ, એવી સરળ સૂચના શરૂઆત માટે પૂરતી હોઈ શકે. પરંતુ, જેમ જેમ તમે યાત્રામાં આગળ વધો છો, તેમ તેમ વિગતવાર માહિતીની જરૂર પડે છે, તમને દિશા-નિર્દેશો, રહેવા માટેના સ્થળો, રસ્તામાં આવતા રમણીય સ્થળો

વગેરે વિષેની માહિતી પણ જોઈએ છે. આમ કુદરતી રીતે જ, કોઈપણ યાત્રા સામાન્યથી સવિશેષ બનતી જતી હોય છે, તે સ્વાભાવિક બાબત છે.

તેવી જ રીતે, આધ્યાત્મિક યાત્રા સામાન્ય આત્મભાનથી શરૂ થાય છે. જેમ જેમ આપણી ચેતના ઉન્નત થાય છે, તેમ તેમ આપણી સભાનતા વધુ ને વધુ શુદ્ધ બનતી જાય છે. આપણે આપણી આંતરિક યાત્રાની આંટીઘૂંટીઓને વધુ સારી રીતે સમજી શકીએ છીએ. આપણે પરિપૂર્ણતાનાં અને જોડાણનાં ગહન સ્તરને અનુભવી શકીએ છીએ.

આમ, જાગૃતિની અવસ્થાઓની નકશાપોથી, એ તમારાં માટે આંતરિક યાત્રા માટેનું એક સાધન છે. હાર્ટફુલનેસના સંશોધકોની ટીમ દ્વારા કાળજીપૂર્વક રચાયેલાં આ ત્રેવીસ પ્રશ્નોનો સંપૂટ, આત્મચિંતન માટે સહાયક છે. મારી ભલામણ છે કે આ પ્રશ્નાવલીનો ઉપયોગ તમે હમણાં જ કરો, જેથી તમને તમારી પ્રારંભિક અવસ્થાનો ખ્યાલ આવી શકે અને તે પછી વર્ષમાં એકાદ-બે વાર આ પરીક્ષણ કરવાથી, તમને તમારી વિકસતી જતી ચેતનાનો ખ્યાલ આવી શકશે. તમને આ તમારું મૂલ્યાંકન કરવાની એક તક જેવું લાગી શકે, પરંતુ મહેરબાની કરીને આ પ્રશ્નાવલીને તમારામાંના બિલકુલ અજાણ્યા ક્ષેત્રોને સમજવાની તક તરીકે લેજો. ખરેખર તો, જાણકારી વગર પ્રગતિ શક્ય નથી.

પ્રશ્નાવલી જોઈએ

પ્રશ્નોનો જવાબ આપવા માટે એક શાંત સ્થળે બેસો. આ જવાબો આપવામાં દસ-પંદર મિનિટથી વધુ સમય નહીં લાગે. હું ભલામણ કરું છું કે તમારા જવાબો ડાયરીમાં નોંધજો – જોકે પ્રશ્નાવલીની નકલ https://www.spiritualanatomy.com પર ડાઉનલોડ કરવા માટે પણ ઉપલબ્ધ છે. બધાં વિધાનો વાંચીને તરત તમે તેની સાથે સંમત છો કે નહીં, તે માટેના ખાનામાં જવાબો લખીને પૂરું કરવાને બદલે, તમે દરેક વિધાન વાંચ્યા પછી, છેલ્લાં બે અઠવાડિયા દરમિયાન તે બાબતે તમારું વર્તન કેવું રહ્યું હતું, તે પર મનન કરીને જવાબની નોંધ કરતાં જજો.

ઉદાહરણ તરીકે એક પ્રશ્ન એવો હોય કે, 'હું મારા જીવનમાં મને જે

સંઘર્ષોનો સામનો કરવો પડી રહ્યો છે, તેનો સ્વીકાર કરું છું અને જીવનમાં જે કંઇ બોધપાઠો મળતા રહે છે, તેનો પણ સ્વીકાર કરું છું.' ત્યારે, પાછલા બે અઠવાડિયા દરમિયાન, તમને મુશ્કેલીમાં મૂકી દેતાં ક્યા ક્યા પડકારોને તમે સ્વીકાર્યા હતા, તેનો વિચાર કર્યા પછી, આ જવાબ લખજો.

એક નોંધ – અહીં કેટલાક પ્રશ્નો 'હૃદયના શાણપણ' વિષે છે. 'હૃદયનું શાણપણ' એટલે એ શાણપણ કે જ્યારે તમે વિચારોના, ઇચ્છાઓના, નિર્ણયોના અને લાગણીઓના કોલાહલથી ઉપર ઉઠો છો, ત્યારે લાધે છે.

અન્ય લોકો સાથેના સંબંધ વિશે

	ક્યારેય નહીં	ભાગ્યે જ	ક્યારેક	વારંવાર	લગભગ હંમેશાં	હંમેશાં
1. હું અન્ય લોકોની લાગણીઓ, જરૂરિયાતો અને કષ્ટો પ્રત્યે ગ્રહણશીલ છું.	○	○	○	○	○	○
2. અન્ય લોકો સાથેનાં વ્યવહાર દરમિયાન, તેઓ મને કેવો પ્રતિભાવ આપે છે, તે બાબત પર મારું ધ્યાન હોય છે.	○	○	○	○	○	○
3. વ્યવહાર કરતી વખતે બીજાંઓ પ્રત્યે મારી પ્રતિક્રિયા કેવી હોય છે, તે બાબત પર મારું ધ્યાન હોય છે.	○	○	○	○	○	○
4. અન્ય લોકોની લાગણીઓ, જરૂરિયાતો, આનંદ અને કષ્ટોનો હું વિચાર કરું છું.	○	○	○	○	○	○
5. હું અન્ય લોકોના દ્રષ્ટિકોણને ધ્યાનમાં લઉં છું અને તેમની પાસેથી શીખું છું.	○	○	○	○	○	○

હૃદયને સાંભળવા વિશે

	ક્યારેય નહીં	ભાગ્યે જ	ક્યારેક	વારંવાર	લગભગ હંમેશાં	હંમેશાં
6. હું મારા 'હૃદયનાં શાણપણ'ને સાંભળું છું ('હૃદયનું શાણપણ' એટલે મારી પૂર્વ ધારણાઓ, ઇચ્છાઓ, નિર્ણયો અને લાગણીઓ શાંત થઈ જાય, તે પછી આવતું શાણપણ.) અને હૃદય મને જે પણ કહે, તેના પર વિશ્વાસ કરું છું.	○	○	○	○	○	○
7. મારા હૃદયના શાણપણ દ્વારા, મને જીવનમાં માર્ગદર્શન મળી રહ્યું હોય, તેવું લાગે છે.	○	○	○	○	○	○
8. નિર્ણયો લેતી વખતે અને અન્ય લોકો સાથે વાતચીત કરતી વખતે, મારા હૃદયના શાણપણ સાથે જોડાવું, મારા માટે સરળ છે.	○	○	○	○	○	○
9. કોઇપણ પરિસ્થિતિમાં નિર્ણય લેવા માટે મારું હૃદય (આંતરિક શાણપણ) મને લાગણી અને વિચારથી પર રહીને માર્ગદર્શન આપે છે.	○	○	○	○	○	○
10. મને મારી અંતઃસ્ફૂરણા પર વિશ્વાસ છે.	○	○	○	○	○	○

ઉચ્ચતર-સ્વ સાથેનું જોડાણ

	ક્યારેય નહીં	ભાગ્યે જ	ક્યારેક	વારંવાર	લગભગ હંમેશાં	હંમેશાં
11. મને લાગે છે કે સમગ્ર સર્જનના આધારરૂપ એક ગહન વાસ્તવિકતાનો મને ટેકો છે.	○	○	○	○	○	○
12. મને લાગે છે કે હું મારા કરતા મોટી બાબતનો ભાગ છું.	○	○	○	○	○	○
13. મને લાગે છે કે મારી દુન્યવી ઓળખ ઉપરાંત, મારું આધ્યાત્મિક ઓળખનું પણ એક પાસું છે.	○	○	○	○	○	○
14. મને લાગે છે કે મારી ચેતના વિસ્તરી રહી છે.	○	○	○	○	○	○
15. જીવન પ્રત્યે મને વિસ્મયપૂર્ણ અને અચરજભરી લાગણી છે.	○	○	○	○	○	○
16. હું વિશ્વના તમામ જીવો સાથે એક જ છું, એવી મારી ભાવના છે.	○	○	○	○	○	○

સ્વીકૃતિ અને જતું કરવાની ભાવના

	ક્યારેય નહીં	ભાગ્યે જ	ક્યારેક	વારંવાર	લગભગ હંમેશાં	હંમેશાં
17. મુશ્કેલ, અસ્વસ્થ કરી દેનારી કે પડકારજનક પરિસ્થિતિઓનો હું ખુશીથી સ્વીકાર કરું છું.	○	○	○	○	○	○
18. મારા વિકાસ માટે હું ખુશીથી જીવનના સંજોગોને અનુકૂળ થાઉં છું.	○	○	○	○	○	○

	ક્યારેય નહીં	ભાગ્યે જ	ક્યારેક	વારંવાર	લગભગ હંમેશાં	હંમેશાં
19. હું મારા જીવનમાં મને જે સંઘર્ષોનો સામનો કરવો પડી રહ્યો છે, તેનો સ્વીકાર કરું છું અને જીવનમાં જે કંઈ બોધપાઠો મળતા રહે છે, તેનો પણ સ્વીકાર કરું છું.	○	○	○	○	○	○
20. મારા જીવનના સંઘર્ષોનો અને મળતા બોધપાઠનો હું સ્વીકાર કરું છું.	○	○	○	○	○	○
21. હું મારા આત્મ-ભાનનો ઉપયોગ એ સમજવા માટે કરું છું કે અલગ અલગ પરિસ્થિતિઓમાં મારે કેવો પ્રતિભાવ આપવો, તેની પસંદગી કરવાની મને સ્વતંત્રતા છે.	○	○	○	○	○	○
22. મારી અંદર અને મારી આજુબાજુ કંઈ પણ થઈ રહ્યું હોય, છતાં મારી ભાવનાઓ, લાગણીઓ અને વિચારો સંતુલિત (સ્થિર) રહે છે.	○	○	○	○	○	○
23. જેમ જેમ મારી જાગરૂકતા અને સભાનતા બદલાતી જાય, તેમ તેમ આ બદલાવ સાથે સુસંગત થઈ શકાય, તે માટે હું મારાં વર્તનમાં પણ તે બદલાવને અનુકૂળ ફેરફાર કરું છું.	○	○	○	○	○	○

આ જવાબો કેવી રીતે આપશો

આ જવાબો આપતી વખતે, એ યાદ રાખો કે તમારાં જવાબો સારા કે ખરાબ હોય, એવું નથી, પરંતુ આ પ્રતિભાવો, એ તમારા માટે એક તક છે કે તમે તમારી હાલની અવસ્થા અંગે વિશેષ પણે સભાન થઈ શકો છો. આ પ્રશ્નોના પ્રતિભાવ તમે શક્ય તેટલી વધારે તટસ્થતાથી આપશો, તો પ્રત્યેક પ્રશ્નનો જવાબ, તમને એ અલગ અલગ ક્ષેત્રોની જાણકારી આપી શકશે, જે તરફ તમે તમારી આધ્યાત્મિક પ્રગતિ માટે, તમારું ધ્યાન કેન્દ્રિત કરી શકો.

ઉદાહરણ તરીકે, તમને ખ્યાલ આવી શકે છે કે અન્ય લોકો સાથેના વ્યવહાર વખતે તમે તમારી પ્રતિક્રિયા તરફ 'ભાગ્યે જ' સભાન હોવ છો(પ્રશ્ન 3). જેમ જેમ તમારી યાત્રા આગળ વધે, તેમ તેમ શું બદલાવ આવ્યો છે, તે જોઈ જોવા માટે તમે પ્રશ્નોને ફરીથી જોઈ શકો છો. ઉદાહરણ તરીકે, તમને એ ખબર પડી શકે છે કે હવે તમે અન્ય લોકો સાથેનાં વ્યવહાર દરમિયાન તમે તમારી પ્રતિક્રિયાઓ પ્રત્યે 'ઘણીવાર' સભાન હોવ છો, જે તમારી આંતરિક યાત્રાથી તમારામાં સ્વાભાવિક રીતે જ ખીલતી જતી સહૃદયતા સ્વરૂપે અન્ય લોકો પ્રત્યેની તમારી જાગૃતિમાંનો ધીમો સુધારો સૂચવે છે.

અન્ય કિસ્સાઓમાં, તમારો સ્વમૂલ્યાંકન આંક સમય જતાં ઘટી પણ શકે છે, કારણ કે તમે તમારી સમક્ષના તે વિષયના ઊંડા અર્થથી વાકેફ થાઓ છો. ઉદાહરણ તરીકે, શરૂઆતમાં, તમે પ્રશ્ન 18 'મારા વિકાસ માટે હું ખુશીથી જીવનના સંજોગોને અનુકૂળ થાઉં છું.' માટે 'વારંવાર' નો પ્રતિભાવ આપ્યો હોઈ શકે છે — પરંતુ, તમારી યાત્રા આગળ વધતાં, તમે ખુશીપૂર્વક સ્વીકાર કરવાની જરૂરિયાત સ્પષ્ટપણે સમજાઈ શકે છે અને સમજાય છે કે હજુ વધારે સુધારણા થઈ શકે, તેવી શક્યતાઓ છે. આમ, જ્યારે તમે ફરીથી આ પ્રશ્નોનાં જવાબો આપો છો, ત્યારે અમુક મુદ્દાઓમાં તમારો પ્રતિભાવ 'ક્યારેક' અથવા તો 'ભાગ્યે જ' પણ હોઈ શકે છે, જે એવું બતાવે છે કે હવે જીવનના સંજોગો માટેનાં તમારા પ્રતિભાવો પ્રત્યે સૂક્ષ્મ પરંતુ મહત્વપૂર્ણ જાગૃતિ કેળવાઈ રહી છે. તમારા સ્વમૂલ્યાંકનમાં થતાં આ ઘટાડાને તમે ફળોથી ભરેલા ઝાડની નમી જતી ડાળીઓ સાથે પણ સરખાવી શકો છો. તમારો વિકાસ જેટલો વધારે, એટલું વધારે મળતર હશે.

આ પ્રશ્નાવલી અને તેનાં તમારા જવાબો, તમારી ચેતનાના ઉર્ધ્વીકરણ માટેનાં સૂચક સીમાચિહ્નો બની રહે છે. અમુક અમુક સમયે પાછા ફરી, આ

પ્રશ્નોના જવાબ આપો. આ કેવી રીતે મદદ કરે છે? તમે કદાચ નોંધ્યું હશે કે જ્યારે આપણે કોઈ શાણપણ ભર્યું પુસ્તક ફરીથી વાંચીએ છીએ, ત્યારે આપણને કંઈક એવું મળે છે કે જે આપણે પહેલાં ચૂકી ગયા હતા – કોઈ નવો વિચાર, કોઈ નવો ખ્યાલ અથવા કોઈ ઊંડી સમજ. પુસ્તક બદલાયું નથી હોતું; તમે બદલાયાં હો છો. તે જ રીતે, તમારાં અમુક અમુક સમયે કરેલાં અવલોકનો, તમારી આંતરિક સાહસ-યાત્રામાં તમે જે અંતર પસાર કર્યું હોય, તે પ્રતિબિંબિત કરશે.

2.

તમારી સાચી કાર્યક્ષમતા

એક રાજા હતો અને તેને ત્રણ પુત્રો હતા. રાજા તે ત્રણ પુત્રો પૈકી એક પુત્રને વારસદાર તરીકે પસંદ કરવા ઇચ્છતો હતો કે જે સમજદાર હોય અને લોકોની સંભાળ રાખે. તેથી તેણે ત્રણ મહેલો બાંધ્યા અને દરેક પુત્રને તેને સુશોભિત કરવા કહ્યું. રાજાએ જાહેરાત કરી કે કયો મહેલ શ્રેષ્ઠ છે, તે પ્રજા નક્કી કરશે. પરંતુ ત્યાં એક શરત હતી કે રાજકુમારોએ માત્ર પાંચ તાંબાના સિક્કામાં જે મળે તેનાથી જ મહેલ સુશોભિત કરવો. આટલા નાના બજેટમાં આખો મહેલ કેવી રીતે સજાવી શકાય?

આવી હાસ્યાસ્પદ માગણીથી ગુસ્સે થઇને, પ્રથમ પુત્રએ તેનો તિરસ્કાર દર્શાવવા રાજમહેલમાં ઘાસ, વાંસ અને ભૂસાની ગાંસડીઓ વિખેરી નાખી. બીજા પુત્રએ થોડી વાર માટે સમસ્યા પર વિચાર કર્યો. તેણે એક સ્થાનિક કલાકારને કોલસાથી રાજાના સ્કેચ દોરવાનું કામ સોંપ્યું અને રાજમહેલના દરેક રૂમમાં ચિત્ર મૂક્યું. ત્રીજો પુત્ર રાજમહેલમાં મૌન બેઠો હતો. તેણે પરીક્ષા પાછળનો અર્થ અને હેતુ સમજવાના માર્ગદર્શન માટે પ્રાર્થના કરી. તે તેના પિતાને ખુશ જોવા માંગતો હતો.

તેને મનમાં જે જવાબ મળ્યો, તે પ્રમાણે તેણે આખા મહેલમાં મીણબત્તીઓ અને અગરબત્તીઓ મૂકી દીધી. હજી તેની પાસે થોડા પૈસા બચ્યા હતા, તેથી તેણે એક તખ્તી બનાવી જેમાં લખ્યું હતું, 'લોકોનું ઘર.' જ્યારે લોકો મહેલોની મુલાકાત લેતા હતા, ત્યારે પ્રજ્જવલિત મીણબત્તીઓવાળા સુંગંધિત મહેલની સોનેરી ચમક તરફ દરેક વ્યક્તિ આકર્ષાતી હતી અને જ્યારે લોકોએ બહારની તખ્તી વાંચી, ત્યારે તેઓ ફૂલો, શેતરંજીઓ અને ફર્નિચર લઈ આવ્યા. કલાકોમાં મહેલ સુશોભિત થઇ ગયો અને આમ લોકોએ રાજાને યોગ્ય વારસદાર પસંદ કરવામાં મદદ કરી.

આપણા બધા પાસે મર્યાદિત મૂડી છે અને તે મૂડી છે, *સમય*. તમે અમીર હો કે ગરીબ, સાક્ષર હો કે અભણ, યુવાન હો કે વૃદ્ધ, તેનાથી કોઈ ફરક પડતો નથી; દરેક વ્યક્તિ સમયની ગરીબી સાથે ઝઝૂમે છે. પાંચ તાંબાના સિક્કા સમયની ગરીબીના વિચારનું ઉદાહરણ છે – ઘણું કરવાનું છે અને પૂરતો સમય નથી. ત્રીજા રાજકુમારનું

કાર્ય બતાવે છે કે જ્યારે આપણે જીવનમાં એક મોટો હેતુ અને અર્થ શોધી કાઢીએ છીએ, ત્યારે તે ક્ષમતાને પરિપૂર્ણ કરવા માટે કામ કરીએ છીએ.

જીવન આપણી ક્ષમતાને પરિપૂર્ણ કરવાની તક છે. દુર્ભાગ્યે, આપણામાંના મોટાભાગના લોકોમાં ક્ષમતા હોય તો છે જ, પરંતુ તે એક એવા બીજ તરીકે રહી જાય છે કે જે બીજ ક્યારેય ફૂલ બનવા માટે અંકુરિત થતું નથી. આ બીજ અંકુરિત થઇ ફુલ બનવાની પ્રક્રિયા જેવી મનુષ્યમાં વિકાસ પામી, સાક્ષાત્કાર મેળવવાની પ્રક્રિયા છે. એક ફુલ તરીકે ખિલી શકાય, તે માટે આપણે અતિ કોમળ, સ્પષ્ટ તથા બદલાવો માટે તૈયાર રહેવું જોઈએ. કદાચ હવે તમે જોઇ શકશો કે શા માટે આપણામાંના ઘણા માત્ર બીજ જ બની રહેવાનું પસંદ કરે છે: આપણે બહારના કવચમાં સુરક્ષિત રહીએ છીએ – અહંકાર અને આરામનું કવચ. તેથી, જ્યાં સુધી આપણે અહંકાર અને આરામના કવચને તોડીશું નહીં, ત્યાં સુધી આપણે મર્યાદાઓની સીમાથી આગળ વધી શકીશું નહીં અને અસીમિત બની શકીશું નહીં.

આધ્યાત્મિક સંરચના અભિયાન તમારી અમર્યાદિત કાર્યક્ષમતાને ખોલી નાંખે છે. આપણે શારીરિક વિકાસ માટે શરીર પર કામ કરીએ છીએ, પરંતુ જીવવિજ્ઞાનના નિયમો શરીરના વિકાસની ક્ષમતાને મર્યાદિત રાખે છે. માનસિક ક્ષેત્રમાં શારીરિક વિકાસ કરતાં વધારે વિકાસની સંભાવના છે, તેમ છતાં, થોડા સમય પછી, વય અને ધીમું શીખવાની પ્રક્રિયા જેવા વિવિધ કારણોસર માનસિક ક્ષેત્રમાં પણ એક મર્યાદા આવી જાય છે. શરીર અને મનની તુલનામાં, આત્મા અમર્યાદિત કાર્યક્ષમતાઓને મૂર્તિમંત કરે છે. જેમકે, બરફનો મોટો ટુકડો, પાણી અને પાણીની વરાળની વચ્ચે, સરખામણી કરો, તો વિસ્તરણની, વિકાસની, સૌથી વધારે ક્ષમતા કોનામાં છે? તેનો જવાબ, પાણીની વરાળ છે. માધ્યમ જેટલું વધારે સૂક્ષ્મ હોય, તેટલી તેના વિકાસની ક્ષમતા વધારે હોય છે.

હવે, હું સ્પષ્ટ કરવા માંગુ છું કે જ્યારે હું તમારી કાર્યક્ષમતા વિષે વાત કરું છું, ત્યારે મારો અર્થ તમારી સિદ્ધિની ક્ષમતાનો નથી – જેમકે નોકરીમાં સફળ થવું, યોગ્ય ઘર ખરીદવું, યોગ્ય વ્યક્તિ સાથે લગ્ન કરવું, એક ડઝન મેરેથોન દોડ પૂર્ણ કરવી – એ નથી. હું તમારી આંતરિક ક્ષમતા વિષે વાત કરું છું: તમારી આધ્યાત્મિક શક્તિ. તે એ અંતઃસત્ત્વ છે, જે તમને મનુષ્ય બનાવે છે અને જે તમને પ્રેમમાં અને પારસ્પરિક જોડાણોમાં નજીક લાવે છે.

જો આપણે આધ્યાત્મિક વિકાસની અવગણના કરીએ, તો આપણે આપણી સંપૂર્ણ કાર્યક્ષમતા પ્રાપ્ત કરવાની તક ગુમાવીએ છીએ. આપણે કલ્પના કરીએ છીએ કે તક તો હંમેશાં હશે જ પણ આપણે અજાણ હોઈએ છીએ. ધારોકે આપણે રેલવે પ્લેટફોર્મ પર પહોંચીએ પણ આપણી નજર સામે જ ટ્રેન ઉપડી જાય, અથવા તો આપણે દોડતા દોડતા એરપોર્ટ ટર્મિનલ પર પહોંચીએ છતાં, ફ્લાઇટ ઉપડી જતી હોય,

ત્યારે આપણને જે લાગણી થાય છે, તેની સાથે હું આ લાગણીને સરખાવીશ. એટલે કે આપણે ત્યાં હતાં જ, છતાં રહી ગયા. આપણે આપણી ક્ષમતા પ્રમાણે ન જીવી શક્યા, એનો અફસોસ આત્મા પર ભારે બોજરૂપ હોય છે.

અધ્યયનોએ વારંવાર દર્શાવ્યું છે કે લોકો, પોતાના અંતિમ દિવસોમાં, ઓફિસમાં વધુ મહેનત ન કરી, તેનો અથવા ફેન્સી કપડાં ન ખરીદ્યા, તેનો અફસોસ નથી કરતા. તેઓ જે વાતનો અફસોસ કરે છે, તે એ હોય છે કે તેમણે તેમના જીવનમાં વધુ પ્રેમ ન રેડ્યો. તેમને તેમના પ્રિયજનો સાથે વધુ સમય વિતાવી ન શકવાનો અને હૃદયમાં દયા અને કરુણા ન વિકસાવવાનો અફસોસ હોય છે. તેમણે જેનો પ્રયાસ જ ન કર્યો, તેનો તેઓ અફસોસ કરે છે.[4] 2018માં વધારે ઊંડાણપૂર્વક હાથ ધરવામાં આવેલા એક અભ્યાસમાં એ જાણવા મળ્યું કે મોટાભાગના લોકો એ માટે ખેદ અનુભવે છે કે આદર્શ બનવા માટે તેમણે જીવનમાં યોગ્ય પગલાં ન લીધા.[5]

આદર્શ બનવાનો અર્થ શું છે? આ, આપણા જીવનમાંનો એ ભાગ છે, જેમાં આશાઓ, સપનાઓ અને આકાંક્ષાઓ હોય છે. લક્ષ્યો હાંસલ કરવાથી આપણને સંતોષ મળે છે, પરંતુ જ્યારે આપણે આપણો સાચો હેતુ શોધીને તેની તરફ આગળ વધીએ છીએ, ત્યારે આપણામાંનો એ આદર્શ, સાચી પરિપૂર્ણતા પામે છે. આ પ્રયાસમાં જાગૃત હૃદયનો પ્રકાશ આપણને માર્ગદર્શન આપે છે. જેમ રાજકુમાર થોડો સમય હૃદયના અંતરતમમાં, પોતાની જાત સાથે રહ્યો અને પછી તેણે તેનો હેતુ શોધ્યો, તેમ, તમારી આધ્યાત્મિક સંરચના પર કામ કરવાથી તમને તમારી સાચી ક્ષમતા પ્રાપ્ત થશે.

આત્મા અને તેની સંરચનાઓ

જ્યારે વૈજ્ઞાનિકો ભૌતિક પદાર્થો વિષે સમજાવે છે, ત્યારે તેઓ તે બાબત પદાર્થોના આણ્વિક કોષ્ટક દ્વારા સમજાવે છે. તે કોષ્ટક, એ અણુ વજન, અણુ સંખ્યા અને તત્ત્વના ગુણધર્મો દ્વારા તત્ત્વોનું વર્ગીકરણ કરવા માટેની એક સંકલિત પદ્ધતિ છે. આધ્યાત્મિક શરીર-સંરચના પણ આ જ રીતે અલગ અલગ ઘટકોના જૂથો ધરાવે છે, જેને આપણે માપી શકીએ છીએ, જે છે – આત્મા અને તેના ઘટકો, ચક્રો, કોશો અને સૂક્ષ્મ શરીર. ચાલો, આત્માથી શરૂ કરીને આપણે તે દરેકની વ્યાખ્યા કરીએ.

'આત્મા એટલે શું?' એ પ્રશ્નનો જવાબ આપવા માટે આપણે જીવનની શરૂઆત, જન્મ સમય પર જઇએ. શું તમે કોઈ બાળકનો જન્મ થતો જોયો છે? જો તમે જન્મ થતો ન જોયો હોય તો પણ, તમે કદાચ એક નવજાતને વિશ્વમાં પોતાના આગમનની જાહેરાત કરતું સાંભળ્યું હશે. તે નરમ રુદન હોય છે, જે જીવનથી ભરેલું હોય છે અને એટલું મધુર હોય છે કે તેની સ્મૃતિ મોટાભાગના માતાપિતાના હૃદયમાં સદા કોતરાઇ જાય છે. પરંતુ જો તે બાળક રુદન નથી કરતું, તો ભયાનક ચુપકીદી પથરાઇ જાય છે.

ડૉક્ટરો દોડધામ કરે છે. બધા પ્રયત્નો પછી પણ જો બાળક ન રડે, તો પછી શોકથી પરિવારજનો રડી પડે છે.

બાળક કેમ રડ્યું નહીં? કારણ કે જન્મ સમયે શરીર સાથે જે આવવું જોઈતું હતું, જેના થકી શરીરનું કાર્ય શરૂ થવાનું હતું, તે ખૂટે છે. જેને આપણે ખૂટતું અસ્તિત્વ કહીએ છીએ, એ જીવનશક્તિ છે, તે ઊર્જા છે, જે જીવંત અને મૃત વચ્ચે તફાવત બનાવે છે. જ્યાં સુધી એ જીવનશક્તિ શરીર છોડવાનું નક્કી ન કરે, ત્યાં સુધી તમારું જીવન ચાલુ રહે છે.

જ્યાં જીવનશક્તિ ન હોય, ત્યાં જીવનનો અનુભવ પણ નથી હોતો. તમારું મન અને શરીર જીવનશક્તિને કારણે કાર્ય કરે છે. જુદી જુદી સંસ્કૃતિઓ જીવનશક્તિને ઘણા અલગ અલગ નામો દ્વારા ઓળખે છે, જે છે, સોલ, સ્પિરિટ, આત્મા, રૂહ અને નેશમેહ. એક નામ મારું વિશેષ ધ્યાન ખેંચે છે, જેને સંસ્કૃતમાં કારણ-શરીર કહે છે, જેનો અર્થ થાય છે 'કારણકારી શરીર' એટલે કે તમારા અસ્તિત્વનું કારણ. આત્મા એ તમારા અસ્તિત્વનો સૌથી સૂક્ષ્મ ભાગ છે અને એ ભાગ ઉચ્ચતમ ક્ષમતા ધરાવે છે.

ચક્રો, આત્માની આધ્યાત્મિક ઊર્જાના કેન્દ્રો છે અને આ પુસ્તક મુખ્યત્વે તેનાં વિષે છે. આત્માની આસપાસના આવરણો કોશો કહેવાય છે અને તે પાંચ છે. સૂક્ષ્મ શરીરો ઘણા છે, જેમાંના ચાર સૌથી મહત્ત્વપૂર્ણ છે – મન, બુદ્ધિ, અહમ અને ચિત્ત. ચક્રો આત્માની ઊર્જાના કેન્દ્રો છે અને તે સમગ્ર શરીરમાં વિસ્તરેલા છે. ચક્રો, સૂક્ષ્મ શરીરો અને કોશો એ આત્માના અંગો કહી શકાય અને તેઓ સાથે મળીને, એક સંકલિત કાર્ય-પ્રણાલી તરીકે કામ કરે છે.

આધ્યાત્મિક સંરચના અભિયાનમાં આપણે ચક્રો પર લક્ષ કેન્દ્રિત કરીએ છીએ. ચક્રોમાં સૂક્ષ્મ ઊર્જા હોય છે, જે આપણા પરિવર્તનને બળ આપે છે. પરંતુ વધુ મહત્ત્વની વાત એ છે કે ચક્રોમાંની ઊર્જા સમગ્ર આધ્યાત્મિક સંરચના પર વ્યાપેલી છે. તે એક ડિમર સ્વીચ સાથે ઘણી બધી લાઇટ્સ જોડાયેલી રાખવા જેવું છે: જ્યારે તમે એક સ્વીચ ચાલુ કરો, ત્યારે બધી જ લાઇટ એકસાથે ચાલુ થાય છે. જ્યારે તમે ડિમરમાં વધારો કે ઘટાડો કરશો, ત્યારે તેની સાથે જોડાયેલી બધી જ લાઇટ તે પ્રમાણે અસર બતાવે છે.

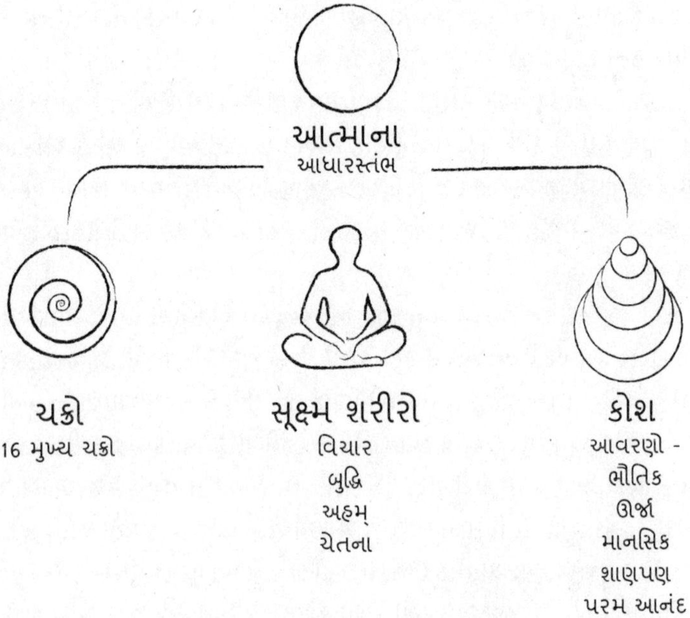

ચક્રો – એક વિહંગાવલોકન

જે રીતે એક નદી, તેનાં ઉદ્ગમ સ્થાનથી નીચે આવતાં, ઝરણા, નાળા, ઉપનદી, એમ અલગ અલગ રૂપે આગળ વધે છે, તે જ રીતે આત્મા, ચક્રો પર વિવિધ સ્થાનો પર અલગ અલગ સ્વરૂપે દેખાય છે. ચક્રો એ આત્માના આધ્યાત્મિક ઊર્જા કેન્દ્રો છે અને આવા ઘણા વમળો આખા શરીરમાં ફેલાયેલા છે.

આપણે ચક્રોને નકશા પરનાં રેખાંશો અને અક્ષાંશો તરીકે પણ જોઇ શકીએ છીએ. આપણને અક્ષાંશો-રેખાંસો દેખાતાં નથી, પરંતુ આપણે તેની જોડ ખોળીને તેનું ભૌતિક સ્થાન નિર્ધારિત કરી શકીએ છીએ. ચક્રો આધ્યાત્મિક સંરચનામાંનાં ઊર્જાસભર એકમો છે અને આપણે ભૌતિક શરીર પર તેમનું સ્થાન શોધી શકીએ છીએ.

સૌથી સામાન્ય સર્વસંમતિ એ છે કે સાત ચક્રો છે. યોગિક સાહિત્ય ઉપરાંત, જૈન ધર્મ, બૌદ્ધ ધર્મ અને સૂફીવાદના ગ્રંથોમાં ચક્રોનું વર્ણન છે, જોકે દરેક પરંપરા જુદી જુદી સંખ્યા દર્શાવે છે. આ કોઇ વિરોધાભાસ કે મતભેદ નથી. દરેક પથના આદરણીય ગુરુજનો જે સમસ્યાઓ હલ કરવા માંગતા હતા, તે મુજબ તેમણે નિર્દેશ કરેલા ચેતનાના નકશાઓ છે. આમ નકશાના ઉપયોગ વડે તેમણે ચિંતનશીલ પદ્ધતિઓ પ્રદાન કરી.

વિશ્વની આધ્યાત્મિક પરંપરાઓમાં હાર્ટફુલનેસનું મુખ્ય યોગદાન એ છે કે સોળ ચક્રોની ઓળખ થઇ શકી છે, (ત્રણ કરોડરજ્જુની સાથે અને બીજા તેર છાતીના ભાગમાં તથા માથામાં) અને તેના દ્વારા સાધક ચેતનાના ઉચ્ચતમ સ્તરો પ્રાપ્ત કરવા તરફ પ્રગતિ કરે છે. આજનાં સમયને અનુરૂપ હાર્ટફુલનેસ અભ્યાસ પદ્ધતિઓનાં ઉપયોગ સાથે આ ચક્રો મારફતે કરાતી યાત્રાનાં કારણે, સ્વવિકાસ ઇચ્છતી કોઈપણ વ્યક્તિ માટે હાર્ટફુલનેસ એક સરળ અને અસરકારક પદ્ધતિ તરીકે ઊભરી આવી છે.

આપણું લક્ષ્ય – ચેતનાની ઉન્નતિ

ઘણીવાર તમે ચક્રો વિષે વાંચો છો, કેટલીક વાર તમે એ પણ વાંચો છો કે કોઈ વ્યક્તિ ચમત્કાર જેવી અલૌકિક ક્ષમતાઓ વિકસાવી, રહસ્યમય શક્તિઓ કેવી રીતે પ્રાપ્ત કરી શકે છે. હવામાં ઉડવાનું ખરેખર રોમાંચક લાગે છે, પરંતુ આપણું લક્ષ્ય રહસ્યમય શક્તિઓની શોધ નથી. આપણું લક્ષ્ય આપણી ચેતના વિકસિત કરવાનું છે, જીવનને વધારે અર્થપૂર્ણ અને ઉદ્દેશપૂર્ણ કેવી રીતે બનાવવું, તે છે અને આપણી સર્વોચ્ચ કાર્યક્ષમતા પ્રાપ્ત કરવાનું છે. આપણી આધ્યાત્મિક યાત્રા દ્વારા, આપણે માનવીય સ્તરમાંથી કરુણામય માનવીનાં સ્તર પર પહોંચી, ત્યાંથી દિવ્ય સ્તર સુધી પ્રગતિ કરીએ છીએ અને છેવટે તે પણ પાર કરીએ છીએ.

આ એક ભવ્ય અભિયાન છે અને એકમાત્ર મનુષ્ય માટે જ છે. પોતાની ક્ષમતાને ઇચ્છાપૂર્વક વિકસાવવાની તક માત્ર મનુષ્યને જ મળે છે, તેથી માનવ જીવન વિશેષ છે. ઈયળ પતંગિયામાં વિકસે છે, ભલે તેની ઇચ્છા હોય કે ન હોય. તેમાં રહેલી આનુવંશિક ડિઝાઇન તેને, તે જ બનાવશે. પરંતુ મનુષ્ય માટે, તે અલગ છે. આપણે શારીરિક, માનસિક અને આધ્યાત્મિક રીતે વિકાસ કરીએ છીએ અને આ પરિમાણોમાં આપણે જે પસંદગીઓ અને પગલાં લઇએ છીએ, તે પ્રમાણે આપણો વિકાસ થાય છે. વિકાસની સ્વતંત્રતા ફક્ત મનુષ્યો પાસે જ છે અને તેથી જ સમગ્ર પરંપરાઓમાં, માનવ જીવનને ભેટ તરીકે ઉજવવામાં આવે છે.

એવા ઘણા રસ્તાઓ છે, જે સાધકના વિકાસ અને ઉત્ક્રાંતિને પ્રોત્સાહન આપી શકે છે. જે માર્ગની હું વિશ્વાસપૂર્વક ભલામણ કરું છું, તે છે, હાર્ટફુલનેસ વે અને તેનો અભ્યાસ. તમે કદાચ પહેલાથી જ કોઇ પદ્ધતિને અનુસરતા હશો, પરંતુ હું અહીં જણાવી રહ્યો છું, તે ટેકનિકો, તેમાં પૂરક છે. તમે જે પણ અનુસરી રહ્યા હો, તેની સાથે તમે આને પણ અપનાવી શકો છો.

આવશ્યક સાધના પદ્ધતિઓ(જે તમે પ્રકરણ ૫ માં શીખશો)ની ભૂમિકા હાલતો સર્જવાની છે કે જેથી ચક્રો જીવંત રહે. જેમ કળીમાંથી ફૂલ ખીલે છે, તેમ ચક્ર ધીમે ધીમે ખુલીને જીવંત થાય છે. જેમ જેમ ચક્રો જીવંત થાય છે, તેમ તેમ સૂક્ષ્મ શરીરો

વિકસવા માંડે છે. અહમ નમ્ર બને છે, બુદ્ધિ શાણપણમાં પરિવર્તિત થાય છે અને વિચાર લાગણીમાં પરિવર્તિત થાય છે. આત્માની આજુબાજુના આવરણો એટલે કે કોશો પણ ઉન્નત થાય છે. સીધું પરિણામ એ આવે છે કે – તમારી ચેતના વિકસિત થાય છે અને આત્માની શક્તિ વધે છે. જ્યારે આપણે હાથ, પગ, છાતી અને મુખ્ય સ્નાયુઓની કસરતો કરીએ છીએ, ત્યારે આપણા શરીરને ફાયદો થાય છે, તે રીતે આપણે ચેતના પર સીધું કાર્ય કરતાં નથી, પરંતુ આત્માની સંરચનાઓ પર કરવામાં આવતા કાર્યથી ચેતનાને ફાયદો થાય છે.

જેમ જેમ આપણી ચેતના વિકસતી જાય છે, તેમ તેમ આપણી સભાનાવસ્થા વિસ્તરતી જાય છે અને આપણો દ્રષ્ટિકોણ શુધ્ધ થાય છે. શુધ્ધ દ્રષ્ટિકોણની મદદથી, આપણે જીવનમાં વધુ સારા નિર્ણયો લઇએ છીએ, જે વિકાસલક્ષી હોય છે. હૃદયના ગુણો કેન્દ્ર સ્થાન લે છે અને રોજિંદા જીવનમાં આપણને લાભ આપે છે. ઉદાહરણ તરીકે, જો તમે મેનેજર હો, તો તમે તમારી ટીમને વધુ સારી રીતે સાંભળી શકો છો અને સફળતા તરફ લઈ જાઓ છો. જો તમે ગૃહિણી હો, તો તમારી સ્થિરતા તમારા પરિવાર માટે ઘરમાં એક સમૃધ્ધ વાતાવરણ બનાવશે. જો તમે શિક્ષક હો, તો તમે વર્ગખંડમાં શિક્ષણનું ગ્રહણશીલ વાતાવરણ બનાવો છો. આ રીતે તમારા જીવનમાં સ્વીકૃતિ, શાંતિ, પ્રેમ, હિંમત અને સ્પષ્ટતા જેવા ગુણો ખીલવા લાગે છે અને તમે ઉલ્લાસિત બનો છો.

જાગૃતિ વધતી જાય, તેમ તેમ આપણને દરેક વસ્તુ, તેની પરના આવરણો વગરની, જેવી હોય તેવી જ દેખાવા માંડે છે. આપણી સામે દરેક આંતરિક બાબત છતી થાય છે. આપણે આંતરિક સૌંદર્ય અને કુરૂપતા જોઇએ છીએ, આપણે દ્વંદ્વો અને વિરોધાભાસો જોઇએ છીએ, આપણને અંદર જ શિખર અને પાતાળ દેખાય છે. આપણા આંતરિક વિચારો અને અનુભવોનો પ્રતિકાર કરવો મુશ્કેલ હોઇ શકે છે અને ઘણીવાર તેને કારણે પણ લોકો ધ્યાન કરવા ઇચ્છતા નથી. એક સૌંદર્યવાન રાણીની પ્રખ્યાત વાર્તા છે, *'મિરર, મિરર ઓન ધ વોલ.'* જેમાં રાણીને જ્યારે અરીસામાં કંઇક પોતાની પસંદનું ન દેખાય, ત્યારે તે અરીસો તોડી નાંખે છે. પણ અહીં જો આપણને આપણા આંતરિક અરીસામાં કંઈક કદરૂપું દેખાય, તો અરીસો તોડી નાંખવાથી કંઇ નહીં થાય. એમાં અરીસાનો વાંક નથી. એમાં કોઇની ચેતનાનો દોષ નથી.

જો તમે હૃદયનો સહારો લો અને આધ્યાત્મિક સંરચના અભિયાનનો પ્રારંભ કરો, તો તમે હૃદયની વિપુલ સાધનસંપત્તિ મેળવી શકો છો. હિંમત, શક્તિ અને મક્કમતા વિકસવા લાગે છે. જે ક્ષણે આપણે આપણા બદલાવ માટે તૈયાર હોઇએ છીએ, ત્યારે પ્રકૃતિની બધી શક્તિઓ આપણામાં પરિવર્તન લાવવા માટે એકસાથે આવે છે. પ્રક્રિયામાં, આપણે માતા પ્રકૃતિના વિસ્તૃત હાથ જેવા બનીએ છીએ. પ્રકૃતિને કંઇ આપણી મદદની જરૂર નથી, પરંતુ તેણી તેના બાળકોને પોતાના જેવા જોવાનું

પસંદ કરે છે: એટલે કે, અમર્યાદિત. આધ્યાત્મિક સંરચના અભિયાન તમને સીમિતથી અસીમિત સુધી, ક્ષણભંગુરથી શાશ્વતમાં અને મર્યાદિત ચેતનામાંથી, અમર્યાદિત પરબ્રહ્મ એટલે કે, 'કેન્દ્ર' તરફ લઇ જાય છે.

દાજી સાથે પ્રશ્નોત્તરી

દાજી, હું ધાર્મિક પરિવારમાંથી આવું છું. અમે નિયમિત પ્રાર્થના કરીએ છીએ અને ધાર્મિક તહેવારો ઉજવીએ છીએ. આધ્યાત્મિક વિકાસમાં સફળ થવા માટે શું મારે આ બધુ બંધ કરવું જોઈએ?

બધા ધર્મો ઈશ્વરની સર્વવ્યાપકતા, પ્રેમ અને આપણે બધા ઈશ્વરના બાળકો છીએ, તે વિચાર વિષે શીખવે છે. જોકે આપણો પ્રશ્ન, ઉપદેશો વિષે અથવા માન્યતાઓ સમજવા વિષે નથી; પ્રશ્ન અનુભવ વિષે છે. ધર્મો શીખવે છે અને આધ્યાત્મિકતા તમને તે ઉપદેશોનો જાતે અનુભવ કરવામાં મદદ કરે છે. શું આપણે ઉચ્ચ શક્તિની ઉપસ્થિતિ અનુભવીએ છીએ? શું આપણે સાર્વત્રિક પ્રેમ અનુભવીએ છીએ? શું આપણે ખરેખર આપણા હૃદયના ઊંડાણમાં માનીએ છીએ કે આપણે એક વધારે મહાન ભવ્યતાનો ભાગ છીએ?"

અનુભવ માટેના સાધનો છે, ધ્યાન, ચિંતન અને પ્રાર્થના. બુધ્ધ, જીસસ, નાનક, મોહમ્મદ - બધાએ સત્યનો અનુભવ કરવા ધ્યાન કર્યું. હાર્ટફુલનેસના આધ્યાત્મિક અભ્યાસો તમારી ધાર્મિક પ્રથાઓની વિરુધ્ધ નથી. જ્યારે આપણે આધ્યાત્મિક સંરચના પર કામ કરીએ છીએ, ત્યારે આપણે ધીમે ધીમે આપણા હૃદયમાં સત્યનો અનુભવ કરીએ છીએ.

આપણે જે ધર્મમાં જન્મ્યા છીએ, તેનો આદર કરવો જરૂરી છે, પરંતુ આધ્યાત્મિકતાના મહાસાગરમાં ડૂબકી મારવા તરફ આગળનું પગલું ભરવું પણ મહત્ત્વપૂર્ણ છે. યાત્રા આપણને ધર્મમાંથી આધ્યાત્મિકતા તરફ, આધ્યાત્મિકતામાંથી વાસ્તવિકતા તરફ, વાસ્તવિકતામાંથી પરમ-આનંદ તરફ અને પરમ-આનંદમાંથી 'શૂન્યતા' તરફ લઇ જાય છે.

ભાગ 2

'કેન્દ્ર' અને આત્મા

3.

આત્માની વાત

જ્યારે હૃદય શાંત હોય છે, ત્યારે મન સ્વસ્થ હોય છે. આધ્યાત્મિક સંરચના અભિયાન તમને શાંતિ તરફ વાળે છે, જે આત્માનો વિશિષ્ટ ગુણધર્મ છે. આ શાંતિમાં તમે આંતરિક સંતુલન, વ્યવસ્થા અને સુમેળની સ્થિતિમાં પાછા ફરવાની યાત્રા શરૂ કરો છો, જે સર્જન પહેલાંની સ્થિતિ, મૂળ સ્થિતિ જેવી જ હોય છે. કેટલીકવાર, આપણને આશ્ચર્ય થાય છે કે સર્જન પહેલાં મૂળ સ્થિતિ કેવી હશે?

કલ્પના કરો કે તમે સ્વચ્છ, વાદળી આકાશ હેઠળ ખુલ્લા મેદાનમાં ઊભા છો. તમારી આસપાસ ઘાસના મેદાનોની પાસે વૃક્ષો છે અને તમે નજીકમાં વહેતા ઝરણાનો અવાજ સાંભળો છો. કલ્પના કરો કે આ દ્રશ્યમાંથી, તમામ વૃક્ષો, ઘાસના મેદાનો અને પ્રવાહ દૂર થાય છે. હવે તમને શું દેખાય છે? જમીનનો વિશાળ વિસ્તાર અને વાદળી આકાશ. હવે કલ્પના કરો કે બધી જમીન જતી રહી છે, આખો ગ્રહ અદૃશ્ય થઇ ગયો છે. હવે તમે તારાઓની અવકાશી ચમક અને ગેલેક્ષીઓના બ્રહ્માંડીય ધીમા અવાજ વચ્ચે બ્રહ્માંડમાં તરી રહ્યા છો. હવે, આ કલ્પનામાંથી બ્રહ્માંડ પણ અદ્રશ્ય થઇ જાય છે. બધા તારાઓ, આકાશગંગાઓ અને અન્ય અવકાશી પદાર્થો અદૃશ્ય થઇ ગયા છે. હવે કશું જ વિદ્યમાન નથી. તમારી આસપાસ કોઇ પ્રકાશ કે પદાર્થ નથી. ચારેબાજુ અવકાશની અનંત શૂન્યતા, અવર્ણનીય અંધકાર અને અસલની શાંતિ પથરાયેલી છે. સર્જન પહેલાં આ મૂળ સ્થિતિ હતી. સંપૂર્ણ સંતુલન અને સંપૂર્ણ સંઘટનની સ્થિતિ, જેમાં 'યોગ એ સમાધિ છે,' એ વિચાર સમાયેલો છે. મૂળ અવસ્થામાંથી સર્જનનો વિસ્ફોટ થયો હતો.

તમારું આધ્યાત્મિક સંરચના અભિયાન, એ તમારી અંદરની મૂળ સ્થિતિને ફરીથી સર્જવાનો પ્રયાસ છે. સંપૂર્ણ શાંતિની એવી સ્થિતિ કે જ્યાં ઊર્જાને નીચલા સ્તરે લઇ જતી કોઇ લાગણીઓ પણ નથી. શુદ્ધ અસ્તિત્વની એવી સ્થિર સ્થિતિ છે કે જ્યાં તમે સાર્વત્રિક અસ્તિત્વ સાથે એક છો અને તમામ વિરોધાભાસથી મુક્ત છો. તે જીવન

સંતુલન, પ્રેરણા અને શ્રેષ્ઠતાનું હોય છે. આવા મનુષ્યો, સર્વોચ્ચમાં કેન્દ્રિત હોય છે અને માનવજીવન જેનું પ્રતીક છે, તેને અભિવ્યક્ત કરે છે.

તેની સાથે લય થઈને આપણે મૂળ સ્થિતિમાં એક થઈ જઈએ છીએ. બે અસ્તિત્વો માટે, એકમેકમાં લય થવા માટે, તેઓ સમાન હોવાં જરૂરી છે. તેલનું ટીપું ક્યારેય સમુદ્રમાં ભળી શકતું નથી. તે માત્ર સપાટી પર તરતું રહેશે. વૃક્ષ ગમે તેટલું ઊંચું થાય, તો પણ, તેનો આકાશમાં લય થઈ શકતો નથી. 'અનંત સ્ત્રોત' સાથે લય થવા માટે, તમારે પણ અનંત બનવાની જરૂર છે. અંતિમ લયાવસ્થા ત્યારે જ આવે છે કે જ્યારે બે અનંત એકસાથે આવે. કલ્પના કરો કે તે અનંત સ્થિતિમાં આવવા માટે તમારે કેટલો વિકાસ કરવાનો છે અને ત્યારે, તમે પોતે જ અનંત બની જશો.

કેન્દ્ર – મૂળભૂત સ્પંદનનો સ્ત્રોત

મૂળ અવસ્થામાંથી સૃષ્ટિ કેવી રીતે બહાર આવી? પરમચેતનાની અવસ્થામાં પ્રત્યક્ષ અનુભૂતિ દ્વારા, હાર્ટફુલનેસના ગુરુઓએ જોયું કે મૂળ સ્થિતિમાં, એક 'કેન્દ્ર' હતું. આખી સૃષ્ટિ અત્યંત સૂક્ષ્મ સ્વરૂપે કેન્દ્રમાં લય થયેલી હતી. એક માનવબીજમાં સમગ્ર જીવ સૂક્ષ્મ સ્વરૂપમાં સમાયેલો હોય છે અને એક બીજમાં જ એક વૃક્ષ સૂક્ષ્મ સ્વરૂપે હોય છે; તેવી રીતે કેન્દ્ર, પોતાની અંદર સમગ્ર સૃષ્ટિ માટેનું બીજ ધરાવતું હતું. બીજ મૂળભૂત સ્પંદનના સ્વરૂપમાં હતું.

અહીં આપણે મૂળભૂત સ્પંદનને ઊર્જા અને પદાર્થના દ્રષ્ટિકોણથી જોઈશું. ક્વાર્ક, હેડ્રોન, લેપ્ટોન વગેરે જેવા સૂક્ષ્માતિસૂક્ષ્મ કણોથી પદાર્થ બનેલો છે. આ કણો એટલા સૂક્ષ્મ છે કે તેઓ પદાર્થ કરતાં ઊર્જાના તરંગો જેવા વધુ લાગે છે. તેમનો ઘુમાવ, એક ચોક્કસ દિશા તરફી હોય છે. તેનાં ઘુમાવની આ દિશા, તેનો વિજભાર અને તેનું દળ નિયત કરે છે. ઉદાહરણ તરીકે, બે અપ ક્વાર્ક અને એક ડાઉન ક્વાર્ક પ્રોટોન બનાવે છે. બે ડાઉન ક્વાર્ક અને એક અપ ક્વાર્ક લો અને તમને ન્યુટ્રોન મળશે. લેગોસ જેવાં, બે પ્રોટોન અને બે ન્યુટ્રોનના પરમાણુઓને જોડો અને તમને હિલીયમ ન્યુક્લિયસ મળે છે. મિશ્રણમાં થોડા ન્યુટ્રિનોનો છંટકાવ કરો અને તમારી પાસે હિલીયમ પરમાણુ હશે. આપણે જાણીએ છીએ કે પરમાણુઓ એકઠાં થઈને અણુ બનાવે છે, જે પછી સંયોજનો બનાવે છે. સારાંશમાં, તરંગ જેવાં અતિસૂક્ષ્મ ઊર્જા-કણો અસંખ્ય સંયોજનોમાં એકસાથે ભળીને તેના અનંત સ્વરૂપોમાં પદાર્થનું સર્જન કરે છે.

પરંતુ તરંગ જેવી સૂક્ષ્માતિસૂક્ષ્મ ઊર્જાનું સર્જન કોણે કર્યું? જેણે તે બનાવ્યું, તે તો વધુ સૂક્ષ્મ અને મહત્ત્વનુ હોવું જોઈએ. કંઈક એવું, કે જે પરમ (મૂળભૂત) સ્પંદન છે, તે સબએટોમિક ઊર્જાનું સર્જન કરે છે, જે પછીથી ભૌતિક ઊર્જા બની અને પછી પદાર્થ

(દ્રવ્ય) બન્યો. 'કેન્દ્ર,' પરમ (મૂળભૂત) સ્પંદનનો સ્ત્રોત છે. પરમ (મૂળભૂત) સ્પંદને ઊર્જાનું સર્જન કરવામાં મદદ કરી, જે પછી પદાર્થ બન્યો.

વિજ્ઞાન આપણને દર્શાવે છે કે આલ્બર્ટ આઇન્સ્ટાઇનના પ્રખ્યાત સમીકરણ $E = mc^2$ દ્વારા ઊર્જા કેવી રીતે પદાર્થમાં રૂપાંતરિત થઇ શકે છે અને કેવી રીતે પદાર્થનું ઊર્જામાં રૂપાંતર થઇ શકે છે. એ સામાન્ય અવલોકન છે: જેમકે ગરમી ઉત્પન્ન કરવા માટે લાકડાનું સળગવું, આપણને ઊર્જા આપવા માટે ખોરાકનું પાચન થવું વગેરે.

તમારું આધ્યાત્મિક સંરચના અભિયાન, એ એક અનુભવ કરવાનું અભિયાન છે કે ઊર્જા પરમ તત્ત્વમાં કેવી રીતે પરિવર્તન પામે છે. તમારી યાત્રામાં, તમે ચક્રો દ્વારા ભૌતિક સ્પંદનો વટાવીને ચેતનાની સૂક્ષ્મ અવસ્થાઓ તરફ જાઓ છો. સાથે સાથે તમને ખાતરી થતી જાય છે કે તમારી અંદર જ પદાર્થનું ઊર્જામાં અને ઊર્જાનું પરમ તત્ત્વમાં પરિવર્તન થતું જાય છે.

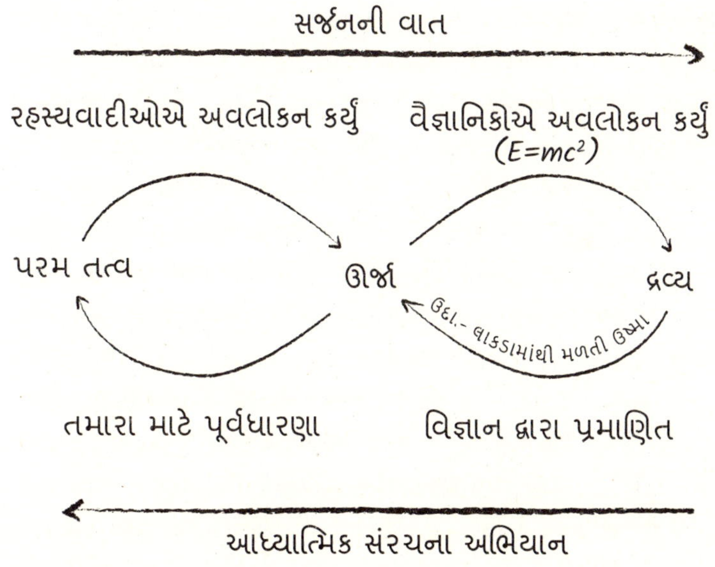

સર્જનની ક્ષણ અને 'પ્રથમ મન'

મૂળ અવસ્થામાં 'કેન્દ્ર' અસ્તિત્વમાં હતું તથા 'કેન્દ્ર'ની નીચે, સુષુપ્ત ગતિ હતી. હવે, સુષુપ્ત ગતિને એવી કાર્યક્ષમતા તરીકે વિચારો – કે જેમ સ્પ્રિંગનું ગૂંચળુ સંકોચાયેલું પડ્યું હોય પણ તેની અંદર ગતિની તમામ ક્ષમતા હોય. એ સુષુપ્ત ગતિમાં બીજું પણ કંઇ હાજર હતું, તે હતો, સર્જનનો વિચાર. સર્જનના વિચારને હાર્ટફુલનેસમાં હલચલ

અથવા 'ક્ષોભ' કહેવામાં આવે છે. સર્જન શરૂ કરવા માટે, એક તરંગની- એક ઉત્તેજનાની જરૂર હતી. એક વીજ-પરિપથ(સર્કિટ) પૂરો કરવા માટે સ્વીચ ચાલુ કરવી પડે છે. આ માટે સ્વીચ હતી, 'ક્ષોભ' અથવા હલચલ. ક્ષોભ'

સર્જન સમયે, હલચલે સુષુપ્ત ગતિ ઉત્તેજિત કરી અને ગતિના ભ્રમણને કારણે 'કેન્દ્ર'માં તિરાડો પેદા થઇ. તિરાડોમાંથી મૂળભૂત કંપનનો વિસ્ફોટ થયો અને તે બહારની તરફ વહેવા લાગ્યું. અવકાશની વિશાળ શૂન્યતામાં, 'કેન્દ્ર'નું મૂળભૂત કંપન બહાર ધસી આવ્યું.

સર્જનના પ્રથમ તરંગની અગાધતાની કલ્પના કરો. જ્યારે શૂન્યતામાં પરમ કંપન ભળ્યું, ત્યારે તેનાં પરિણામ-સ્વરૂપ અવકાશી સર્જનનો ખજાનો પેદા થયો. પ્રથમ તરંગનું સર્જન થયું, તેને જ હાર્ટફુલનેસમાં 'પ્રથમ મન'* કહે છે.

પરમ કંપનના પ્રવાહો 'પ્રથમ મન'માંથી થઇને વહેવા લાગ્યા.

આત્માની ઉત્પત્તિ સર્જનની ક્ષણે થઇ. 'પ્રથમ મન' દ્વારા પ્રવાહો શરૂ થયા, જેને કારણે આત્મા સહિત તમામ સર્જન ઉદ્‌ભવ્યા. સર્જનની ક્ષણ – આત્માની – કેન્દ્રથી અલગ થવાની ક્ષણ પણ છે. જો તમે તેના વિષે વિચારશો, તો જણાશે કે સર્જનના સિધ્ધાંતમાં હંમેશા અલગાવનો વિચાર સમાયેલો હોય છે. જ્યારે માતા બાળકને જન્મ આપે છે, ત્યારે તે સર્જનાત્મક ઘડી છે, પરંતુ તે સાથે, તે અલગ થવાની ઘટના પણ છે. માતા અને બાળક એક હતા, પરંતુ જન્મ પછી તેઓ બંને અલગ અસ્તિત્વ બની જાય છે. એવી જ રીતે, સર્જન પછી, આત્મા 'કેન્દ્ર'થી અલગ થઇ જાય છે.

અચાનક એકલા થઇને શુધ્ધ અને અલગ અસ્તિત્વ તરીકે, આત્માએ આસપાસ જોયું અને કહ્યું, 'હું છું.' 'હું' ની ભાવના તે સમયથી ઉત્પન્ન થઇ અને હજી ચાલુ રહી છે. આત્માએ આજુબાજુ જોયું, તો ભય લાગ્યો. ભય એ અલગ થઇ જવાની ભ્રમણા અને 'હું'પણાની ભાવનાથી ઉત્પન્ન થાય છે. આત્મા પર જમા થનારી પ્રથમ છાપ હતી, ભય.

જે ઉત્તેજક બળ દ્વારા સર્જન શરૂ થયું, તે બળ આત્માને, કેન્દ્રનો એક ભાગ હોવાને કારણે વારસામાં મળ્યું. મનુષ્યને, આ બળ, તેની સંપૂર્ણ ક્ષમતા સહિત વારસામાં મળ્યું અને તે મનના સ્વરૂપમાં પ્રગટ થયું છે. અન્ય સજીવોમાં પણ મન હોય છે, પરંતુ માનવ મન અજોડ છે, કારણ કે તેણે 'કેન્દ્ર'માંથી ક્ષમતા ગ્રહણ કરી છે. માનવ મન લક્ષની

---

* યોગિક સાહિત્યમાં, 'પ્રથમ મન'ને પુરુષ કહેવામાં આવે છે અને સર્જનને પ્રકૃતિ કહેવામાં આવે છે. 'પ્રથમ મન'નો વિચાર ઘણા ધર્મોમાં જોવા મળે છે અને તેને ઘણા નામોથી ઓળખવામાં આવે છે: અલૌકિક, ઇશ્વર, પરબ્રહ્મ, વગેરે. હું 'પ્રથમ મન' શબ્દનો ઉપયોગ કરું છું કારણ કે તે કોઇ ચોક્કસ ધર્મ કે સંપ્રદાય સાથે સંકળાયેલ નથી. તે સ્વરૂપોમાં પણ સીમિત નથી અને તે આપણને વિશેષ લક્ષણો સહિતનાં અને ન્યાય-પ્રિય, એવા ઇશ્વરથી પર વિચારવામાં મદદ કરે છે.

દિશાને અંદરની તરફ ફેરવી શકે છે અને આંતરિક વિકાસનો માર્ગ પુન:નિર્દેશિત કરી શકે છે. ખનિજો, સૂક્ષ્મસજીવો, વનસ્પતિ અને પ્રાણીઓ, બધામાં અમુક સ્તરની બુદ્ધિ હોય છે, પરંતુ માનવ મન અલગ છે, કારણ કે તે પોતાની ઇચ્છાથી વિકસિત થઇ શકે છે.

મન સાથે સજ્જ થયેલો આત્મા હવે એક અલગ અસ્તિત્વ ધરાવે છે અને સમય જતાં, આત્મામાં કેન્દ્રથી અલગ થવાનો ખ્યાલ મજબૂત થતો જાય છે. જન્મ પછીના મહિનાઓમાં, નવજાત બાળક દરેક વસ્તુ માટે માતા પર આધાર રાખે છે. પરંતુ સમય જતાં બાળક સ્વતંત્રતા પ્રાપ્ત કરવા માંડે છે. નાના બાળકો તેમના માતાપિતાની નકલ કરે છે. તેઓ મમ્મી કે પપ્પા જેવા કપડા પહેરે છે, તેમની વાતચીતની નકલ કરે છે. તેવી જ રીતે, આત્મા 'કેન્દ્ર'ની નકલ કરીને મનની મદદથી પોતાના સર્જનમાં વ્યસ્ત થતો ગયો. ચિત્ત, અહમ, મન અને બુદ્ધિનો જેમાં સમાવેશ છે, તે સૂક્ષ્મ શરીર પરિપક્વ થાય, તે માટે આત્માએ સંવર્ધનની પ્રવૃત્તિ આદરી હતી. મનના કાર્યને લીધે આત્માની આસપાસના આવરણો વધવા લાગ્યા.

દરેક વધતા આવરણો સાથે, આત્મા અને કેન્દ્ર વચ્ચે અલગાવની લાગણી વધતી જતી હતી. મનુષ્ય ભૌતિક સ્વરૂપમાં અસ્તિત્વ ધરાવે છે, જેમાં સ્થૂળ શરીર, સૂક્ષ્મ શરીર અને આત્માનો સમાવેશ છે. આત્માની શુદ્ધ જાગૃતતા સ્થૂળ અને સૂક્ષ્મ શરીરના આવરણોમાંથી ફિલ્ટર થાય છે. આ એનાં જેવુ છે, જે રીતે એક સમયે તમે પહાડોનું સ્પષ્ટ દૃશ્ય જોઈ શકતા હતા, પરંતુ હવે તમે વાદળો અને ધુમાડાની પાછળ ઢંકાયેલા પર્વતોને ત્રણ-ચાર જોડી સનગ્લાસ પહેરીને જુઓ છો. આમ, જેમ જેમ આવરણો ઉમેરાતા ગયા, તેમ તેમ, શુદ્ધ જાગૃતતા ઢંકાતી ગઈ અને એક સમયે 'કેન્દ્ર'થી અલગ થવાની જે લાગણી ઊભી થઈ હતી, તે વાસ્તવિકતા બની ગઇ. આપણામાંના મોટાભાગના લોકો હવે શરીરમાં સમાવિષ્ટ વાસ્તવિકતાના આપણા જોડાણને અનુભવતા નથી, કે આપણે આત્મા છીએ અને 'કેન્દ્ર'નો એક ભાગ જ છીએ, જેના પર માનસિક અને જૈવિક સ્તરોના આવરણો આવી ગયાં હોય છે.

ભાષાની વૈવિધ્યતા માટે 'કેન્દ્ર' માટે સમાનાર્થી તરીકે હું 'સ્રોત', 'પરમતત્ત્વ' અને 'પૂર્ણત્વ' જેવા શબ્દોનો ઉપયોગ કરું છું, પરંતુ હું 'કેન્દ્ર' શબ્દ વધારે પસંદ કરું છું કારણ કે તે આંતરિક યાત્રા દર્શાવે છે અને આધ્યાત્મિક સંરચના અભિયાન માટે યોગ્ય છે.

એક વખત મેં ધ્યાન દરમિયાન સૃષ્ટિના સર્જનની ક્ષણનું અવલોકન કરવાનો પ્રયાસ કર્યો. મેં મને પ્રથમ તરંગ પર સવારી કરતાં જોયો અને હું ધ્યાનમાં વધુ ને વધુ ઊંડે સરતો ગયો, થોડીવારમાં, હું એટલો બધો ઊંડે સારી ગયો કે હું તેમાં ડૂબી જ ગયો અને પછી અવલોકન થઇ શક્યું નહીં. પ્રથમ તરંગ એટલો વિશાળ હતો કે તેને જોઇ શકવો, એ પણ અશક્ય હતું. તે અબજો વર્ષો પહેલા છૂટો થયો હોવા છતાં,

પ્રથમ તરંગનું વિસ્તરણ થવાનું હજી ચાલુ છે અને નવી ગેલેક્ષીઓ, ગ્રહો, વિશ્વો અને આત્માઓનું સર્જન ચાલુ જ છે.

જો વિસ્તરતા 'બ્રહ્માંડ'નો વિચાર તમને બ્રહ્માંડવિજ્ઞાન (કોસ્મોલોજી)ના ભૌતિકશાસ્ત્ર જેવો લાગતો હોય, તો તમે સાચા છો. 'કેન્દ્ર'માં એક ખ્યાલે પણ અસંતુલન પેદા કર્યું, જે સર્જન તરફ દોરી ગયું, આપણે ભૌતિકશાસ્ત્રમાં પણ તેનાં જેવાં ઉદાહરણો જોઇએ છીએ. 1980ના દાયકામાં જેમ્સ ક્રોનિન અને વાલ ફિચને ક્વાર્ક અને એન્ટિક્વાર્ક વચ્ચેની અસમપ્રમાણતાની શોધ માટે નોબેલ પુરસ્કાર એનાયત કરવામાં આવ્યો હતો. સંતુલિત અવસ્થામાં સૌથી નાનામાં નાની અસમપ્રમાણતાને કારણે સર્જન થવા માંડ્યુ.

તેવી જ રીતે, વિવિધ સંસ્કૃતિઓમાં મહાન સંતો 'બ્રહ્માંડ'ના સર્જન અને વિસર્જન વિશેના વિચારો કહેતા ગયા છે. યોગિક ફિલસૂફી ઉલ્લેખ કરે છે કે વર્તમાન 'બ્રહ્માંડ' એ ચક્ર ચાલુ જ છે, કે જે આખરે વિસર્જન પામશે અને આગામી ચક્રને જન્મ આપશે. 'સાયક્લિક યુનિવર્સ' સિધ્ધાંતના વિચાર સાથે, આ દૃષ્ટિકોણ હવે ભૌતિકશાસ્ત્રમાં પણ વધુ મુખ્ય પ્રવાહ બની રહ્યો છે. આ સિધ્ધાંત મુજબ, 'બિગ બેંગ' એ સમયની શરૂઆત ન હતી પરંતુ વિકાસના અવિરતપણે પુનરાવર્તિત થઇ રહેલા ચક્રોથી ભરેલા ભૂતકાળનો સેતુ હતો, જેમાં દરેક નવા પદાર્થની રચના અને નવી ગેલેક્સીઓ, તારાઓ અને ગ્રહોની રચના થઈ.[6]

સદીઓથી આપવામાં આવી રહેલુ ઘણું બધું જ્ઞાન પ્રત્યક્ષ ગ્રહણશક્તિ દ્વારા પ્રગટ થયેલ આધ્યાત્મિક સત્ય છે. આ સત્યો વૈજ્ઞાનિકો દ્વારા રજૂ કરાયેલા સિધ્ધાંતો સાથે ઘણી સમાનતા ધરાવે છે. હું તેને વિરોધમાં જોતો નથી. વિજ્ઞાનના ઘણા ખ્યાલો લાંબા સમયથી ધારવામાં આવેલા આધ્યાત્મિક શાણપણની સાબિતી આપે છે અને છેવટે તમે આ માહિતી પર આવો છો કે તે એક 'કેન્દ્ર'ના અસ્તિત્વ તરફ નિર્દેશ કરે છે, જ્યાંથી બધા કાર્યો જન્મ્યા. વિજ્ઞાન અને આધ્યાત્મિકતા બંને એ દૃઢ વિચાર ધરાવે છે કે ચેતના એ પદાર્થ અને ભૌતિક શરીરથી પર છે, સૂક્ષ્મ કંપન છે, જે આપણને આગળ ધપાવે છે અને આપણા જીવનના માર્ગને દિશામાન કરે છે.

આત્માની ઉત્પત્તિ અને તમારું આધ્યાત્મિક સંરચના અભિયાન

ચેતનાના દૃષ્ટિકોણથી આત્માની વાતનો વિચાર કરો. આત્મા સ્રોતથી અલગ પડેલું એક ટીપું હતું. ત્યારે આત્મા એક શુધ્ધ ચેતના હતી, તેના સાચા સ્વભાવથી વાકેફ હતી; ત્યારથી લઇને આજ સુધી, જ્યારે આત્માને તેના વાસ્તવિક ઘરની યાદ અપાવવાની પણ જરૂર પડે છે, ત્યારે એવું લાગે છે કે આપણે આપણો માર્ગ ભૂલી ગયાં છીએ.

જોકે આ આખીય વાતમાં પ્રેરણાદાયી વાત પણ છે. ધારોકે તમારા પિતાએ તમને એક કરોડ રૂપિયા આપ્યા હતાં અને કહ્યું હતું, "આ મૂડીનું રોકાણ કરો. તેમાંથી કંઈક બનાવો." ઘણા વર્ષો પછી, તમે એક સો કરોડ રૂપિયા સાથે પાછા જાઓ છો અને તમારા પિતા તમારી પ્રગતિથી ખુશ થાય છે. તેવી જ રીતે, તમારા આધ્યાત્મિક સંરચના અભિયાનમાં પણ તમે પાછા ફરીને વધુ શક્તિશાળી આત્મા સાથે, એટલે કે 'કેન્દ્ર' સાથે લય પામી શકો છો. પણ તમે વિરોધ કરી શકો છો કે, "દાજી! કદાચ હું બધા પૈસા ગુમાવીને મારા પિતાને નિરાશ પણ કરી શકું. તે કરતાં શું તે એક કરોડ રૂપિયા રાખી મૂકવાનું વધુ સારું નથી?" હા, તમે સાચા છો. જ્યારે પૈસાની વાત આવે, ત્યારે જીત, હાર અને લોભી બનવું શક્ય છે.

પરંતુ આત્માની 'કેન્દ્ર' તરફની આગેકૂચમાં, કોઈ જીત કે હાર નથી. ત્યાં માત્ર કરવાનું હોય છે અને જ્યારે તમે કરો છો, ત્યારે બ્રહ્માંડ તમારા વલણને સમર્થન આપે છે અને તમારી પ્રગતિને બિરદાવે છે, કારણ કે તમે હવે પ્રકૃતિની ઉન્નતિની યોજના સાથે જોડાયેલા છો. દરેક ધ્યાન સાથે, તમે આત્માની મૂળ અવસ્થાની સ્મૃતિને પુનઃજાગૃત કરો છો. ધ્યાનના ઊંડાણમાં, આત્મા તમારી સાથે વાત કરે છે. મૌનના શામિયાના હેઠળ, આત્મા તમને પ્રેરણા અને માર્ગદર્શન આપે છે અને જ્યારે પણ તમે તેની પ્રેરણાઓને અનુસરો છો, ત્યારે તમે અવર્ણનીય શાંતિથી અને ખુશીઓથી ભરાઈ જાઓ છો. ગહન શાંતિ અને સુખના ઉત્તરોત્તર વધતા જતા અનુભવો દ્વારા, તમને આત્માની 'કેન્દ્ર' સાથે એક થવાની જન્મજાત તડપ ની અનુભૂતિ થાય છે.

આ અનુભૂતિ થવી, એ ખાસ શબ્દ છે. 'હું આત્મા છું' એ જાણવું, એ માત્ર તાર્કિક નિષ્કર્ષ છે. 'હું આત્મા છું' એમ માનવું, એ અંધવિશ્વાસ છે. પણ 'હું આત્મા છું' તે અનુભૂતિ થવી, એ અસાધારણ રીતે ગહન છે. તેથી જ સમગ્ર સંસ્કૃતિઓના આધ્યાત્મિક સાહિત્યમાં, સર્વોચ્ચ લક્ષ્ય આત્મસાક્ષાત્કાર છે, આત્મજ્ઞાન અથવા આત્મવિશ્વાસ નહીં. જેમ જેમ તમે અંદરની તરફ જાઓ છો તેમ, સાક્ષાત્કાર દૃઢ થતો જાય છે અને તમે લયાવસ્થાના ઉચ્ચતર સ્તરે પહોંચો છો. વધારેને વધારે દૃઢ બની, તમે આત્માની ક્ષમતામાં ઉમેરો કરો છો.

4.

કેન્દ્ર તરફની યાત્રાનો નકશો તૈયાર કરવો

મે 1972માં, કોપનહેગનથી ત્રીસ કિલોમીટર દક્ષિણે આવેલા શહેર ગ્રેવ સ્ટ્રાન્ડ, સ્થાનિક રેડિયો સ્ટેશને એક ઇન્ટરવ્યુ પ્રસારિત કર્યો હતો. 'ભારતથી એક આધ્યાત્મિક માર્ગદર્શક પધાર્યા છે અને તેઓ ડેનિસ(ડેન્માર્કના) લોકોને ધ્યાન કેવી રીતે કરવું, તે શીખવવાના છે.' હતા. શહેરમાં ઘણા લોકોને આ વિચાર રસપ્રદ લાગ્યો. મિશેલ અને ટોની નામના બે યુવાન પત્રકારો (મિશેલ કાનની બંને બાજુએ લાંબી કલમ રાખતો ખેલદિલ યુવાન હતો અને બંનેએ બેલ બોટમ્સ પેન્ટ્સ પહેરેલા હતા) તેઓ ઇન્ટરવ્યુ લેવા માટે આવ્યા હતા. તેઓ જેમનો ઇન્ટરવ્યું લઈ રહ્યા હતા, તે મારા ગુરુ તથા માર્ગદર્શક, શાહજહાંપુરના શ્રી રામચંદ્રજી હતા. તેમના અનુયાયીઓ તેમને બાબુજી (જેનો અર્થ 'આદરણીય સાહેબ' થાય છે) તરીકે સંબોધતા હતા.

મિશેલે ઇન્ટરવ્યુની શરૂઆત એ પ્રશ્નથી કરી કે, "માનવના અસ્તિત્વનો હેતુ શું છે?"

બાબુજીએ જવાબ આપ્યો, "હેતુ માત્ર સાક્ષાત્કારનો જ છે એટલે કે પોતાના મૂળ સ્વરૂપને ઓળખવાનો છે કે જે દિવ્ય છે."

આ વાર્તાલાપ આગળ વધતો ગયો અને તે એવા પ્રશ્નો સુધી દોરાયો કે, "શું દિવ્ય પ્રકૃતિ આપણને ઈશ્વર બનાવી શકે?" "એક માનવી તરીકે આપણે શું કરવું જોઈએ?" "શું સંસ્કૃતિનો અંત આવશે?" વગેરે. ઇન્ટરવ્યુની લગભગ પંદર મિનિટ પછી, મિશેલ, જે બાબુજી વિષે વધુ જાણવા માટે ઉત્સુક હતો, તેણે પૂછ્યું, "અને હવે હું તમને બીજો પ્રશ્ન પૂછી શકું? તે એક અર્થહીન પ્રશ્ન પણ હોઈ શકે, પરંતુ શું તમે જણાવી શકો કે, તમે કોણ છો?"

બાબુજીએ જવાબ આપ્યો, "મારે જે હોવું જોઈએ, તે હું છું."

જ્યારે આ ઇન્ટરવ્યુ થયો, ત્યારે હું ત્યાં હાજર નહોતો, પરંતુ મેં ઘણીબધી વાર તે રેકોર્ડિંગ સાંભળ્યું છે. દરેક વખતે જ્યારે પણ હું તે રેકોર્ડીંગ સાંભળું છું, ત્યારે બાબુજીના જવાબ કેટલાં ચોકસાઈ અને શાણપણથી ભરેલાં હતાં, તે હું અનુભવી શકતો હતો,

જેણે તે રૂમમાંના વાતાવરણની ઊર્જા બદલી નાખી હતી. તે વાતચીતની પૃષ્ઠભૂમિમાં ત્યાં હાજર અન્ય શ્રોતાઓની વાહ-વાહ અને ઉદ્ગારો સાંભળી શકાતા હતા. ઇન્ટરવ્યુ માનવતા, સર્જન અને પ્રકૃતિ પરના પ્રશ્નો સાથે ચાલુ રહ્યો, તે પછી, મિશેલે ફરીથી પૂછ્યું, "બાબુજી, હું કોણ છું?"

બાબુજીએ જવાબ આપ્યો. "તમે જે છો, તે છો."

ફરી, અત્યંત ગર્ભિત અર્થ વાળો સ્પષ્ટ જવાબ, જેમાં ઘણું બધું કહેવાઇ ચૂક્યું હતું. ઇન્ટરવ્યુ, જે હવે સારી રીતે આગળ વધી રહ્યો હતો, તે એકાએક સમાપ્ત થઇ ગયો. કારણ કે, મિશેલ અને ટોનીની રેકોર્ડીંગ કરવાની ટેપ પૂરી થઇ ગઇ હતી. આપણી ચર્ચા ચાલુ રાખવા માટે હું અચાનક અંત કરતાં વધુ સારી સ્થિતિ વિષે વિચારી શકતો નથી.

બાબુજીના જવાબોથી પ્રેરિત આ બે વિધાનોને ધ્યાનમાં લો – 'હું જે છું, તે છું' અને 'મારે જે હોવું જોઇએ, તે હું છું?'

'હું જે છું, તે છું' વિધાન તમને તમે ક્યાં છો, તે જાણવામાં મદદ કરે છે. તે યથાસ્થિતિ દર્શાવે છે. પ્રશ્ન 'શું હું મારે જે હોવું જોઇએ, તે છું?' તે આ યથાસ્થિતિને પડકારે છે. તે ક્ષિતિજ તરફ નિર્દેશ કરે છે. આ કેવા 'હોવું જોઈએ', એ કંઇ સમાજ અથવા કુટુંબ દ્વારા કંઈ ક સાબિત કરવાનું કે કંઇ ક બનવાનું દબાણ નથી. એ આપણી અંદરથી જ આવતું, એક સાચું જીવન જીવવા માટેનો પોકાર કે પ્રેરણા છે. જ્યારે તમે આત્માની 'કેન્દ્ર' સુધીની યાત્રા શરૂ કરવાનો નિશ્ચય કરો છો, ત્યારે તમે જે કંઇ પણ કરો છો, તેમાં તમારાં પ્રાણ રેડવાના શરૂ કરો છો. તમે વધુ જાગરૂક, જવાબદાર અને કર્તવ્યનિષ્ઠ બનો છો. એવું નથી કે તમે પહેલાં આ બધું નહોતા, પરંતુ હવે આત્માનો પ્રકાશ જીવનમાં એક અલગ જ સુંદરતાનો સંચાર કરે છે. તમારે પુલની એક તરફ 'તમે જે છો'થી પુલની બીજી તરફ 'તમારે જે હોવું જોઇએ' એટલે કે 'તમારી સંભવિત સાચી અભિવ્યક્તિ' તરફ જવાનું છે.

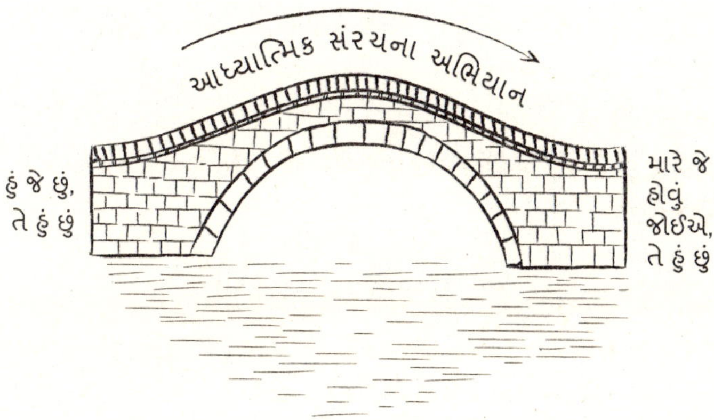

એક શિક્ષક, એક ગૃહિણી, એક વિક્રેતા, એક ઉધોગપતિ, એક ડૉક્ટર, એક પુત્ર કે એક સૈનિક તરીકેની તમારી ફરજોમાં, તમને કાર્યસ્થળ પર આત્માની યોજના સમજાય છે. તમે જીવનની પાઠશાળામાં જે પાઠ શીખો છો, તેની કદર કરો છો અને તેને તમારાં હૃદયનાં ઊંડાણમાંથી આવતી પ્રમાણભૂત ગહનતાથી જીવો છો. ભૂતકાળમાં, કોઇકવાર તમારી ફરજો તમને બોજ જેવી લાગી હશે,. પરંતુ હવે, તમારી ઉન્નતિમાં તે બધાનો હેતુ શું છે, તે તમને ખબર છે. તમારી વિચારસરણી બદલાય છે. તમારો દૃષ્ટિકોણ બદલાય છે. આધ્યાત્મિક ગુરુ અને લેખક, એકહાર્ટ ટોલે કહ્યું છે તેમ, "તમારી ચેતનાની ઉન્નતિ માટે તમારે માટે જે અનુભવ સૌથી વધુ જરૂરી હશે, તે જ અનુભવ તમારું જીવન તમને આપશે. તમે કેવી રીતે જાણી શકો છો કે આ અનુભવ તમારા માટે જરૂરી છે? કારણ કે આ ક્ષણે તમને તેનો અનુભવ થઈ રહ્યો હોય છે."[7]

અત્યાર સુધીના પ્રકરણોમાં, મેં સર્જન વિષે, કેન્દ્ર વિષે, આત્માનાં હેતુ વિષે અને ચેતનાની ઉન્નતિ વિષે ઘણી વાતો લખી છે. તેનાં માટે ઘણું બધુ કરવાનું છે. અત્યારના સમયમાં, જ્યાં અવાજ-માર્ગદર્શિત નકશાનો ઉપયોગ, એ આપણામાંના મોટાભાગના લોકોની આદત બની ગઇ છે, ત્યારે એક અજાણ્યા મુકામ – 'કેન્દ્ર' તરફ કોઇ નકશા વગરની કે કોઇ માર્ગદર્શક ઉપકરણ સિવાય યાત્રા કરવાનો વિચાર જ અસ્થાને અને સદંતર વાહિયાત લાગે છે.

આ પરિસ્થિતમાં જ હાર્ટફુલનેસનું આધ્યાત્મિક સંશોધન આપણને મદદ કરે છે. આ પુસ્તકમાં, હું આત્મા તેની સાથે લાવ્યો હતો, તે સોળ ચક્રો પરનાં સંશોધનની વાત જણાવું છું. તે આત્માની 'સ્રોત' તરફ પાછા ફરવાની યાત્રાનો નકશો છે. જો કોઈ વ્યક્તિ નિર્દેશિત રીતે સાધના કરે, તો આ સોળ ચક્રો પૂર્ણરૂપે ખૂલે છે અને તેનાથી વ્યક્તિની ચેતના પોતાની મૂળ અવસ્થા તરફ ઉન્નત થઈ શકે છે. સોળ ચક્રોના નકશાને અનુસરવાથી તમને મોક્ષ, મુક્તિ, પરમાનંદ અને અન્ય સિદ્ધિઓના સીમાચિહ્નો પાર કરવામાં પણ મદદ મળે છે તથા તમને ફરીથી અનંતના હૃદયમાં,'કેન્દ્રમાં', પાછા લઇ જાય છે.

તમારી બધી ફરજો અને જવાબદારીઓને નિભાવવાની સાથે સાથે જ આ જ જીવનમાં તમારી ઉચ્ચતમ ક્ષમતાઓ સુધી પહોંચી, તેમાં વિલીન થવાની સંભાવના છે, આ માર્ગ તેના માટે જ છે.

'કેન્દ્ર' તરફ જવાનો નકશો

જ્યારે આપણે પર્વતારોહણ અભિયાન પર હોઇએ છીએ, ત્યારે પર્વતનો અભ્યાસ કરવા માટે આપણે તે સ્થળના ભૌગોલિક નકશાનો ઉપયોગ કરીએ છીએ. આ નકશામાં, સહુથી ઊંચા સ્થળથી લઇને બધા જ સ્થળોની દરિયાની સપાટીથી અલગ

અલગ ઊંચાઇ રૂપરેખાઓ દ્વારા દર્શાવવામાં આવી હોય છે. સ્થળના ભૌગોલિક નકશામાં પર્વતારોહણ માટેના (બેઝ કેમ્પના) સ્થાનો પણ દર્શાવવામાં આવે છે. આપણે આ બેઝ-કેમ્પમાં આરામ કરીએ છીએ કે જેથી આપણા શરીરને ઉંચાઈની સ્થિતિ માટે અનુકૂળ બનાવી શકાય. આમ, ચેતનાનું 'કેન્દ્ર' તરફનું આરોહણ પણ આવું જ છે.

દરેક ચક્ર એ એક શિબિર છે, જ્યાં આપણે સંતોષ, શાંતિ, વિસ્મય, શરણાગતિ અથવા મમત્વ જેવી ચોક્કસ હાલતોનો અનુભવ કરીએ છીએ. ચેતનાની જે તે હાલત, તે ચક્ર પરની સહજ-સ્વાભાવિક હાલત હોય છે. સમય જતાં, ચેતનાનું તે નવું સ્તર આપણા માટે સામાન્ય બની જાય છે અને આપણે આપણાં વ્યવહાર વખતે જે ગુણો દર્શાવીએ છીએ, તે તેમાં દેખાતાં હોય છે.

બાબુજીએ ચેતનાનો પણ એક ભૌગોલિક નકશો બનાવ્યો છે, જેનો આપણે આ યાત્રામાં એક સાધન તરીકે ઉપયોગ કરી શકીએ છીએ. તે એક જ કેન્દ્ર ધરાવતા વર્તુળોનો નકશો છે, જે આપણને યાત્રાનો ટૂંકો ખ્યાલ આપે છે. યાત્રાને એક જ કેન્દ્ર ધરાવતા વર્તુળોમાં રજૂ કરવાનો વિચાર ગહન અર્થ ધરાવે છે. દરેક વર્તુળ એકતાનું, સમગ્રતાનું અને પૂર્ણતાનું પ્રતિક છે. તે અતૂટ અને અખંડ છે, જેની કોઇ શરૂઆત નથી કે નથી કોઇ અંત, આમ તે અનંતતા દર્શાવે છે.

દરેક ચક્ર પોતે અનંત છે. કોઇ વ્યક્તિ ચક્રનો અનુભવ કરવા માટે અનેક જીવન તેમાં જ પસાર કરી શકે છે, જેમ કોઇ મહાસાગરનો તરવૈયો અનંત મહાસાગરમાં તરતો રહે છે. એક જ કેન્દ્ર ધરાવતા વર્તુળોનો વિચાર વ્યક્તિ એક ચક્રમાંથી બીજા ચક્રમાં પ્રવેશે છે, જેમ મોતી શોધનારો એક મરજીવો, મોતીની શોધમાં વધુ ને વધુ ઊંડે ડૂબકી મારતો હોય છે, તેમ આ પણ એક અનંતમાંથી બીજા અનંતમાં જવાનું દર્શાવે છે.

તમારા સરળ સંદર્ભ માટે, તમે વેબસાઇટ પરથી આ નકશાની નકલ છાપી શકો છો અને તેને તમારા કાર્યસ્થળે ચોંટાડી શકો છો, જેથી તેનો સંદર્ભ લેવાનું સરળ રહે.

'કેન્દ્ર' તરફના નકશામાં, તમે, 'કેન્દ્ર', ઉચ્ચતમ બિંદુ જોઇ શકો છો. એક જ કેન્દ્ર ધરાવતા વર્તુળો દ્વારા રચાયેલા ગોળ પટ્ટા, જે તે ચક્રની ચેતનાના સ્તરો રજૂ કરે છે. ઉદાહરણ તરીકે, વર્તુળ 1 અને 2ની વચ્ચે પ્રથમ ચક્રની ચેતના રજૂ કરાયેલ છે, વર્તુળ 2 અને 3ની વચ્ચે બીજા ચક્રની ચેતના રજૂ કરાયેલ છે વગેરે. મોટાભાગના ચક્રોની ઊર્જા માત્ર એક વર્તુળ સુધી વિસ્તરે છે, તેમ છતાં એવા ચક્રો પણ છે, જેનો પ્રભાવ બે કે ત્રણ વર્તુળો સુધી વિસ્તરે છે. ઉદાહરણ તરીકે, તમે જોશો કે ચક્ર 12 અને 13 ઘણાબધા વર્તુળોને આવરી લે છે, જે દર્શાવે છે કે આ બે ચક્રો ચેતનાનો વિશાળ ભાગ ધરાવે છે.

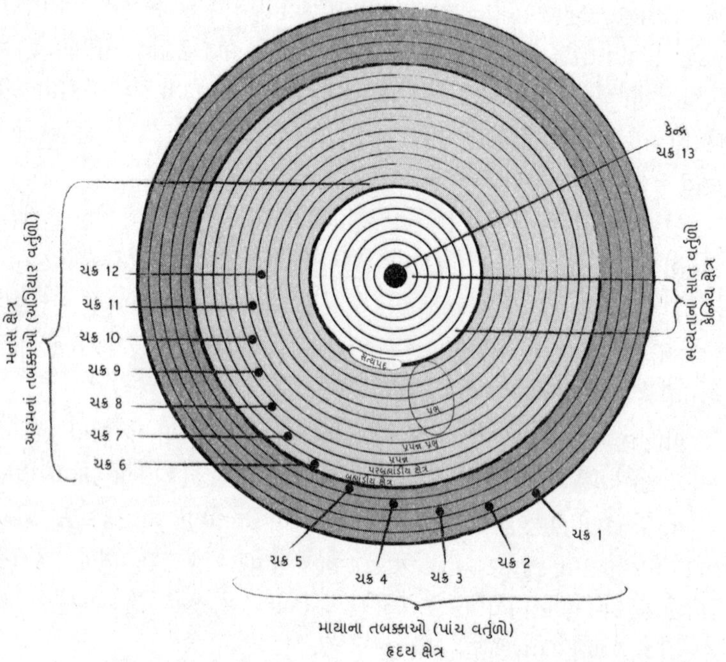

નકશામાં બીજી ધ્યાન આપવાની બાબત એ છે કે, વર્તુળોના ગોળ પટ્ટાને એટલે કે ચેતનાના ક્ષેત્રને દર્શાવવા માટે નામ આપવામાં આવેલા છે. ઉદાહરણ તરીકે, હૃદય ક્ષેત્ર એ છાતી અને ગરદનમાં આવેલાં પાંચ ચક્રોનો સમૂહ છે. એકવાર તમે હૃદયના પાંચ ચક્રને પાર કરીલો, એટલે તમે હૃદયક્ષેત્રને પસાર કરી લો છો. એ જ રીતે, મનસ ક્ષેત્ર ૬ થી ૧૨ સુધીના ચક્રોને આવરી લે છે અને કેન્દ્રીય ક્ષેત્ર તેરમું ચક્ર છે.

એક જ નકશો, અલગ અલગ દૃષ્ટિકોણ – માનવ, માનવીય, દિવ્ય અને દિવ્યતાથી પણ પર

આપણી યાત્રાની શરૂઆતમાં, આપણું અસ્તિત્વ ચેતનાના માનવીય સ્તરે હોય છે. આપણામાંના મોટાભાગના લોકો માટે, આપણી ચેતનાનું પ્રારંભિક સ્તર સહજવૃત્તિવાળું હોય છે. આપણું મોટા ભાગનું લક્ષ, આપણી શારીરિક જરૂરિયાતો પ્રતિ હોય છે, જેમ કે ખાવું, સંવનન, બાળકોની સંભાળ અને જીવિત રહેવું.

જ્યારે આપણે આપણી ઊર્જા, ધ્યાનના અભ્યાસ તરફ વાળીએ છીએ, ત્યારે આપણે આપણું ધ્યાન અંદર વાળીએ છીએ અને આપણી યાત્રા હૃદયક્ષેત્રમાંથી શરૂ

કરીએ છીએ. અહીં આપણે આપણી ચેતનાને માનવથી માનવીય સુધી ઉન્નત કરીએ છીએ. જેમ જેમ આપણે હૃદયક્ષેત્રમાં આગળ વધીએ છીએ, તેમ તેમ દયા, કાળજી અને ઉદારતા જેવા ગુણો ખીલે છે. આપણી સંભાળનું ક્ષેત્ર આપણા નજીકના પ્રિયજનોથી આગળ વધીને, કુદરતના વધુને વધુ સર્જનોનો સમાવેશ કરવા તરફ આગળ વિસ્તરે છે.

જેમ જેમ આપણે આપણી યાત્રા આગળ ચાલુ રાખીએ છીએ, તેમ તેમ આપણે માનવીય ચેતનામાંથી દિવ્ય ચેતના તરફ આગળ વધીએ છીએ. દિવ્ય ચેતનાનો અર્થ એવો થાય છે કે જ્યાં પ્રેમ આપણી કાર્યોને માર્ગદર્શન આપે છે અને નિઃસ્વાર્થતા આપણો સ્વભાવ બની જાય છે. જ્યારે આપણે આપણા હૃદયમાં તમામ સર્જન માટે પ્રેમ અનુભવીએ છીએ, ત્યારે આપણે એક મોહક અને આનંદદાયક સ્થિતિનો અનુભવ કરીએ છીએ. દિવ્ય ચેતના સૂચવે છે કે આપણે વ્યક્તિગત આસક્તિ અને અવરોધોથી આગળ નીકળી ગયા છીએ. ચેતનાનું દિવ્યિકરણ, એ ધીમે ધીમે આગળ વધતી પ્રક્રિયા છે અને પ્રેમનો જાદુ તેને ચલાવે છે. તે છઠ્ઠા ચક્રથી શરૂ થાય છે, જે મનસ ક્ષેત્રની શરૂઆત છે અને જેમ જેમ આપણે ઉચ્ચ ચક્રો તરફ આગળ વધીએ છીએ, તેમ તેમ તે શુદ્ધ થવાનું ચાલુ રહે છે. દિવ્ય સ્વભાવ ધરાવતા લોકો સંતુલનને પ્રાધાન્ય આપે છે, સંયમન દર્શાવે છે અને સ્વીકૃતિ તેમનું સવિશેષ લક્ષણ હોય છે.

મનસ ક્ષેત્રને પાર કર્યા પછી, વ્યક્તિ કેન્દ્રીય ક્ષેત્રમાં પ્રવેશ કરે છે, જે સૌથી વધુ વિકસિત ક્ષેત્ર છે. અહીં, બધા વિરોધાભાસ ઓગળી જાય છે, દ્વંદ્વો શાંત થઈ જાય છે અને વ્યક્તિ એક સાર્વત્રિક અસ્તિત્વની અવસ્થામાં આવી જાય છે. કેન્દ્રીય ક્ષેત્રમાં, ચેતના ઉન્નત થઈ ચૂકી હોય છે. હવે, વ્યક્તિ મૂળ અવસ્થામાં હોય છે, જે એક ક્ષમતાસભર અવસ્થા હોય છે, જે ચેતનાનું પણ સર્જન કરી શકે.

સારાંશમાં, 'કેન્દ્ર' તરફનો નકશો, એ ચેતનાના સમગ્ર વર્ણપટની ભવ્ય રચના છે, જે આપણે આપણી યાત્રા દરમિયાન પસાર કરીએ છીએ. તે માનવથી, દિવ્ય માનવ અને તેનાથી આગળની પ્રગતિ દર્શાવે છે. 'કેન્દ્ર' તરફનો નકશો, એ તમારી રોજિંદી સાધનામાં એક ઉપયોગી સાધન છે. ઉદાહરણ તરીકે, જ્યારે તમે હૃદય ક્ષેત્ર અથવા મનસ ક્ષેત્રના ચક્રો વિષે જાણવા માંગો છો, ત્યારે આ નકશો તમને તે બતાવે છે. જેમ જેમ તમે વિષયના ઊંડાણમાં જાઓ છો, તેમ તેમ આ નકશો વ્યક્તિએ વિકસાવેલા ગુણો અથવા વલણનો નકશો બની શકે છે. આ નકશો તમારા માટે છે અને તમે તેને તમારી યાત્રા માટે અપનાવી શકો છો. તમે તમારી આધ્યાત્મિક સંરચનાની યોજનાને કેવી રીતે વ્યવહારમાં લાવો છો, તેના આધારે, નકશો તમને 'હું અહીં છું' અને 'હું જે બનવા માંગુ છું, તે અહીં છે'ની સૂચના આપવામાં મદદ કરી શકે છે.'

તમારું દૈનિક જીવન અને તમારા આધ્યાત્મિક લક્ષ્યો – બંને એકબીજા સાથે ઓતપ્રોત છે

આંતરિક યાત્રાના વિશાળ વિસ્તરણને જોતાં, તમને ફરીથી આશ્ચર્ય થઇ શકે કે શું મારા રોજિંદા જીવનમાં 'કેન્દ્ર'ની યાત્રા શક્ય છે? કદાચ તે ઘણું ઊંચું અથવા મહત્વાકાંક્ષી લાગતું હોય શકે છે. કદાચ તમે વિચારશો કે દાજી, તમારા માટે માનવું અને અનુભવવું સહેલું છે, કારણ કે તમે તમારું જીવન હાર્ટફુલનેસનો અભ્યાસ કરવામાં અને બીજા લોકોને માર્ગદર્શન આપવામાં સમર્પિત કર્યું છે. પણ મારું શું? મારું જીવન વ્યસ્ત છે. મારે માથે ઘણી જવાબદારીઓ અને વ્યસ્તતાઓ છે. શું મારા માટે આ શક્ય છે?

હા, આ ચિંતા વ્યાજબી છે.

અને, તેનો જવાબ આપવા માટે, હું તમને મારી વાત કહેવા માંગુ છું.

1976ના ઉનાળાના વેકેશન દરમિયાન, જ્યારે હું ઓગણીસ વર્ષનો હતો, ત્યારે મેં સાધુ બનવાનું નક્કી કર્યું. હું બધા વિક્ષેપથી દૂર થવા માંગતો હતો અને મારી બધી શક્તિ આત્મ-સાક્ષાત્કાર પર કેન્દ્રિત કરવા માંગતો હતો. તેથી, એક સવારે, હું ઘરની બહાર નીકળી ગયો. મારા ખિસ્સામાં પૈસા પણ ન હતા. મેં પહેરેલાં કપડાં જ મારો સામાન હતો - એક સુતરાઉ ખમીશ, પાટલુન અને સેન્ડલની જોડી. મેં કોઇને ખબર પડે નહીં, તે રીતે ચૂપચાપ ઘર છોડી દીધું હતું અને મારી પવિત્ર યાત્રા શરૂ કરવા માટે પસંદ કરેલ સ્થળ, મારા ગામની નદી પાસે આવેલ ભગવાન શિવના જૂના મંદિરમાં ગયો.

જ્યારે હું મંદિરે પહોંચ્યો, ત્યારે અઘોરી બાબાઓના સમૂહને મંદિરમાં આરામ કરતા જોઇને હું ખુશ થયો. આ પહેલાં મેં અઘોરી બાબાઓને ક્યારેય મંદિરમાં જોયા નહોતા અને મેં તેને સર્વશક્તિમાન (ઈશ્વર) તરફથી મારા નિર્ણયની મંજૂરીની મહોર માની લીધી. આખો દિવસ હું આ જૂથની આસપાસ ફરતો રહ્યો અને મેં જોયું કે એક વૃધ્ધ વ્યક્તિ તે જૂથના આગેવાન હતા અને બીજા બધા તેમની પાસેથી માર્ગદર્શન મેળવતા હતા. મોડી બપોર સુધીમાં, આ આગેવાને મને તેમની પાસે બોલાવ્યો. તેમના ઉગ્ર દેખાવ છતાં- જટાદાર વાળ અને રક્ત-નારંગી ઝભ્ભો - જ્યારે તેઓ બોલ્યા, ત્યારે તેમના ઉગ્ર બાહ્ય દેખાવ પાછળ છુપાયેલા પ્રેમાળ અવાજથી હું આશ્ચર્યચકિત થઇ ગયો. જ્યારે હું તેમની નજીક ગયો, તો તેમણે કશું પૂછ્યા વિના કહ્યું, "વ્હાલા દીકરા, ઘરે પાછો જા."

તેમના અવાજમાં અપાર આત્મવિશ્વાસ અને અફસોસ હતો. મેં તેમની આંખોમાં જોયું અને તે દુઃખમાં ડૂબી ગયેલી હતી. તેમણે કહ્યું, "હું પચાસ વર્ષથી સંન્યાસી છું અને

મેં મારી જાતને છેતરી છે. મેં આધ્યાત્મિક સ્તરે કશું જ પ્રાપ્ત કર્યું નથી; હવે હું શેરીઓમાં એક મંદિરથી બીજા મંદિરે ભટકી રહેલો ભિખારી છું. હું ઇચ્છું તો પણ હવે હું ઘરે પાછો જઇ શકતો નથી. ઘરના બધા મને ભૂલી ગયા છે અને ધારો કે હું આટલા વર્ષોના સંન્યાસ પછી પાછો જાઉં, તો મારી પાસે મેં શું મેળવ્યું તે બતાવવા કંઇ જ નથી."

મેં તેમની વાત શાંતિથી સાંભળી. તેમણે એક મિનિટ થોભીને નદી તરફ જોયું. પછી પોતાની જાતને સંભાળતાં કહ્યું, "દીકરા, હું જોઇ શકું છું કે તારી શોધ યથાર્થ છે. પરંતુ ઘરે પાછો જા અને તારા માતાપિતાની સેવા કર. આ માર્ગ તારા માટે નથી

તેમના સમજદાર અને વ્યવહારુ શબ્દો મારા હૃદયમાં એકદમ ઉતરી ગયા. મારી પાસે આ માણસના જીવનના અનુભવનું ખંડન કરવા માટે કોઇ તાર્કિક દલીલ નહોતી. મેં તેમની સલાહ માની અને હું ઘરે પાછો ફર્યો. બાર કલાકના લાંબાગાળાનું મારું સાધુત્વ પુરું થયું! હું સહસંકોચ મારા ઘરમાં પરત ફર્યો અને મને ખ્યાલ આવ્યો કે કોઇને મારી ખોટ સાલી નહોતી. તેઓએ માની લીધેલું કે હું ઉનાળાના વેકેશનની મજા માણી રહ્યો હોઇશ! તે જ વર્ષે, વૃદ્ધ બાબાની તે ભવિષ્યવાણી સાચી પડી. અમારા મેળાપના થોડા મહિના પછી, મેં મારા આધ્યાત્મિક માર્ગની શરૂઆત, હાર્ટફુલનેસથી કરી અને પછી ક્યારેય પાછું વળીને જોયું નથી.

તેનો અર્થ એ નથી કે મેં ત્યાગપરાયણ આધ્યાત્મિક ભક્તિ માર્ગને બદલે બીજો માર્ગ પસંદ કર્યો છે. બે પાંખોવાળા પક્ષીની છબી યાદ રાખો – (ભૌતિક અને આધ્યાત્મિક. મેં આ માર્ગ પર લગભગ પાંચ દાયકા વિતાવ્યા છે અને આ માર્ગ પર, મારા જીવને મારા જીવનના દરેક પડાવ પર આધ્યાત્મિકતાને જીવનના બધા જ ક્ષેત્રો સાથે સમન્વય કરવાની તકો આપી છે.

1981માં, હું મારા ખિસ્સામાં વીસ ડોલર સાથે ઇમિગ્રન્ટ તરીકે અમેરિકા પહોંચ્યો હતો – એક ઇમિગ્રન્ટની પોતાનું નસીબ અજમાવવાની જાણીતી વાર્તા. આ વર્ષો દરમિયાન, મેં અને મારી પત્નીએ બે દીકરાઓ સાથે પરિવારનો ઉછેર કર્યો અને અમે મુશ્કેલ સમયનો સામનો કરીને અમારી ભૂમિકા નિભાવી. આખરે મેં ન્યુયોર્ક સિટીમાં કુટુંબની માલિકીની ફાર્મસીઓનો સમૃદ્ધ વ્યવસાય ઉભો કર્યો. મેં પરિવારના ઘણા સભ્યો અને મિત્રોને તેમનો વ્યવસાય શરૂ કરવામાં મદદ પણ કરી છે. મારા બધા પ્રયત્નોને જે બાબતે ટેકો આપ્યો, તે મારી ધ્યાનની સાધના હતી. મારે ઘણાં જટિલ પ્રશ્નોનાં જવાબો મેળવવાનાં થતાં, જેમ કે મૂડી સંચાલન કેવી રીતે કરવું, કયો માલ મંગાવવો, કોની પાસે શું કામ લેવું, વગેરે પ્રશ્નોના જવાબો મને ધ્યાન દરમિયાન અંતઃસ્ફુરણાથી મળી રહેતાં. જ્યારે દર્દીઓ મારી પાસે આવ્યા, ત્યારે મેં દવાઓનું વિતરણ કર્યું અને જતનથી સંબંધો વિકસાવ્યા, હવે મેં કેટલાક દાયકાઓ દરમિયાન આ કામ કરતો નથી તેમ છતાં, ઘણાને હજી આજે પણ તે યાદ છે. ઘરમાં પણ, આધ્યાત્મિકતા એ જીવનની રીત રહી છે, જ્યાં મેં મારા બાળકો સાથે આધ્યાત્મિક

વિષયો પર ઊંડાણપૂર્વક ચર્ચા કરી છે, જેઓ આવી વાતચીતમાં આનંદ અનુભવતા હતા. આપણા બધાની જેમ, મેં ઘણી સમસ્યાઓ અને અનિશ્ચિતતાઓનો સામનો કર્યો છે અને તે સાથે સાધના કરવાનું પણ ચાલુ રાખ્યું છે.

શું મારી સાધના મારી રોજીંદી સમસ્યાઓને દૂર કરે છે? બિલકુલ નહીં. પરંતુ તે મને તેને ખુશી ખુશી સ્વીકારવા અને તેના થકી આવતા જીવનના પાઠ શીખવા માટે જરૂરી બળ અને સહનશક્તિ આપે છે.

વિશ્વભરમાં, આજે લાખો લોકો હાર્ટફુલનેસનો અભ્યાસ કરે છે. દરેક વ્યક્તિની પોતાની આગવી યાત્રા હોય છે, પરંતુ આપણું લક્ષ્ય એક જ છે અને સાધના આપણને આ લક્ષ્ય તરફ લઈ જાય છે. આ સાધના તમારા જીવનના તમામ પાસાઓમાં તમારા હૃદયને સામેલ કરવાનું સરળ બનાવે છે. હૃદયમાં કેન્દ્રિત થવાને કારણે, આપણે આપણી જાતને અંદરની તરફ વાળીએ છીએ અને પ્રેમાળ, સ્વીકાર કરનારા અને સહાનુભૂતિશીલ બનીએ છીએ. આંતરિકિકરણ, એ ધ્યાનમાંથી પ્રાપ્ત થતા ઘણા ફળોમાંનું એક છે, જેનાં દ્વારા વ્યક્તિને એ સમજવામાં મદદ મળે છે કે હૃદય, એ કેન્દ્રિય અને પવિત્ર સ્થાન છે, જ્યાંથી દરેકે પોતાના કાર્યો કરવા જોઇએ. આપણા રોજિંદા જીવનમાં હૃદય આપણા સંકલિત વિકાસનું નિવાસસ્થાન બની જાય છે.

આમ, રહસ્ય એમાં રહેલું છે કે આપણે એવી સાધના પદ્ધતિ શોધવી જોઇએ કે જે સતત આપણાં દૈનિક જીવન સાથે સમન્વય કેળવે. સમજણ અનુભવમાંથી આવે છે અને અનુભવ સાધનાથી આવે છે. તમે જે લક્ષ્યો હાંસલ કરવા માંગો છો, તમે જે જવાબો મેળવવા માંગો છો અને તમે જે પરિવર્તન લાવવા માંગો છો તે બધું સાધના (અભ્યાસ) દ્વારા શક્ય છે.

દાજી સાથે પ્રશ્નોત્તરી

જ્યારે ચેતનાની ઉન્નતિની વાત આવે છે, ત્યારે હું ઉત્સુક અને ખુશ થઈ જાઉં છું, પરંતુ હું કબૂલ કરું છું કે હું હૃદયથી સંશયવાદી છું. હું મારી યાત્રામાં કેવી રીતે આગળ વધી શકું?

આપણે ઘણીવાર આધ્યાત્મિકતાને વિજ્ઞાનના વિરોધી તરીકે વિચારીએ છીએ, પરંતુ હું એવું માનતો નથી. વિજ્ઞાનની વ્યાખ્યાઓમાંની એક છે, તર્ક અને તેનો ઉપયોગ કરીને અનુભવ કરવો. આધ્યાત્મિકતા તેના મૂળમાં, એક અનુભવ છે અને આપણા આધ્યાત્મિક જીવનમાં એજ બાબતને સાવચેતીપૂર્વક અવલોકન અને તર્કને લાગુ કરીને ઘણુંબધું પ્રાપ્ત કરી શકાય છે. જો કોઇ

ખાનપાનની રીત તમને મદદ ન કરે, તો તમે તેને ચાલુ રાખતા નથી. જે અભ્યાસક્રમ તમને તમારી કુશળતા વધારવામાં મદદ ન કરે, તેમાં તમે તમારો સમય બરબાદ કરતા નથી. જ્યારે તમે તમારી આધ્યાત્મિક સંરચના પર કામ કરો છો, ત્યારે તે શા માટે અલગ હોવું જોઈએ? તમારી આંતરિક પ્રગતિ જાણી શકાય તેવી હોવી જોઈએ. આના માટે, આપણે વૈજ્ઞાનિક પદ્ધતિ પાસેથી વિચાર ઉધાર લઈએ. વૈજ્ઞાનિક પદ્ધતિમાં, આપણે એક પૂર્વધારણા કરીએ છીએ અને પછી તે સાબિત કરવા માટે પ્રયોગો કરીએ છીએ કે તે પૂર્વધારણા સાચી છે કે નહીં.

આધ્યાત્મિકતા માટે પણ આ જ અભિગમ અપનાવો, "હું જે કંઈ શીખવીશ, તેને એક પૂર્વધારણા તરીકે લઇશ." તમારું હૃદય પ્રયોગશાળા છે. ત્યાં પ્રયોગ કરો અને તમારા અનુભવને ચકાસી જુઓ. તમારા પોતાના પ્રયાસોના પરિણામો દ્વારા સત્ય સુધી પહોંચો. ત્યાં સુધી, તે માત્ર એક સિદ્ધાંત છે, એક માન્યતા છે, જેને તમે સમર્થન આપો છો.

કરો અને અનુભવો

ભાગ 3

અભ્યાસ અને વલણ

5.

હાર્ટફુલનેસના મહત્ત્વનાં અભ્યાસો

હાર્ટફુલનેસ શબ્દ એક ચોક્કસ ભાવ જગાડે છે – પ્રેમના શાણપણ દ્વારા સંચાલિત જીવન. જ્યાં પ્રેમ હોય છે, ત્યાં પ્રેરણા, ઉત્સાહ અને ઊર્જા હોય છે. હિંમત અને કરુણા હોય છે. આશા અને વિકાસ હોય છે. હાર્ટફુલનેસ સાધના પ્રેમના સારતત્ત્વને આત્મસાત કરે છે. તે રાજયોગની જ એક પદ્ધતિ છે, જે આપણાં આજના વ્યસ્ત અને પડકારજનક જીવનને અનુરૂપ બનાવવામાં આવી છે. તેમાં એવું કંઈ જ નથી કે તમારે આ કરવું જ પડશે અથવા તમારે આને અનુસરવું જ પડશે. પદ્ધતિની રચના શરીરની સ્વાભાવિક લય અને ઊર્જા પ્રવાહને અનુરૂપ કરવામાં આવી છે, જેથી વ્યક્તિને પ્રગતિ કરવામાં ઝડપથી મદદ મળે. આ કારણોસર, આ પદ્ધતિને સહજ માર્ગ તરીકે પણ ઓળખવામાં આવે છે, જો કે હાલ હાર્ટફુલનેસ નામ વધુ પ્રચલિત છે.

હાર્ટફુલનેસ સાધના પોતાની અનુકૂળતા પ્રમાણે ઉપયોગમાં લેવાની પદ્ધતિઓ પ્રદાન કરે છે, જે તમારી ચેતનાને વિકસાવે છે અને તમારા રોજિંદા જીવનમાં પ્રાણ પૂરે છે. પ્રત્યેક દિવસ અનુભવનો દિવસ બની જાય છે, સકારાત્મક પરિવર્તનનો દિવસ બની જાય છે. જે તમારી અંદર નાનાં નાનાં એવા બદલાવો લાવ્યા કરે છે, જે તમારો વિકાસ આગળ ધપાવ્યા કરે છે. હાર્ટફુલનેસની મહત્ત્વની સાધના પદ્ધતિઓમાં રિલેક્સેશન, સવારનું ધ્યાન, સાંજની સફાઈ અને રાત્રિના સમયની પ્રાર્થનાનો સમાવેશ થાય છે. (આ પુસ્તકના પછીના પ્રકરણોમાં તમને ધ્યાનની અવસ્થાને વધુ ગહન બનાવવાની તથા ભય અને ક્રોધ દૂર કરવા માટેની પૂરક રીતો જોવા મળશે.)

જેમ આપણે વાત કરી તેમ, સાધના માટેની પૂર્વશરત છે, પોતાની ઇચ્છા અને રસ. જો તમે સ્વસ્થ હો, તો ઘણું સરસ, પરંતુ જો તમે જીવનમાં આફતોનો સામનો કરી રહ્યાં હો, કે પછી માંદગીમાંથી સાજા થઇ રહ્યાં હો કે પછી, કોઈ પડકારને કારણે તમારો આત્મવિશ્વાસ ડગી ગયો હોય, તો ચિંતા કરશો નહીં. આ પદ્ધતિમાં પ્રગતિ થતી રહે છે, વળી તે સરળ છે તથા તે માટે તમે જેટલો વધુ સમય ફાળવશો, તેટલો તમને ફાયદો

થશે. જો તમારી પાસે ધ્યાન કરવા માટે માત્ર દસ મિનિટ હોય, તો તે દસ મિનિટથી જ શરૂઆત કરો. જો તમે તમારી સફાઈ માટે સાંજે દસ મિનિટ ફાળવી શકતા હો, તો તેમ કરો. જો તમે કામ પર જવા વાહનમાં મુસાફરી કરતા હો અને ધ્યાન કરવાનું મન થાય, તો ધ્યાન કરો. આ સાધના તમારી સૌથી ગહન આકાંક્ષા પૂરી કરવા માટે છે. તમે ત્યાં કેવી રીતે અને ક્યારે પહોંચવા માંગો છો, તે તમારે નક્કી કરવાનું છે.

હાર્ટફુલનેસ સાધના તમારા હૃદયના ઊંડાણમાં કામ કરે છે, તમને તમારી મરજી પ્રમાણે કામ કરવાની પ્રેરણા આપે છે. તે તમારામાં રસ જગાડે છે – કે જેથી તમે વધુ સારા, વધારે દયાળુ, વધુ ઉદાર, વધુ હિંમતવાન અને વધુ પ્રેમાળ બનો. સામાન્ય રીતે આ પરિવર્તન થયાની તમને જાણ પણ નથી થતી. કદાચ તમને લાગી શકે કે અંદર કંઈ ફેરફાર થઈ રહ્યો છે, પરંતુ તેની જાણ ત્યારે જ થાય છે કે જ્યારે બીજા લોકો કહેવા માંડે છે, "અરે, તમારામાં પરિવર્તન આવ્યું છે, તમે આજકાલ શું કરી રહ્યાં છો?" ત્યારે તમે વિચાર કરો છો કે ખરેખર તમારામાં બદલાવ આવ્યો છે, પણ તેની તમને ખબર પણ ન પડી.

તે જણાવવું અગત્યનું છે કે હાર્ટફુલનેસમાં તમામ આધ્યાત્મિક તાલીમ નિઃશુલ્ક છે. 1800ના દાયકાના અંતમાં હાર્ટફુલનેસ ઝુંબેશ શરૂ થઈ ત્યારથી, આ તાલીમ નિઃશુલ્ક છે. આધ્યાત્મિકતા વેચી ન શકાય, પણ જેની ઇચ્છા હોય, તેની સાથે તેને વહેંચી શકાય. તમે કયા દેશ, જાતિ, સંપ્રદાય અથવા ધર્મના છો, તેનાથી કોઈ ફરક પડતો નથી. જો હૃદય રાજી હોય, તો આધ્યાત્મિક સાર તેનામાં ઉતરે છે.

રિલેક્સેશન

રિલેક્સેશન શરીરને ધીમે ધીમે શાંત કરે છે. તે શરીરમાં વેસ્ટિબ્યુલ્સને હળવા કરવામાં પણ મદદ કરે છે. માથાથી પગ સુધી અઠ્ઠાવીસ વેસ્ટિબ્યુલ્સ છે અને તે બધા કચરાપેટીની જેમ કાર્ય કરે છે અને શરીરતંત્રમાંના વધુ પડતા અવરોધો ભેગા કરે છે. રિલેક્સેશન દ્વારા વેસ્ટિબ્યુલ્સ ખાલી થાય છે. તમે રિલેક્સેશન કોઈપણ સમયે કરી શકો છો અને ખાસ કરીને ધ્યાન શરૂ કરતાં પહેલાંકરવું ઉપયોગી છે.

હાર્ટફુલનેશ રિલેક્સેશન

1. આરામથી બેસો અને તમારી આંખો ખૂબ જ નરમાશથી અને મૃદુતાથી બંધ કરો.
2. તમારા પગના અંગૂઠાથી શરૂઆત કરો. તમારા અંગૂઠાઓને હલાવો. હવે તે હળવા બની ગયા છે, એવું અનુભવો.
3. ધરતીમાંથી સ્વાસ્થ્યપ્રદ ઊર્જા તમારા અંગૂઠા, પગના પંજા અને પગની ઘૂંટીઓમાં ઉપરની તરફ આગળ વધી રહી છે, એવું અનુભવો. પછી તમારા ઘૂંટણ સુધીના પગમાં હળવાશ અનુભવો.
4. સ્વાસ્થ્યપ્રદ ઉર્જા તમારા પગમાં વધારે આગળ વધી રહી હોવાનો અનુભવ કરો. તમારી જાંઘોને હળવી થતી અનુભવો.
5. હવે, ઊંડાણપૂર્વક તમારી બેઠકના ભાગને, નીચલા શરીર અને કમરને હળવા થતાં અનુભવો.
6. તમારી પીઠને હળવી થતી અનુભવો. તમારી ગરદનના હાડકાથી તમારા ખભા સુધી, તમારી આખી પીઠ હળવી બની ગઈ છે, એવું અનુભવો.
7. તમારી છાતી અને ખભાને હળવાં થતાં અનુભવો. તમારા ખભા ઓગળી રહ્યાં છે, તેવું અનુભવો.
8. તમારા ઉપલા હાથને હળવા થતા અનુભવો. તમારી કોણીથી નીચેના હાથ, હથેળીથી લઇ તમારી આંગળીઓના ટેરવા સુધીના બધા જ સ્નાયુઓને હળવા થતા અનુભવો. આંગળીના ટેરવામાંથી ધીમેધીમે ઊર્જા બહાર વહેતી અનુભવો.
9. તમારા ગળાના સ્નાયુઓને હળવા થતા અનુભવો. તમારી સભાનતા ચહેરા તરફ આગળ વધારો.
10. તમારા જડબા, મોં, નાક, આંખો, કાનની બૂટો, ચહેરાના સ્નાયુઓ, કપાળ અને તમારા માથાની ટોચ સુધી તમારી સભાનતાને લઇ જઇ, ત્યાં હળવાશ અનુભવો.
11. હવે તમારૂ આખું શરીર હળવાશભર્યું બની ગયું છે, એવું અનુભવો. તમારા શરીરતંત્રનું - માથાની ટોચ પગના અંગુઠા સુધી - અવલોકન કરો અને જો તમારા શરીરનો કોઇ પણ ભાગ હજુ પણ તણાવગ્રસ્ત, પીડાદાયક અથવા અસ્વસ્થ લાગે, તો તેને થોડા સમય માટે પૃથ્વી માતાની સ્વાસ્થ્યપ્રદ ઊર્જામાં ડૂબેલો અનુભવો.

12. જ્યારે તમે તૈયાર હો, ત્યારે તમારું ધ્યાન તમારા હૃદય તરફ લાવો. ત્યાં થોડી વાર થોભો. તમે તમારા હૃદયમાં વિદ્યમાન પ્રેમ અને પ્રકાશમાં ડૂબેલા છો, એવું અનુભવો.
13. શાંત અને મૌન રહો અને ધીમે ધીમે અંદર તલ્લીન થતાં જાઓ.
14. બહાર આવવાની ઇચ્છા ન થાય ત્યાં સુધી તલ્લીન રહો.

ધ્યાન

વહેલી સવારનો સમય ધ્યાન માટે શ્રેષ્ઠ છે, કારણ કે તમારા દિવસની શરૂઆત ધ્યાનથી થાય, તો બાકીના દિવસ માટે યોગ્ય મેળ સાધી શકાય છે. તે ઉપરાંત, વહેલી સવારના સમયે શરીરની ઊર્જાનો પ્રવાહ અંદરની તરફ હોય છે અને ધ્યાન એ અંદરની તરફ જવાની ક્રિયા છે. તેથી, વહેલી સવારે ધ્યાન કરવાનો અર્થ છે કે તમે પ્રકૃતિના પ્રવાહની દિશામાં જઇ રહ્યા છો તેથી ઊંડા ધ્યાનમાં ડૂબી જવાનું સરળ બને છે. જો તમે સવારે વહેલા ઉઠતાં ન હો, તો ચિંતા કરશો નહીં. એકવાર તમે જાગી જાઓ અને ફ્રેશ થાઓ, ત્યાર પછી પણ તમે ધ્યાનને તમારી દિનચર્યામાં સમાવી શકો છો. ધ્યાન દ્વારા મનની જે શાંતિપૂર્ણ અવસ્થા આવે છે, તે તમને તમારા બાકીના દિવસમાં વધુ સરળતા અને સ્પષ્ટતા સાથે કાર્ય કરવામાં મદદ કરી શકે છે.

એવી જગ્યા પસંદ કરો કે, જ્યાં તમે વિચલિત થયા વિના ધ્યાન કરી શકો, દરરોજ તે જ સ્થળે અને તે જ સમયને પ્રાધાન્ય આપો, તે વધારે સારું રહેશે. ખાસ કરીને સમય નક્કી કરવો મદદરૂપ થશે, કારણ કે તે તમને વધુ સહેલાઈથી ધ્યાનમાં ઊંડા ઉતરવામાં મદદ કરે છે. તમારા ફોન અને અન્ય ઉપકરણોને બંધ રાખો. (હા, સંપૂર્ણપણે બંધ કરો, માત્ર સાયલન્ટ મોડ પર જ નહીં.) તમારી પીઠ સીધી રાખીને બેસો પણ અક્કડતાથી નહીં. આરામદાયક રહો. મૃદુતાથી તમારી આંખો બંધ કરો અને જો તમને જરૂર જણાય, તો હાર્ટફુલનેસ રિલેક્સેશનનો ઉપયોગ કરીને તમારા શરીરને હળવું કરવા માટે થોડી મિનિટો લો. જ્યારે તમે તૈયાર હો, ત્યારે તમારું ધ્યાન અંદરની તરફ વાળો અને ધ્યાન શરૂ કરો.

હાર્ટફુલનેસ ધ્યાન

1. તમારું ધ્યાન અંદરની તરફ વાળો અને તમારી જાતનું અવલોકન કરવા માટે થોડો સમય લો.
2. પછી, એવો વિચાર કરો કે દિવ્ય પ્રકાશનો સ્ત્રોત તમારા હૃદયમાં પહેલેથી જ હાજર છે અને તે તમને અંદરથી આકર્ષિત કરી રહ્યો છે. તમે પ્રેમમાં તરબોળ છો, આનંદના ભાવ સાથે, તમારા અસ્તિત્વનો પ્રત્યેક કોષ આ સૂક્ષ્મ સ્પંદનમાં ડૂબેલા હોવાનો અનુભવ કરો.
3. ધીમેધીમે તે લાગણીમાં હળવાશ અનુભવો. જો તમને તમારી સભાનતા અન્ય વિચારો તરફ જતી જણાય, તો તેની સાથે સંઘર્ષ કરશો નહીં, તેની પર ધ્યાન પણ આપશો નહીં, તેની તરફ બેધ્યાન રહો. સાથે સાથે પ્રેમપૂર્વક તમે તમારી જાતને યાદ અપાવો કે તમે તમારા હૃદયમાં દિવ્ય પ્રકાશના સ્ત્રોત પર ધ્યાન કરી રહ્યા છો અને તમારા મનને તે આનંદદાયક હાજરીની અનુભૂતિ તરફ પાછું દોરો.
4. તમારી જાતને અંદર તલ્લીન થઇ જવા દો.
5. જ્યાં સુધી તમે ધ્યાનમાંથી બહાર આવવા માટે તૈયાર ન થાઓ, ત્યાં સુધી, તમે ઇચ્છો, ત્યાં સુધી આ ઊંડા મૌનમાં લીન રહો,

તમામ યોગિક પદ્ધતિઓમાં, મનને આત્માની અસાધારણ શાંતિ સાથે સુમેળમાં લાવવાનો ખ્યાલ રહેલો હોય છે. જ્યારે મન આત્માની અસાધારણ શાંતિ સાથે પ્રતિસ્પંદિત થાય છે, તે અનુભૂતિની (સાક્ષાત્કારની) ક્ષણ છે. તે ક્ષણમાં, આપણે પૂર્ણરૂપે સંપૂર્ણ બનીએ છીએ. આપણે કેન્દ્રિત બનીએ છીએ. આ કેન્દ્રિતતા વ્યક્તિને સ્થિરતાની લાગણી આપે છે.

સ્વસ્થ અને સ્થિર મન પ્રસન્નતા અનુભવે છે. જો એ સ્થિરતા ન હોય, તો વ્યક્તિ કોઇ પણ દ્રઢ નિશ્ચય (નિર્ધાર) વિના વ્યક્તિનું મન એક વિચારથી બીજા વિચાર પર ભટકે છે. તેનો કોઇ અંત હશે નહીં અને વ્યક્તિને અસંતોષની લાગણી થશે તથા આંતરિક શાંતિ ગુમાવશે. સ્થિરતા એ ચાવી છે અને સાચીરીતે કરવામાં આવેલું ધ્યાન આપમેળે તમને સ્થિરતાનો અનુભવ કરાવશે.

દાજી સાથે પ્રશ્નોત્તરી

મારા મનમાં સતત વિચારોની ધારા ચાલી રહી છે. હું ધ્યાન કરવા માંગુ છું, પરંતુ મને ખાતરી નથી થતી કે હું તે કરી શકીશ. તમારી શું સલાહ છે?

ધ્યાન શરૂ કરનારાઓ પાસેથી મળતા પ્રશ્નોમાંનો સૌથી સામાન્ય પ્રશ્ન એ જ હોય છે કે ધ્યાન દરમિયાન ઉદ્ભવતા વિચારો એક પડકાર જેવા બની જાય છે. જેમ આંખો જોવા માટે છે અને કાન સાંભળવા માટે છે, તેમ મન વિચારો કરવા માટે છે. દિવસ દરમિયાન પણ વિચારોની ધારા સતત ચાલુ જ હોય છે, પણ તે આપણને પરેશાન નથી કરતી. પરંતુ ધ્યાન દરમિયાન, આપણે વિચારોની અવ્યવસ્થા બાબતે સજાગ થઈએ છીએ. આપણને ખ્યાલ આવે છે કે, મન એક વિચારથી બીજા વિચાર પર ભટકે છે. ધ્યાન આપણને મન નું નિયમન કરવાની અને તેની ક્ષમતાઓને એકાગ્ર કરવાની જરૂરિયાત સમજવામાં મદદ કરે છે.

હાર્ટફુલનેસ ધ્યાન શરૂ કર્યા બાદ થોડા અઠવાડિયામાં જ વિચારોની ધારા નોંધપાત્ર રીતે શાંત થઈ જાય છે. જો વિચારો તમને અતિશય પરેશાન કરે, તો તમે આમાંથી કોઈ ઉપાય અજમાવી શકો છો –

1. તમારું ધ્યાન શરૂ કરો, તે પહેલાં શ્વાસની કેટલીક કસરતો કરવાનો પ્રયાસ કરો.
2. જો ધ્યાન દરમિયાન ઘણા વિચારો આવતા હોય, તો થોડી સેકંડ માટે શ્વાસ રોકવાનો પ્રયાસ કરો અને પછી ધ્યાન ચાલુ રાખો.
3. જો વિચારો આવવાનું ચાલુ જ રહે, તો મૃદુતાથી તમારી આંખો ખોલો. થોડી સેકંડ સુધી બેસીને ઊંડા શ્વાસ લો. પછી ફરીથી તમારી આંખો બંધ કરી ધ્યાન ચાલુ રાખો.

બીજી કરવા જેવી બાબત એ છે કે કોઈક આધ્યાત્મિક સાહિત્ય વાંચો. કદાચ તે આ પુસ્તકનું પાનું હોય, કે પછી તમને ગમતી કોઈક કવિતા હોય, અથવા કોઈ ધાર્મિક લખાણ હોય. મોટે ભાગે, તે તમારા મનને આધ્યાત્મિકતા સાથે જોડશે કે જેથી તમને હૃદયમાં રહેલી ઉપસ્થિતિમાં ડૂબી જવાનું અને ધ્યાન કરવાનું સરળ લાગશે.

સફાઈ

તમારી સાધનાનો બીજો સ્તંભ સાંજની સફાઈ છે. તે એક નિયમિત કાર્ય તરીકે કરાતી શુદ્ધિકરણની (ડિટોક્સ) અને પૂનઃ શક્તિસંચાર પ્રક્રિયાઓ છે. આ પદ્ધતિ દિવસના કામના અંતે, સૂર્યાસ્તના સમયે, કરવાથી દિવસ દરમિયાન તમારામાં એકઠી થયેલી તમામ ભાવનાત્મક જટિલતાઓ અને અશુદ્ધિઓ દૂર કરવામાં મદદ મળે છે. સફાઈ કરવી એ શાંત પૂલમાં ડૂબકી મારીને પુન:શક્તિ સંચાર પ્રાપ્ત કરવા જેવું છે. સાંજે સફાઈ કરવાનું સૂચન કરવામાં આવે છે, કારણ કે આ સમયે ઊર્જાનો પ્રવાહ બહારની તરફ હોય છે, તેથી શરીરતંત્રમાંથી ભારેપણું બહાર કાઢવાનું સહેલું બને છે.

જે પણ જટિલતાઓ અને અશુદ્ધિઓ દૂર થઈ રહી હોયતેના પ્રત્યે તટસ્થ વલણ રાખવું જરૂરી છે. ફક્ત ખાતરી કરો કે બધી જટિલતાઓ અને અશુદ્ધિઓ દૂર થઈ રહી છે અને તમે જે કરો, તેમાં વિશ્વાસ રાખો.

હાર્ટફુલનેસની સફાઈ

1. દિવસ દરમિયાન સંચિત તમામ જટિલતાઓ અને અશુદ્ધિઓ દૂર કરવાના હેતુ સાથે આરામદાયક સ્થિતિમાં બેસો.
2. તમારી આંખો બંધ કરો અને હળવા થાવ.
3. કલ્પના કરો કે બધી જટિલતાઓ અને અશુદ્ધિઓ તમારા શરીરતંત્રમાંથી દૂર થઈ રહી છે.
4. તમારી કરોડરજ્જુના છેલ્લા મણકાથી માંડીને, તમારા માથાના ઉપરના ભાગથી લઈ, તમારી પીઠમાંથી તેને ધુમાડાના રૂપમાં બહાર નીકળવા દો.
5. ધ્યાન દરમિયાન ઉદ્ભવતા વિચારો અને લાગણીઓ પર ચિંતન કર્યા વિના સમગ્ર પ્રક્રિયા દરમિયાન સાવચેત રહો. તમારા વિચારોના સાક્ષી બનવાનો પ્રયત્ન કરો.
6. આત્મવિશ્વાસ અને સંકલ્પ સાથે ધીમેધીમે આ પ્રક્રિયાને વેગ આપો.
7. જો તમારું ધ્યાન બીજે જાય અને બીજા વિચારો મનમાં આવે છે, તો ધીમેધીમે તમારું ધ્યાન સફાઈની પ્રક્રિયા પર પાછું લાવો.

8. જેમ જેમ તમારી પીઠમાંથી છાપો દૂર થતી જશે, તેમ તેમ તમે હળવાશ અનુભવશો.
9. આ પ્રક્રિયા વીસથી પચીસ મિનિટ સુધી ચાલુ રાખો. શરૂઆતમાં તમે દસ મિનિટથી શરૂઆત કરી શકો છો અને પછી તમારી ક્ષમતા વધારી શકો છો.
10. જ્યારે તમે અંદરથી હળવાશ અનુભવો, ત્યારે તમે પ્રક્રિયાનો બીજો ભાગ શરૂ કરી શકો છો.
11. 'સ્રોત'માંની શુદ્ધતાનો પ્રવાહ તમારા શરીરતંત્રમાં આગળથી પ્રવેશી રહ્યો છે અને આ પ્રવાહ તમારા હૃદયમાં અને સમગ્ર શરીરતંત્રમાં વહે છે તથા શરીરના પ્રત્યેક કણને સંતૃપ્ત કરે છે, એવું અનુભવો.
12. તમે હવે વધુ સંતુલિત સ્થિતિમાં પાછા ફર્યા છો. તમારા શરીરના દરેક કણમાં હળવાશ, શુદ્ધતા અને સરળતા પ્રસરી રહી છે.
13. સફાઈ અસરકારક રીતે પૂર્ણ થઈ છે, તેવી ખાતરી સાથે તેને સમાપ્ત કરો.

પ્રાર્થના

શ્રી પાર્થસારથી રાજગોપાલાચારીના(ચારીજીના) સમયનો એક અનુભવ હું જણાવવા માંગુ છું. બાબુજીની મહાસમાધિ પછી ચારીજીએ હાર્ટફુલનેસ ઝુંબેશનું નેતૃત્વ કર્યું. તેઓ એક કાબેલ ગુરુ હતા, અવિરત કાર્ય કરતા અને અસાધારણ સામર્થ્ય ધરાવતા હતા. મેં ચારીજીના આશ્રયમાં ઘણા વર્ષો વિતાવ્યા છે. એકવાર, તેમની સાથે યુરોપમાં યાત્રા કરતી વખતે, અમે વાવાઝોડાને કારણે મુશ્કેલીમાં મુકાયા હતા અને અમને એરપોર્ટની હોટેલમાં ઉતારવામાં આવ્યા હતા. રૂમ ઓછા હતા એટલે હું ચારીજી સાથે એમના જ રૂમમાં હતો. સવારે જાગ્યા પછી, તેમને ખલેલ ન પહોંચે, તે કારણે હું મારી પથારીમાં શાંતિથી સૂતો રહ્યો. મેં જોયું કે તેઓ તેમના પલંગના ખૂણા પર આંખો બંધ કરીને બેઠા હતા અને તેઓ જાણે પાતળી હવામાં ઓગળી રહ્યા હોય, તેમ લાગતું હતું. અચાનક ઓરડાનું વાતાવરણ બદલાઈ ગયું – તે ખૂબ જ વિશિષ્ટ ઊર્જા ધરાવતું હતું.

જ્યારે તેમનું કાર્ય પૂરું થયું, મેં પૂછ્યું, "ગુરુજી, આપ શું કરતા હતા? તે કંઈક ખૂબ અનોખું અને અજોડ હતું. મેં ખુલ્લી આંખે આવું ક્યારેય જોયું નથી."

ચારીજીએ જવાબ આપ્યો, "ઓહ, હું પ્રાર્થના કરતો હતો."

આ અનુભવમાંથી હું શું શીખ્યો? ચારીજી ત્યાં હતા, પણ ત્યાં નહોતા. તેઓ પૂર્ણરૂપે શરણાગત હતા, તેમણે પોતાની જાતને પાતળી હવામાં ઓગાળી દીધી હતી. આપણે પ્રાર્થના એવી રીતે કરવી જોઇએ.

પ્રાર્થના એ અસ્તિત્વની સ્થિતિ છે, નમ્ર હૃદયમાં ગુંજી ઉઠતું એક ગીત છે. પ્રાર્થનાના શબ્દો કોઇપણ હોય પરંતુ તે તમને અંતઃકરણની સ્થિતિમાં લઇ જવા માટેનો એક સેતુ છે. આ અવસ્થામાં પ્રાર્થના કરનાર, પ્રેમના તરંગો પર, હૃદયના ઊંડાણમાં, ઉચ્ચ સ્વ સાથે જોડાઇ જાય છે.

સૂતા પહેલાં, તમારા દિવસ દરમિયાનના કાર્ય પર વિચાર કરવા માટે થોડો સમય કાઢો. તમે શું સારું કર્યું અને તમે ક્યાં સુધારો કરી શકો તેમ છો, એ ધ્યાનમાં લો. વધુ સારું કરવા માટે મનમાં સંકલ્પ કરો અને સ્ત્રોત તરફથી માર્ગદર્શન માટે અંદરની તરફ વળો, કારણ કે તમે નીચેની પ્રાર્થનાના શબ્દોનું પુનરાવર્તન કરો છો. સાચા અર્થ પર થોડી મિનિટો માટે ધ્યાન કરો, તમારા હૃદયમાં શબ્દો ગુંજતા હોય એવો અનુભવો કરો.

આ પ્રાર્થનાની પ્રથમ પંક્તિમાં 'નાથ' શબ્દના ઉપયોગ પર કેટલીક નોંધઃ તે આંતરિક માર્ગદર્શકનો ઉલ્લેખ કરે છે, તે સ્ત્રોત્ર આપણા દરેકના હૃદયમાં પહેલેથી હાજર છે. પૂર્વમાં લોકો, પશ્ચિમ કરતાં વધારે, ગુરુ અને 'નાથ' શબ્દોનો ઉપયોગ કરે છે. હાર્ટફુલનેસ સાહિત્યમાં પણ, તમે આ શબ્દોનો ઉપયોગ જોશો. 'નાથ' શબ્દ હંમેશાં અંદરના સ્ત્રોતનો ઉલ્લેખ કરે છે. ગુરુની ભૂમિકા, તમારી પાસે જે આંતરિક જોડાણ છે, તેને સમજવામાં મદદ કરવા માટે છે.

જ્યારે હું મારા ગુરુઓ માટે માસ્ટર શબ્દનો ઉપયોગ કરું છું, ત્યારે મને તેમના માટે પૂજ્યભાવ અને આદર છે. મારી નજરમાં, તેઓ આધ્યાત્મિકતાના ગુરુઓ છે, કારણ કે તેમણે સ્વ પર નિપુણતા મેળવી હતી અને જીવનના તમામ પાસાઓમાં આધ્યાત્મિકતાને એકીકૃત કરી હતી. આ સંદર્ભમાં માસ્ટર શબ્દનો ઉપયોગ કરવો એ માસ્ટર પેઇન્ટર, માસ્ટર શિલ્પકાર અથવા માસ્ટર સુથારનો સંદર્ભ આપવા માટે તેનો ઉપયોગ કરતાં હોઇએ તેનાથી જુદો નથી – તે બધાએ તેમની હસ્તકલા ક્ષેત્રે નિપુણતા મેળવી છે.

અને ગુરુ શબ્દ વિષે શું? તે સંસ્કૃત શબ્દ છે. ગુરુનો શાબ્દિક અર્થ છે 'જે અંધકારને દૂર કરે છે.' ગુરુ જ્ઞાનના પ્રકાશ દ્વારા અજ્ઞાનના અંધકારને દૂર કરે છે.

હું અહીં હાર્ટફુલનેસની પ્રાર્થના વિષે જણાવું છું. મને તેનો વિચાર 1900ના દાયકાની શરૂઆતમાં આવ્યો હતો. અગાઉના ગુરુઓને આદર આપવા સાથે જણાવું કે, આ પ્રાર્થનાની ભાષા અખંડ રાખવામાં આવી છે, જોકે તે કેટલાક માટે પડકારરૂપ હોઇ શકે છે. જો તમને શબ્દો બદલવા હોય અને તમને માસ્ટર(નાથ) શબ્દને 'સ્ત્રોત' અથવા 'ઇશ્વર'માં બદલવો હોય અથવા ગુલામો શબ્દને 'સેવકો'માં બદલવો હોય, તો

તમને છૂટ છે. તમે પ્રાર્થનાના સત્ત્વ સાથે જોડાઇ શકો અને તેનો લાભ મેળવી શકો એવી આશા સાથે હું અહીં તેને તેના મૂળ સ્વરૂપમાં પ્રસ્તુત કરું છું.

હાર્ટફુલનેસ પ્રાર્થના

આરામથી બેસો, હળવેથી તમારી આંખો બંધ કરો અને હળવા બનો. જ્યારે તમે તૈયાર હો, ત્યારે પ્રાર્થનાના શબ્દોને શાંતિથી તમારી જાતે પુનરાવર્તિત કરો –

હે નાથ!
તું જ મનુષ્ય જીવનનું સાચું લક્ષ્ય છે.
અમે હજી પણ ઇચ્છાઓના ગુલામ છીએ,
જે અમારી ઉન્નતિમાં બાધક છે.
તું જ એકમાત્ર ઈશ્વર અને શક્તિ છે,
જે અમને તે લક્ષ્ય સુધી લઈ જઇ શકે છે.

હવે શાંતિથી ફરીવાર આ શબ્દોનું ચિંતન કરો અને આ લાગણીની વધુ ઊંડાણમાં જાઓ. શબ્દોથી પણ આગળ જઇને તમારી જાતને તે લાગણીમાં તરબોળ થવા દો. રાત્રે, જ્યારે તમે સૂઇ જાઓ, ત્યારે આ પ્રાર્થનાપૂર્ણ ધ્યાનની સ્થિતિમાં તમારી જાતને ઓગળવા દો. સવારે, તમે હાર્ટફુલનેસ ધ્યાન શરૂ કરો, તે પહેલાં શાંતિપૂર્વક આ પ્રાર્થના કરીને તમારી જાતને ફરીથી જોડો.

પ્રશિક્ષકને કેવી રીતે શોધવા

જો સાધના શરૂ કરતી વખતે તમારે ગુરુ સાથે જોડાવું હોય, તો ત્રણ વિકલ્પો છે. આ તમામ નિઃશુલ્ક છે અને સૌને માટે ઉપલબ્ધ છે. તમને મળીને અમને આનંદ થશે.

વિકલ્પ ૧ – પ્રશિક્ષક સાથે ધ્યાન કરતા શીખો

પ્રશિક્ષક(અથવા તાલીમ આપનાર)ને હાર્ટફુલનેસની સાધનામાં સૂચના આપવા માટે તાલીમ દ્વારા તૈયાર કરવામાં આવે છે. પ્રશિક્ષકો સામાન્ય રીતે વર્ષોની તાલીમ અને વ્યક્તિગત સાધનામાંથી પસાર થયા હોય છે અને આ કાર્ય માટે સ્વયંસેવક હોય છે. તેઓ જે ધ્યાન સત્રો આપે છે તેને સીટિંગ પણ કહેવામાં આવે છે અને તે વ્યક્તિગત

ધ્યાન તેમજ સમૂહ ધ્યાન માટે આવશ્યક આધાર છે. પ્રશિક્ષકની મુખ્ય ભૂમિકા તમને સાધનામાં મદદ કરવાની છે. ઉદાહરણ તરીકે, જો ધ્યાન દરમિયાન, તમને વણજોઈતા વિચારો પરેશાન કરતા હોય, તો તમે સામ સામે પ્રત્યક્ષ બેસીને ધ્યાનના સત્રો(સીટિંગ) મેળવવા માટે પ્રશિક્ષકને ફોન કરી શકો છો.

જો તમે હાર્ટફુલનેસ માટે નવા હો, તો હું તમને ભલામણ કરું છું કે તમારે ઓછામાં ઓછી ત્રણ પ્રારંભિક સીટિંગ લઈ લેવી જોઈએ કે જેથી તમને હાર્ટફુલનેસ સાધનાને સારી રીતે સમજવામાં મદદ મળે. તે પછી, તમે તમારા અનુકૂળ સમય મુજબ વ્યક્તિગત સીટિંગ લેવા માટે પ્રશિક્ષક પાસે પણ જઈ શકો છો. પ્રશિક્ષક દ્વારા કોઈ ફી લેવામાં આવતી નથી. તે સ્વૈછિક સેવા છે. તમારી નજીકના પ્રશિક્ષકને શોધવા અને ધ્યાનની સાધના(અભ્યાસ) શરૂ કરવા માટે, https://heartspots પર જાઓ. heartfulness. org અને ત્યાં તમે તમારા વિસ્તારના પ્રશિક્ષકોને શોધી શકશો.

વિકલ્પ ૨ – હાર્ટફુલનેસ માસ્ટરક્લાસમાં જોડાઓ

તમે ત્રણ દિવસીય માસ્ટરક્લાસમાં ઓનલાઈન જોડાઈ શકો છો અને હાર્ટફુલનેસની મહત્ત્વની સાધના શીખી શકો છો. અહીં માસ્ટરક્લાસ માટેની લિંક છે: https://heartfulness.org/us/masterclass/.

વિકલ્પ 3 – હાર્ટફુલનેસ એપ ડાઉનલોડ કરો

હાર્ટફુલનેસ એપ ડાઉનલોડ કરો (એપલ સ્ટોર અને ગૂગલ પ્લે સ્ટોર પર ઉપલબ્ધ છે). તમે એપ્લિકેશન પર તમારો પ્રોફાઇલ સેટ કરીને તમારી સાધના શરૂ કરી શકો છો. જ્યારે તમે એપ્લિકેશન પર સાઇન અપ કરો, ત્યારે પ્રથમ ત્રણ પ્રારંભિક સત્રોથી પ્રારંભ કરો. તે પછી, તમે એપ્લિકેશન પર વ્યક્તિગત ધ્યાન સત્રોની વિનંતી કરી શકો છો.

યોગીક પ્રાણાહુતિ – તમારી યાત્રા માટે ઉત્પ્રેરક

અયોધ્યામાં ભગવાન રામચંદ્રની 73 પેઢીઓ પહેલાં એક મહાન યોગી રહેતા હતા. તેમનું નામ અને તેમના જીવનની અન્ય વિગતો અજાણ છે. તેમના વિષે જે જાણીતું છે, તે એ કે, તેમણે પોતાનો મોટાભાગનો સમય એવી પદ્ધતિ પર ચિંતન કરવા માટે ફાળવ્યો હતો, જે મનુષ્યને સમસ્યાઓમાંથી મુક્તિ પ્રાપ્ત કરવામાં અને તેમની સંપૂર્ણ ક્ષમતાનો અહેસાસ કરાવવામાં મદદ કરી શકે. આ યોગી અત્યંત ઉન્નત આત્મા હતા, જેઓ કેન્દ્રિય ક્ષેત્રમાં(પુસ્તકમાં પાછળથી વર્ણવેલ) વિહાર કરતા હતા. આ વિષય પર લાંબા સમય સુધી ચિંતન કર્યા પછી, મહાન યોગીએ પ્રાણાહુતિની શોધ કરી હતી.

પ્રાણાહુતિને(ટ્રાન્સમિશનને) મનુષ્યના પરિવર્તન માટે કરાતા દિવ્ય ઊર્જાનાં ઉપયોગ, તરીકે વ્યાખ્યાયિત કરી શકાય. હું ઊર્જા શબ્દનો ઉપયોગ કરું છું, કારણ કે મારી પાસે વધુ સારો વિકલ્પ નથી. ઊર્જા વિશાળ વર્ણપટ વિસ્તાર ધરાવે છે. ભૌતિક વિશ્વ એ પદાર્થના સ્વરૂપમાં ઊર્જાની ઘન અભિવ્યક્તિ છે. ઊર્જાની એક સૂક્ષ્મ અભિવ્યક્તિ છે, જેને આપણે જીવન ઊર્જા અથવા પ્રાણ કહીએ છીએ. તે પછી ઊર્જાનો એક વર્ણપટ છે, જે જેમ છે તેમ રહે છે, ઉત્પ્રેરકની જેમ અપરિવર્તનશીલ હોય છે અને જે તેને સ્પર્શ કરે, તેને સમૃદ્ધ બનાવે છે. તે ઊર્જા પ્રાણાહુતિ છે, જેને પ્રાણસ્ય-પ્રાણ (જીવનનું જીવન) અથવા આદિ શક્તિ (મૂળ બળ) પણ કહેવાય છે.

પ્રાણાહુતિ એ ઊર્જાનો વર્ણપટ વિસ્તાર છે, જે કેન્દ્રમાંથી ઉદ્‌ભવતા પૂર્ણ કંપન સમાન હોય છે. પ્રાણાહુતિનો ઉપયોગ કરીને, આંતરિક યાત્રા ખૂબ જ ઝડપી બને છે અને વ્યક્તિને એવી પ્રગતિ કરવામાં તે મદદ કરે છે, તેના વિના વ્યક્તિએ સેંકડો જન્મો લેવા પડી શકે.

પ્રાણાહુતિને કારણે કેન્દ્ર સાથેનું વિલીનીકરણ – સર્વોચ્ચ લક્ષ્ય – એક જ જીવનકાળમાં શક્ય બને છે. આ પહેલાં, વ્યક્તિની ચેતનાને સંપૂર્ણપૂર્ણતાના સ્તર પર પાછી લાવવા માટે અસંખ્ય જન્મો લેવા પડતા હતાં.

અજ્ઞાત કારણોસર, માનવ પરિવર્તન માટે પ્રાણાહુતિનો ઉપયોગ કરવાનું જ્ઞાન સમય જતાં ખોવાઇ ગયું હતું. કદાચ શિક્ષણની પરંપરા દૂર દૂર સુધી ફેલાઇ ન હતી. કદાચ સમાજનું પતન થયું અને આ જ્ઞાન ખોવાઇ ગયું, અથવા કદાચ માતા પ્રકૃતિની યોજનાઓ અલગ હતી અને સમય જતાં તે જ્ઞાન અદૃશ્ય થઇ ગયું. કારણ ગમે તે હોય, પ્રાણાહુતિનું જ્ઞાન ખોવાઇ ગયું હતું પરંતુ તે તેના મૂળમાં પ્રાણાહુતિ સાથે રચાયેલ ધ્યાન પ્રણાલી જેવું ન હતું. સંતો અને ભક્તો દ્વારા તેમના પ્રેમ અને ભક્તિ દ્વારા બનાવવામાં આવેલ યોગ્ય વાતાવરણને કારણે દિવ્ય ઊર્જા તરીકે પ્રાણાહુતિ હજુ પણ અવતરશે એવી આશા તો હતી જ.

હજારો વર્ષોથી આ યથાસ્થિતિ હતી. 1873માં ફતેહગઢના રામચંદ્રના જન્મ સાથે આ યથાસ્થિતિમાં વિક્ષેપ પડ્યો. જે આધ્યાત્મિક વારસાનો પાયો તેમણે નાખવાનો હતો, તે હેતુ માટે તેઓ બાળપણથી જ ઊંડી જાગરૂકતા ધરાવતા હતા. પરમાત્મા સાથે એક બનવાની તેમની દિવ્ય અને નિરંતર તૃષ્ણા માટેની તડપે તેમને સ્વના (આત્માના) પ્રખર અભ્યાસી બનાવ્યા. એવું કહેવાય છે કે કઠોર અભ્યાસના સાત મહિનાની અંદર, એકવીસ વર્ષની ઉંમરે, રામચંદ્રજીએ આત્મસાક્ષાત્કાર પ્રાપ્ત કર્યો હતો અને આ, આધ્યાત્મિકતાની ઐતિહાસિક નોધમાં સુવર્ણ અક્ષરોમાં કોતરાયેલી સિદ્ધિ છે. તદુપરાંત, તેમણે પ્રાણાહુતિને ફરીથી શોધી કાઢી અને તેમની પાસે આવનાર લોકોની સેવા કરવા માટે તેનો ઉપયોગ કરવાનું શરૂ કર્યું.

આમ એક એવા ગુરુની વાત લોકોમાં ચર્ચાવા લાગી કે, તેમની સાથે જે લોકોએ ધ્યાન કરવાનું શરૂ કર્યું, તેમનામાં આંતરિક બદલાવ આવતો ગયો. નજીકના ગામોના સ્થાનિકો ગુરુજીના દરવાજા પર ભીડ કરવા લાગ્યા. ગુરુજી ઓછું બોલતા હતા, પૈસા માંગતા નહોતા, કોઈ રૂઢિચુસ્તતાનો આગ્રહ રાખતા નહોતા અને ધ્યાન કરાવતા હતા. જે, કોઈપણ આવે, તેમનું આંતરિક રૂપાંતરણ થતું. તેમના પ્રત્યેના પ્રેમ અને આદરને લીધે, લોકો તેમને લાલાજી (હિન્દી ભાષામાં તેનો અર્થ છે 'આદરણીય સાહેબ') તરીકે સંબોધવા લાગ્યા.

લાલાજી પછી, તેમના અનુયાયી – જેમનું નામ પણ રામચંદ્રજી (શાહજહાંપુરના) હતું અને તેમને પ્રેમથી બાબુજી તરીકે સંબોધવામાં આવતા હતા - તેમણે પદ્ધતિને સુધારવાનું ચાલુ રાખ્યું. લાલાજી અને બાબુજીની આધ્યાત્મિક ભાગીદારીએ હાર્ટફુલનેસ ધ્યાનની પદ્ધતિ બનાવી, જે આપણા બધા માટે એક ભેટ છે. આજે આપણી પાસે સાર્વત્રિક અપીલ સાથેની એક સરળ પદ્ધતિ છે અને તે ઘણી ફરજો બજાવી રહેલા સામાન્ય ગૃહસ્થ માટે અનુકૂળ છે.

હાર્ટફુલનેસની સંશોધક ટીમ, વૈજ્ઞાનિક પ્રયોગશાળાઓ, શૈક્ષણિક કેન્દ્રો અને યુનિવર્સિટીઓના સહયોગથી, પ્રાણાહુતિની મદદથી ધ્યાનની અસરકારકતાને માપવા અને સમજાવવા માટે, સમગ્ર વિશ્વમાં વિવિધ અભ્યાસો હાથ ધરાયા છે. હજી શરૂઆત છે, તેમ છતાં અમે યોજનાના આશાસ્પદ પરિણામો જોઈ રહ્યા છીએ. EEGs માં મગજના તરંગોની પેટર્ન નોંધતા અભ્યાસોએ દર્શાવ્યું છે કે હાર્ટફુલનેસ ધ્યાન કરનારાઓ એટલે કે, જેઓ પ્રાણાહુતિ (ટ્રાન્સમિશન)ના લાભ સાથે ધ્યાન કરે છે, નવા અને અનુભવી બંને, તેઓ ધ્યાન કરનારાઓની તુલનામાં ગહન, શાંત સ્થિતિનો અનુભવ કરવામાં સક્ષમ છે. અન્ય અભ્યાસોએ પણ અહેવાલ આપ્યો છે.[8] તણાવ અને બર્નઆઉટમાં ઘટાડો,[9] એપિજેનેટિક મોડ્યુલેશન,[10] અને સુખાકારી અને ઊંઘની ગુણવત્તામાં સુધારણા,[11] આમ આ અભ્યાસનાં અવલોકનો માનવ જીવનશૈલી અને જીવનની ગુણવત્તા પર પ્રાણાહુતિની (ટ્રાન્સમિશન) મદદથી હાર્ટફુલનેસ સાધનાના ફાયદાકારક પ્રભાવ તરફ નિર્દેશ કરે છે.

વિજ્ઞાન આપણને પ્રમાણભૂતતા આપે છે પરંતુ આપણે તો તે આપણા હૃદયમાં અનુભવી ચૂક્યા છીએ. વ્યક્તિના પોતાના અનુભવની પ્રતીતિ આંતરિક પ્રગતિ માટે મહત્ત્વપૂર્ણ છે અને તેની અવગણના કરવી જોઈએ નહીં. અનુભવ તમને માન્યતાના પડદાને દૂર કરવામાં મદદ કરે છે. તે શંકાઓ દૂર કરે છે અને આંતરિક યાત્રામાં મદદ કરે છે. સાધના અને લક્ષ્યની સમજથી સજ્જ આ પુસ્તકના આવનારા પ્રકરણો આ મંત્રને વધુ મજબૂત બનાવશે: વાંચો અને માણો, કરો અને અનુભવો, ધ્યાન કરો અને ઉન્નતિ પામો.

6.

ગુપ્ત ઘટક

એક ઋષિ હતા, જેઓ ઉગ્ર તપસ્યા સાથે ધ્યાન કરતા હતા. એક દિવસ, ઋષિને ધ્યાનમાં ડૂબેલા જોઇને ત્યાંથી પસાર થઈ રહેલો એક ગ્રામીણ યુવાન, ગદગદ થઈ ગયો. તેણે આદરપૂર્વક, તેમને નમસ્કાર કર્યા. ઋષિએ યુવાનની હાજરી અનુભવી અને આંખો ખોલી. તેઓ યુવકને જોઇને ખુશ થયા અને પૂછ્યું કે શું તે પણ ધ્યાન કરવા માંગે છે. તે યુવાન ભોળો હતો અને તે આંતરિક યાત્રા વિષે કશું જાણતો ન હોવા છતાં, તે તરત સંમત થયો. તેથી ઋષિએ યુવાનને તેમની બાજુમાં એક ઝાડ નીચે બેસવા કહ્યું અને તેને ધ્યાન કરતાં શીખવ્યું.

જ્યારે તેઓ ધ્યાન કરતા હતા, ત્યારે ઊર્જાનો, એક તેજસ્વી ગોળો નીચે આવ્યો અને તેણે કહ્યું, "આત્માઓ ધન્ય છે, તમને! તમારા પ્રયત્નોએ ઈશ્વરના દ્વાર ખખડાવ્યા છે અને તમને બંનેને જલ્દીથી મુક્તિ મળશે."

આ સાંભળીને ઋષિએ કહ્યું, "આભાર! મારી પ્રાર્થનાઓનો જવાબ મળ્યો. એ ધન્ય ક્ષણ ક્યારે આવશે?"

પ્રકાશે કહ્યું, "હે પવિત્ર આત્મા, હવે પછીના ત્રીજા જન્મમાં, તમે મુક્ત થશો."

આ સાંભળીને ઋષિ નિરાશ થઇ ગયા. કદાચ તેઓ આ જીવનમાં જ મુક્તિની અપેક્ષા રાખતા હતા, કદાચ તે જ ક્ષણે. કોને ખબર?

પછી યુવકે પૂછ્યું, "હું ક્યારે મુક્ત થઈશ?"

પ્રકાશે કહ્યું, "તમે જે ઝાડ નીચે ધ્યાન કરો છો, તેના પાંદડાઓ ગણો. તેટલા જન્મ લેવા પડશે અને તે પછી તમને મુક્તિ મળશે."

આ સાંભળીને, યુવક આનંદથી નાચવા લાગ્યો. ઋષિ તેનું આ વર્તન સમજી શક્યા નહીં અને તેમણે યુવકને પૂછ્યું, "તું કેમ નાચી રહ્યો છે? તને શું થઇ ગયું છે?"

સાહેબ, તમે સાંભળ્યું નહી?" યુવકે કહ્યું, "હમણાં જ ઈશ્વરે મને મુક્તિ આપવાની વાત કરી છે. મુક્તિ ક્યારે મળશે તેનાથી મને કોઇ ફરક પડતો નથી. એક દિવસ હું સર્જનહાર સાથે હોઈશ."

યુવાને જેવા આ શબ્દો કહ્યા કે તરત જ પ્રકાશે કહ્યું, "દીકરા, પ્રભુના દરબાર માટે તારું વલણ સાચું છે. આ તારો છેલ્લો જન્મ હશે અને આ જન્મના અંતે તું મુક્તિ મેળવીશ."

આટલું કહીને પ્રકાશ અદ્રશ્ય થઈ ગયો.

આ વાર્તામાં ઘણા બોધપાઠ છે, પરંતુ સૌથી મોટો બોધ એ છે કે આપણે કેવા વલણ સાથે જીવન જીવીએ છીએ, તે મહત્ત્વનું છે. આ વાર્તાના કિસ્સામાં, કૃતજ્ઞતાએ એ યુવાનનું ભાગ્ય બદલી નાખ્યું. જીવનના તમામ ક્ષેત્રોમાં, સાચું વલણ આપણા કાર્યોને ઉન્નત કરે છે. તમારું વલણ, એ તમારી સફળતાનું ગુપ્ત ઘટક છે.

પછી તે ધ્યાન હોય, પત્ર લખવો હોય કે સેન્ડવીચ બનાવવાની હોય, આપણે કામ કરતી વખતે જે વલણ રાખીએ છીએ, તે એક પરિમાણ ઉમેરે છે, જે આપણા આંતરિક અસ્તિત્વ નો ઘાટ ઘડે છે. કોઈપણ કાર્યમાં, આપણે જે કરીએ છીએ, તેનો હિસ્સો 5 ટકા હોય છે અને બાકીના 95 ટકા, આપણે જે વલણ સાથે તે કાર્ય કરીએ છીએ, તેના હોય છે.

તમે તમારા ઉછેર અને તમારા જીવનના અનુભવો દ્વારા તમારૂ વલણ કેળવો છો. તમારા માતાપિતા પાસેથી પણ તમે કેટલીક વૃત્તિઓ વારસામાં મેળવો છો. તમે સક્રિયપણે વલણ કેળવી પણ શકો છો. તમે કોઈ બાબત વિષે કે કોઈ વ્યક્તિ વિષે કેવું વિચારો છો અથવા અનુભવો છો, તેનું માર્ગદર્શન તમને તમારા વલણ દ્વારા મળે છે. વલણ આપણામાં એટલા બધા દ્રઢ થઈ ગયા હોય છે કે તે આપણા ભાગ્યને કેવી રીતે આકાર આપે છે, તેની આપણને જાણ જ નથી હોતી. તમારું જીવન એ તમારા વલણોની અભિવ્યક્તિ છે.

તમારું લક્ષ લાભકારી વલણ કેળવવા ઉપર કેન્દ્રિત કરવાથી તમારી આધ્યાત્મિક યાત્રામાં તમારી પ્રગતિને વેગ મળે છે. ધારો કે જ્યારે તમે પાણી માટે કૂવો ખોદતા હો, ત્યારે શું થાય છે? તમે ઉપરથી ખોદતા હો છો અને ઊંડે સુધી ખોદી રહ્યા હો છો (બહારથી અંદર), ત્યારે પૃથ્વીની નીચેનું પાણી સપાટીએ પહોંચવા (અંદરથી બહાર આવવા) ઉછળી રહ્યું હોય છે. જ્યારે તમારી આધ્યાત્મિક યાત્રાની વાત આવે છે, ત્યારે તમારે બહારથી અંદર તરફ વૃત્તિ કેળવવાની છે અને ધ્યાનનો અભ્યાસ તેનું કાર્ય અંદરથી બહાર તરફ કરે છે. બંને એક બીજા સાથે મળીને કામ કરે છે.

આપણે ક્યા વલણો કેળવવા જોઈએ? શા માટે આ જ ખાસ વલણો? ત્રણ મુખ્ય વલણો છે, જે તમારી યાત્રામાં તમને ઉપયોગી થશે, જેને હું 'મધર ટિંક્ચર' (બધી જ દવાઓના સાર-રૂપ મૂળભૂત દવા) કહું છું.

'મધર ટિંક્ચર' વલણો

દવાના કેટલાક સ્વરૂપોમાં, મધર ટિંક્ચરનો વિચાર છે. તે મૂળ ઘટક છે, જેમાંથી વિવિધ અસરકારક અન્ય દવાઓ બનાવવામાં આવે છે. મધર ટિંક્ચરનો ખ્યાલ વલણ કેળવવા બાબતે પણ લાગુ પડે છે. કેટલાક મુખ્ય વલણો મધર ટિંક્ચર જેવા, મૂળભૂત હોય છે અને તેમાંથી અન્ય વલણો ઉદ્ભવે છે. તમારા અભ્યાસના શરૂઆતના દિવસોથી, મુખ્ય વલણ વિકસાવવા બાબતે દ્રષ્ટિ કેળવો. તે તમારા આંતરિક વિકાસ માટે મજબૂત પાયો નાખશે. તે તમને તમારા રોજિંદા કામકાજમાં પણ મદદ કરશે.

ત્રણ મધર ટિંક્ચર વલણ છે –

- તાકીદની ભાવના
- નમ્રતા
- જીવંતતા

આ ત્રણ, અગ્રતાના કોઈ ક્રમમાં નથી. તે બધા સમાન રીતે મહત્ત્વપૂર્ણ છે. જે તમને અપીલ કરે, તેના પર તમારો ઈરાદો દ્રઢ કરો. તમારો ઈરાદો એ સૂક્ષ્મ બળ છે, જે ઇચ્છાશક્તિને સક્રિય કરે છે અને તમારા રોજિંદા જીવનમાં આ વલણોને સક્રિયપણે કેળવવામાં મદદ કરે છે. દરેકને વધુ વિગતવાર ધ્યાનમાં લઈએ.

તાકીદની ભાવના

કોઈપણ પ્રયાસમાં, તાકીદની ભાવના નિર્ણાયક હોય છે. તે પરિવર્તન લાવવાનું પ્રથમ પગલું છે. જો તાકીદની ભાવના સતતપણે રખાતી ન હોય, તો પ્રયત્નો મોળા બની જાય છે અને પછી સમાધાન આવે છે. કેન્દ્ર તરફની તમારી યાત્રામાં, તાકીદની ભાવના તમને તમારી પ્રાથમિકતાઓ પર ધ્યાન કેન્દ્રિત કરવામાં મદદ કરે છે. તમારી જાતને આ પ્રશ્ન પૂછવાની ટેવ પાડો: 'આ ક્ષણે સૌથી અગત્યની બાબત કઈ છે?' તે તમને ફરીથી કેન્દ્રિત થવામાં અને તમારા લક્ષ્ય તરફ તાકીદની ભાવના કેળવવામાં મદદ કરશે.

જેમ જેમ તાકીદની ભાવના વધે છે, તેમ તેમ લક્ષ્ય પ્રાપ્ત કરવાની આતુરતા પણ વધે છે. 'હું અહીં શેના માટે છું?' 'મારે શું કરવાની જરૂર છે?' અને 'મારું લક્ષ્ય શું છે?' જેવા પ્રશ્નો વારંવાર થવા જોઈએ. જ્યારે પણ આ પ્રશ્નો તમારા મનમાં ઊભરે, ત્યારે તે તમારી ચેતનામાં બેચેનીની લહેર છોડે છે. આ લહેર, શાંત સરોવરમાં ફેંકવામાં

આવેલા કાંકરાથી ખલેલ પહોંચતા ઉઠતી લહેર જેવી હોય છે. તમારી ચેતના જેટલી વધુ વિકસિત થાય છે, તેટલી બેચેનીની લહેરો વધારે ઉઠે છે. તમે કહી શકો કે આધ્યાત્મિક સંરચના અભિયાન, એ લક્ષ્ય માટે વધતી બેચેનીનો પ્રયાસ છે.

પરંતુ ચિંતા કરશો નહીં - હું જે બેચેની વિષે લખી રહ્યો છું, તે કંઇ તમે ફ્લાઇટ માટે મોડા હો અથવા તમારું ટેકઆઉટ મોડું થાય, ત્યારે થતી હોય, તેવી બેચેની વિષે નથી. તે બિનઆરોગ્યપ્રદ બેચેની, નથી, જે ચિંતા અને નિરાશાની અન્ય સમસ્યાઓ તરફ દોરી જાય. આ આધ્યાત્મિક બેચેની છે. વૃદ્ધિ અને વિકાસ માટે તે તમને આત્માના સાચા ઉદ્દેશ તરફ પ્રેરિત કરે છે. જો તમે કોઇના પ્રેમમાં હતા, તો તે બેચેનીને યાદ કરો કે જ્યારે તમે તમારા પ્રેમીની રાહ જોતા હતા. આને અનેકગણી વિસ્તારો અને હું જે બેચેની વિષે વાત કરું છું, તેની એક ઝાંખી તમે મેળવી શકશો.

તમારા ધ્યાનમાં સર્જાયેલી આધ્યાત્મિક બેચેની, છેવટે તમારાં દ્વારા કેળવાયેલી તાકીદની ભાવનામાં બદલાય છે. તે બેચેની અને તાકીદની ભાવના, બંને સાથે મળીને તે તમને લક્ષ્ય પર ધ્યાન કેન્દ્રિત કરવામાં મદદ કરે છે. સતર્કતા, પહેલ અને ઝડપ એ તાકીદની ભાવનાના સ્વાભાવિક પરિણામો છે.

હવે, ધ્યાન રાખો કે તાકીદની ભાવના મરણિયા પ્રયાસની ભાવના નથી હોતી. 'તાકીદની ભાવના' એ એક સકારાત્મક પ્રેરક બળ છે, જેને તમે ઊભું કરો છો, પરંતુ 'મરણિયા પ્રયાસની ભાવના', એ ભય અથવા અછતના આધારે જોરદાર આંચકો આપતી પ્રતિક્રિયા છે. તાકીદની ભાવના તમને દરરોજ લક્ષ્ય તરફ પ્રગતિ કરવા પર ધ્યાન કેન્દ્રિત કરવામાં મદદ કરે છે, જ્યારે આ નિરાશા તમને થકવી નાંખે છે, તે પ્રવૃત્તિમાં ગરબડ ઊભી કરે છે. તાકીદની ભાવના તમને આંતરિક અવ્યવસ્થાનો (એન્ટ્રોપીનો) સામનો કરવામાં મદદ કરે છે અને જીવન પ્રત્યેના ઉદાસીન અભિગમ સામે રક્ષણ ઉભું કરે છે.

નમ્રતા

નમ્રતા એ અહંકારની સૌથી ઉન્નત સ્થિતિ છે. નમ્રતા એટલે ખુશામત કે સેવાભાવ નથી. નમ્રતા એ મહાન આત્મ-જાગૃતિની નિશાની છે, જેમાં તમે ઘણા મોટા આદર્શની સામે તમારી અલ્પતાથી વાકેફ હો છો. આવી જાગૃતિ તમને તુચ્છતાની લાગણી સમજાવે છે, જે તમને વિકસવામાં મદદ કરે છે. નમ્ર વ્યક્તિ સ્વભાવે આદરણીય હોય છે અને અન્યના હૃદયમાં આદર પામે છે. જેમ ફળોથી લદાયેલું વૃક્ષ કુદરતી રીતે નમે છે, તેવી જ રીતે આધ્યાત્મિક ફળ મેળવનાર માનવી બધા માટે વધુને વધુ સુલભ બને છે.

નમ્રતા દિવ્ય કૃપાને આકર્ષે છે. જ્યારે વાતાવરણમાં કોઇ જગ્યાએ નીચું દબાણ થાય છે, ત્યારે શૂન્યતા ભરવા માટે હવા ધસી આવે છે. તેવી જ રીતે, જ્યારે તમે અહંકારને ઉન્નત બનાવીને અંદર જગ્યા બનાવો છો, ત્યારે તમે હૃદયમાં એક નીચા દબાણવાળા વિસ્તારનું નિર્માણ કરો છો, જે પછીથી કૃપાથી ભરાઇ જાય છે. જ્યારે અંદર નમ્રતા હોય છે, ત્યારે કૃપા આપોઆપ ઉતરે છે અને કૃપા એ આંતરિક પ્રગતિ માટે ઉદ્દીપક છે.

જીવંતતા

ઉતરેલા ચહેરો, ખિન્ન સ્વભાવ અને ચીડિયાપણું યાત્રાને લંબાવે છે. પરંતુ જો હૃદયમાં ગીત હોય, હોઠ પર સ્મિત હોય અને પગલામાં થનગનાટ હોય, તો યાત્રા જીવંત બને છે. જીવંતતાનો અભિગમ કેળવો.

જીવંત એટલે કે વધુ ખુશખુશાલ બનો. ઉદાસી, દુઃખ અને નાખુશીનો ભાર ઉઠાવવાથી કામ નહીં ચાલે. તમે ઉદાસી અનુભવવા માટે વાજબી કારણ આપી શકો છો. તમે ક્યાં સુધી એ ઉદાસીનો ભાર માથે લઇને ચાલવા માંગો છો? શું તમને દુઃખ એટલું મૂલ્યવાન લાગે છે? શું તેને તમારા સુંદર હૃદયમાં સંગ્રહિત કરી અને હૃદયને ભારે કરવું યોગ્ય છે? અને લગભગ તમામ કિસ્સાઓમાં, ઉદાસીનું કારણ હંમેશા અન્ય વ્યક્તિ હશે, તે પણ ઈશ્વરની રચના છે. તેથી, પરિવર્તન પામવા માટે, જીવંત બનો. તમને જકડી રાખતી નકામી બાબતોને ફેંકી દો, મૃદુ સ્વભાવના બની રહો. ભાવનાત્મક અને માનસિક નરમાશ હૃદયની નિખાલસતાથી આવે છે. ઉદાસ, ભારે હૃદય નિખાલસ રહી શકતું નથી. માત્ર જીવંત હૃદય ખુલ્લું અને વહેતું હોય છે.

થોડા વર્ષો પહેલાં, ઉનાળાની બપોરે, હું સ્વયંસેવકોની ટીમ સાથેની મીટિંગ પછી ઘરે પરત ફરી રહ્યો હતો, ત્યારની આ વાત છે કે જ્યારે કાન્હા શાંતિ વનમમાં ધ્યાન કેન્દ્રનું નિર્માણ થઇ રહ્યું હતું. આજે કાન્હા બગીચાઓ, લૉન અને ઉષ્ણકટિબંધીય વરસાદી જંગલો સાથેનું એક લીલું સ્વર્ગ છે. પરંતુ તે સમયે, કાન્હા સપાટ, ઉજ્જડ જમીન હતી, જેમાં ચમકતા ક્વાર્ટ્ઝ અને લેન્ડસ્કેપમાં પથરાયેલા ગ્રેનાઇટના પથ્થરો હતા. ભારતના આ ભાગમાં (હૈદરાબાદથી લગભગ ચાલીસ માઇલ) ઉનાળો ધૂળવાળો અને સૂકો હોય છે અને તે દિવસની ઉનાળાની બપોર પણ તેમાં અપવાદ ન હતી.

જ્યારે હું મારી ઓફિસથી એક માઇલ દૂર કાન્હામાં મારા ઘરે પાછો જઇ રહ્યો હતો, ત્યારે મેં દસ મહિલા સ્વયંસેવકોનું એક જૂથ જોયું, જેઓ રસ્તાની બાજુએથી

કાંકરા સાફ કરી રહ્યાં હતાં. તમે તેમને જોવાનું ચૂકી જઇ શકો નહીં. દૂર દૂરથી, તેમનો રંગબેરંગી પરંપરાગત પોશાક ઉજ્જડ જમીન વચ્ચે વસંતના ફૂલો જેવો દેખાતો હતો. જેમ જેમ હું નજીક ગયો, તેમ તેમ હું જોઈ શક્યો કે તેઓ ઘણા આનંદથી કામ કરી રહ્યાં હતાં. જાણે સો-ડિગ્રી તાપમાનથી પણ તેમને કોઇ ફરક પડતો ન હોય! આ મહિલાઓ પશ્ચિમ ભારતના રાજસ્થાન પ્રદેશના એક નાના શહેરમાંથી આવી હતી.

તેમની સાદગી, ભક્તિ અને ઉત્સાહે આ જીવંતતા સર્જી હતી. હું ત્યાં ઊભો રહ્યો અને તેમને વિનંતી કરી કે બપોર પછી તેઓ મને ઘરે મળવા આવે. જ્યારે તેઓ આવ્યા, ત્યારે અમે ધ્યાન કરવા બેઠા. તેમના હૃદયમાં એવી ભક્તિ હતી કે જાણે ફૂલની સુગંધ લેવા માટે ડાળી ખેંચવા જેટલી સહેલાઇથી તેઓ પરમાત્માનું મોઢું પોતાની તરફ ફેરવી રહ્યાં હતાં. ધ્યાનની થોડી મિનિટોમાં, કેન્દ્રમાં મને એક જોરદાર ઝટકો લાગ્યો. એક સમયે, એવું લાગ્યું કે કોઈની ભક્તિની પરાકાષ્ટા એટલી ઉંચી થઇ ગઇ છે કે, તે કેન્દ્રમાં તરંગો બનાવી રહી છે. હજાર વર્ષના ભ્રમણકક્ષાના ધૂમકેતુના દર્શનની જેમ તે દુર્લભ છે, પરંતુ એવું થાય છે. પરંતુ પછી જે આવ્યું, તેણે મને પ્રેમમાં પીગળાવી દીધો.

ઘડિયાળના કાંટાની જેમ, અમારા ધ્યાન દરમિયાન કેન્દ્રમાં એક પછી એક ધક્કા વાગતા હતા. આ મહિલાઓના હૃદયમાંથી એક પછી એક પ્રેમભર્યા પોકાર કેન્દ્રમાં ગુંજી રહ્યા હતા. મને આ પહેલાં આવી પુષ્ટિ થઇ નથી અને અત્યાર સુધી મેં આવું બનતું જોયું નથી.

તે એટલો જબરદસ્ત અનુભવ હતો અને ધ્યાન સમાપ્ત થયા પછી, મેં વિનંતી કરી કે તેઓ થોડો વધુ સમય રોકાય. અમે બધાએ કોફી પીધી અને થોડીવાર વાતો કરી. મારા એક સહયોગીએ અમારો ફોટો લીધો. મેં હજી પણ મારી પાસે મારા અભ્યાસ ખંડમાં એ ફોટાને એક સ્મૃતિચિહ્ન તરીકે રાખ્યો છે કે હૃદયની નિર્દોષ શુદ્ધતા, તેની પરાકાષ્ટા શું શું ભાવ જગાડી શકે છે!

અને આ ઘણા મહત્ત્વપૂર્ણ અનુભવનું રહસ્ય શું હતું? તેમનું વલણ. જીવન પ્રત્યે અને એકબીજા પ્રત્યેના તેમના અભિગમે કંઇક એવું બનાવ્યું કે જેણે સર્વોચ્ચ કૃપાને વરસવાની ફરજ પાડી. તેમના સુંદર આત્માઓ તેમના વલણની શુદ્ધતા અને સાદગીને રજૂ કરે છે. જો તમે આ પુસ્તકમાંથી તમારા જીવનમાં કંઈપણ અમલમાં મૂકી શકો, તો તે છે તમારા જીવનને ઉન્નત બનાવે તેવા વલણનો વિકાસ કરવો.

ભાગ 4

ચક્રોનાં રહસ્યનું અનાવરણ

7.

ચક્રો – સામાન્ય વિશેષતાઓ તથા તેના સ્થાન

મારી પાંચ વર્ષની પૌત્રી પાસે મેળાવડાના, શહેરના દ્રશ્યોના અને અન્ય સ્થાનોના અવાજ કરે, એવા સચિત્ર પુસ્તકો છે. આ પુસ્તકોના ચિત્રોમાં એક ચિત્ર વાલ્ડોનું છે. લાલ અને સફેદ પટ્ટાવાળું ટીશર્ટ અને વાદળી જીન્સ પહેરેલો દૂબળો-પાતળો અંગ્રેજ છોકરો, વાલ્ડો, આમ તો તરત જ ઓળખાઇ જાય, તેવો છે. પણ જ્યારે આ વાલ્ડોનું ચિત્ર ઘણાં બધાં ચિત્રોની વચ્ચે રાખી દેવામાં આવે છે, ત્યારે વાલ્ડોને આ ચિત્રોની ભીડમાંથી શોધવો મુશ્કેલ થઇ જાય છે.

આંતરિક બદલાવોને તપાસવા એ પણ વાલ્ડોને શોધવા જેવું જ છે, જોકે અહીં કંઇક જુદું છે. વાલ્ડો માટે તો તમે જાણો છો કે વાલ્ડો કેવો દેખાય છે. પરંતુ આંતરિક પરિદ્રશમાં, પહેલા તો તમારે શું શોધવાનું છે, તે જાણવું પડશે. તેથી, આ પ્રકરણમાં આપણે બે મહત્ત્વના કાર્યો કરીશું. સૌ પ્રથમ, આપણે શું શોધી રહ્યા છીએ, તે જાણવું

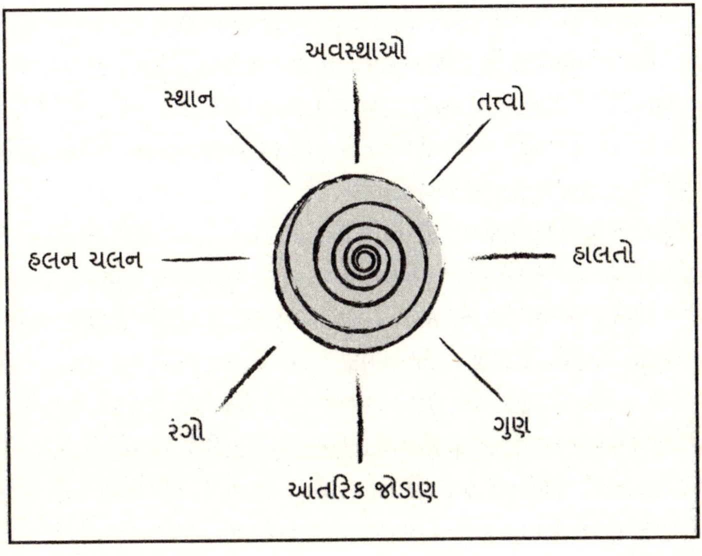

જરૂરી છે. તેથી, આપણે ચક્રોની સૌથી સામાન્ય ખાસિયતોને જાણીશું, જેવા કે પ્રાથમિક બંધારણ, રંગો, ગતિ અને સ્પંદનો, સ્થાન તથા ભાવનાત્મક ગુણો.

આપણું બીજું કામ આ સોળ ચક્રો શરીરમાં ક્યાં આવેલા છે, તે નક્કી કરવાનું છે. આ તમને ચક્રોની ખાસિયતોનો તેમના સ્થાન સાથે સમન્વય કરવામાં મદદ કરશે. જેમ જેમ તમે ચક્રો સાથે વધારે ઊંડાણપૂર્વક જોડાવાનો પ્રયત્ન કરશો, તેમ તેમ આ ખાસિયતો તમને તેમની ઊર્જા સાથે અને તેમણે પેદા કરેલી અવસ્થા સાથે વધારે ચોકસાઇપૂર્વક સુમેળ સ્થાપવામાં મદદ કરશે. આ સમજ તમને તમારા આંતરિક વિકાસને સમજવામાં નિપુણ બનાવશે. તે વાલ્ડોને ચિત્રમાં શોધવા જેવું છે. પહેલી વાર તેને શોધવો મુશ્કેલ હોય છે, પણ એક વાર તમે તેને શોધી લેશો, પછી તેને બીજી વાર શોધવો વધારે સરળ બને છે. તમારો દરેક સફળ પ્રયાસ, તમારો વિશ્વાસ વધારતો જશે અને તમને આ યાત્રાનો આનંદ વધારે ને વધારે મળતો જશે.

અવસ્થાઓ – ગ્રંથિ, ચક્ર અને કમળ

જ્યારે આત્મા શરીરમાં અવતરણ કરે છે, ત્યારે તે પર્વત ઉપરથી નીચે ઉતરીને મેદાનોમાં વહેતા પાણી જેવો હોય છે. જેમ ઉતરતાની સાથે, વમળ અને પ્રવાહ રચે છે, તે જ રીતે આત્મા પણ શરીરના વિવિધ સ્થાનોમાંથી ઊર્જા એકત્રિત કરે છે, જેને આપણે ચક્રો કહીએ છીએ. ચક્ર શબ્દનો અર્થ છે 'પૈડું' જે ઘૂમરી લઇ રહેલા વમળ જેવા પ્રકૃતિ ઊર્જા કેન્દ્રોના પ્રતીક સમાન છે.

વિભિન્ન સંસ્કૃતિઓમાં, ચક્રોનું વર્ણન કરતા અનેક શબ્દો છે. ગ્રંથિ, ચક્ર અને કમળ શબ્દો વિશેષ મહત્ત્વના છે. દરેક શબ્દ ચક્રની વિશિષ્ટ સ્થિતિ દર્શાવે છે. કળી જેવી અવસ્થામાં રહેલા ચક્રને ગ્રંથિ કહેવામાં આવે છે. જાગૃત થયેલું ચક્ર કે જે સંપૂર્ણ ક્ષમતા સાથે ખીલે છે, તેને કમળ કહેવામાં આવે છે. નીચે દર્શાવેલી આકૃતિ, ચક્રોની વિવિધ સ્થિતિને યાદ રાખવાની એક સરળ રીત છે.

જ્યારે આપણે આધ્યાત્મિક સંરચના વિષે વાત કરીએ છીએ, ત્યારે આપણે ઘણી વાર 'ચક્ર ઉપર કાર્ય' 'ચક્રને જાગૃત કરી દેવામાં આવ્યું છે' આવા શબ્દસમૂહોનો ઉપયોગ કરીએ છીએ, પણ ચક્ર ઉપરના 'કાર્ય'નો અર્થ એવો નથી કે આપણે કોઇએ આપેલી ભેટ ખોલતા હોઇએ, તેમ ચક્રને ખોલવા માટે કંઇક કરી રહ્યા છીએ. આ બાબત ઘણી સૂક્ષ્મ છે. બગીચામાં ગુલાબના છોડની સંભાળ કેવી રીતે લેશો, તે વિષે વિચારો. તે માટે યોગ્ય જમીન તથા પૂરતું પાણી અને તે જીવાતોથી સારી રીતે સુરક્ષિત રહે, તે તમે સુનિશ્ચિત કરશો. ગુલાબની કળી પર સૂર્યપ્રકાશના હૂંફાળા કિરણો પડશે અને સહજ રીતે ખીલી ઉઠશે. આપણે છોડની સંભાળ લઇશું અને કળી આપોઆપ ખીલી ઉઠશે.

ગ્રંથિ

ચક્રની કળી જેવી અવસ્થા

ચક્ર

ગ્રંથિ ગતિશીલ બની રહી છે

કમળ

સંપૂર્ણપણે ખીલેલું ચક્ર

તે જ રીતે, તમે જ્યારે તમારી રીતે અથવા હાર્ટફુલનેસના પ્રશિક્ષક સાથેના સત્રમાં અથવા સમૂહમાં ધ્યાન કરો છો, ત્યારે તેવું જ ચક્રો ઉપર થાય છે.

ચક્રની આસપાસનું ક્ષેત્ર સાફ કરવામાં આવે છે અને ચક્રો વચ્ચેની એકબીજામાં મળતી જગ્યા પણ સાફ કરવામાં આવે છે. ક્ષેત્રને શુદ્ધ કર્યા પછી, પ્રાણાહુતિ આપવામાં આવે છે. આ ચક્રને ખીલવા દે છે અને તેની ઊર્જા આંતરિક હાલતોને બનાવીને, તેનાં દ્વારા હૃદયમાં ઉતરે છે. સફાઈ કરવી તથા પ્રાણાહુતિ આપવી, તે સમગ્ર આધ્યાત્મિક યાત્રા દરમિયાન, એક પ્રકારની વારાફરતી કરાતી પ્રક્રિયા છે. તે બાબત ખ્યાલમાં રહે કે ઘણી વાર તમે ધ્યાન પછી તેમ જ ધ્યાન દરમિયાન પણ કાર્ય થતું અનુભવી શકો છો. જેમ જેમ તેની જાગરૂકતા વિકસે છે, તેમ તેમ ઘણા અભ્યાસીઓ લટાર મારવાની કે રાંધવા જેવી નિયમિત પ્રવૃત્તિઓ દરમિયાન પણ આંતરિક કાર્ય ચાલતું રહેતું હોવાનું નોંધતા હોય છે.

બિંદુઓ – વિશેષ ચક્રો

ચક્રોની એક વિશેષ શ્રેણી હોય છે, જેનો ઉલ્લેખ હું બિંદુઓ તરીકે કરું છું. આ બિંદુઓ અજોડ હોય છે. આધ્યાત્મિક સંરચનામાં તેમની ચોક્કસ ભૂમિકા હોય છે. ઉદાહરણ તરીકે, આપણાં શરીરમાં, નાક શ્વસન તંત્રમાં ખાસ ભૂમિકા ભજવે છે. તે રીતે, વિશાળ શરીર રચનામાં બિંદુઓની મહત્ત્વની ભૂમિકા હોય છે. સોળ ચક્રો ઉપરાંત, બીજા ચાર બિંદુઓ છે, જેની ઉપર આપણે આ પુસ્તકમાં ધ્યાન કેન્દ્રિત કરીશું. આ ચાર બિંદુઓ ઉપર કામ કરવાથી, મજબૂત તથા સ્થિર આધ્યાત્મિક પાયાની રચના કરવામાં આપણને

મદદ મળે છે. આ પ્રકરણમાં આપણે પછીથી આ ચાર બિંદુઓ તથા સોળ ચક્રોના સ્થાન નિર્ધારિત કરીશું.

પાંચ તત્ત્વો અને ચક્રો

યોગીક ફિલસૂફી કહે છે કે બ્રહ્માંડ પાંચ તત્ત્વોનું બનેલું છે, પૃથ્વી, આકાશ, અગ્નિ, જળ અને વાયુ. અલબત્ત, પદાર્થ વિષેની આપણી આધુનિક સમજ, આપણને બતાવે છે આ પાંચ તત્ત્વો કરતાં ઘણા વધારે તત્ત્વો અસ્તિત્વમાં છે. ગુરુજનોનો ઉદ્દેશ્ય, પદાર્થના આ પાંચ વિશિષ્ટ લક્ષણોનું અવલોકન કરવાનો હતો. તેમણે તત્ત્વોના પરમાણુની પ્રકૃતિનું નહીં, પણ તેમનું ગુણાત્મક અવલોકન કર્યું હતું. દરેક તત્ત્વ અનન્ય લક્ષણને રજૂ કરે છે.

પૃથ્વીનો ઉપયોગ ઘનત્વનું વર્ણન કરવા માટે કરવામાં આવે છે

હવા એક વાયુ દ્વારા પ્રદર્શિત ગતિનું પ્રતિનિધિત્વ કરે છે.

જળ પ્રવાહી અવસ્થાનું પ્રતિનિધિત્વ કરે છે.

અગ્નિ પદાર્થની એક અવસ્થામાંથી બીજી અવસ્થામાં પરિવર્તિત કરવાના ગુણનું પ્રતિક છે. (ઉદાહરણ તરીકે, જ્યારે આપણે પાણીને ગરમ કરીએ છીએ, ત્યારે તેનું વરાળમાં રૂપાંતર થાય છે.

આકાશ પાયો છે, મૂળભૂત પદાર્થ. તેનું સર્જન ક્યારેય થયું નથી. તે સદાય અસ્તિત્વ ધરાવતું હતું. તે શૂન્યતાના વિચારનું પ્રતિનિધિત્વ કરે છે.

આ સમજ સાથે, જ્યારે તમે માનવ શરીરને જોશો, ત્યારે તમને જણાશે કે આપણું શરીર પણ વાસ્તવમાં પાંચ તત્ત્વોનું બનેલું છે. શરીરનું ઘનત્વ પૃથ્વી તત્ત્વ છે. શરીરમાં રહેલા વિવિધ પ્રવાહીઓ જળને સૂચિત કરે છે. આપણો શ્વાસોચ્છ્વાસ વાયુ તત્ત્વનો અંદર તથા બહાર જતો પ્રવાહ છે. આપણાં ખોરાકને ઊર્જામાં ફેરવનારી પાચન પ્રક્રિયા અગ્નિ તત્ત્વની પરિવર્તનકારી વિશેષતાને દર્શાવે છે. સમગ્ર શરીરમાં, આકાશ તત્ત્વ હાજર છે. બે કોષો વચ્ચેની જગ્યા, રક્ત નલિકાનું તથા આંતરડાનું પોલાણ વગેરે આકાશ તત્ત્વને દર્શાવે છે.

આ પાંચ તત્ત્વો માત્ર શારીરિક રચના સુધી સીમિત નથી. તેઓ આધ્યાત્મિક રચનામાં પણ મહત્ત્વની ભૂમિકા ભજવે છે. દરેક ચક્રની અંદર, પાંચેય તત્ત્વોના ગુણો હાજર રહેલા છે અને દરેક ચક્રને એક પ્રમુખ તત્ત્વ હોય છે. તેને આ રીતે વિચારો: માટીના ઢેફાંને ઉપાડો તથા તેને તમારા હાથમાં પકડી રાખો. અહીં પૃથ્વી તત્ત્વ (ઘનત્વ) પ્રબળ

છે, ખરું કે નહીં? પણ માટીના ઢેફામાં વાયુ તત્ત્વ ફસાયેલું છે. અમુક ભેજ (જળ તત્ત્વ) પણ માટીમાં ફસાયેલું હોય છે. સૂર્ય માટીને ગરમ કરે છે, તે શેકાય છે અને સખત બને છે. આથી અગ્નિનો પરિવર્તનકારી ગુણ પણ તેમાં છે અને છેવટે, માટીના બે કણો વચ્ચે જગ્યા રહેલી છે. છતાં, આપણે તેને હાથમાં પકડી શકીએ છીએ. આપણે તેના પૃથ્વી તત્ત્વને સૌ પ્રથમ જોઈશું. તો આવું જ, ચક્રના પ્રમુખ તત્ત્વ માટે લાગુ પડે છે.

ચક્રો ઉપરની હાલતો

આપણે જે ખાસિયતોને આ પ્રકરણમાં આવરી લીધી છે, તેમાં જ્યારે ચક્રો ઉપર કામ કરવામાં આવે છે, ત્યારે સર્જાતી હાલતોને સમજવી, કદાચ સૌથી મહત્ત્વનું છે. જ્યારે ચક્ર ખીલે છે, ત્યારે તેની અંદર રહેલી ઊર્જા ધીરે ધીરે મુક્ત થાય છે. આપણે આ ઊર્જાને હૃદયમાં પેદા થયેલી ભાવનાત્મક હાલત રૂપે અનુભવીએ છીએ. જ્યારે આપણે આ આંતરિક હાલતોને પોષીએ છીએ અને તેને આપણાં સ્વભાવનો એક ભાગ બનાવીએ છીએ, ત્યારે તે પોતાની જાતને વર્તણૂંકના ગુણ તરીકે અભિવ્યક્ત કરે છે. આ રીતે, ધીરે ધીરે તે ગુણોને વિકસિત કરીને, આપણે પોતાના સ્વભાવનું પુનઃ આયોજન કરીએ છીએ, જે આપણને વિકાસ અને ઉન્નતિમાં મદદ કરે છે.

હાલતો અનંતના માર્ગ ઉપર ચઢવાના પગથિયાં છે. પ્રાણાહુતિ અને ગુરુનું કાર્ય હાલતોને પેદા કરે છે, જેને આપણે અનુભવીએ છીએ. ઉદાહરણ તરીકે, પહેલા ચક્ર ઉપર આપણે સ્વીકૃતિને વિકસિત કરીએ છીએ અને બીજા ચક્ર ઉપર આપણે શાંતિને વિકસિત કરીએ છીએ વગેરે. જ્યારે આપણે આ હાલતોને આપણી અંદર અનુભવીએ છીએ, આપણે તેને આત્મસાત કરવા માટે તેની ઉપર કામ કરીએ છીએ. જ્યારે આપણે હાલતોમાં લય પામીને તેનો ઉપયોગ કરીએ છીએ, ત્યારે આપણો વિકાસ થાય છે. જો તે હાલતો લય પામે નહીં, તો તે હાલતો નાશ પામે છે.

પરસ્પર જોડાણ ધરાવતું ચક્રોનું તંત્ર

પ્રકૃતિમાં આપણે અમુક એવા સત્યો જોઈએ છીએ, જે વિપરીત રીતે દર્શાવાતાં હોય, તેવાં લાગે છે; બાબુજીએ તેનાં માટે 'ઉલટફેર' (invertendo) શબ્દ પ્રયોજ્યો છે. આ 'ઉલટફેર' શબ્દ, પ્રકૃતિમાં વિદ્યમાન વિરોધાભાસો પર પ્રકાશ પાડે છે. ઉદાહરણ તરીકે, જો કોઈ વ્યક્તિ જેટલી વધારે નમતી જાય છે (એટલે કે નમ્ર બને છે), તો તેની ચેતના તેટલી વધારે ઉન્નત થાય છે. કોઈ પોતાની અંદર જેટલી વધારે શૂન્યતા પેદા કરે છે, તેટલી વધારે કૃપા તેના

હૃદયમાં ઉતરે છે. વ્યક્તિ જેટલી વધારે કેન્દ્રિત બને છે, તેની ચેતના તેટલી જ વધારે આગળ વધે છે.

બાબુજીએ અવલોકન કર્યું હતું કે આધ્યાત્મિક રચનામાં, ચક્રો વચ્ચેના પારસ્પરિક જોડાણો, એ આ ઉલટફેરનાં ઉદાહરણો છે. તેને સમજવા માટે, દરેક ચક્રને ઉપરનો ભાગ અને નીચેનો ભાગ એમ બે ભાગમાં વિભાજિત કરવાનું વિચારો. જેવું એક ચક્ર ખુલવાનું શરૂ કરે છે, તેવા તેના ઉપરના તથા નીચેના બંને ભાગો જાગૃત થાય છે. એક ચક્રના ઉપરના ભાગના સ્પંદનો તેના પછીના ચક્રના નીચેના ભાગના સ્પંદનો સાથે સુમેળતા સર્જે તથા તે એક રિલે રેસ જેવો ઉર્જાનો પ્રવાહ પેદા કરે છે.

પરસ્પર જોડાણોને કારણે ચક્રોના સમૂહોમાં સમાન સ્પંદનીય રીતભાત જોવા મળે છે. એકી સંખ્યાવાળા ચક્રોના સમૂહો, સમાન પ્રકારની રીતભાત ધરાવે છે અને બેકી સંખ્યા ધરાવતા સમૂહો, અલગ પ્રકારની રીતભાત ધરાવે છે. પરસ્પર જોડાણોને સમજવા, તે એક મહત્ત્વની ખોજ છે કારણ કે તે ધ્યાનના અભ્યાસની રચના કરવામાં મદદ કરે છે, જેમાં કોઈ શરીર રચના વિજ્ઞાનમાં એક પછી એક ચક્રને ક્રમમાં લેવાને બદલે, ચક્રો ઉપર સમાંતર રીતે એક સાથે કામ કરી શકે છે.

તેને આ રીતે વિચારો: તમે એક ઘર બાંધી રહ્યા છો. ઘર બાંધવાની એક કાર્યક્ષમ રીત તે છે કે કડીયા, ઇલેક્ટ્રીશિયન, પ્લમ્બરો તથા સુથારોની એક કાર્યસૂચિ તૈયાર કરો અને એક વાર પાયો નંખાઈ જાય, એટલે તરત જ કડીયા ઘરના માળખાને બનાવવાનું શરૂ કરે. જ્યારે કડીયા માળખાને બનાવી રહ્યા હોય, ત્યારે ઇલેક્ટ્રીશિયન વીજળીના વાયરો માટે પાઈપો નાખવાનું શરૂ કરે. આ રીતે, સાથે સાથે થતાં કાર્યો વધારે કાર્યક્ષમ હોય છે અને સહયોગથી થતાં હોય છે.

આથી વિપરીત, ધારો કે તમે બાંધકામ માટે મજૂરને કામ પર રાખીને પાયાને ખોદાવો છો. આ કાર્ય પૂરું થાય, ત્યાર બાદ તમે કડીયાને કામ ઉપર રાખો છો. એકવાર કડીયાકામ પૂરું થયા બાદ, તમે ઇલેક્ટ્રિસિટીનું કામ કરાવવાનું શરૂ કરો છો. આ રીતે એક પછી એક થતાં કાર્યો, બિનકાર્યક્ષમ હોય છે અને ઘણી વાર કાર્યો ફરીથી પણ કરવાં પડતાં હોય છે.

હાર્ટફુલનેસ પદ્ધતિ, સમગ્ર સંરચનામાં કામ કરવા માટે ઉલટફેરના સિદ્ધાંતનો લાભ લે છે. તેથી, ઘણી વાર અભ્યાસીઓ ધ્યાન દરમિયાન કેટલાક ચક્રો ઉપર સ્પંદનોને અનુભવે છે. કોઈ એક ચક્ર ઉપર ખાસ કામ

થઈ રહ્યું હોય છે, ત્યારે તેની અસર બીજા ચક્ર ઉપર અનુભવાય છે. ક્યારેક પ્રશિક્ષકો અભ્યાસીઓના ચક્રોની સાથે પરસ્પર જોડાયેલી પ્રકૃતિ પ્રત્યે તેમને વધારે સંવેદનશીલ બનાવવામાં મદદ કરવા માટે કામ કરતાં હોય છે. આ સત્રોમાં, જ્યારે તેઓ બધા અભ્યાસીઓ પર કોઈ એક ચક્ર પર કામ કરતાં હોય છે અને ત્યાર બાદ અભ્યાસીઓને તેમના અનુભવો જણાવવાનું કહેતા હોય છે, ત્યારે સહભાગીઓ કોઈ એક ચક્ર ઉપર જોરદાર સ્પંદનો અને બીજા ચક્રો ઉપર હળવા સ્પંદનોનો અનુભવ થયાની વાત કરતાં હોય, તે સામાન્ય બાબત છે, આ દર્શાવે છે કે એક ચક્ર ઉપર કરવામાં આવેલા કામના તરંગો બીજા ચક્રો ઉપર જતાં હોય છે.

ચક્રોના રંગો

ધ્યાન દરમિયાન, ખાસ કરીને અભ્યાસીઓને તેમના અભ્યાસના શરૂઆતના વર્ષોમાં ઘણી વાર વિવિધ રંગો દેખાતા હોય છે. દાખલા તરીકે, જ્યારે પહેલા ચક્ર ઉપર કામ થતું હોય છે, ત્યારે ધ્યાન દરમિયાન પીળો રંગ દેખાતો હોય છે. તે જ રીતે, દરેક ચક્રો અનુસાર, તમને સફેદ, ગુલાબી, નારંગી, લાલ, લીલો અને વાદળી રંગો દેખાતા હોય છે. આ રંગો તમારા ધ્યાન દરમિયાન હળવી ચમક, ઘટતી તીવ્રતાની માત્રામાં અથવા ચમકારાના સ્વરૂપે દેખાઈ શકે છે. એક ચક્ર પરથી બીજા ચક્ર પર જતી વખતે, ઘણી વાર રંગોનું સંમિશ્રણ થતું જણાય છે. દરેક વ્યક્તિને રંગો દેખાતા નથી હોતા. કેટલીક વ્યક્તિઓને રંગો દેખાતા હોય છે, જ્યારે બીજી વ્યક્તિઓમાં ધ્યાન દરમિયાન સ્પંદનો, ગતિ અથવા લાગણીઓ ઉદ્ભવી શકે છે. છેવટે, કોઈ પણ પ્રકારની અપેક્ષાઓ તથા ધારણા વિના ધ્યાન દરમિયાન ઉદ્ભવતાં અનુભવો અથવા સંવેદનાઓ પ્રત્યે સજાગ રહેવું વધારે મહત્ત્વનું છે.

ગતિ તથા સ્પંદનો

ચક્રો ઘડિયાળના કાંટાની જેમ તેની ઊભી ધરી ઉપર ગોળ ફરતા હોય છે. કેટલાક ઘડિયાળના કાંટાની દિશામાં ફરતા હોય છે, તો કેટલાક તેની વિરુદ્ધ દિશામાં ગતિ કરતાં હોય છે. એ ઉપરાંત, એક ચક્ર એવું છે, જેને આપણે મનમોજી કહી શકીએ. બધા જ ચક્રોને દિશા હોય છે, પણ તે પ્રથમ પાંચ ચક્રોમાં હોય છે – તે હૃદય ક્ષેત્રમાં આવેલા છે કે જેની ગતિ સૌથી વધારે સ્પષ્ટ હોય છે.

ચક્રો એક ઊર્જા ક્ષેત્ર બનાવે છે અને આ ઊર્જા ક્ષેત્ર દરેક વ્યક્તિમાં અજોડ હોય છે. બે જોડીયા બાળકોમાં પણ આ ઊર્જા ક્ષેત્રો એક સમાન હોતા નથી. ઊર્જા ક્ષેત્રોના પ્રતિધ્વનિ શારીરિક સ્તરે અનુભવી શકાતાં હોય છે. જ્યાં ચક્રનું સ્થાન હોય છે, ત્યાં તમે એક મંદ ધ્વનિ વાળી વર્તુળાકાર ગતિ અનુભવી શકો છો. ક્યારેક તમને અલગ પ્રકારની સંવેદના અનુભવાતી હોય છે, જેમ કે ચક્રનું કંપન, ધબકવું, ચપટી ભરાતી લાગવી કે ક્યારેક ગલીપચી લાગવી. આ બધા સ્પંદનોના પ્રકારો છે, તે જ્યારે કોઇ ચક્ર ઉપર કામ થઇ રહ્યું હોય, ત્યારે અનુભવાતા હોય છે.

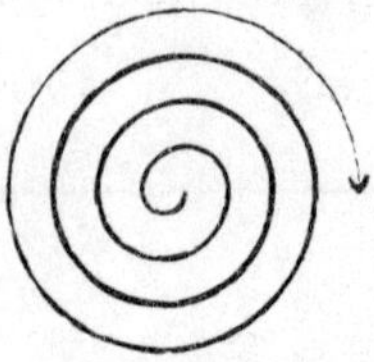

ઘડિયાળના કાંટાની દિશામાં

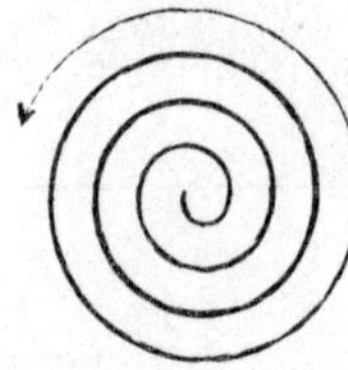

ઘડિયાળના કાંટાની વિરુદ્ધ દિશામાં

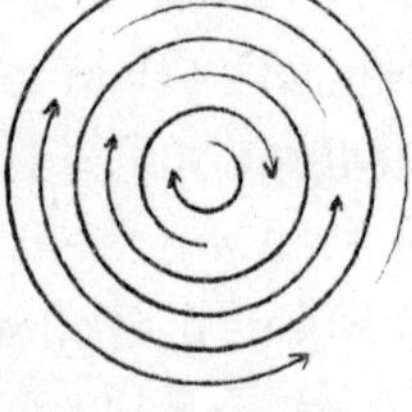

બન્ને દિશામાં

ચક્રોનું હલનચલન

ઘણી વાર જ્યારે આપણે દૈનિક પ્રવૃત્તિઓ જેવી કે વાંચન કરતી વખતે, રસોડામાં રસોઇ કરતી વખતે, અથવા ટીવી જોતી વખતે છાતીમાં, પગના તળિયામાં, હથેળીઓમાં અથવા માથાના પાછળના ભાગમાં, કેટલાક સ્પંદનો અનુભવતાં હોઇએ છીએ. આ સંકેતોનું અવલોકન કરો. તે કોઇ એવા કાર્યની તરફ સંકેત કરતાં હોય છે, જે ધ્યાન શરૂ કરતાં પહેલા પ્રારંભ થયું હોય અને ચાલુ રહ્યું હોય અથવા કોઇ નવું કામ જે તમારી આધ્યાત્મિક સંરચનામાં શરૂ થયું હોય.

જ્યારે પણ તમને આવા સંકેતો અનુભવાય, ત્યારે તમારી આંખોને હળવેથી બંધ કરો અને તમારા હૃદય સાથે તેને પ્રેમપૂર્વક જોડી, તમારી જાત ઉપર કેન્દ્રિત થાઓ. જ્યાં કામ થઇ રહ્યું છે, ત્યાં તમારા ધ્યાનને લઇ જાઓ. જેમ તમારા ખોળામાં સૂતેલા નાના બાળકને, તેડીને તમે જે રીતે મૃદુતાપૂર્વક તેને પથારીમાં સુવડાવો છો, તેવી જ

મૃદુતાથી તમારા ધ્યાનને જ્યાં કામ ચાલી રહ્યું હોય, તે સ્થાન પર લઈ આવો. જ્યારે તમને આવા આધ્યાત્મિક કાર્યનો સંકેત મળે, ત્યારે તેની સાથે એકરાગ થવાથી, તમારી આધ્યાત્મિક સંરચનામાં થઈ રહેલા આધ્યાત્મિક કામને સમજવામાં મદદ મળશે.

ક્યારેક, માથાની ટોચ પર તમને વર્તુળાકારે થતાં સ્પંદનોનો અથવા નીચેની તરફ દબાવતા હળવા દબાણનો અનુભવ થશે. તો ક્યારેક, તમને તમારા વાળમાં પીંછું ફરતું હોય, તેવો આભાસ થશે. પ્રસંગોપાત તમને લમણાં તથા ગરદનનાં ભાગમાં દબાણનો અનુભવ થશે. આ બધાં આધ્યાત્મિક કાર્ય થઈ રહ્યાના સંકેતો છે. તે વખતે માથું ખંજવાળવાને બદલે, તમારી જાતને કેન્દ્રિત કરવા એક ક્ષણ લો અને જે કંઇપણ થઈ રહ્યું છે, તેને અનુભવવાનો પ્રયત્ન કરો.

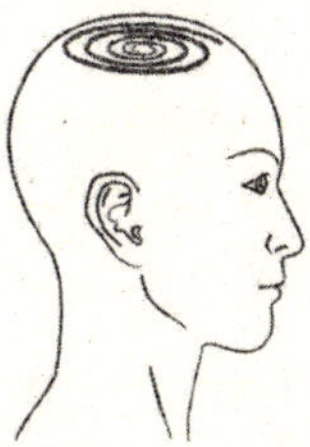

તમારા માથાના ઉપરના ભાગમાં થતાં વર્તુળાકાર સ્પંદનો

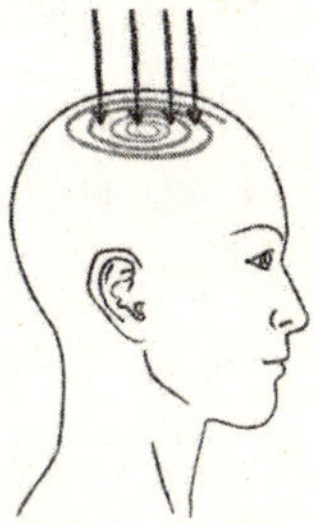

ઉપરથી આથવા દબાણ સાથે વર્તુળાકાર સ્પંદનો

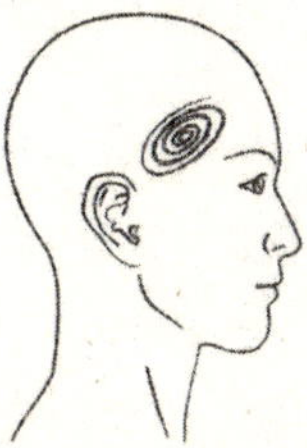

લમણામાં થતાં આરામદાયક સ્પંદનો

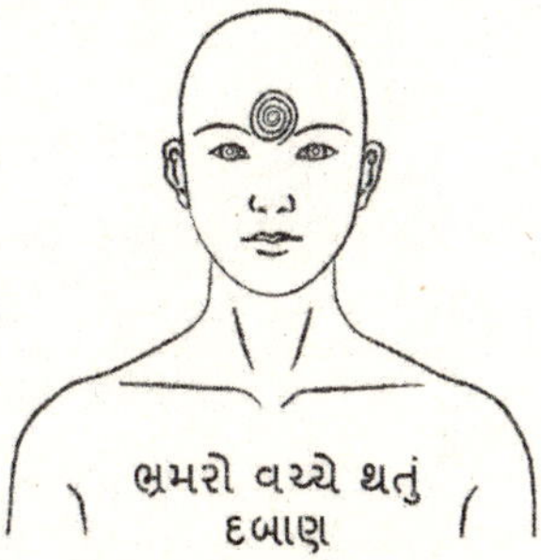

ભ્રમરો વચ્ચે થતું દબાણ

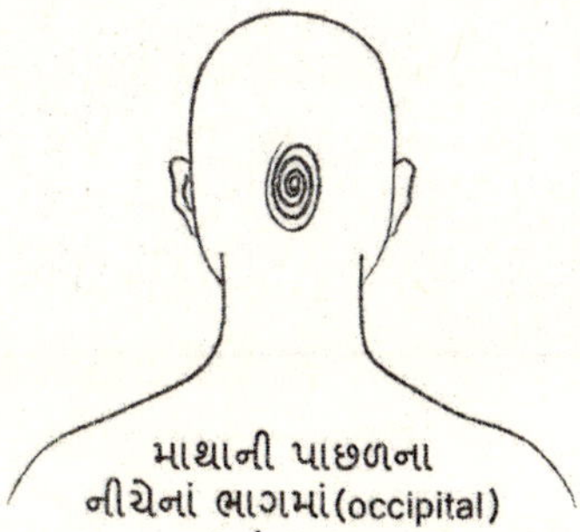

માથાની પાછળના નીચેનાં ભાગમાં(occipital) થતું દબાણ

ચક્રોની ગતિ, ખાસ કરીને હૃદય ક્ષેત્રના ચક્રોની ગતિ, ત્વચા ઉપર હળવા રંગ રૂપે દેખાઇ શકે છે. મેં ધ્યાન શરૂ કર્યાના વર્ષો દરમિયાન, જે હૃદયચક્ર પર કામ થઈ રહ્યું હતું, ત્યાં ગુલાબી રંગના ધબ્બા જોયા હતા. આ ધબ્બાઓ થોડા કલાકો દેખાયા પછી, અલોપ થઈ જતાં હતા. તે સમયે હું કોલેજમાં વિદ્યાર્થી હતો. જ્યારે મેં મારા આ નિરીક્ષણોને મારા પ્રશિક્ષકને જણાવ્યા, ત્યારે તેમણે મારી સતર્કતાને પ્રોત્સાહિત કરી હતી અને મારા નિરીક્ષણોને અને અનુભવોને એક ડાયરીમાં નોંધવા સૂચન કર્યું હતું. હું તમને પણ ડાયરી લેખન માટે પ્રોત્સાહિત કરું છું.

કલ્પના છે કે અનુભવ? – સાવચેતી રાખો

અલબત્ત, આ જાણકારીનું એક નકારાત્મક પાસું પણ છે. તે તમારી કલ્પનાને શરૂ કરી શકે છે અને તમે આ ઘટનાને માનસિક રીતે સર્જો છો. માનસિક કલ્પનાઓ ઉપર નિયંત્રણ રાખવાની એક અસરકારક રીતમાં, પોતાના અવલોકનોને એક ડાયરીમાં લખો અને ભૂલી જાઓ. કેટલાક સમય પછી, જ્યારે આપણે પોતાની ડાયરીને વાંચીએ છીએ, ત્યારે આપણને એવા પ્રકારની રીતભાત જોવા મળશે કે જે આપણને કલ્પનાને અનુભવથી અલગ કરવામાં મદદ કરશે. સાથોસાથ, જ્યારે આપણને વાસ્તવિક અનુભવ થાય છે, ત્યારે તે બાબતે કોઈ શંકા રહેતી નથી. તમે જે જોયું છે, તેના વિષે તમે ચોક્કસ હશો.

વધારામાં, તમારા અનુભવોની સરખામણી અન્ય લોકો સાથે કરવાનું ટાળો. આપણાં આપણા બધાનું લક્ષ્ય એક સરખું હોવા છતાં, આપણાં દરેકની આધ્યાત્મિક યાત્રા અજોડ હોય છે. લક્ષ્યને પામવાની આતુરતા માટે, જે વલણોને આપણે દર્શાવીએ છીએ, જે શરતો આપણે રાખી છીએ, જે વાતાવરણમાં આપણે જીવીએ છીએ, જે સોબતમાં આપણે રહીએ છીએ, તે અને એવાં બીજા ઘણાં પરિબળો આપણાં બધા માટે વિશેષ હોય છે. જીવનમાં આટલી બધી સાહજિક વિવિધતાઓ સાથે, સરખામણી, એ આપણાં માટે મૂંઝવણ જ ઊભી કરી શકે છે. તે શંકા અને હરિફાઈને જન્મ આપે છે, જે આપણને પોતાના મુખ્ય લક્ષ્યથી વિચલિત કરી શકે છે. આથી, સાચા વલણને વિકસિત કરવા કેન્દ્રિત રહો અને સાધના ચાલુ રાખો.

બિંદુઓ તથા ચક્રોના સ્થાનો નક્કી કરવા

આપણે 'કેન્દ્ર' તરફ લઈ જતાં નકશા સાથેની એક જીવંત નકશાપોથી છીએ. ચેતનાના વર્તુળોનાં સ્થાનોની આકૃતિ દર્શાવવતો નકશો, ચક્રોના અક્ષાંશ અને રેખાંશ સાથે શરીર ઉપર અંકિત કરી શકાય છે. આ વિભાગમાં, તમે તમામ સોળ ચક્રોના તથા ચાર બિન્દુઓના સ્થાન અને આધ્યાત્મિક રચનામાં મહત્ત્વપૂર્ણ ભૂમિકા ભજવતા ચાર મુદ્દાઓ શીખી શકશો. બિંદુઓ તથા ચક્રોના સ્થાનોને યાદ રાખવા પ્રયત્ન કરો અને આ સ્થાનો ઉપર તમને જણાતી કોઈ પણ અસર પ્રત્યે સચેત રહો. રુચિ અને અવલોકન સાથે વ્યક્તિની જિજ્ઞાસાને પોષવાથી આ યાત્રા, એક આકર્ષક યાત્રા બની જશે.

A, B, C અને D બિંદુઓ

ચક્રોના સ્થાનોને નિશ્ચિત કરવા માટે, આપણે પ્રથમ શરીર ઉપર A, B, C અને D નામના ચાર બિન્દુઓના સ્થાનોને નક્કી કરીશું. અગાઉ જેમ મેં દર્શાવ્યું છે, તેમ આ બિંદુઓ વિશેષ ચક્રો છે અને દરેકની ખાસ પાયાની ભૂમિકા છે, જે ઉર્જાના પ્રવાહનું ચક્રોમાંથી પસાર થવાનું માર્ગદર્શન કરે છે.

છાતીના મધ્યસ્થ હાડકા(સ્ટર્નમ)ની નીચેનાં ભાગથી શરૂઆત કરો, જ્યાંથી પાંસળીના પીંજરાનું પોલાણ શરૂ થાય છે. છાતીના હાડકાની નીચે એક આંગળીની (તમારી પોતાની આંગળીનો ઉપયોગ કરીને) પહોળાઈ જેટલું અંતર નીચેની તરફ માપો. તે જગ્યાથી ચાર આંગળીઓની પહોળાઈ જેટલા અંતરે ડાબી બાજુએ જાવ. જે સ્થાન આવે, તે બિંદુ Bનું સ્થાન છે.

B બિંદુથી ઉપરની તરફ બે આંગળીઓની પહોળાઈ જેટલા અંતરે બિંદુ A છે.

બિંદુ C, બિંદુ Bની બરોબર નીચે, સૌથી નીચેની પાંસળી ઉપર આવેલું છે.

બિંદુ D, બિંદુ Cની ડાબી બાજુએ બે આંગળીઓની પહોળાઈ જેટલા અંતરે, ડાબી ડીંટડી નીચે આવેલું છે.

તમારા શરીર ઉપરના ચારેય બિન્દુઓનું સ્થાન જાણવા થોડો સમય લો. જ્યારે મેં આ અભ્યાસ કર્યો હતો, ત્યારે મેં નાના ગોળ સ્ટીકરો લીધા હતા અને મારી છાતી ઉપર આ બિન્દુઓના સ્થાને ચોંટાડ્યા હતા. પછી, મેં અરીસામાં મારી જાતને જોઇ, જેથી સ્પષ્ટ રૂપે જાણી શકાય કે આ બિંદુઓ ક્યાં આવેલા છે. આ વિસ્તાર એક નાની જગ્યામાં રહેલી ઘણી બધી ઈમારતોવાળા ગીચ વિસ્તાર જેવો દેખાય છે. અહીં એક નાના ક્ષેત્રમાં ઘણા બધા બિન્દુઓ આવેલા છે, ભૌતિક સ્થાનો નિશ્ચિત કરવામાં આ મદદરૂપ હોય છે.

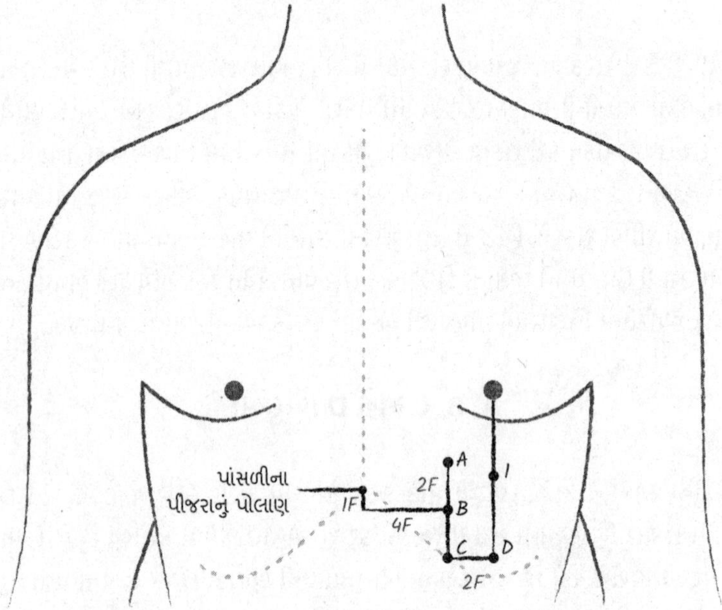

સમય જતાં, તમે આ બિન્દુઓ ઉપરના સ્પંદનોને ઓળખવામાં પારંગત બની જશો. પણ પારંગત બનવા માટે ધૈર્ય જરૂરી છે અને તમારું હૃદય તમારું માર્ગદર્શન કરે, તે આવશ્યક છે. તમે આ બાબતમાં રસ લો, પણ આ કરવા માટે વધારે પડતી મહેનત કરશો નહીં. તે સહજતાથી, આપોઆપ જ થશે. શરૂઆતમાં, કોઈ નવા કૌશલ્યને શીખવા પ્રયત્નોની જરૂર પડે છે, પણ છેવટે, જેમ બાળકો સાયકલ કેવી રીતે ચલાવવી તે શીખી જતાં હોય છે, તેમ આ આપોઆપ થતું હોય છે. તેઓ ત્રણ પૈડાવાળી સાયકલથી શરૂઆત કરતાં હોય છે, તે શીખી લીધા પછી પાછળના પૈડાં સાથે જોડાયેલા બે નાના પૈડાવાળી સાયકલ ચલાવતા થાય છે અને છેવટે પોતાના મિત્રો સાથે ગપ્પા મારતા, ગીતો ગાતા, કોઈ પણ પ્રકારના પ્રયાસ વિના તથા હેન્ડલબારને પકડ્યા વિના પણ, સવારી કરતાં હોય છે.

જ્યારે આપણે બિંદુઓ A, B, C તથા Dના સ્થાનોને નક્કી કરી લીધા છે. તો હવે ચાલો આપણે ચક્રોના સ્થાનો નક્કી કરીએ.

સોળ ચક્રો

આપણે પહેલા ચક્ર (હૃદય ચક્ર)ના સ્થાનને જાણીએ, જે આપણે જેમ આકૃતિમાં જોઈ શકીએ છીએ, ડાબી ડીંટડી તથા બિંદુ D ની બરાબર વચ્ચે આવેલું છે. તમે પહેલા ચક્રને બિંદુ Dની આશરે ત્રણ આંગળીઓની પહોળાઈના અંતરે, ઉપરની બાજુએ જોઈ શકો છો.

હવે, નીચેની આકૃતિમાં તમે જોઈ શકો છો કે બીજું ચક્ર બરાબર પહેલા ચક્રની માફક શરીરના મધ્યથી જમણી બાજુ એ જ અંતરે આવેલું હોય છે.

હવે ડીંટડી(nipple)ની નીચે, જેટલા અંતરે ચક્ર ૧ આવેલું છે, તેટલા જ અંતરે ડીંટડીની ઉપરની તરફ ચક્ર ૩ છે અને તે જ રીતે, જમણી બાજુ, તે જ પ્રમાણે ચક્ર ૨ની ઉપર ડીંટડીથી તેટલાજ અંતરે ચક્ર ૪ આવેલું છે.

પાંચમું ચક્ર, જ્યાં હાંસડીઓ ગરદન આગળ મળે છે, બરોબર ત્યાં આવેલું હોય છે. પાંચમાં ચક્રને કંઠચક્ર પણ કહેવામાં આવે છે. ચક્રો ૧ થી ૫ હૃદય ચક્રો છે અથવા હૃદય ક્ષેત્રના ચક્રો છે.

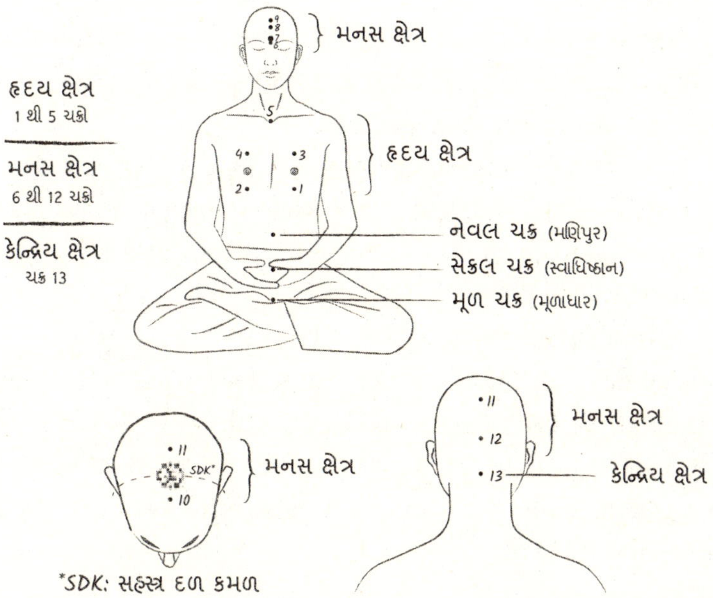

હવે આપણે મનસ ક્ષેત્રના ચક્રો તરફ આગળ વધીશું.

તમારા કાનના સૌથી ઉપરના ગોળાકાર ભાગને હેલિક્સ કહેવામાં આવે છે. તમારી જમણા હાથની તર્જનીને જમણી હેલિક્સ ઉપર અને ડાબા હાથની તર્જનીને ડાબી હેલિક્સ ઉપર મૂકો. આ હેલિક્સોના આ બે બિન્દુઓને જોડતી માથાની ઉપરની તરફ જ્યાં સુધી તે તમારા ખોપડીની મધ્યમાં મળે, ત્યાં સુધી જોડતી રેખા દોરો. આ સ્થાન છે, મુગુટ ચક્ર, કે હજાર પાંખડીઓવાળું કમળ, સહસ્ત્રદલ-કમલ. મેં આ પુસ્તકમાં તેને SKD તરીકે જણાવ્યું છે*. SKDથી કપાળ તરફ બે આંગળીઓ દૂર ૧૦મું ચક્ર આવેલું છે.

દસમાં ચક્રથી કપાળ તરફ ચાર આંગળીઓની પહોળાઈ જેટલા અંતરે જે સ્થાન આવે છે, તે નવમું ચક્ર છે. નવમાં ચક્રથી કપાળ તરફ બે આંગળીઓની પહોળાઈ જેટલા અંતરે, જે સ્થાન આવે છે, તે આઠમું ચક્ર છે.

આઠમાં ચક્રની નીચે ત્રણ આંગળીઓની પહોળાઈ જેટલા અંતરે આંખની ભ્રમરોની જરાક ઉપર, છઠ્ઠુ ચક્ર આવેલું છે. છઠ્ઠા ચક્રની બરાબર ઉપર, અંશત: ઢંકાયેલું સાતમું ચક્ર છે.

છઠ્ઠું ચક્ર થોડું આગળ અને સાતમું ચક્ર થોડું પાછળ છે. સાતમું ચક્ર, છઠ્ઠા ચક્ર કરતાં મોટું છે. આ બે ચક્રો અંગ્રેજી સંખ્યા 8 બનાવતા જણાય છે, જેમાં ઉપરનું ચક્ર નીચેના ચક્ર કરતાં મોટું છે.

સંક્ષેપમાં કહીએ, તો અત્યાર સુધીમાં, આપણે હૃદય ક્ષેત્રના પાંચ ચક્રોના સ્થાન નક્કી કર્યા છે. ત્યાંથી આપણે સીધા SDK તરફ ગયા, જેને સંદર્ભમાં રાખીને આપણે 10, 9, 8, 7 અને 6 ચક્રોના સ્થાનો નક્કી કર્યા.

હવે આપણે ફરીથી SDK તરફ પાછા આવીએ અને જોઈએ કે માથાના પાછળના ભાગ તરફ બે આંગળીઓની પહોળાઈ જેટલા અંતરે અગિયારમું ચક્ર છે. દસમાં અને અગીયારમાં ચક્ર વચ્ચેનું અંતર ચાર આંગળીઓની પહોળાઈ જેટલું છે, જેની બરાબર મધ્યમાં SDK આવેલું છે.

બારમાં ચક્રનું સ્થાન જાણવા, અગિયારમાં ચક્રની નીચેની તરફ ચાર આંગળીઓની પહોળાઈ જેટલું અંતર માપો. બારમાં ચક્રનું રસપ્રદ પાસું એ છે કે તેના સ્થાને એક છિદ્ર પણ હોય છે, જેને બ્રહ્મરંધ્ર કહેવામાં આવે છે. (બ્રહ્મ એટલે 'ઉચ્ચ સ્વ' અને 'રંધ્ર' એટલે 'છિદ્ર'). આત્મા બારમાં ચક્ર ઉપર આવેલા છિદ્રમાંથી દાખલ થાય છે. ગર્ભમાં, જ્યારે ભ્રૂણનું બ્રહ્મરંધ્ર વિકસિત થાય છે, ત્યારે આત્મા ભ્રૂણમાં બ્રહ્મરંધ્રમાંથી દાખલ થાય છે અને શરીરમાં સ્થાન લે છે.

---

* કેન્દ્ર તરફની યાત્રાના માર્ગ પર આવેલા SDK ઉપર આપણે કામ કરતાં ન હોવાને કારણે, આપણે સોળ ચક્રોની ગણતરીમાં તેને સામેલ કરતાં નથી. આપણે SDK ઉપર કામ કેમ કરતાં નથી, તેનાં વિષે આપણે પ્રકરણ ૨૪માં ૧૦ માં ચક્ર વિષે વાત કરીશું, ત્યારે તેની ચર્ચા કરીશું.

બારમાં ચક્રથી ચાર આંગળીઓની પહોળાઈના અંતરે નીચેની તરફ તેરમું ચક્ર આવેલું છે, કેન્દ્રિય ક્ષેત્ર, માનવ શરીરમાં 'કેન્દ્ર'નું સ્થાન.

મૂળ, ત્રિકાસ્થિ અને નાભિ ચક્ર

જો તમે મારી સાથે ચક્રોની ગણતરી કરી રહ્યા હો, તો તમે જોશો કે આપણે ચાર બિંદુઓ અને તેર ચક્રોના સ્થાન નક્કી કર્યા છે. તમે કહેશો,"પણ દાજી! તમે જણાવ્યું હતું કે કુલ સોળ ચક્રો છે. બાકીના ત્રણ ચક્રો કયા છે?"

આપણે અત્યાર સુધી તેર ચક્રોના સ્થાન નિશ્ચિત કર્યા તે ઉપરાંત, વધારાના ત્રણ ચક્રો છે, જે કરોડરજ્જુની લાઇન પર આવેલા છે. આ ત્રણ ચક્રો છે – મૂળ, ત્રિકાસ્થિ તથા નાભિ ચક્રો. આ ત્રણ નિમ્ન સ્તરના ચક્રો બધા પ્રાણીઓમાં હાજર હોય છે અને તેમની પ્રાથમિક ભૂમિકા તેમના ભૌતિક શરીરને ટકાવી રાખવાની છે.

મૂળાધાર ચક્ર – મૂળાધાર ચક્ર, વ્યક્તિને જમીન સાથે જોડી રાખવાની ભૂમિકા નિભાવે છે. તે અસ્તિત્વને પ્રાથમિક સમર્થન પ્રદાન કરે છે અને અસ્તિત્વની સૌથી પાયાની આવશ્યકતાને કાયમી બનાવે છે. સંસ્કૃતમાં તેને મૂળાધાર એટલે કે પ્રાથમિક કે મુખ્ય આધાર કહેવામાં આવે છે.

સેક્રલ (ત્રિકાસ્થિ) ચક્ર – આ નિમ્ન 'સ્વ'નું નિવાસ સ્થાન છે અને તે પ્રજનન તથા વિષયાસક્તતા માટે જવાબદાર હોય છે. સંસ્કૃતમાં, તેને સ્વાધિષ્ઠાન કે સ્વાધિસ્થાન ચક્ર કહેવામાં આવે છે. (સ્વ-સ્વ, અધિસ્થાન-નિવાસ સ્થાન)

નાભિ ચક્ર – આ ચક્ર નાભિ ઉપર આવેલ છે, આ ચક્ર શાસન અને પ્રભુત્વના અહંકારના પાસાને પેદા કરે છે. ગૌરવ અને શક્તિની ભાવના અહીંથી આવે છે. સંસ્કૃતમાં, તેને મણીપુર ચક્ર કહેવામાં આવે છે, જેનો અર્થ રત્નોનું નિવાસ સ્થાન (મણિ-રત્નો; પૂર-નગર), એવો થાય છે.

આ ત્રણ ચક્રોનો ઉદ્દેશ્ય આપણાં અસ્તિત્વને સુનિશ્ચિત કરવાનો છે. તે ભોજન, કામવાસના, શક્તિ, પ્રભુત્વ વગેરે સંબંધિત કાર્યો માટે જવાબદાર હોય છે. આ જરૂરિયાત પ્રાથમિક તથા સહજ છે અને આથી આ ચક્રો શક્તિથી ભરપૂર છે.

હાર્ટફુલનેસ, પદ્ધતિમાં આપણી સંરચનાને શુદ્ધ કરવા ઉપર તથા સૌ પ્રથમ હૃદય ચક્રને જાગૃત કરવા ઉપર ધ્યાન આપવામાં આવે છે, જે પછી ઉચ્ચતર ચક્રોને જાગૃત કરવા તરફ દોરી જાય છે. જેમ જેમ પ્રસંરચના શુદ્ધ થતી જાય છે, તેમ તેમ ઉપરના ચક્રોમાંથી ઊર્જા નીચેની તરફ વહે છે અને આ નીચેના ચક્રોને પોષણ આપે છે. આ એક પછી એક થતી અસર, જેમ હૃદયની તંદુરસ્તી માટે ચાલવાથી એકંદર સ્વાસ્થ્યની સુધારણા તથા પગના સ્નાયુઓને મજબૂત બનાવવા તરફ લઇ જાય છે, તેના જેવી છે. હૃદય ઉપર ધ્યાન કરવાથી ઉપરના તથા નીચેના ચક્રો બંનેને ફાયદો થાય છે.

આ ઉપરા-છાપરી સતતપણે કામ કર્યા કરવાનો અભિગમ અનેક ચક્રો ઉપર કામ કરીને સમયની બચત કરે છે. તેના વિના, નીચેના ચક્રોમાંથી મુક્ત થયેલી શક્તિની અસરોનું સંચાલન કરવામાં કઠોર શિસ્ત અને કઠોર અભ્યાસોના પાલનની આવશ્યકતા પડે છે અને તેમ કરવામાં ઘણો વધારે સમય લાગી શકે છે તથા અનુસરવામાં મુશ્કેલ બની શકે છે.

પ્રાણીઓમાં હૃદય ચક્ર તથા તેની ઉપરના ચક્રો સુષુપ્ત હોય છે. આને કારણે પ્રાણીઓ તેમની ચેતનાને પોતાની મરજીથી વિકસાવી શકતા નથી. માનવી માટે જ હૃદય ચક્રને જાગૃત કરવું તથા ચેતનાની ઉન્નતિ કરવી શક્ય છે, પણ તે માટે આપણી ઇચ્છાશક્તિ અને આનંદપૂર્વકની ભાગીદારી આવશ્યક છે. માનવી વિચારી શકે છે અને ઉત્ક્રાંતિ પામી શકે છે, જેને કારણે ઘણી સંસ્કૃતિઓ માનવ જીવનને ઈશ્વરના આશીર્વાદ સમજી, તેનાં માટે આભાર માને છે.

છાતી તથા માથામાં સ્થિત તેર ચક્રો સાથે નીચેના ત્રણ ચક્રો-મૂળ, ત્રિકાસ્થિ અને નાભિ-મળીને કૂલ સોળ (13+3) અને ચાર વિશેષ ચક્રોનું બોનસ ધરાવતા બિંદુઓ આવેલા હોય છે. ચક્રોની ખાસિયતો સ્થાનો, તેમના પારસ્પરિક જોડાણોનો નકશો હવે તમારી પાસે છે. તમે અત્યાર સુધી જે જાણો છો તેનું જ્ઞાન, તમારી સાધનામાં એક અલગ લહેજતનો ઉમેરો કરશે આ પુસ્તકનું 'ધ્યાન કરો અને ઉન્નત થાવ' – એ પાસું હવે વધારે જીવંત બનશે.

યાદ રાખવા જેવી એક મહત્ત્વની બાબત – જ્યારે તમે અભ્યાસ કરતાં હોવ, ત્યારે કંઇક 'ખોટું' થઈ જશે, તેવી બહુ ચિંતા કરશો નહીં. આપણે અભ્યાસ થકી જ નિપૂણતા હાંસલ કરીએ છીએ. તે પણ સમજો કે કદાચ એવો દિવસ પણ આવશે કે જ્યારે તમે અભ્યાસ કરવાનું ચૂકી જશો, પણ તેને કારણે તે કરવાનું છોડી દેશો નહીં. જ્યારે પણ તમને ખ્યાલ આવે કે તમે રાહથી ભટકી ગયા છો, ત્યારે ઉત્સાહ સાથે તેને ફરીથી શરૂ કરો.

દાજી સાથે પ્રશ્નોત્તરી

મારા મનમાં તથા મારાં શરીરમાં શું ચાલી રહ્યું છે તે જાણવામાં મને મુશ્કેલી પડે છે. હું આ બાબતે સુધારો કેવી રીતે કરી શકું?

બહારની દુનિયાને સમજવા માટે, તમારી પાસે પાંચ જ્ઞાનેન્દ્રિયો છે. તમે ગુલાબને સૂંઘી શકો છો, સૂર્યાસ્તને જોઇ શકો છો, તમારા પ્રેમીના સ્પર્શને અનુભવી શકો છો, જીવન સૌથી સુંદર તમને જે આપવાનું છે, તેની લહેજતને

માણી શકો છો. જન્મથી જ આપણાં ધ્યાનને બહારની તરફ બાહ્ય દુનિયા તરફ દોરવામાં આવી રહ્યું છે. જેમ કે બિલાડીનું બચ્ચું લાલ લેસરના ટપકાને પકડવા પીછો કરતું હોય છે, તેમ આપણું ધ્યાન વિચલિત થઇ શકે છે.

જ્યારે તમે આધ્યાત્મિક સંરચના અભિયાન શરૂ કરો છો, ત્યારે તમે આવતા બદલાવોને નોંધો છો. ધ્યાન દ્વારા, આત્માના મંચ પર ફેંકાતી ચમકદાર સ્પોટલાઇટની જેમ, તમે તમારા ધ્યાનને અંદરની તરફ કેન્દ્રિત કરો છો. અંદરના દ્રશ્યનું વિશ્લેષણ કરવામાં અને અંદરના દ્રશ્યથી પરિચિત થવામાં થોડો સમય લાગશે. આંતરિક અન્વેષણ માટે, તમારે સંવેદનશીલતાને કેળવવી જરૂરી છે.

સંવેદનશીલતાને વિકસિત કરવા માટે, ધ્યાનમાં તમારું વલણ ઉંદરને પકડવા માટે પ્રતિક્ષા કરી રહેલી બિલાડી જેવું હોવું જોઇએ. તો, તમારે વધારે સતર્કતાની આવશ્યકતા છે. પણ મોટા ભાગના લોકો ધ્યાનમાં એટલા બધા તલ્લીન થઇ જાય છે કે તેઓ ધ્યાનમાં ઊંડા ઉતરી જાય છે અને કશું નિરીક્ષણ કરી શકતા નથી. આપણી અંદર થઇ રહેલા કામને સમજવા માટે સંવેદનશીલતાને વિકસિત થતાં સમય લાગે છે. તેને વિકસાવવા નાના પગલાઓથી શરૂ કરો. દાખલા તરીકે, છાતીમાં ક્યાં ભારેપણું અથવા હળવાશ અનુભવાય છે તેનું નિરીક્ષણ કરો. જમણી બાજુએ કે ડાબી બાજુએ? ઉપરના અર્ધ ભાગમાં કે નીચેના અર્ધ ભાગમાં? પ્રાણાહુતિનો પ્રવાહ કેવો હતો? ધ્યાન શરૂ કરતાં અગાઉ તમારી સ્થિતિ કેવી હતી અને ધ્યાન બાદની અવસ્થા કેવી હતી? તમને કેવા પ્રકારના વિચારો આવ્યા? આ બધી વિગતોને તમારી ડાયરીમાં લખવાની શરૂઆત કરો અને તમારી સંવેદનશીલતા વિકસવાની શરૂ થશે.

સંવેદનશીલતા બેધારી તલવાર પણ બની શકે છે. ધારો કે તમે અત્યંત સંવેદનશીલ છો. તો તમે તમારી આસપાસની દરેક સારી, ખરાબ અને દુષ્ટ વસ્તુ માટેનું પ્રવેશદ્વાર બની જશો. શું તમે તમારી તરફ આવતી દરેક વસ્તુને સહન કરી શકશો? આથી, ઓછી સંવેદનશીલતા, એ પ્રકૃતિ માતાની રક્ષણ કરવાની રીત છે. જેમ જેમ તમે વધારે સ્વીકારશીલ, વધુ ઉદાર અને વધુ ક્ષમાશીલ બનતા જાઓ છો, તેમ તેમ તમે વધારે સંવેદનશીલ બનતા જાઓ છો. જો તમે પહેલેથી જ સંવેદનશીલ, હો, તો તમે આ બક્ષિસનો ઉપયોગ તમારા ઉપર થઇ રહેલા કામમાં કરો. સ્વીકૃતિ તથા ઉદારતાને ઉચ્ચતર સ્તરે વિકસાવો. તે સંવેદનશીલતાને સહનશીલ બનાવશે. તમે તેને જ્યારે પણ જરૂર પડે, ત્યારે તેને એક સાધન તરીકે ઉપયોગ કરી શકો છો.

8.

ચક્રો ખુલવાના ચાર તબક્કા

જો કોઈને હું પૂછું, કે "તમારું ધ્યાન કેવું રહ્યું?" તો મને મોટા ભાગે મળતા સામાન્ય જવાબો કંઈક આવાં હોય છે, "ઓહ! તે ખૂબ ગહન હતું," "મને ઘણા વિચારો આવ્યા." "મને લાગ્યું કે હું સૂઈ ગયો હતો," "મેં હળવાશ અનુભવી," "મને આરામનો અનુભવ થયો," અથવા કંઈક આવી જાતના જવાબો મળતા. ધ્યાનસ્થ અનુભવોનું વર્ણન કરવું મુશ્કેલ છે, કારણ કે આપણે મહાસાગરનું, સત્ત્વ ખેંચીને તેને કોઈક રીતે ચાના એક પ્યાલામાં એકઠો કરવાનો પ્રયત્ન કરી રહ્યા હોઈએ તેના જેવું છે. નિરીક્ષણ માટે સંવેદનશીલતા તથા વર્ણન કરવા માટે શબ્દભંડોળ બંનેની આવશ્યકતા હોય છે અને આને વિકસતા સમય લાગે છે. મોટા ભાગે ધ્યાનના અંતે આપણને કેવું લાગ્યું, તેનું વર્ણન કરવું સૌથી સહેલું છે.

ધ્યાનના અંતે તમને જે અનુભવ થાય છે, તેને હાલત કહેવાય છે. એ અનુભવ કોઈ પણ પ્રકારનો હોઈ શકે, શાંતિપૂર્ણ, હર્ષસભર, આનંદમય, હળવાશભર્યો, ઉત્તેજના, બેચેનીભર્યો, સંતોષજનક, ચીડથી ભરેલો, ખુશીભર્યો, ઉત્સાહભર્યો, સંતુલિત અને કરૂણાસભર – આ તમામ હાલત, તમારા અભ્યાસનીબક્ષિસ છે. જેટલી વાર તમે ધ્યાન કરવા બેસો, તેટલી વાર ચક્રોમાં જકડાયેલી ઊર્જા ધીમે ધીમે મુક્ત થાય છે. આ ઉચ્ચતર ક્ષમતા આપણી ચેતનાની મધ્યે, આપણા હૃદયમાં હળવેથી વહે છે. આપણે આ ઊર્જાને હૃદયમાં હાલતરૂપે અનુભવીએ છીએ.

તમારે આ હાલતને જાળવી રાખવા માટે સતર્ક રહેવાની જરૂર છે. જ્યારે તમે હાલતને જાળવી રાખો છો અને તેને પોષો છો, ત્યારે તેમાંથી ધ્યાનમય અવસ્થા વિકસે છે, જે વધારે ને વધારે વિકસતી જાય છે. પણ, જો ધ્યાન પછી તમે તરત જ તમારો ફોન જોવા લાગો કે પછી કોઈ અર્થહીન ચર્ચામાં પડો, તો તમે ધ્યાન દ્વારા પ્રાપ્ત થયેલી હાલત ગુમાવો છો અને પહેલાં જે સ્થિતિ હતી, તેમાં પાછા આવી જાઓ છો. જેમકે જો તમે કાણી ડોલ દ્વારા કૂવામાંથી પાણી ખેંચો, તો તમે ડોલને ઉપર ખેંચી લો ત્યાં સુધીમાં ડોલ લગભગ ખાલી થઈ ગઈ હશે. આવું લગભગ આપણાંમાંના ઘણા

સાથે થતું હોય છે. આપણે એક ઉત્તમ હાલતનો આનંદ માણીએ છીએ પણ થોડા જ કલાકોમાં આપણે જે હાલતનું સર્જન કર્યું હોય, તેને ગુમાવી દઈએ છીએ. પરંતુ જો તમે તે હાલતને જાળવી રાખો, તો તમે તે હાલત કેળવી શકો છો અને નવી હાલત આવે તે માટે અનુકૂળતા સર્જી શકો છો.

હાલત, એટલે એવું કંઇ ક તેનાં દ્વારા કે જેનાથી તમે કાર્ય કરી શકો, એટલે કે તમે ધ્યાન પછી પેદા થયેલી શાંતિમય હાલતમાં કામ કરી શકો છો અને સમગ્ર દિવસ દરમિયાન તેની સાથે જોડાયેલા રહી શકો છો. તમે શાંતિમય હાલત સાથે કાર્ય પણ કરી શકો છો અને તેને સુમેળભરી તથા આનંદમય સ્થિતિમાં વિકસાવી શકો છો.

શરૂઆતમાં, ગહન ધ્યાન પછી જ હાલત આવશે. જોકે અભ્યાસ થકી, તમારી ચેતના એટલી વિકસિત થઈ શકે છે કે તમે જ્યારે ઇચ્છો, ત્યારે શાંતિ, આનંદ અથવા બીજી કોઈ અન્ય હાલતને યાદ કરીને તમારામાં પાછી લાવી શકો છો. જેમ તમે કોઈ રેસ્ટોરેન્ટમાં મેનૂ જોઈને કોઈ વાનગી મંગાવો, એમ તમે હાલત પાછી લાવી શકો છો.

ચક્રોના માધ્યમથી 'સ્ત્રોત' સુધીની યાત્રા, તેમાં નિર્મિત થતી હાલતો ઉપર નિર્ભર કરે છે, જે અનંત સુધી પહોંચવા માટે પગથિયા તરીકે કામ કરે છે. પ્રથમ પ્રકરણમાં મેં લખ્યું છે કે હૃદયની પ્રેરણા લાગણી સુધી લઈ જાય છે, જે છેવટે વિચાર તરફ અને પછી કાર્યો તરફ લઈ જાય છે. પણ સૌ પ્રથમ પ્રેરણા શામાંથી મળે છે? હાલતો: અંદર રહેલી હાલતો પ્રેરણાને જગાવે છે, જે લાગણી, વિચાર તથા કાર્યવાહીમાં વિકસે છે. લાગણીઓ, વિચારો તથા કાર્યવાહીઓ, એ પરિવર્તનકારી પ્રક્રિયાઓની શરૂઆત કરી આપનારાં ચાલક બળ છે, જે પરિવર્તન તમને તમારા પ્રારબ્ધના ઘડતરમાં મદદ કરે છે. આના મૂળમાં, તમારા ધ્યાનના અભ્યાસને કારણે એવી હાલતો પેદા થાય છે, જે તમારી ચેતનાને બંધનમુક્ત કરે છે અને તમારા વિકાસ માટે મદદ કરે છે.

હાલતો → પ્રેરણાઓ → તમારી લાગણીઓને બદલે છે → તમારી વિચારસરણીને બદલે છે → તમારાં કાર્યોને બદલે છે → સ્વ-પરિવર્તન થાય છે

તમે પૂછી શકો છો, "દાજી, હાલતો શેનાથી સર્જાય છે?" ચેતનામાં રહેલાં અવરોધોને કારણે હાલતના સર્જનમાં અસર થાય છે. પણ અવસ્થા પેદા કરવામાં એક મોટું પરિબળ એક ગુપ્ત ઘટક છે, તે છે – તમારું વલણ. ધ્યાન પ્રત્યે તમારું જે વલણ હોય, તે મુજબ તમારા હૃદયમાં હાલત સર્જાય છે. ક્રોધ, ચીડિયાપણું અને ઉદાસીન વલણ સાથે પ્રેમાળ, ઋજુ અને સહાનુભૂતિ ધરાવતા વલણનો વિરોધાભાસ સરખાવો. કયું હૃદય આંતરિક વિકાસને પ્રોત્સાહિત કરતી હાલતને આકર્ષિત કરશે?

જ્યારે તમે યોગ્ય વલણ સાથેની હાલતને જાળવો છો અને તેનું અવલોકન કરવામાં ઊંડો રસ લો છો, ત્યારે તમે સમજી શકો છો કે ચક્રો ખુલી જવાથી તમારી ચેતનાના

વિકાસમાં કેવી રીતે મદદ મળે છે. ઉદાહરણ તરીકે, તમે બીજું ચક્ર ખુલે, તે અનુભવી શકો છો, ત્યાર પછી, આઠમું ચક્ર અનન્ય શાંતિ પેદા કરી શકે છે. સમય જતાં, ભારે શાંતિ, અત્યંત હળવી શાંતિ, છીછરી શાંતિ, ડૂબકી મરાવતી શાંતિ, જેવા શબ્દો તમારા શબ્દભંડોળનો ભાગ બની જશે. જેમ જેમ ચક્ર ખુલતું જશે, તેમ તેમ આ અને બીજી ઘણી વધારે હાલતો સર્જાય છે.

ચક્રનું ખુલવાનું અલગ અલગ ચાર તબક્કાઓમાં થાય છે અને આ તબક્કાઓમાં, તે ગ્રંથિમાંથી કમળમાં પરિવર્તિત થાય છે. દરેક તબક્કાનો એક ખાસ ઉદ્દેશ્ય હોય છે અને જ્યારે તેનો ઉદ્દેશ્ય પરિપૂર્ણ થાય છે, ત્યારે તેની પછીના તબક્કા ઉપર કામ શરૂ થઇ જાય છે. જ્યારે એક રોકેટ છોડવામાં આવે છે, ત્યારે તે પૃથ્વીના ગુરુત્વાકર્ષણમાંથી છૂટકારો મેળવવાની ગતિ અને ભ્રમણ કક્ષામાં સ્થાપિત થાય, તે માટે તેને આપવામાં આવતી ગતિના વિવિધ તબક્કાઓ હોય છે, એ જ રીતે ચક્રના પણ તબક્કા હોય છે. ચક્રોના ખુલવાના ચાર તબક્કાઓ છે, જે નીચે મુજબ છે –

- સહ-અસ્તિત્વ (સાલોક્યતા)
- નિકટતા (સામીપ્યતા)
- સમાનતા (સારૂપ્યતા)
- લયાવસ્થા (સાયુજ્યતા)

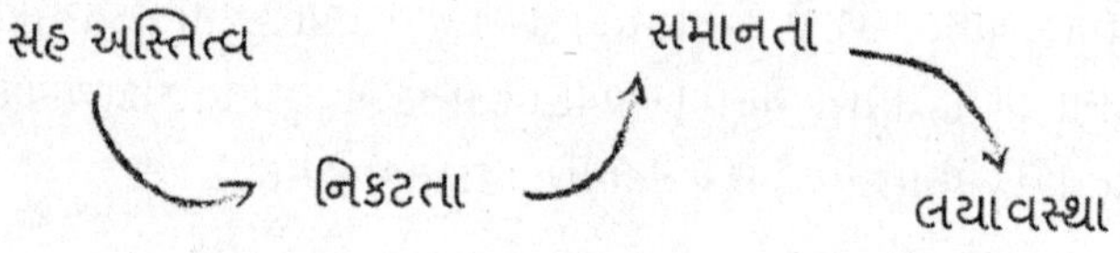

પહેલો તબક્કો – સહ-અસ્તિત્વ (સાલોકયતા*)

સહ અસ્તિત્વમાં, તમે જે ચક્ર ઉપર આવી પહોંચ્યા છો, તે સ્તર સુધી તમારી ચેતનાને ઉન્નત કરવામાં આવે છે. ચેતનામાં એકાએક બદલાવ કોઇ માટે અનોખો અનુભવ હોઇ શકે. તે એક નવા દેશમાં રહેવા જવા જેવું છે. ભાષા, સંસ્કૃતિ, ભોજન, બધું જ અલગ પ્રકારનું હોય છે, અલગ વાતાવરણ તથા અલગ આબોહવાની એ નવી જગ્યા સાથે તમારે અનુરૂપ તથા અનુકૂળ બનવું પડે છે. સહ અસ્તિત્વમાં એ થાય છે કે

---

* સંસ્કૃતમાં, સા-લોક-યતાનો અર્થ છે, 'એક જ દુનિયામાં સહ અસ્તિત્વ' લોકનો અર્થ છે, 'દુનિયા' દરેક ચક્ર પોતે જ એક દુનિયા હોય છે.

તમારી ચેતના સ્થાયી હતી અને તે હવે નવા જ વિસ્તારમાં આવી ગઇ છે. તે હાલતમાં તમે જાગૃતતા તથા સતર્કતા અનુભવો છો. અહીં, મન વ્યાપક દિવ્ય શક્તિની ઉપસ્થિતિ અનુભવે છે, જે તમને ઉન્નત કરીને, ચેતનાને ઉત્કર્ષ કરે છે. સહ અસ્તિત્વમાં કોઇ ક્યારેક જરા બેચેની અથવા ક્યારેક માથામાં હળવું ભારેપણું અનુભવે છે. સહ

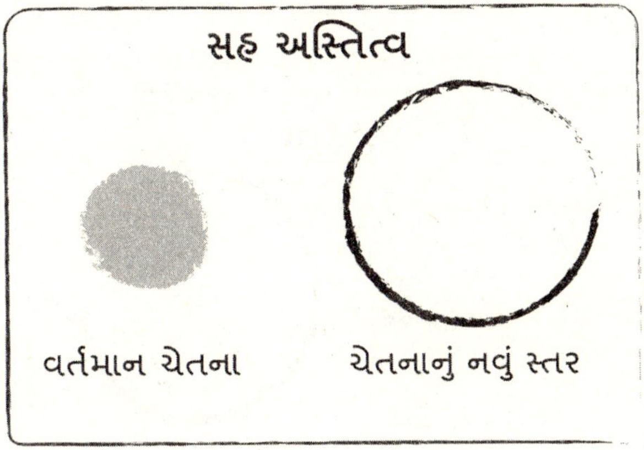

અસ્તિત્વમાં આંતરિક વિસંવાદિતા આવે અથવા અગવડ અનુભવાય, તો એ પ્રગતિની નિશાની છે. પણ કેટલાક લોકો ધ્યાન કરવાનું છોડી દે છે, કારણ કે તેમનું અજાગૃત મન, બદલાવ માટે વિરોધ કરતું હોય છે. જરા પણ વિચાર્યા વિના, એક દિવસ, તમે ધ્યાન કરવાનું બંધ કરી દો છો, કારણ કે તમને તેમ કરવું ગમતું નથી. તમે બીજા કોઇની મદદ લીધા વગર જ એક કે બે દિવસ ધ્યાન કરો છો પણ તે કરવામાં રસ ઓછો હોય છે. આવું તૂટક તૂટક ધ્યાન કરવાથી તમે લય ગુમાવો છો અને ધ્યાન કરવાનું બંધ થઇ જાય છે.

મહેરબાની કરીને યાદ રાખો કે, જ્યારે તમને ધ્યાન કરવાનું મન ન થતું હોય અથવા તમે અસ્વસ્થતા અનુભવતા હો, ત્યારે તે એક સંકેત છે કે તમારી ચેતના નવા આંતરિક વાતાવરણને અનુકૂળ થવા પ્રયત્ન કરી રહી છે. તે વ્યાયામશાળામાં તમે સામાન્યતઃ જેટલા વજનને ઉચકવાને ટેવાયેલા હો, તેના કરતાં વધારે વજન ઉચકવા જેવું છે. શરૂઆતમાં તમને અસ્વસ્થતા જણાશે, પણ થોડા દિવસો બાદ તમે નવા વધારાના વજનને ઉઠાવવાની ફરીથી કોશિશ કરતાં થઇ જશો, તમે પ્રતિકાર ઉપર વિજય મેળવશો અને નવી શરૂઆતને માણવા માંડશો.**

** જો તમે આ બાબતે મુશ્કેલી અનુભવતાં હો, તો હું તમને હાર્ટફુલનેસ એપ ઉપર અથવા કોઇ પ્રશિક્ષકની સામે બેસીને સિટીંગ લેવા આમંત્રિત કરું છું.

બીજો તબક્કો – નિકટતા (સામીપ્યતા)

સહ અસ્તિત્વમાં, તમે નવી દુનિયાની સીમામાં પ્રવેશ કર્યો હોય છે. સહ અસ્તિત્વમાં અનુભવાયેલી બેચેની, તમારા અભ્યાસ તથા સિટીંગની મદદ દ્વારા શાંત પડે છે. થોડા દિવસોમાં, તમે જે વિશિષ્ટતા અને નવીનતાનો અનુભવ કર્યો હતો, તે ઓછો થઇ જાય છે.

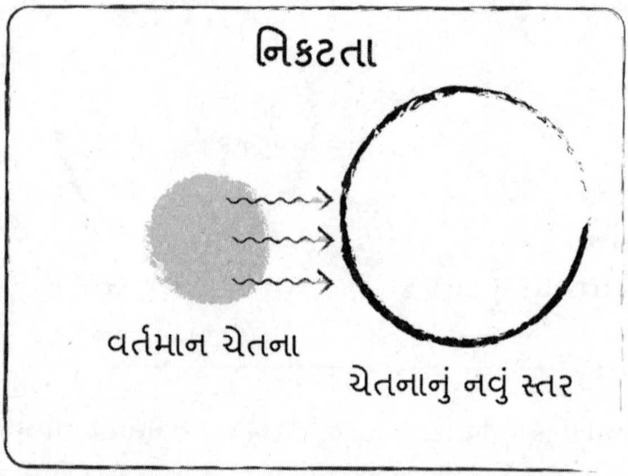

સંસ્કૃતમાં, સમીપનો અર્થ છે 'નિકટતા' અથવા 'સમીપતા.' આ તે તબક્કો છે કે જેમાં તમે ચેતનાના નવા સ્તરને અનુકૂળ થવાનું શરૂ કરો છો અને નવી હાલતને માણો છો. તમારા હૃદયને આ હાલતનો અધિક આનંદ લેવાનું મન થાય છે, ધ્યાન પછી, લાંબા સમય સુધી તેમાં તલ્લીન થવાનું મન થાય છે. તમે તમારી જાતને ફરીથી ધ્યાનમાં સરકતી પામો છો. દિવસ દરમિયાન પણ આંખો બંધ કરી રાખવાનું અને હાલત માણવાનું મન થાય છે.

આવી પરિસ્થિતિ માટે એક નાની ઉપયોગી સલાહ એ છે કે નાની અવધિના ધ્યાનનો અભ્યાસ. દિવસ દરમિયાન થોડી મિનિટો માટે ધ્યાન કરો. મધ્યાહ્ન ભોજન પહેલા અથવા જ્યારે તમે કોફી પીવા ઊભા થાવ, ત્યારે પાંચ મિનિટ માટે ધ્યાન કરો. આ નાની અવધિના ધ્યાન તમારી હાલતમાં વૃદ્ધિ કરે છે.

વ્યાપક દિવ્ય શક્તિની એક લાગણી, એવી અનુભૂતિમાં ફેરવાઇ જાય છે કે તમારી આસપાસની દરેક વસ્તુ દિવ્યતામાં તલ્લીન થઇ ગઇ છે. કેટલાક તેને વિસ્મય તરીકે અનુભવે છે. તેઓ સમજાવી નથી શકતા કે ફૂલ અથવા પક્ષી તરફ જોવાથી, અથવા માત્ર મૌન બેસી રહેવાથી, શા માટે તેમનું હૃદય આનંદથી ભરાઇ જાય છે. નાની

અવધિના ધ્યાનની મદદ થકી નિકટતા જીવંત રહેવાનું ચાલુ રાખે છે અને તમે તે ચક્રની સ્થિતિને સમગ્રપણે અનુભવો છો.

ત્રીજો તબક્કો – સમાનતા (સારૂપ્યતા)

જ્યારે તમે ચક્રની વિભિન્ન હાલતોથી પરિચિત થઈ જાઓ છો, ત્યારે તમે સમાનતા વિકસાવો છો. સ્વરૂપ શબ્દનો અર્થ છે, 'રૂપમાં સમાન.' સમાનતામાં તમારી ચેતના, નવા સ્તરની ચેતના સાથે એકરૂપ થઈ જાય છે. સમાનતા શરૂ થઈ છે કે નહીં, તેની તમને જાણ કેવી રીતે થશે? હળવાશ અનુભવવી, તે એક મહત્ત્વનો સંકેત છે. હૃદયમાં અનુભવાતી હળવાશ, તમામ માનસિક પ્રવૃત્તિઓના ભારને હળવો કરી નાખે છે. તમારા વિચારો હળવા થતાં જણાય છે, તમારી વાતચીતમાં હળવાશ વર્તાય છે અને તમે બિનજરૂરી ચર્ચાઓમાં ભાગ લેતા નથી.

ચક્રના ખુલવાના તબક્કાઓ માટે નવા દેશમાં વસવાટ કરવાની સરખામણી એકદમ બંધબેસતી છે. જ્યારે તમે પહેલી વાર નવા દેશમાં પહોંચો છો તે સહ અસ્તિત્વના તબક્કા જેવુ હોય છે. સમય પસાર થતાં, જેમ જેમ તમે આસપાસના વાતાવરણથી પરિચિત થાઓ છો અને નવા દેશમાં સ્થાયી થાઓ છો, તેમ તેમ તમે નિકટતાના તબક્કામાં આવો છો. એક વાર, જ્યારે તમે ત્યાં સારી રીતે સ્થાયી થઈ જાઓ છો, ત્યારે તમે પરદેશના છો, એવી તમામ લાગણીઓ જતી રહે છે. તમે તમારી જાતને નવા દેશની નિવાસી જ ગણો છો. આ સમાનતાનો તબક્કો છે. તમારી ચેતના નવા સ્પંદનીય સ્તર સાથે એકરૂપ બની જાય છે. તમને ખ્યાલ આવે છે કે તમારી અંદર કોઈ મહત્ત્વનું પરિવર્તન આવ્યું છે.

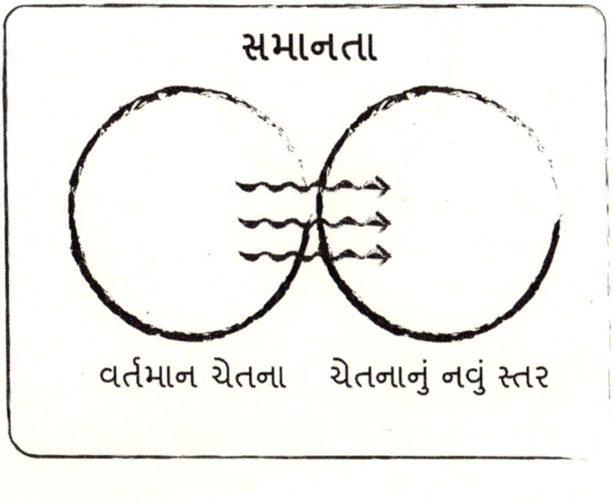

તમે કૃતજ્ઞતા અને સ્થિરતા અનુભવો છો, પણ પ્રકૃતિ ઇચ્છે છે કે તમે વિકાસ ચાલુ રાખો. આથી, તમારા હૃદયમાં, આગળ વધવાની તડપ આકાર લેવાનું શરૂ કરે છે. પરિણામે, હૃદયમાં વૈરાગ્યની ભાવના શરૂ થાય છે. વૈરાગ્ય એક એવી મૌન પ્રાપ્તિ છે કે તે લયાવસ્થાનો પાયો નાખે છે, જે ચક્રના ખુલવાનો ચોથો તબક્કો છે.

ચોથો તબક્કો – લયાવસ્થા અને તેનાથી પણ આગળ (સાયુજ્યતા)

યુજ્, એ 'જોડાણ' માટેનો સંસ્કૃત શબ્દ છે. 'યોગ' શબ્દનું મૂળ પણ આ જ શબ્દ છે. ચક્રના ખુલવાનો અંતિમ તબક્કો સાયુજ્યતા છે. હવે તમારી ચેતના ઉચ્ચતર સ્પંદનીય સ્તર સાથે સંપૂર્ણપણે એકરાગ અવસ્થામાં રહે છે. કોઈ પણ પ્રકારના તરંગો હોતા નથી, માત્ર સંપૂર્ણ એકરૂપતા છે. સહ અસ્તિત્વ, નિકટતા, સમાનતાના પૂર્વ તબક્કાઓ હવે ભૂતકાળની વાત બની જાય છે. હવે સમગ્ર માળખું અંતિમ તબક્કા – લયાવસ્થા માટે સંપૂર્ણ રીતે તૈયાર હોય છે.

જેમ જેમ તમે એક ચક્રથી બીજા ચક્ર તરફ આગળ વધતાં જાઓ છો, તેમ તેમ તમે ચેતનાની વિવિધ અવસ્થાઓમાં લય પામવાનું ચાલુ રાખો છો અને અંતિમ લયાવસ્થા 'કેન્દ્ર' સાથેની હોય છે.

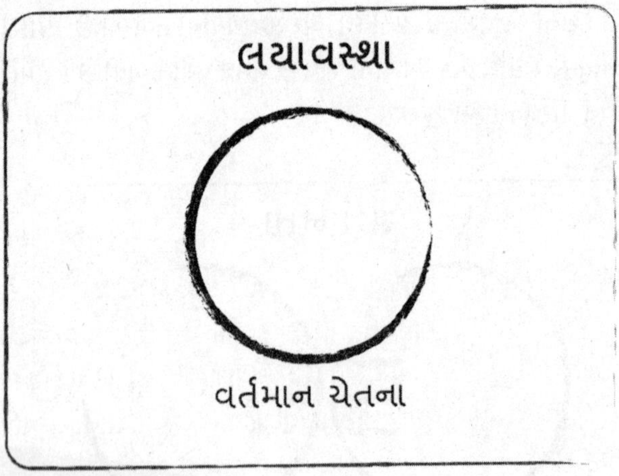

પાણીનું બિંદુ મહાસાગરમાં પડે છે, તો શું તે બિંદુમાં મહાસાગર છે કે મહાસાગરમાં બિંદુ છે? ચક્ર સાથેની લયાવસ્થા તમને ધ્યાનમાં સમાધિ જેવી અવસ્થા તરફ લઇ જાય છે. જ્યારે નવા સ્તરની ચેતનામાં, પ્રવર્તમાન ચેતના

ઓગળી જાય છે, ત્યારે એકતાની લાગણી પેદા થાય છે. આ હવે તમારા માટે સામાન્ય છે. ચેતનાની લયાવસ્થા થકી જ ચક્ર ઉપર હાલત સુનિશ્ચિત થઇ શકે છે. જો તમે લયાવસ્થામાં ન હોઇને અલગ રહો, તો તમે હાલતને ગુમાવી દો, તેની પૂરી શક્યતાઓ છે, પણ જ્યારે તમે લયાવસ્થામાં હો, ત્યારે તમારી પાસેથી કશું જ છીનવાઇ શકતું નથી. આથી, લયાવસ્થાથી એક સુરક્ષા પ્રાપ્ત થાય છે.

લયાવસ્થાથી હૃદયમાં ઋજુતા આવે છે. તમે જ્યારે આવા સંકેતો અનુભવો, ત્યારે તમારી આંતરિક, હાલતને તમારા વર્તનમાં અભિવ્યક્ત કરીને, તેને ગતિશીલ બનાવો છો. જ્યારે તમે બોલતા, હો, કામ કરતાં હો, વિચારતા હો, કે જોતાં હો, ત્યારે તમારી આંતરિક હાલતને તમારા કાર્યોમાં સામેલ કરો. આ અંદર અને બહારને સંતુલિત કરશે, લયાવસ્થાને સ્થિરતા પ્રદાન કરશે.

લયાવસ્થાને કારણે પ્રેમ ઉત્પન્ન થાય છે અને પ્રેમ અહંકારને ઓગાળી નાખે છે. જ્યારે અહંકાર ઓગળે છે, ત્યારે ચેતનાનો વિસ્તાર થાય છે. લયાવસ્થા પેદા થતાં, તમારી ચેતના નવા સ્તર સાથે એકરૂપ થઇ જાય છે. જ્યારે લયાવસ્થા પૂર્ણ થઇ જાય છે, ત્યાર પછીના કેટલાક ધ્યાન દરમિયાન એવી હાલત આવે છે કે જાણે બધું જ દૂર થઇ ગયું ન હોય! હૃદય ઉપર કોઇ પ્રકારની છાપ, પોતાના અસ્તિત્વની પણ છાપ, હોતી નથી. ધ્યાન પણ ઊંડું અથવા તલ્લીન કરી દેનારું પણ નથી હોતું કે ઉપરછલ્લું પણ હોતું નથી. તમને માત્ર અગાધતાની લાગણી અનુભવાય છે. ક્યારેક આવા પ્રકારની હાલત સાધકને ગૂંચવે છે. તેમને કોઇ જ અનુભવ થતો ન હોવાને કારણે, તેમની ચેતનાને કોઇ વસ્તુ અવરોધી રહી છે, એવી ચિંતા તેઓ કરતાં હોય છે. પણ થોડા દિવસોમાં, આ હાલત આગામી ચક્રને ખોલવા માટેનો રસ્તો બનાવી આપે છે.

ચક્રનું ખુલવું – સાગરમાં વિલય પામતી નદી જેવું છે

ચક્ર ખુલવાની પ્રક્રિયા કંઇ એક જ વખતે થઇ જતી પ્રક્રિયા નથી. જેમ નદી સાગરમાં સતત વિલય પામતી રહે છે અને પોતાની લયાવસ્થા પૂર્ણ થવાનું કોઇ પણ ચિન્હ દર્શાવતી નથી, તેમ ચક્ર સાથે લયાવસ્થા પ્રાપ્ત થવાથી તે સ્તરે યાત્રા પરાકાષ્ઠા પર પહોંચી ગઇ, એવું નથી. ચક્ર સાથે લયાવસ્થા થવાથી ચક્રના ગુણો ચેતનામાં અભિવ્યક્ત થાય છે. કોઇ કેટલો ઉદાર, પ્રેમાળ, અથવા કૃપાળુ બની શકશે, તેની કોઇ મર્યાદા હોતી નથી. એક વાર, જ્યારે આપણે ચેતનાની સીમાને પાર કરી જઇએ છીએ, ત્યાર બાદ આપણે પછીના ચક્ર તરફ આગળ વધીએ છીએ. સાથોસાથ અગાઉના ચક્ર ઉપર પ્રભુત્વ પ્રાપ્ત કરવાનું પણ ચાલુ રાખીએ છીએ.

તેના વિષે આ રીતે તેને આ રીતે વિચારો. ધારોકે તમે એક દુકાન ખોલો છો અને તે સારો ધંધો કરવાનું શરૂ કરે છે. હવે બીજો ધંધો શરૂ કરવા માટે તમે પૂરતી મૂડી ભેગી કરી લીધી છે. બે દુકાનોના ધંધાથી, તમને ત્રીજી દુકાન શરૂ કરવા માટે મૂડી પ્રાપ્ત થાય છે વગેરે. પણ તેનો મતલબ એવો નથી કે તમે પહેલી કે બીજી દુકાનને ભૂલી જાઓ. તમે અગાઉ જે દુકાનો ખોલી હતી, તેને ચાલુ રાખવી તમારે માટે હજી જરૂરી જ હોય છે અને સાથે એ સુનિશ્ચિત કરવું પણ આવશ્યક છે કે તે દુકાનોનો વિકાસ પણ થતો રહે. જો જૂની દુકાનો સારો ધંધો નહીં કરે, તો તો તમે નવી દુકાનો ખોલી શકશો નહીં.

તે જ રીતે, જેવો તમે પર્યાપ્ત વેગ પ્રાપ્ત કરો છો, તેવા જ તમે તરત જ એક ચક્રમાંથી બીજા ચક્ર તરફ જાઓ છો. ઉદાહરણ તરીકે, પહેલા તથા બીજા ચક્ર ઉપર તમે અનુભવેલી આધ્યાત્મિક ઊર્જા તથા સ્થિતિ, તમને ત્રીજા ચક્ર ઉપર લઈ જાય છે, અને જ્યારે તમે ત્રીજા ચક્ર ઉપર હો છો, તે દરમિયાન નીચેના ચક્રોની સાથે લયાવસ્થાને સુરક્ષિત કરવાનું કાર્ય ચાલુ રહે છે. આ રીતે, જેમ જેમ તમે નિમ્ન દરેક ચક્રની સ્થિતિને ઊંડી બનાવતા જાઓ છો, તેમ તેમ તમારી ઉચ્ચતર ચેતના તરફની ઊર્ધ્વ યાત્રા ચાલુ રહે છે. યાત્રાના દરેક તબકકે તમને આ ઉત્થાન તથા લયાવસ્થાની, જે વિવિધ હાલતો મળી હતી, તેને સમજવામાં તથા તેમાં નિપુણતા હાંસલ કરવામાં, તમને સક્ષમ બનાવે છે.

આ તબક્કે એક મહત્ત્વનો પ્રશ્ન એ થાય છે કે – ચક્રની આસપાસનાં વિસ્તારમાં એવા કયા પરિબળો હોય છે, જે ચક્રના ખુલવામાં અવરોધ પેદા કરે છે? આ પ્રકરણની શરૂઆતમાં, મેં લખ્યું હતું કે ચેતનામાં રહેલા અવરોધોને કારણે હૃદયમાં હાલત સર્જાતી અટકે છે. આ પછી, આપણે આ અવરોધો વિષે વધારે સમજીશું અને ચક્રો ખિલી શકે, તે માટે તેને કેવી રીતે દૂર કરવા તે સમજીશું.

સૂચવેલો અભ્યાસ – આંતરિક હાલતનું AEIOU કરવું

ધ્યાન દરમિયાન સર્જાયેલી સુંદર હાલત બીજ જેવી હોય છે, જે વિકસી શકે છે તથા ઊંડા ધ્યાનમય અવસ્થાઓમાં વિસ્તરી શકે છે. AEIOUનો અભ્યાસ તમને તે હાલત જાળવી રાખવા મદદ કરે છે અને તેનું જતન કરે છે, જેથી તે નવી ધ્યાનમય અવસ્થાઓમાં વિકસી શકે. A નો અર્થ છે, હાલત (Acquire) પ્રાપ્ત કરવી, E નો અર્થ છે હાલતને (Enliven) જીવંત કરવી, I નો અર્થ છે, તેને (Imbibe) આત્મસાત કરવી, O નો અર્થ છે, હાલત સાથે (One) એકાકાર થઈ જવું, U નો અર્થ છે તેમાં (Unite) લય પામવું.

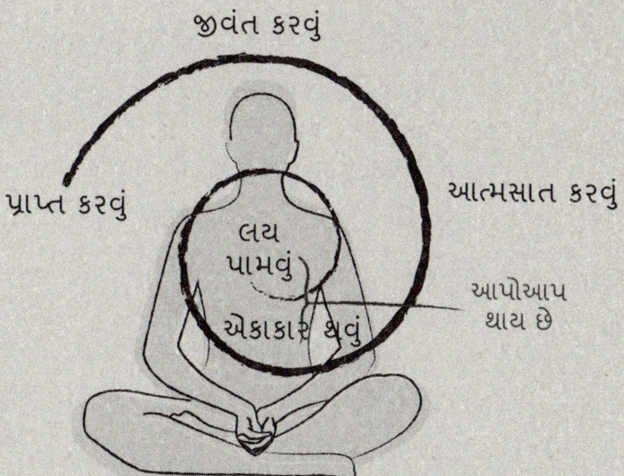

A (Acquire) પ્રાપ્ત કરો – ધ્યાન થકી આપણે એક હાલત પ્રાપ્ત કરીએ છીએ. ધ્યાન પૂરું થયા બાદ, જ્યારે તમે ઊભા થાઓ છો, ત્યારે તમારામાં જીવંત, આત્મસાત, એકાકાર અને લયાવસ્થાની હાલત આવે છે. આ ચાર ચરણ, હાલતને સ્થિર થવા દે છે અને તેનો વિસ્તાર કરે છે. તે માટે લગભગ 4 થી 5 મિનિટ લાગે છે.

E (Enliven) જીવંત કરો – તમે ધ્યાનમાં જે પ્રાપ્ત કરો છો, તે હાલતનું બીજ હોય છે. તેના પર લક્ષ આપીને અને ઇચ્છાશક્તિથી તમે તેને સાકાર કરી શકો છો. ઉદાહરણ તરીકે, જો તમે ધ્યાન પછી શાંતિ અનુભવતા હો, તો તમારી આંખો બંધ રાખો અને તમારા શરીરના દરેક કોષને તે શાંતિ માણવા દો.

પછી, કોષના સ્તર ઉપર તે શાંતિના ભૌતિક અનુભવને પોતાના સૂક્ષ્મ સ્તરો સુધી અંદરની તરફ જવા દો. જ્યારે તમે શ્વાસ લો, ત્યારે અનુભવો કે શાંતિ તમારા દરેક ભાગ સુધી વહી રહી છે, ઉચ્છવાસ વખતે કલ્પના કરો કે તમે શાંતિને સમગ્ર વિશ્વમાં વહેંચી રહ્યા છો

I (Imbibe) આત્મસાત કરો – એક વાર હાલત જીવંત થઇ જાય, પછી જેમ તમે સ્વાદિષ્ટ ભોજનનો સ્વાદ લઈ રહ્યા હો, અથવા કોઈ સુંદર ચિત્રકલાની પ્રશંસા કરી રહ્યા હો, તેમ તેને માણો. જે ધ્યાનમાં સર્જાયું છે તેના સ્વાદને માણીને, તમે તે હાલતને તમારી અંદર આત્મસાત થવા દો છો.

O (become One) એકાકાર થાઓ અને

U (Unite) લયાવસ્થા પ્રાપ્ત કરો –શાંતિપૂર્ણ આત્મસાત કર્યા પછી થોડા સમય બાદ, તમે તમારી આંતરિક હાલત સાથે આપોઆપ એકાકાર તથા લયાવસ્થા પામશો. સૌમ્ય સમર્થન સાથે સમાપન કરો, 'મારા વિચારો, શબ્દો તથા કાર્યો, અંદરની આંતરિક અવસ્થા સાથે ઓતપ્રોત થઇ ગયા છે.' એવા નમ્ર નિવેદન સાથે ધ્યાન સમાપ્ત કરો.

ઉપયોગી સલાહ-સૂચનો

ધ્યાન બાદ, AEIOU માટે તે જ આસનમાં બેસી રહો. શારીરિક જાગરૂકતાની અસર ધીમે ધીમે પ્રભાવી થવા દો, ઉતાવળ કરશો નહીં.

ધ્યાન કર્યા પછી તરત જ પાણી પીવાનું ટાળવું સલાહભર્યું છે. બસ, થોડી મિનિટોની પ્રતીક્ષા કરો. પાણીમાં આંતરિક હાલત બદલી નાખવાની અજોડ લાક્ષણિકતા છે. ઉદાહરણ તરીકે, જો કોઇ વ્યક્તિ અસ્વસ્થ હોય, આપણે તેને પાણીનો પ્યાલો ધરીએ છીએ, જે તેને સારું લાગવામાં મદદ કરે છે. પણ ધ્યાન બાદ, જેવી તમારી આંખોને ખોલો, ત્યારે પાણી પીવાથી, તે તમારી અંદરની ધ્યાનસ્થ અવસ્થાને કમજોર કરી દેશે.

ધ્યાન સમાપ્ત થયા પછી તરત જ મોટા અવાજે વાતચીત કરવાનું અથવા ફોન કરવાનું ટાળો. ધ્યાન બાદ અધિગ્રહણ કરેલી હાલત અતિ સૂક્ષ્મ હોય છે, કોમળતા સાથે કરેલુ તમારું ધ્યાન, તેને તમારી અંદર સ્થાયી થવામાં મદદ કરશે.

ભાગ 5

મનનું ભાવનાત્મક ઘડતર – સંસ્કારો

9.

હાથી અને ખુરશી – મનને બાંધી રાખતું આપણું ભાવનાત્મક ઘડતર

મનોરોગવિજ્ઞાન તેમજ વિજ્ઞાનના સંશોધનના એક સામયિક *(Journal of Psychopathology and Science)*માં એક લોકપ્રિય અભ્યાસ પ્રકાશિત કરવામાં આવ્યો હતો, તેમાં ડાર્ટમાઉથ અને પ્રિન્સટનના ફૂટબૉલ ચાહકોને ફૂટબૉલની રમત જોયા પછી એક પ્રશ્નાવલી સોંપવામાં આવી હતી કારણ કે સંશોધકો જાણવા માંગતા હતા કે એ ફૂટબૉલની રમતમાં જે કંઇ થયું, તે વિષે ફૂટબૉલ-ચાહકો શું વિચારતા હતા. પરિણામો આશ્ચર્યજનક હતા. એ એક જ 'રમત' જાણે વિવિધ રમતો હતી. એ એક જ 'રમત'નો ઘટનાક્રમ કેવો હતો, તે માટે ચાહકો પાસે વિવિધ સંસ્કરણો હતા. દરેક વ્યક્તિનું પોતાનું સંસ્કરણ ખૂબ જ વાસ્તવિક હતું અને એવું દરેક અન્ય માટે હતું[12]. દરેક ફૂટબૉલ ચાહકનું વાસ્તવિકતા માટેનું સંસ્કરણ, તેમનું પોતાનું હતું. આ અભ્યાસ 1954માં કરવામાં આવ્યો હતો. ત્યાર બાદ, થયેલાં ઘણાં સંશોધનો દર્શાવે છે કે દરેક મનુષ્ય, વિશ્વને તેની પોતાની દ્રષ્ટિથી જોતો હોય છે. તેઓ વિશ્વને જે રીતે ઓળખે છે અને સમજે છે, તેને તેમનાં વલણો, માન્યતાઓ અને પૂર્વગ્રહો વ્યાખ્યાયિત કરે છે.

આપણે બધા જ આવી ચોક્કસ મનોવૃત્તિઓથી પીડાતાં હોઇએ છીએ. તે આપણાં આધ્યાત્મિક વિકાસને અવરોધે છે અને એવી ઘણી જગ્યાઓ હોય છે, જે આપણને દેખાતી નથી હોતી. આપણાં દૃષ્ટિકોણ અને તેનાં દ્વારા ઊભી થતી લાગણીઓ રૂપી આપણી જાગરૂકતાને અવરોધતાં ફિલ્ટરો પ્રત્યે આપણે ત્યારે જ સભાન થઇ શકીએ અને તેમને દૂર કરવાનું શરૂ કરીએ છીએ, જ્યારે આપણી ચેતના ઉન્નતિ પામે છે.

આપણે એવી જાગરૂકતાના શિકાર છીએ, જે વૃત્તિઓનાં બંધનમાં છે

જ્યારે તમારી ચેતના મુક્ત રીતે એકધારી વહેતી હોય છે, ત્યારે તમે તમારી જાતને ઉન્નત અને 'તેની' સાથે જોડાયેલી અનુભવો છો. જ્યારે તમે પ્રસન્ન, પ્રફુલ્લિત અથવા કૃતજ્ઞ હો, ત્યારે તમે કેવું અનુભવો છો, તે વિષે વિચારો. ત્યારે હૃદય ખૂલી જાય છે અને તે ચેતનાને અવિરત વહેવા દે છે. પણ જે ક્ષણે તમારા હૃદય સમક્ષ તમને અણગમતી બાબતો આવે છે, ત્યારે તેનાં પ્રતિભાવરૂપે તમારી ચેતના લજામણીના છોડના પાંદડાની જેમ સંકોચાઈ જાય છે. લજામણીના છોડના પર્ણો પર તમારો સ્પર્શ થતાં વેંત જ તે સંકોચાઈ જાય છે. તમારી ચેતના પણ હંમેશા પ્રવાહિત હોય છે – તે પ્રસરતી અને સંકોચાતી રહેતી હોય છે, તે સતત બદલાતી રહેતી હોય છે.

તમારી ચેતનાના આ બદલાવો, તમારા ગમા-અણગમાને કારણે હોય છે, જે તમારી જાગરૂકતાનો કબજો લઈ લે છે. જો તમે તમારા મનના વિચારોની ગડમથલને તપાસી જોશો, તો તમને જણાશે કે મોટા ભાગનાં વિચારો તમારાં ગમા-અણગમાં સાથે સંકળાયેલાં હોય છે. તમને જે ગમે છે, તે તમારું ધ્યાન ખેંચે છે અને વિચારોની શૃંખલા સર્જે છે. પણ જો કંઈક તમારી પસંદગીનું નહીં હોય, તો તે પણ તમારું ધ્યાન ખેંચશે અને તેના પોતાના વિચારોનું વમળ બનાવશે.

આ ગમા-અણગમાનો ખ્યાલ ભલે નિરુપદ્રવી લાગે, પણ તેને કારણે ઉદ્ભવેલાં કાર્યો અને પ્રતિક્રિયાઓ, આપણી ચેતનામાં અવરોધ ઊભો કરે છે. અવરોધને કારણે ચક્રોનું ખીલવું રૂંધાઈ જાય છે અને એક ઉત્સાહી આધ્યાત્મિક અસ્તિત્વ, બંધનોમાં ફસાઈ જાય છે. જ્યારે જ્યારે તમે બદલાવની લહેર ઊભી કરવાનો પ્રયત્ન કરો છો, ત્યારે ત્યારે નવો ઉભરતો એ તરંગ, આ અવરોધને કારણે શમી જાય છે. જેટલી વખત તમારી પ્રેરણાનું ઊર્ધ્વીકરણ થાય છે, ઉત્કૃષ્ટતા પ્રાપ્ત થતાં પહેલા જ તે અવરોધાઈ જાય છે. આ અવરોધો કેવી રીતે બને છે?

તમારા ગમા-અણગમા

તમે હવે કોઈ વ્યસ્ત સ્થળે જાઓ, ત્યારે સહેજ થોભીને, તમારાં વિચારો પર ધ્યાન આપો. તમારાં વિચારોનું આ નિરીક્ષણ તમે રેસ્ટોરેન્ટમાં કે ભીડવાળી શેરીઓમાં હો, કે વિમાનમાં મુસાફરી કરવાના હો, તે દરમિયાન પણ કરી

શકો છો. જેમકે તમે એરપોર્ટ પર હો, તો હવાઇ જહાજ પર સવાર થતાં લોકોનું અવલોકન કરો અને તે વખતે તમારાં મનમાં ઊભા થતા વિચારો ઉપર ધ્યાન આપો. તે વિચારોમાં શું તમને તમારાં નો ઘોંઘાટ જ સંભળાય છે કે તેઓનો દેખાવ કેવો છે, તેઓએ શું પહેર્યું છે, તેઓ શું લઇ જાય છે, તેઓ કેવી રીતે વાતો કરે છે, તેઓ કેવી રીતે સામાન લઇ જાય છે,વગેરેની તમે નોંધ કરો છો? તે આપણા જ ગમા-અણગમાથી ઘડાયેલી આપણી ચેતનાનો પ્રવાહ હોય છે. આપણામાંના મોટા ભાગના અજાણતા જ, આપણું પોતાનું અને બીજાઓનું મૂલ્યાંકન કરતા હોય છે. આપણી યાત્રા આવા મૂલ્યાંકનથી સ્વીકૃતિ તરફ, ત્યાંથી કરુણા તરફ તથા ત્યાંથી પ્રેમ તરફ આગળ વધે છે.

પસંદ-નાપસંદ અને ગ્રંથિઓ

તમારા ગમા-અણગમાને કારણે તમારી ભાવનાઓ ઉત્તેજિત થાય છે અને આ ભાવનાઓ અવરોધો સર્જે છે, જે ચક્રોને અસર કરે છે. આ વાતને એક ઉદાહરણ આપીને સ્પષ્ટ કરું. માની લો કે બાળપણમાં એક કૂતરાએ તમને બચકું ભર્યું હતું અને તમારી પગની પિંડી લોહીલુહાણ કરી દીધી હતી. કૂતરાના કરડવાના ઘા ઉપરાંત તમારે હડકવા ના થાય, તે માટેનાં પીડાદાયક ઇન્જેક્શનો પણ લેવા પડ્યા હતાં. તમારા મનમાં આ સમગ્ર ઘટનાની દુઃખદ યાદો રહી જાય છે અને તે પછી હંમેશા – જ્યારે તમે પુખ્ત થઇ જાઓ છો, ત્યારે પણ તમે કૂતરાઓથી દૂર જ રહો છો અને કોઇ કૂતરો નજીક આવી જાય તો તમે ગભરાઇ જાઓ છો.

હવે, કલ્પના કરો કે તમે તમારી નાની દીકરી સાથે તમે બગીચામાં લટાર મારી રહ્યા છો. ત્યાં તે એક કૂતરાને જુએ છે અને તેની સાથે રમવા લાગે છે. તમે ડરના માર્યા થીજી જાઓ છો, પણ તમારી દીકરી તો કૂતરાના કાનને આમળે છે અને તેની પૂંછડી પણ ખેંચે છે અને તે કૂતરો પણ એક નાનાં બાળક પાસેથી મળી રહેલ અણઘડ લાડ-પ્રેમનો આનંદ માણતો હોય છે, તમે ખૂબ જ ગભરાયેલા હો છો, જ્યારે તમારી દીકરી પોતાની અત્યંત સુખદ યાદો સર્જી રહી હોય છે.

તમારી પ્રતિક્રિયાઓ જુદી કેમ હતી? સાવ સીધી વાત છે: કારણ એ છે કે તમારા બાળકની યાદો તમારી યાદોથી અલગ છે. તમે કહી શકો કે બાળકનું મન હજુ શીખી રહ્યું હોય છે. કોઇ પણ પૂર્વ અનુભવ વિના, તે બાળક ત્યારે કૂતરોને તે જેવો છે, તેવો જ જુએ છે – પ્રેમાળ, ચંચળ અને આનંદિત. બીજી બાજુ તમારું મન, ભૂતકાળના

એ દર્દનાક અનુભવની યાદ તાજી કરીને, બહારની બાબતો વિષેનું પોતાનું મંતવ્ય બનાવતું હોય છે. તમારી અંદર પડેલી સ્મૃતિઓથી ઘડાતી ભાવનાઓને આધારે તમે બહારની દુનિયા સાથે વ્યવહાર કરો છો. આ રીતે તમારો ભૂતકાળ, તમને એક ચોક્કસ રીતે વર્તતા કરી દઈને, તમારાં વર્તમાન વ્યવહારનો દોરીસંચાર કરે છે.

સામાન્યતઃ તમે, તમારાં જીવન દરમિયાન થતા અનુભવોનું વિશ્લેષણ કરીને, તમારું જીવન જીવતાં હો છો. પુસ્તકો વાંચવા, કાર ચલાવવી, ખરીદી કરવી, રાંધવું અને સ્નાન કરવું, આ બધા એ અનુભવો છે, જેમાં એક અનુભૂતિ પછી આપણે તેનું વિશ્લેષણ કર્યા પછી જ બીજી અનુભૂતિ તરફ જઈએ છીએ. આ દરમિયાન, જો આપણે પ્રસન્ન હોઈએ, કૃતજ્ઞ હોઈએ અને ખુશ હોઈએ, તો હૃદય ખુલી જાય છે અને ચેતના અવિરતપણે વહેવા માંડે છે. આપણે આસપાસની બધી બાબતો સાથે ગહનતાથી જોડાયેલા હોવાનું અનુભવીએ છીએ. જો તેવી અનુભૂતિ ન થતી હોય, તો તે અનુભવો અસ્પષ્ટ હોય છે અને તે એમ જ પસાર થઇ જાય છે અને એ પણ યોગ્ય જ છે.

પરંતુ જ્યારે કોઇ વસ્તુથી તમને ગમો કે અણગમો પેદા થાય છે, ત્યારે તે ગમો કે અણગમો, તમને તે બાબતને સ્વીકારી લઇને, સ્વીકારનાં તે વિચાર સાથે આગળ વધી જતાં રોકે છે. તમે, તે પળમાં જ ફસાયેલા રહો છો. જે અનુભવ તમને પસંદ નથી, તેનો તમે પ્રતિકાર કરતાં રહો છો, અને જે અનુભવ તમને પસંદ છે, તેની સાથે તમે જોડાયેલાં રહો છો. પછી ભલે તે જોડાણ હોય કે પ્રતિકાર, પસંદ કે નાપસંદ હોય, ચેતનાનો પ્રવાહ અવરોધાયેલો હોય છે. તે પછીના અનુભવોએ, આપણું ધ્યાન આકર્ષિત કરવા માટે, આ અવરોધોને હટાવવાં જ પડશે.

હવે થોડી વાર, તમારા અત્યાર સુધીના જીવન ઉપર નજર નાખો. એવી ઘટનાઓ વિષે વિચારો, જેનો તમે પ્રતિકાર કર્યો હતો કે તમે આકર્ષાયા હતા. "મારી સાથે દગો કરવામાં આવ્યો હતો", "હું તે વ્યક્તિની ઘૃણા કરું છું", "તે સોદો મને કોઇ પણ કિંમતે જોઇએ છે" – 'હું' પણું (અહંકાર) જેટલું વધારે, તેટલી ભાવનાઓ વધારે મજબૂત હશે. આવી પ્રબળ ભાવનાઓ તમારું ધ્યાન ખેંચી રાખે છે. જો તમે કદાચ કાર ચલાવી રહ્યા હો, રાત્રિભોજન કરી રહ્યા હો, સ્નાન કરી રહ્યા હો અથવા મિત્ર સાથે વાતચીત કરી રહ્યા હો, તો પણ તમારું મન તો અવરોધાયેલી ઘટના વિષે જ વિચારતું હોય છે. પછી તે આસક્તિ હોય, ("ઓહ! હું તેને કેટલો પ્રેમ કરું છું!") અથવા તો તે કોઇ અવરોધ હોય, ("તેઓ મારી સાથે આવું કેવી રીતે કરી શકે?") પરિણામ એક જ હોય છે. તમે એવા પ્રકારના અવરોધમાં ફસાયેલા રહો છો કે જે તમારાં ધ્યાનને તેની પાસેથી છટકવા જ નથી દેતો.

લેખક માઇકલ સિંગર, તેમના સૌથી અધિક વેચાયેલા પુસ્તક *'અનટીથર્ડ સોલ'* (મુક્ત આત્મા)માં વાદળી રંગની ફોર્ડ મસ્ટાંગ કાર વિષે લખે છે. જો તમને ક્યાંક, તમારી મહિલા મિત્રની કાર જેવી લાગતી વાદળી રંગની ફોર્ડ મસ્ટાંગ કાર દેખાય અને

તમે જુઓ છો કે કારમાં બે જણ આલિંગનમાં છે, તો તે થોડી ક્ષણો તમને અવરોધી રાખવા પૂરતી હોય છે અને તમને એ સિવાય અન્ય બીજી કાર, વૃક્ષો, વાહન ચાલકો, કશું દેખાતું જ નથી. વર્ષો બાદ, વળી પાછા તમે કોઈ વાદળી રંગની ફોર્ડ મસ્ટાંગ કાર અને એમાં એક યુગલ જોશો, ત્યારે ભૂતકાળની તે જ ભાવનાઓ ફરીથી ઊઠી આવે છે. જેનું સમાધાન ન થયું હોય, તેવા ભાવનાત્મક અવરોધો યાદશક્તિ પર, અત્યંત ઝીણી વિગતો સાથે ટકી જાય છે તથા લાંબા સમય સુધી રહી જનાર ભાવનાત્મક અશાંતિ ધરાવતી ઊંડી છાપ જમાવી જાય છે. યોગીઓ આ છાપોને 'સંસ્કાર' કહે છે.

સંસ્કારો – તમારી ચેતનામાંના અવરોધો

જ્યારે પાણી એક જ જગ્યાએ વહ્યા કરતું હોય છે, ત્યારે તે વહેણ જમીનમાં એક નહેર કોતરી કાઢે છે. સમય જતાં, તે નહેર પહોળી થતી જાય છે અને આમ, ધસમસતી નદી માટે માર્ગ સર્જાય છે. હવે જ્યારે વરસાદ પડે છે, ત્યારે વરસાદનું પાણી એકમાત્ર આ જ નહેરમાં વહેવા લાગે છે. તે જ રીતે, તમારા સંસ્કારો પણ તમારી અંદર એક ચોક્કસ પ્રકારની ભાત (પેટર્ન) બનાવી દે છે. તમારા વિચારો, તમારી પ્રતિક્રિયા તેમજ તમારી પસંદ-નાપસંદ, એ બધુ સંસ્કારોના પરિણામો જ છે. તમે જે પ્રકારનું જીવન જીવી રહ્યા છો, તે તમારા સંસ્કારોનું તમારી સમક્ષનું પ્રગટીકરણ જ છે.

આધુનિક મનોવિજ્ઞાન, આ બાબતે ગહન વિચારસરણી રજૂ કરે છે. ન્યૂરોપ્લાટીસિટી, માનસિક આઘાત, વીજળીના ઝબકારા જેવી યાદદાસ્તો, આદતોનું ઘડતર, વગેરે પર થયેલા સંશોધનો એ દર્શાવે છે કે આપણે આપણી અંદર ભાવનાત્મક યાદોને કેવી રીતે સંઘરતા હોઈએ છીએ અને તે કેવી રીતે આપણાં વ્યવહારને એક ચોક્કસ પ્રકારના ઢાંચામાં ઢાળે છે. વારંવાર કહેવામાં આવતી ઉક્તિ, "જે ચેતા-કોષો એકસાથે ઉત્તેજિત થાય છે, તે ચેતા-કોષો પરસ્પર જોડાય છે" ('Neurons that fire together, wire together') આ ઉક્તિ પણ – ગાઢ થતાં જતાં સંસ્કારો બાબતનો ખ્યાલ – વર્ષો-વર્ષ વરસાદનાં પાણીનો પ્રવાહ પોતાને વહેવા માટે, જે રીતે પાણીની નહેરને જેમ ઊંડી બનાવતો જાય છે, તે ખ્યાલને જ રજૂ કરે છે.

મોટા ભાગના લોકોને ક્યારેય ખ્યાલ આવતો નથી કે તેમના સંસ્કાર તેમને કેટલી બધી અસર કરે છે. સંસ્કારો અદ્રશ્ય કાચ જેવા હોય છે, જેનાં મારફતે આપણે દુનિયા જોતાં હોઈએ છીએ. આ બાબતે, એક મહાશક્તિશાળી હાથીનું ઉદાહરણ સચોટ છે કે તેની જેમ કોઈ પણ બાબતને કેવી રીતે નબળી બનાવી દઈ, એક ચોક્કસ વિચારમાં બાંધી શકાય છે.

શરૂઆતમાં હાથીના બચ્ચાને એક વૃક્ષ સાથે દોરડાથી બાંધી રાખવામાં આવે છે. બચ્ચામાં હજી એટલી શક્તિ નથી હોતી કે તે દોરડાને તોડી શકે. પછી જ્યારે હાથીનું

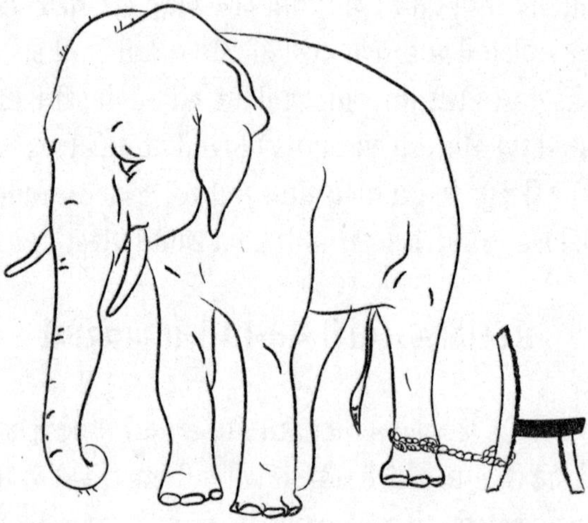

બચ્ચું મોટું થતું જાય છે પણ જ્યારે તે દોરડાથી, બાંધેલી હાલતમાં હોય છે, ત્યારે અસહાય મહેસુસ કરે છે અને એક જ જગ્યાએ ઊભો રહે છે. અંતે, તેને આની આદત પડી જાય છે અને તેથી તેને એવું જ લાગે છે કે તે આ દોરડાના બંધનમાંથી છૂટી નહીં શકે. તે મહાકાય હાથી એટલો શક્તિશાળી હોય છે કે જો તે ઇચ્છે, તો સમગ્ર જંગલને પણ નષ્ટ કરી શકે. પરંતુ તેને તદ્દન હલકી પ્લાસ્ટીકની ખુરશી સાથે જ્યાં પણ બાંધીને રાખીએ તો પણ, ત્યાંથી તે ખસતો પણ નથી.

સંસ્કારોથી ભાવનાત્મક પ્રતિભાવની આદત પડે છે.

જેનું સમાધાન થઇ શક્યું ન હોય, તે ભાવનાત્મક અવરોધો આપણી અંદર વિકૃતિ બનતા જાય છે અને સંસ્કારો પેદા કરે છે, જે આપણાં વર્તનની રીત-ભાત નક્કી કરે છે. જેટલી વખત એવી પરિસ્થિતિ ઊભી થાય છે, તેટલી વખત આપણી એ ની એ જ રીત-ભાત દૃઢ થતી જાય છે અને પરિણામે આપણે ભાવનાત્મક આદતો ઘડાતી જાય છે.

આ આદતોની ખાસિયત શું હોય છે? એક વાર આદત પડી જાય છે, પછી તે ક્રિયા કોઈ ખાસ વિચારો કે પ્રયત્ન વગર જ આપોઆપ આપણી વર્તણૂકમાં આવી જાય છે. તેને માત્ર એક ઇશારાની જરૂર હોય છે અને કોઈ રીતે સહેજ આધાર મળતાં જ તે પૂર્વનિર્ધારિત વર્તણૂક થઈ જાય છે, જે રીતે સવારે ચા માટે પાણી મૂક્યા પછી, આપોઆપ જ ચા, ખાંડ, દૂધ વગેરે આપોઆપ જ નંખાઈ જાય છે અને ચા તૈયાર થઇ

જાય છે. ચા બનાવવા માટે ગેસ પર પાણી મૂકવું, એ આદતને પ્રગટ થવાના સંકેત તરીકે કામ કરે છે. કંટાળો આવવો, એ ક્યારેક વિચાર્યા વગર સોશીઅલ મીડિયા જોયા કરવાં કે ઇમેલ ચકાસ્યા કરવાં જેવાં કાર્યો માટે સંકેત બની રહે છે. આ રીતે આદતને શરૂ કરી આપનારાં બીજા કેટલાંક ઉદાહરણો: કસરત માટેના કપડાને જોવાનું કસરત કરવા માટેનો ઈશારો બની રહે છે કે રસોઈ તૈયાર થતી હોય, તેની સુગંધ ખાવા માટે ઈશારો બની રહે છે.

આપણાં મનને આદતો પાડવાનું ગમે છે. આદતો મનને સતત સક્રિય રહેવાના દબાણમાંથી રાહત આપે છે, નહીં તો, કલ્પના કરો કે રસોઇ કેવી રીતે બનાવવી, વાહન કેવી રીતે ચલાવવું અને બીજું ઘણું બધુ જેને તમારે દરરોજ શીખવું પડે, તો કેવું મુશ્કેલ થાય. આદતો જીવનમાં વિચારવાની જરૂર વગરની ક્રિયાઓ શક્ય બનાવે છે. આપણા મનમાં આપણાં મનમાં સચવાઈ રહેલી યાદદાસ્તો પૈકી, વિપુલ પ્રમાણમાં આદતો જ હોય છે, જે આપણા જીવનને સરળ બનાવે છે.

સંસ્કારો, ભાવનાત્મક પ્રતિભાવ માટેની આદતો બની રહે છે. સંસ્કારો, એક ચોક્કસ ઘટના-ક્રમનું આયોજન કરી રાખે છે, જે ઇશારા રૂપે અમુક પરિસ્થિતિ પેદા થતાં જ, શરૂ થઇ જાય છે. જેટલી વાર એ ની એ પરિસ્થિતિ પેદા થાય છે, તેટલી વાર તમે તેનાં તે જ પગલાં લો છો અને આ રીતે સંસ્કારો મજબૂત બનતા જાય છે, જેમકે પીઝાની સુગંધ આવવી – પીઝા ખરીદવાનો ઓર્ડર અપાઈ જવો; કૂતરો દેખાતા જ – તેનાથી દૂર જતા રહેવું, રસ્તા પર વાદળી મસ્ટાંગ કાર દેખાવી - ભૂતપૂર્વ પ્રેમિકા માટે બદદુઆ નિકળવી, વગેરે. આ બધું આપોઆપ થતું હોય છે.

અને જ્યારે સંસ્કારો સક્રિય થાય છે, ત્યારે તે ક્રમબદ્ધ ભાવનાત્મક પ્રતિભાવો શરૂ કરી શકે છે. આ ક્રમિક પ્રતિક્રિયાઓ (chain reactions)માં એક ન્યુટ્રોનની સક્રિયતા જ એક એટમ-બૉંબના ધડાકા માટે જવાબદાર બની શકે છે. સંસ્કારો પણ એવાં જ હોય છે. તેઓ પ્રમાણ કરતાં ઘણાં મોટાં કે ઘણા નાનાં ભાવનાત્મક પ્રતિભાવો પણ સર્જી શકે છે અને તમને કમજોર અને નિઃસહાય હોવાનો અનુભવ કરાવી શકે છે. તમારી ભાવનાત્મક પ્રતિક્રિયા જેટલી વધારે પ્રબળ હોય, તેટલા જ વધારે પ્રબળ સંસ્કાર પણ હોય છે. જેમકે પ્રિયજન ગુમાવવા, હિંસાની ઘટના બનવી, હૃદયભગ્ન થવું, દુર્વ્યવહાર થવો અને એવી આઘાતજનક ઘટનાઓ ઊંડા સંસ્કારો બનાવે છે અને તે આત્મા ઉપર બોજ ઊભો કરે છે. સંસ્કારો બનવાનું કારણ ગમે તે હોય, તે આડશ બનીને ચેતનાનાં પ્રવાહને અવરોધે છે.

ચક્રોની ત્રણ અવસ્થા – ગ્રંથિ, ચક્ર તથા કમળ યાદ છે ને? – હવે, એક ચક્ર, જે ઊર્જા-ચક્ર છે, તે એક ગ્રંથિ કેવી રીતે બની જાય છે? તેનું કારણ સંસ્કારો છે. સંસ્કારો ચક્રની

આસપાસનાં વાતાવરણને ભરી દે છે અને તેનાથી ચક્ર રૂંધાઇ જાય છે. તેને પરિણામે ચેતનામાં અવરોધ પેદા થાય છે.

એ યાદ રાખવું આવશ્યક છે કે લગાવ અને પ્રતિરોધ, બંને દ્વારા સંસ્કારો બને છે. પાંજરું સોનાનું બનેલું હોય કે લોખંડનું, તે તમને કેદ જ કરશે. આપણી આધ્યાત્મિક સંરચના પર લક્ષ આપવાના અભિગમથી, એટલે કે સર્વોત્તમ સ્વરૂપ સાથે આપણા મિલનને અવરોધતી ભાવનાઓ, યાદો અને અનુભવો પ્રતિ જાગૃતતા કેળવીને – આપણે આ સંસ્કારોની સફાઇ કરી શકીએ છીએ અને એમ કરીને આપણાં ગ્રંથિયુક્ત ઊર્જા કેન્દ્રોનું ચક્રોમાં રૂપાંતર કરી શકીએ છીએ. આ રીતે, આપણે આપણી જાતને ચક્રોને ખુલતા અનુભવવાની આપણને તક આપી છીએ.

યાદ રાખો કે ભાવનાત્મક અવરોધો આપણાં વર્તનમાં જણાય છે, કારણકે તેઓ ઉકેલ માંગે છે. આપણને દરરોજ ગુસ્સો આવે છે કારણ કે ભાવનાત્મક અવરોધોને દૂર કરવા માટે પ્રેમ જરૂરી છે. સ્વભાવમાં આવતું ચીડિયાપણું દયા થકી ઉકેલી શકાય છે. ગ્લાનિ હૃદયને ભારે બનાવે છે અને તેને કરુણાનો પ્રકાશ જોઇએ છે. ભયનો પરપોટો હિંમત દ્વારા ફૂટી શકે છે.

ભાવનાઓને ઉકેલ જોઇએ છે, તે બાબત ન જાણતા હોવાને કારણે આપણી સહજ પ્રતિક્રિયાઓ આક્રોશને ક્રોધમાં ફેરવે છે, ચીડને વધારીને તેને તિરસ્કારમાં ફેરવે છે, ગ્લાનિને હતાશા તરફ ખેંચી જાય છે, ચિંતા ભયમાં ફેરવાઇ જાય છે. જ્યારે તમે સફાઇ કરતાં હો, ત્યારે આવી સહજ પ્રતિક્રિયાઓ બદલાઇ જાય છે.

સફાઇ પદ્ધતિ દ્વારા હૃદયની અંદર અવકાશ સર્જાય છે; રોજ ધ્યાન કરવાથી, આ જગ્યા વિવિધ હાલતોથી ભરાઇ જાય છે કે અને તેને કારણે શાણપણ (વિવેક) જન્મે છે. ધીમે ધીમે તમારામાં સાચી વિચારસરણી તથા પરિસ્થિતિઓ વિષે યોગ્ય સમજ વિકસે છે. આ સાચી વિચારસરણી તથા યોગ્ય સમજને કારણે જ તમે તમારું પુનઃઘડતર કરી શકો છો અને તમારી ચેતનામાંનો અવરોધ દૂર કરી શકો છો.

સંસ્કારો બનવાનો અર્થ એ નથી કે તમે ખરાબ છો અને માનવીય ગુણો ધરાવતા નથી. સંસ્કારો તો ભાવનાત્મક કાર્ય-કારણ-અસરનાં એક ભાગ રૂપે જ હોય છે. મહત્ત્વની બાબત એ છે કે તમે આવા પ્રકારના અવરોધોનાં બંધનમાં નથી હોતાં. સંસ્કારો કે જે તમને બંધનમાં નાખે છે, તેના કરતાં તમે ઘણા મહાન અને સબળ હોવ છો. તમારી અંદર, એક સુંદર અસ્તિત્વ કેદ થયેલું હોય છે. તમારું આધ્યાત્મિક સંરચના પર કરેલું કામ, તમારા અસ્તિત્વને મુક્ત કરી શકશે. જે દોરડાએ હાથીને બાંધી રાખ્યો છે, તેને માત્ર કાપવાનું જ છે.

10.

સંસ્કારોનું ઉત્પત્તિ સ્થાન – બિંદુઓ A, B, C, અને D

ઓગણીસમી સદીના મધ્યમાં, લંડનમાં, જ્હોન સ્નો નામના એક રોગચાળાના નિષ્ણાંત ચિકિત્સક હતા. કૉલેરા ફાટી નીકળવો, એ તે વખતની સામાન્ય ઘટના હતી અને દર વર્ષે હજારો લોકો આ રોગથી મૃત્યુ પામતા હતા. તે સમયની નીતિ પ્રમાણે ગટર સાફ કરવામાં આવતી અને હવામાં જંતુનાશક દવાઓનો છંટકાવ કરવામાં આવતો કારણ કે એવું માનવામાં આવતું હતું કે કૉલેરા હવાથી ફેલાય છે. પરંતુ સ્નોને આ સિદ્ધાંત પર શંકા હતી, તેથી તેમણે નકશા પર લંડનમાં કૉલેરાના કેસોના સ્થાનો નોંધવા માંડ્યા. જ્યાં કૉલેરાના કેસ વધારે હતાં, ત્યાં તેમણે તપાસ આદરી, જેમાં તેમને એક એવો કોલેરા-ગ્રસ્ત વિસ્તાર જોવા મળ્યો કે જે એક વોટર પંપની આસપાસ હતો. સ્નોએ સ્થાનિક અધિકારીઓને પંપના હેન્ડલને દૂર કરવા માટે સહમત કર્યા. આમ, દૂષિત પાણીના સ્રોતને જ અસરકારક રીતે દૂર કરવામાં આવ્યો. કૉલેરાનો પ્રકોપ ઘટ્યો અને જ્હોન સ્નોનો સિદ્ધાંત કે કૉલેરા પાણીજન્ય છે, તે પછીથી અન્ય વૈજ્ઞાનિકોએ પણ સાબિત કર્યું હતું.

સ્નોનું આ કાર્ય, કોઈપણ સમસ્યાના મૂળ કારણને ઓળખીને તેનું નિરાકરણ કરવાની અગત્યતાની યાદ અપાવતું એક મહત્ત્વનું કાર્ય હતું. 'તમે પાછળના પ્રકરણમાંથી શીખ્યા કે સંસ્કારો ચક્રોને અવરોધે છે. તેથી સંસ્કારોની સફાઇ, આપણી પ્રગતિ કરાવી શકે છે. પરંતુ, તેની પણ પહેલાં, સંસ્કારો સર્જાય છે કેવી રીતે? [બિંદુઓ A, B, C અને D સંસ્કારોની રચનાને શરૂ કરવા માટેનું મૂળ કારણ છે.] આ સંસ્કારોનું સર્જન બિંદુઓ A, B, C અને Dમાં થાય છે અને તે બિંદુઓ સંસ્કારોને પેદા કરવા માટે જવાબદાર હોય છે. જ્યારે આ બિંદુઓમાં ખલેલ પેદા થાય છે, છે, ત્યારે તેના કારણે અન્ય ચક્રો પર અસર થાય છે અને સંસ્કારો બનવા માંડે છે. સંસ્કારોના રચાવાને કારણે આપણામાં અસ્થિરતા આવે છે. સંસ્કારોની રચના શરૂ કરવામાં આ બિંદુઓ

પાયાની ભૂમિકાભજવે છે. અહીં આપવામાં આવેલી જાણકારી અને ઝીણવટભરી વિગતો તમને એ સમજવામાં મદદ કરશે કે સંસ્કારો કેવી રીતે રચાય છે અને આપણી યાત્રા પર તેમની શું અસર થાય છે.

બિંદુ C એ 'એપીસેન્ટર' છે

હવે પછી, તમે જ્યારે કોઈ રેસ્ટોરન્ટ કે કોઈ વ્યસ્ત શેરીમાં કે એરપોર્ટ પર હો, ત્યારે આ અજમાવી જોજો. તમે એરપોર્ટ પર હોવ અને આજુબાજુના લોકોને જોતા હોવ, ત્યારે તમારા વિચારોનું અવલોકન કરી જોજો. તેમના દેખાવ, કપડાં, હલન ચલન, તેઓ કેવી રીતે વાત કરે છે અને તેઓ તેમનો સામાન કેવી રીતે ભેગો કરે છે, વગેરે વિષે તમારા મનમાં વહેતા પસંદ અને નાપસંદના પ્રવાહ નોંધજો. ચેતનાનો આ પ્રવાહ મોટેભાગે દરેકની પોતાની પસંદગીને આધારે લીધેલા નિર્ણયોને આધારે હોય છે. જો તમે ધ્યાન આપશો, તો જણાશે કે જ્યારે તમારી પ્રતિક્રિયાઓ તીવ્ર હોય, ત્યારે તમે તમારી છાતી પર હળવું દબાણ પણ અનુભવી શકો છો. આ દબાણ બિંદુ C ના સ્થાન પર અનુભવાશે. (બિંદુઓના સ્થાનોની જાણકારી માટે પૃષ્ઠ pg 102 જુઓ.)

બિંદુ C એ આધ્યાત્મિક સંરચનામાં એક વ્યૂહાત્મક બિંદુ છે. જ્યારે પણ આપણે પસંદ અથવા નાપસંદની લાગણીઓ સાથે કોઈ બાબતનો પ્રતિભાવ આપીએ છીએ, ત્યારે તે સ્પંદનો બિંદુ C થી શરૂ થાય છે. જો તમારો પ્રતિભાવ મોળો હોય, તો તે સ્પંદનોમાં સંસ્કાર રચવા જેટલી શક્તિ નથી હોતી. પરંતુ જો તમારો પ્રતિભાવ જોરદાર હોય, તો સંસ્કારો બિંદુઓ તથા ચક્રોને પણ અસર કરે છે.

આનો અર્થ એ નથી કે આપણે બધી જ વ્યક્તિગત પસંદગીઓથી દૂર રહેવું. દરેકની પોતાની પસંદગી હોવી, એ આપણા સ્વભાવમાં છે. આપણે શું વાંચીએ છીએ, શું ખાઈએ છીએ, શું પહેરીએ છીએ અને કેવું વિચારીએ છીએ, તે આપણી પોતાની પસંદગી દ્વારા નક્કી થાય છે. મને ગુજરાતી ભોજન ભાવે છે, પણ તમને ઇટાલિયન ભોજન ભાવતું હોઈ શકે. પરંતુ જો આપણે ચીજ-વસ્તુઓનો આગ્રહ રાખવાનું ટાળી શકીએ અથવા જિદ્દી બનવાનું અને માગણીઓ કરવાનું ટાળી શકીએ, તો આપણે બિંદુ C ને ખલેલ પહોંચતી અટકાવી શકીએ છીએ અને મોટાભાગના સંસ્કારોની રચનાને અટકાવી શકીએ છીએ.

સતત સ્મરણનાં અભ્યાસથી* આપણે આપણી પસંદ અને નાપસંદનું અને તેના થકી આપણા સંસ્કારોનું નિયમન કરી શકીએ છીએ. સતત સ્મરણ એટલે ધ્યાન દ્વારા

---

* વિશ્વની વિવિધ પરંપરાઓમાં પણ સતત સ્મરણનો અભ્યાસ કરવામાં આવે છે. ખ્રિસ્તી ધર્મમાં, તેને અવિરત પ્રાર્થના કહેવામાં આવે છે અને હિંદુ ધર્મમાં, તેને ભજન કહેવામાં આવે છે.

આપણે બનાવેલી સકારાત્મક આંતરિક હાલત સાથે જોડાયેલા રહેવાનો અને તેને વિકસિત કરવાનો અભ્યાસ.

બોલતા, જમતા, વાંચતા, ડ્રાઇવિંગ કરતા અને તમે બીજું જે કંઇ પણ કરતા હો, ત્યારે તમારા હૃદય સાથે જોડાયેલા રહો. તે જોડાણ તમારા ધ્યાનને અંદર તરફ વહેવા માટે એક વહેળો બનાવે છે. કહેવાય છે કે, 'જે તરફ ધ્યાન જાય, તે તરફ ઊર્જા જાય છે' અને સતત સ્મરણ દ્વારા સંસ્કારોની ઊંડી અસરને ટાળીને તમારા ધ્યાનના પ્રવાહ માટે વેળાસર નવો રસ્તો શોધીને, તેને બીજે વાળી શકો છો. પસંદ અને નાપસંદના વિરોધાભાસથી પર થવામાં સતત સ્મરણ મદદ કરે છે અને આમ આંતરિક વિકાસનો માર્ગ મોકળો બને છે.

પસંદ અને નાપસંદ નો વિરોધાભાસ

આપણે આગળ વધીએ તે પહેલાં, જેમને પ્રશ્ન છે, તેમને માટે સ્પષ્ટ કરી પ્રારંભ કરીએ: "દાજી, શું તમે એવું સૂચવો છો કે અમારે બધી ઇચ્છાઓનો ત્યાગ કરવો જોઈએ? શું ઇચ્છાઓ હોવી એ જ ખરાબ છે?" હવે આગળ વધતાં પહેલા, જો કોઇને એવાં પ્રશ્નો હોય કે, "દાજી, શું તમે એવું સૂચવો છો કે અમારે બધી જ ઇચ્છાઓનો ત્યાગ કરી દેવો જોઈએ? શું ઇચ્છાઓ મૂળભૂત રીતે ખરાબ જ છે?" તો આપણે તેનાં સ્પષ્ટીકરણ પછી આગળ વધીએ. ના. આપણને બધાને ઇચ્છાઓ અને આકાંક્ષાઓ હોય જ છે; હકીકતમાં, આ આધ્યાત્મિક સંરચના પર કામ, એ પણ એક 'પોતાની જાતને સુધારવાની' ઇચ્છા જ છે. ઇચ્છા, એ આત્માની શ્રેષ્ઠતમ બનવાની અભિવ્યક્તિ જ છે. પરંતુ સંસ્કારોને કારણે, ઇચ્છાની ઊર્જા મોટેભાગે જીવનના નિમ્ન લક્ષ્યો તરફ ખોટી રીતે ફંટાઇ જાય છે. જેમકે જો લોખંડનો ટુકડો હોકાયંત્રની બાજુમાં મૂકવામાં આવે તો યંત્ર, સાચી ઉત્તર દિશાને બદલે ખોટી તરફ વળે છે. આત્માના કિસ્સામાં, સંસ્કારોરૂપી લોખંડની અનેક કરચને કારણે હોકાયંત્ર ખોટી દિશા બતાવે છે અને તેને કારણે દરેક ચક્ર જ ધ્રુવ બની જાય છે અને પછી તે આપણને મુખ્ય ઉદ્દેશ્ય તરફ વાળવાને બદલે જુદી જુદી દિશાઓ તરફ લઇ જાય છે.

"ઇચ્છા પર કાબૂ મેળવો" એવું કહેવું બહુ સહેલું છે, પરંતુ કરવું એટલું સરળ નથી. ઇચ્છાઓને દબાવી રાખવી, એ કાયમી ઉકેલ નથી, કારણ કે તે ક્યારેક શક્ય હોય છે, પરંતુ હંમેશા નહીં. ઘણા કિસ્સાઓમાં એવું જણાય છે કે ઇચ્છાઓનું દમન કરવામાં આવે, તો તેનાથી ઇચ્છાઓ હોય, તેનાં કરતાં પણ વધારે અવરોધો ઊભા થાય છે. બીજો વિકલ્પ ઇચ્છાઓને સંતોષવાનો છે, પરંતુ સંતુષ્ટ થયેલી દરેક ઇચ્છા ઘણીવાર વધુને વધુ ઇચ્છાઓ લઇને આવે છે અને આમ બંધન વધે છે. ઇચ્છાઓનો ત્યાગ કરવાથી તાણ સર્જાય છે અને ઇચ્છાઓની પૂર્તિ કરવાથી આસક્તિ વધે છે. તો પછી આનો ઉકેલ શું છે?

ઇચ્છા એ અભાવ દ્વારા સર્જાયેલી ઊર્જા છે. આપણે ઊર્જાનું સર્જન કે નાશ નથી કરી શકતા, પણ આપણે તેનું રૂપાંતર કરી શકીએ છીએ. ઇચ્છાની ઊર્જાને ઉચ્ચ મૂલ્યો અને લક્ષ્યો જેવી ઉચ્ચતર બાબતો સાથે જોડીને રૂપાંતરિત કરી શકાય છે. જો આપણે મનને ઉચ્ચ સિદ્ધાંતો અને લક્ષ્યો પર સ્થિર રાખીશું અને વિવેક અને ત્યાગના રક્ષણાત્મક અવરોધો બનાવીશું, તો આપણે વધુ સારી પસંદગી કરી શકીશું.

તમારા રોજિંદા જીવનમાં, ઇચ્છાઓની હારમાળા પ્રત્યે સજાગ રહો. આવી હારમાળા એક સરળ ઇચ્છા સાથે શરૂ થાય છે. એક ચાહ, જે ઇચ્છાઓ તરફ દોરી જાય છે; ઇચ્છાઓ અપેક્ષાઓ તરફ દોરી જાય છે અને પોતાની અપેક્ષાઓ પૂર્ણ થવી જોઇએ, તેવી માંગ તરફ લઈ જાય છે. તે પછી એ માંગણીઓ વ્યક્તિને આગ્રહ તરફ દોરી જાય છે, કે "તે તો મારો અધિકાર છે."

જ્યારે તમે માંગણી શરૂ કરો છો, ત્યારે તમારું પતન થાય છે – ખરેખર તમારી પોતાની નજરમાં જ તમારું પતન થાય છે. તમારું હૃદય જાણે છે કે તમે ખોટું કરી રહ્યા હો છો, પરંતુ તમારો અહંકાર તમને કાર્યની સુધારણા કરતાં અટકાવે છે. જો આ વલણ ચાલુ રહે, તો એકલતા અને અપરાધભાવ તરફ દોરી જાય છે. તેથી જ, તમે નોંધ્યું હશે, કે હાર્ટફુલનેસની પ્રાર્થનામાં પંક્તિ છે, "ઇચ્છાઓ આપણી ઉન્નતિમાં બાધક છે." આ પંક્તિ પાછળનું શાણપણ મૂળ કારણ: આપણી ઇચ્છાઓ પર ધ્યાન આપવાનું છે.

ઇચ્છાનું માગણીમાં થઇ જતાં પરિવર્તનનો તથા માંગણીનું હકની ભાવનામાં (અને તેની સાથે સંલગ્ન અપરાધભાવમાં) થતાં પરિવર્તનનો આ પ્રવાહ, બાકીના આ ત્રણ બિંદુઓને અનુરૂપ હોય છે: બિંદુઓ A, B, અને D. આ પ્રવાહ સમજવાથી તમે પોતાના પ્રત્યે સભાન બનશો અને સંસ્કારો બનવાના શરૂ થતા પહેલાં જ તમે મૂળ કારણોને દૂર કરવાના જરૂરી પગલાં લઈ શકશો.

બિંદુઓ A અને B – માલિકીપણાના અને ઇંદ્રિયજન્ય અનુભવો

આપણે સૌ એક પ્રયોગ કરીએ: તમે એક કાગળ લો (કાગળ તમારી ધ્યાનની ડાયરીનો અથવા બીજો કોઇ હોઇ શકે છે). પૃષ્ઠને બે ઊભા ખાનામાં વહેંચો. પ્રથમ ખાનામાં તમારી પસંદની યાદી લખો અને બીજા ખાનામાં તમારી નાપસંદની યાદી લખો. જેમકે તમારી યાદીમાં લક્ઝરી કાર, સરસ એસ્પ્રેસો કોફી, વેકેશન, હોટ યોગા, પરિવાર સાથે સમય વિતાવવો વગેરે હોઈ શકે છે. નાપસંદનાં ખાનામાં બીમાર પડવું, પ્રિયજનને ગુમાવવું, ભગ્નહૃદય થવું, પિઝા પર અનાનસનું ટૉપિન્ગ વગેરે હોઈ શકે છે.

જ્યારે તમારા બંને ખાનામાં ઓછામાં ઓછી દસ વસ્તુઓ થઇ જાય, પછી તે સૂચિનું વિશ્લેષણ કરો. તમે બે બાબતો નોંધી શકશો. પ્રથમ, તમારી પસંદ અને નાપસંદ

તમારી ઇચ્છાઓ સૂચવે છે. આપણી પાસે જેનો અભાવ હોય, તે જ આપણે ઇચ્છતા હોઇએ છીએ. કારની ઇચ્છા, ઉષ્માભર્યો સંબંધ, શ્રેષ્ઠ કારકિર્દી, પીડાનો અંત અને વધુ પૈસા કમાવા, એ બધુ આપણા જીવનમાં જણાતા અભાવને પૂર્ણ કરવાની આપણી ઇચ્છાઓ છે. બીજી જે બાબતની તમે નોંધ લેશો, તે એ છે કે મોટાભાગની વસ્તુઓના બે વિભાગ છે: માલિકીપણું અથવા અનુભવો. ઉદાહરણ તરીકે, એસ્પ્રેસો કોફી, હોટ યોગા અને ઠંડા પાણીથી સ્નાન, એ અનુભવો હેઠળ આવે છે. લક્ઝરી કાર, કાશ્મીરી સ્વેટર અને વિન્ટેજ રેકોર્ડ આલ્બમ એ માલિકીપણા હેઠળ આવે છે.

સંપત્તિ, સત્તા, દરજ્જો અને દુન્યવી વસ્તુઓ વિષેની ઇચ્છાઓ બિંદુ A ને ખલેલ પહોંચાડે છે. જો તમે તે જ ઘડિયાળ, તે જ પ્રમોશન, તે જ વેકેશનનો પ્રવાસ, કે એવી કોઇપણ ચોક્કસ બાબત માટે જેટલો વધારે આગ્રહ રાખશો, તેટલા તમે વધુ સંસ્કારો બનાવશો. આ બધામાં ઇર્ષ્યા, બિંદુ A ને વધારે ખલેલ પહોંચાડે છે. જો તમારા મિત્ર અથવા કુટુંબના સભ્ય આકર્ષક ઇલેક્ટ્રિક સેડાન મર્સિડીઝ કાર ખરીદે છે અથવા બોરા બોરામાં વેકેશન હોમ (ઘર) ખરીદે છે અથવા કારકિર્દીમાં મોટી સફળતા પ્રાપ્ત કરે છે, ત્યારે તમે શું એવું વિચારો છો કે શા માટે તેને પ્રાપ્ત થયું અને મને કેમ નહીં? શું તમે તેમની યોગ્યતા પર પ્રશ્ન કરો છો? જો આવી લાગણીઓ લાંબો સમય રહે અને તે તમારા નિયંત્રણ બહાર જતીરહે, ત્યારે બિંદુ A વિક્ષેપિત થાય છે અને તે અભાવની માનસિક હાલત વધુ મજબૂત બને છે.

બીજી બાજુ, બિંદુ B, વિષયાસક્તિ સંબંધિત પસંદ અને નાપસંદ સાથે વધુ સંકળાયેલું છે. તમામ પ્રકારની તૃષ્ણાઓ આ શ્રેણીમાં આવે છે. જ્યારે તમે વિષયાસક્તિનો જરૂર કરતાં વધારે આનંદ લો છો, ત્યારે સ્પંદનો બિંદુ B તરફ જાય છે. જાતીય ઘેલછા સૌથી વધારે આગળ પડતી હોય છે. આકર્ષણ થવું સ્વાભાવિક છે અને તે સુનિશ્ચિત કરે છે કે પ્રજાતિઓનો વંશવેલો વધે. પણ જ્યારે ઇચ્છા નિયંત્રણની બહાર નીકળી જાય છે, ત્યારે મન અશાંત થઇ જાય છે. વાસનાભર્યા વિચારો મન પર હુમલો કરે છે અને આવેશને સંતોષવા માટે અન્ય વ્યક્તિ માત્ર એક વસ્તુ બની જાય છે. આવા વિચારોના ઉછેરથી સંસ્કારોનું નિર્માણ થાય છે.

માલિકીપણાની ઇચ્છાઓ (બિંદુ A) અથવા અનુભવો (બિંદુ B) સાથે સંબંધિત હોય, આપણે તે લગાવથી વાકેફ હોઇએ છીએ. અંદરનો અવાજ આપણને સંયમન તરફ ખેંચતો રહે છે. પરંતુ માનવીય લાગણીઓ જટિલ હોય છે અને ટેવો અને વૃત્તિઓથી છૂટકારો મેળવવો મુશ્કેલ હોય છે. મોટાભાગે, જ્યારે આપણે આંતરિક અવાજની અવગણના કરીએ છીએ અને ભોગવિલાસમાં પડી જઇએ છીએ, ત્યારે આપણામાં અપરાધભાવ વિકસે છે. એવું નથી કે સેક્સ ખરાબ છે અથવા ટીવી કે કાર ખરીદવી ખરાબ છે. પરંતુ જો વલણ ભોગવિલાસી અને સ્વાર્થી હોય, ત્યારે તે અપરાધભાવનો સંસ્કાર બનાવે છે.

બીજી બાજુ, બિંદુ B, વિષયાસક્તિ સંબંધિત પસંદ અને નાપસંદ સાથે વધુ સંકળાયેલું છે. તમામ પ્રકારની તૃષ્ણાઓ આ શ્રેણીમાં આવે છે. જ્યારે તમે વિષયાસક્તિનો જરૂર કરતાં વધારે આનંદ લો છો, ત્યારે સ્પંદનો બિંદુ B તરફ જાય છે. જાતીય ઘેલછા સૌથી વધારે આગળ પડતી હોય છે. આકર્ષણ થવું સ્વાભાવિક છે અને તે સુનિશ્ચિત કરે છે કે પ્રજાતિઓનો વંશવેલો વધે. પણ જ્યારે ઇચ્છા નિયંત્રણની બહાર નીકળી જાય છે, ત્યારે મન અશાંત થઈ જાય છે. વાસનાભર્યા વિચારો મન પર હુમલો કરે છે અને આવેશને સંતોષવા માટે અન્ય વ્યક્તિ માત્ર એક વસ્તુ બની જાય છે. આવા વિચારોના ઉછેરથી સંસ્કારોનું નિર્માણ થાય છે.

માલિકીપણાની ઇચ્છાઓ (બિંદુ A) અથવા અનુભવો (બિંદુ B) સાથે સંબંધિત હોય, આપણે તે લગાવથી વાકેફ હોઇએ છીએ. અંદરનો અવાજ આપણને સંયમન તરફ ખેંચતો રહે છે. પરંતુ માનવીય લાગણીઓ જટિલ હોય છે અને ટેવો અને વૃત્તિઓથી છૂટકારો મેળવવો મુશ્કેલ હોય છે. મોટાભાગે, જ્યારે આપણે આંતરિક અવાજની અવગણના કરીએ છીએ અને ભોગવિલાસમાં પડી જઇએ છીએ, ત્યારે આપણામાં અપરાધભાવ વિકસે છે. એવું નથી કે સેક્સ ખરાબ છે અથવા ટીવી કે કાર ખરીદવી ખરાબ છે. પરંતુ જો વલણ ભોગવિલાસી અને સ્વાર્થી હોય, ત્યારે તે અપરાધભાવનો સંસ્કાર બનાવે છે.

બિંદુ D – અપરાધભાવ

પસંદ અને નાપસંદથી પર જવું

અલબત્ત, આપણી પસંદ અને નાપસંદથી પર જવું એ સૂક્ષ્મ બાબત છે. દુન્યવી શક્તિ, સંપત્તિ અથવા સંવેદનાઓ પ્રત્યે મજબૂત આકર્ષણ હોવું એ સમસ્યા છે, વળી દુન્યવી જીવનનો વિરોધ કરવા પણ વિક્ષેપનું કારણ બને છે. પસંદ અને નાપસંદ તથા આકર્ષણ અને પ્રતિકાર, બંને સંસ્કારોનું કારણ બને છે. પક્ષીની બે પાંખોનું ઉદાહરણ લઈએ, તો, જ્યારે તેની એક પાંખમાં ખલેલ પહોંચે છે, ત્યારે તે ગોળ ગોળ ઘુમ્યા કરે છે. એ રીતે જ્યારે તમારી ચેતનામાં અવરોધ આવે છે ત્યારે પ્રગતિ ધીમી પડી જાય છે. પરંતુ જ્યારે આપણે કોઇ ઉચ્ચ ધ્યેય તરફ મીટ માંડીએ છીએ અને આપણું ધ્યાન તેના પર કેન્દ્રિત કરીએ છીએ, ત્યારે આપણે પસંદ અને નાપસંદથી પર જઇએ છીએ અને આપણી ચેતનાને વિકસવા દઈએ છીએ.

અપરાધભાવના તમામ સંસ્કારો બિંદુ D પર સંગ્રહિત થાય છે. અપરાધભાવને લીધે સંરચનામાં અતિશય ભારેપણું ઉત્પન્ન થાય છે. અપરાધભાવ વિકસવાના ઘણા કારણો છે. સામાન્ય કારણ એ છે કે જ્યારે આપણે આપણા અંતઃકરણના અવાજને અવગણીએ છીએ. જ્યારે હૃદય ના કહે અને છતાંપણ આપણે આગળ વધીએ છીએ, ત્યારે આપણામાં અપરાધભાવ. વિકસે છે. આપણો અહમ વિચારોને દૂર કરી શકે છે, પરંતુ અપરાધભાવની લાગણી ટકી રહે છે અને બિંદુ D પર સ્થિર થાય છે.

કશું ન કરવાના કારણે પણ અપરાધભાવ રચાય છે. કાર્ય કરવાની ભૂલો કરતાં નિષ્ક્રિય રહેવાની ભૂલને કારણે થતા અપરાધભાવથી વધારે ઊંડા સંસ્કારો બને છે. દાખલા તરીકે, ક્ષમા માગવાના સારા હેતુનાં માર્ગમાં વચ્ચે અભિમાન આવી જાય છે. પછીથી આપણે અપરાધભાવ અનુભવીએ છીએ. એક બીજું ઉદાહરણ જોઇએ, તો પુખ્ત વયના લોકોના કિસ્સામાં જેમણે તેમના વૃધ્ધ માતાપિતાની પૂરતી કાળજી નથી લીધી હોતી, તેઓ અપરાધભાવથી પીડાય છે. માતાપિતા ગુજરી ગયા પછી, તેમનો અપરાધભાવ અતિશય વધી જાય છે. પછી તેઓ ગરીબોને જમાડે છે અને માતાપિતાના નામે અન્ય ધર્માદા કાર્યો કરે છે. જોકે ધર્માદાનાં કાર્યો ભાવનાત્મકબોજમાં થોડી રાહત આપે છે, પરંતુ સંસ્કાર રહી જાય છે.

અપરાધભાવને ટાળવા માટે, તમારું કાર્ય સંપૂર્ણ ઇમાનદારી સાથે શ્રેષ્ઠ રીતે કરો. તે માટે તમારે ટૂંકા ગાળામાં વધુ કામ, કરવું પડે, પરંતુ તે તમારા અંતરાત્માને શુધ્ધ રાખશે અને તમે તમારા જીવન વિષે સારું અનુભવશો. પસ્તાવો એ અપરાધભાવને દૂર કરવાનું એક શક્તિશાળી સાધન છે.

આ કરી જુઓ – રાત્રિના સમયે, અત્યંત નમ્ર મનોભાવથી પ્રાર્થના કરો, અજાણતાં થયેલી કોઈપણ ભૂલો બદલ પશ્ચાતાપ કરો. જાણી જોઇને થયેલી ભૂલોને સુધારવાનો સંકલ્પ કરો. જ્યારે તમે આત્મચિંતન કરો છો અને સંપૂર્ણ ઇમાનદારી સાથે પશ્ચાતાપ કરો છો, ત્યારે અપરાધભાવમાં જકડાયેલ ઊર્જા પરિવર્તન માટેનાં ઉન્નતિલક્ષી પરિબળમાં પરિવર્તિત થાય છે. જ્યારે તમે પ્રાર્થના કરો, ત્યારે થોડા આંસુ, વહાવીને પણ જોજો, અને તેનાથી એક અલગ સ્તરની ભાવનાત્મક હળવાશ આવશે. તમે યહૂદી કહેવતની સચ્ચાઇ ચકાસી શકો છો "જે કામ સાબુ શરીર માટે કરે છે, તે કામ આંસુ આત્મા માટે કરે છે."

શરમ અને અપરાધભાવ

જરૂરતનાં સમયે નિષ્ક્રિય રહેવાની અને ખોટું કાર્ય કરવાની ભૂલો ઉપરાંત, અન્ય પણ કેટલીક ઘટનાઓ હોય છે, જે અપરાધભાવનું કારણ બને છે. એ છે, આઘાત અને દુર્વ્યવહાર, જેમાં તમે તમારી ક્રિયા અને અન્યના કૃત્યને કારણે સખત પીડા સહન કરો છો. ઘટના બન્યા પછી થતો માનસિક આઘાતજનક વિકાર (Post Traumatic Stress Disorder) અને નિરાશાના અન્ય માનસિક રોગોથી પીડાતા સૈનિકોનો વિચાર કરો; તેઓ અપરાધભાવ અનુભવે છે કારણ કે તેઓ તેમના મિત્રોને બચાવી ન શક્યા અથવા તેમણે અન્ય લોકોને મારી નાખ્યા હતા.

દુર્વ્યવહારનો ભોગ બનેલા લોકોના કિસ્સામાં, તેમના પર એટલો બધો અત્યાચાર કરવામાં આવ્યો હતો કે તેઓ પોતાને દોષી ઠેરવે છે કે તેમણે પીડાને આમંત્રણ આપ્યું. તેઓ પોતે જે સહન કરે છે તે માટે, તેમના દેખાવ માટે, તેમના વર્તનને દોષિત ઠેરવે છે. તેઓ શરમની ભાવનાનો જે બોજ ઉઠાવે છે, તે ઝેરી હોય છે. આવા તમામ કિસ્સાઓમાં, હૃદયનું દુઃખ દૂર થતાં સમય લાગે છે, પરંતુ તેમાંથી બહાર નીકળવું શક્ય છે. વિચાર અને સમજણની ચોક્કસ ઢબ વિકસાવવી શક્ય છે, જે તમને આ બધાનો અંત લાવવામાં મદદ કરે છે. કરુણા અને મૂળભૂત સ્વીકૃતિ, સાજા થવાની પ્રક્રિયામાં મુખ્ય ભૂમિકા ભજવે છે.

આપણી ભાવનાત્મક રચનામાં બિંદુઓ A, B, C અને D ની ભૂમિકાને, સમજ્યા પછી આપણે એવી જીવનશૈલી અપનાવીએ છીએ, કે જે સંસ્કારોની રચના અટકાવવામાં મદદ કરે છે. આ ઇચ્છાઓને છોડી દેવા અથવા દુન્યવી સંપત્તિ અને અનુભવોનાં ત્યાગ કરવા વિષે નથી, પરંતુ ઇચ્છાની ઊર્જાને ઉચ્ચતર એવાં કશાક સાથે જોડીને તેનું રૂપાંતર કરવા વિષે છે. જેમ જેમ આપણે બિંદુઓ A, B, C અને D પર કામ કરીએ છીએ, તેમ તેમ આપણે આપણા ઉન્નતિના લક્ષ્ય તરફ આગળ વધી શકીએ છીએ અને વર્તમાન ક્ષણને આનંદથી જીવવાનો અનુભવ કરી શકીએ છીએ.

દાજી સાથે પ્રશ્નોત્તરી

દાજી, મને સતત સ્મરણ વિકસાવવું ખૂબ જ મુશ્કેલ લાગે છે. શું તમારી પાસે મારા માટે કોઈ સૂચન છે?

અભ્યાસના મારા શરૂઆતના વર્ષો દરમિયાન મારો પણ આ જ પ્રશ્ન હતો. એકવાર મેં બાબુજીને પૂછ્યું, "હું કેવી રીતે ઝડપથી પ્રગતિ કરી શકું?" તેમણે જવાબ આપ્યો, 'સતત સ્મરણ.' બાબુજી લાંબો વિરામ લઈને ટૂંકા વાક્યોમાં જવાબ આપતા. સામાન્ય રીતે, હું તેમને આગળ વધુ પ્રશ્નો પૂછી પરેશાન કરતો ન હતો, પરંતુ તે દિવસે હું તેમની પાસેથી વધુ સાંભળવા માંગતો હતો. તેથી મેં પૂછ્યું, "બાબુજી, સતત સ્મરણનો અભ્યાસ કરવા માટે કોઇ વિશેષ સૂચના?"

તેમણે કહ્યું, "જેટલી વખત તમે તમારું કાર્ય બદલો તે દરેક વખતે હૃદય સાથે જોડાઓ."

ધારો કે તમે વાંચી રહ્યા છો અને તમે પાણી પીવા માટે ઊભા થાઓ છો. પ્રેમ અને મૃદુતા સાથે, હૃદય સાથે જોડાઓ. તમે કામ માટે બહાર નીકળો છો, હૃદય સાથે જોડાઓ. તમે રસોઇ બનાવવાનું શરૂ કરો છો, હૃદય સાથે જોડાઓ. તમે કામ કરો છો અને ફોનની ઘંટડી વાગે છે. ત્યારે પણ. તમને ખ્યાલ આવી ગયો હશે. હૃદય સાથે જોડાવાની ટેવ પાડો અને સતત સ્મરણનું સુરક્ષા કવચ તમારું રક્ષણ કરશે. સતત સ્મરણ તમને હૃદય સાથે અંતર્મુખ થવામાં મદદ કરે છે, જે એક ધ્યાનને બીજા ધ્યાન સાથે જોડવામાં અને તમે જે હાલતનો અનુભવ કરી રહ્યાં હો છો, તેનું જતન કરે છે.

11.

સંસ્કારોની સફાઈ – યોગ્ય વિચારસરણી અને સાચી સમજ

એક સળગતી મીણબત્તીની કલ્પના કરો. હવે, તે મીણબત્તીની સામે, તમે એક રંગીન કાચનો ટુકડો મુકશો, તો મીણબત્તીનો પ્રકાશ કાચમાંથી દેખાય તો છે. પરંતુ, કાચ રંગીન હોવાને કારણે, અમુક પ્રકાશ અવરોધાઈ જાય છે અને બહાર આવતો નથી. હવે, જો તે કાચની આગળ અલગ રંગનો બીજો એક કાચ મુકશો, તો બહાર આવતો પ્રકાશ તેનાથી પણ ઓછો થઈ જશે. આ રીતે એક પછી એક, સોળ અલગ અલગ કાચ એકસાથે મૂકીને જોઈ જુઓ. હવે મીણબત્તીનો કેટલો પ્રકાશ બહાર આવે છે? તેમાંથી મોટા ભાગનો પ્રકાશ અવરોધાઈ ગયો હોય છે. સમય જતાં, ધૂળ અને જાળા પણ આવી જતાં, તે પ્રકાશને વધુ ઝાંખો કરી દે છે. જ્યારે આપણે આપણી આધ્યાત્મિક યાત્રા શરૂ કરીએ છીએ, ત્યારે આપણે સૌથી બહાર આવેલા કાચ તરફ હોઈએ છીએ. આપણે ભાગ્યે જ પ્રકાશ જોઈ શકીએ છીએ.

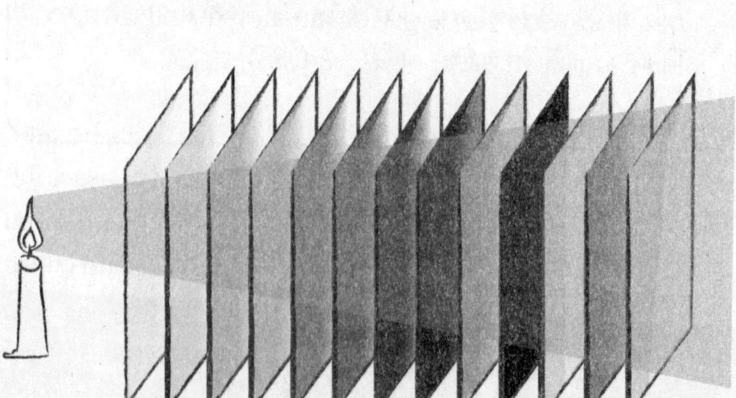

હવે, બહારના કાચની આસપાસ રહેલી તમામ અશુદ્ધિઓને સાફ કરો અને જુઓ કે શું થાય છે. હવે, વધુ પ્રકાશ બહાર આવશે. હવે તે કાચને પણ દૂર કરશો અને વધુને વધુ પ્રકાશ બહાર આવશે. તે પછી જેમ જેમ તમે કાચના ટુકડાઓને સાફકરવાનું અને દૂરકરવાનું ચાલુ રાખશો, તેમ તેમ વધુ પ્રકાશ દેખાતો જાય છે. અંતે, આપણે છેલ્લો કાચ દૂર કરીએ છીએ અને પ્રકાશના સ્ત્રોત, મીણબત્તી સુધી પહોંચીએ છીએ.

આ મીણબત્તી, એ આત્મા છે અને કાચના ટુકડાઓ, એ ચક્રો છે. આપણે શરીર તંત્ર રચનાને સાફ કરીને અને ચક્રોને ગતિમાન થવા દઇને આત્માના પ્રકાશને ચમકવા દઇએ છીએ. જ્યારે ચક્ર ગતિમાન થાય છે, ત્યારે અંદરની ઊર્જા ધીમેધીમે આપણી ચેતનાના કેન્દ્ર, એવા આપણા હૃદયમાં વહે છે. આપણે આ ઊર્જાને હૃદયમાં સર્જાયેલી હાલતોના સ્વરૂપમાં અનુભવીએ છીએ. આ રીતે, જેમ જેમ આપણે ચક્રોથી આગળ વધીએ છીએ, તેમ તેમ વધુ ઊર્જા વહે છે અને સૂક્ષ્મ હાલતોનું નિર્માણ થાય છે.

આમ, આ ચક્રો અને ઊર્જાના માર્ગોને અવરોધતા સંસ્કારોને દૂર કરવાનું અત્યંત આવશ્યક છે. અત્યાર સુધીમાં, તમે સંસ્કારો વિષે અને તે કેવી રીતે બને છે, તે વિષેની બધી સમજ મેળવી લીધી હશે. તમે જાણો છો કે તે ભૂતકાળનું પ્રોગ્રામિંગ છે, જે તમારા વર્તમાનને આકાર આપી રહ્યું છે. તમને જોઇતું ભવિષ્ય બનાવવા માટે, તમારે આ પ્રોગ્રામિંગનું નવસંસ્કરણ કરવું પડશે. આધ્યાત્મિક સંરચના અભિયાન તમને શક્તિ આપે છે કે જેથી તમે શું હતા, તમે શું છો અને તમારે શું બનવું જોઇએ, તેની જવાબદારી લેવાનું બળ પૂરું પાડે છે. આ જવાબદારી સાથે તમે એ પ્રશ્નોના ઉકેલો શોધો છો કે, "હું મારુ પ્રોગ્રામિંગ કેવી રીતે બદલી શકું?" અને "હું મારી શુધ્ધ સમજ કેવી રીતે પાછી મેળવી શકું?"

સંસ્કારોની સફાઇ કરવાની રીતો

સારા કે ખરાબ સંસ્કારો જેવું કંઇ હોતું નથી. તેઓ જે છે તે હોય છે: તેઓ એ અવરોધો છે, કે જે ચેતનાના વિસ્તરણને અટકાવે છે. કાચના ટુકડાઓ અને મીણબત્તીનાં પ્રયોગને યાદ કરીએ, તો જ્યારે તમે કાચના ટુકડાઓ સાફ કરો છો, ત્યારે મીણબત્તીની ચમક વધે છે. યોગ્ય વિચારસરણી અને સાચી સમજનાં અજવાળાની ચમક સંસ્કારોના અંધકારને વીંધીને બહાર આવે છે. ઉદાહરણ તરીકે, તમને લાગે છે કે કોઇએ તમારા પૈસા લીધા છે અને તમે તેમનાથી નારાજ છો. પણ પછીથી, તમને ખબર પડે છે કે તમે ખોટા હતા. સાચી સમજણ તમને સ્પષ્ટતા આપે છે અને પ્રામાણિક વ્યક્તિ પર દોષારોપણ કરવા બદલ ખેદની લાગણી સમગ્ર ઘટના વિષેના કોઇપણ સંસ્કારને સાફ કરે છે.

સંસ્કારોની સફાઈ કરવાની ઘણી રીતો છે. બ્રહ્માંડની મૂળભૂત વ્યવસ્થા કારણ અને અસર પર આધારિત છે, જેને કર્મ અને ભોગ પણ કહેવાય છે, જ્યાં બ્રહ્માંડ, તમારી યાત્રાને આધાર આપવા માટે પોતે ગોઠવણ કરે છે, જેમાં તમારા અવરોધો વચ્ચે તમારા માટે કામ કરવાની તકો ઊભી કરે છે.

ધારો કે તમારી અને તમારા મિત્ર વચ્ચે ગેરસમજ થઈ છે, જે ઝઘડામાં પરિણમી છે અને તમે જતું કરો છો. વણઉકેલ્યા ક્રોધ અને પીડાના સંસ્કાર તમારી અંદર અકબંધ રહે છે. અવરોધિત ઊર્જાને બહાર નીકળવા માર્ગ જરૂર છે. તેથી, પ્રકૃતિ તમારા માટે તેનો અંત લાવવા અવસર ઊભા કરે છે. ઉદાહરણ તરીકે, ફરી કોઈ એવી પરિસ્થિતિ ઊભી થાય છે કે જ્યારે તમે ગૂંચવાઈ જાઓ છો. હવે આ વખતે તે તમારો મિત્ર નહીં પણ તમારો પુત્ર કે તમારો સહાધ્યાયી છે. તમારો પ્રતિભાવ કેવો હશે? તમે ગુસ્સો કરશો કે માફ કરી દેશો? જો ગુસ્સો કરશો, તો તમારો સંસ્કાર વધુ ભારે બનશે અને અવરોધ વધારે દૃઢ બનશે. પરંતુ જો તમે થોભી જઈ, માફ કરશો, તો. તમારો ગુસ્સો પ્રેમમાં પરિવર્તિત થઈ જશે. ગુસ્સાથી અને દુઃખથી પેદા થતો અવરોધ હવે નહીં રહે અને તમે તરત જ હળવાશ અનુભવશો. આમ, સાચી વિચારસરણી અને યોગ્ય સમજદારી સંસ્કારોને ઓગાળવામાં તમારી મદદ કરે છે.

ઘણા વર્ષો પહેલા, એક ફ્રેન્ચ અભ્યાસી બહેનચારીજીની મુલાકાતે આવ્યા હતા. તેમને તેમની માતા સાથે ખટરાગ હતો. અભ્યાસી બહેને ચારીજીને પોતાની પીડા જણાવી અને તેમાંથી બહાર આવવા માટે મદદ માંગી. તે સમયે, તે અભ્યાસી બહેનના માતા, ગંભીર બીમારીની સારવાર કરતી એક ધર્માદા હોસ્પિટલમાં સારવાર લઈ રહ્યા હતા. ચારીજીએ અભ્યાસી બહેનને તેમની માતા સાથે રહેવા કહ્યું અને માતાના અંતિમ દિવસોમાં તેમની સંભાળ રાખવા કહ્યું. ઘણાં મનોમંથન પછી ગુરુની આજ્ઞાપાલનના હેતુસર તે અભ્યાસી બહેન પોતાની માતાની સંભાળ લેવા ગયા. એક મહિના પછી, જ્યારે તે બહેન, પાછા ફર્યાં ત્યારે તેમનો ચહેરો તેજસ્વી હતો અને આંખોમાં ઉત્કૃષ્ટ કોમળતા હતી. તે બહેન અને તેમનાં માતા કેવી રીતે એક થઈને રહ્યાં અને કેવી રીતે તેમની એકતા પ્રેમથી ખીલી ઉઠી તેની વાત તેમણે જણાવી. તેમણે યાદ કરતા જણાવ્યું કે જે દિવસે માતાનું અવસાન થયું, તે દિવસે રૂમમાં ગુલાબની સુગંધ આવતી હતી અને માતાનો ચહેરો તેજસ્વી હતો. ગંભીર બીમારીની સારવાર કરતી ધર્માદા હોસ્પિટલના કર્મચારીઓએ પણ રૂમમાં અનુભવેલી હળવાશ વિષે નોંધ કરી હતી. જ્યારે આપણે આપણા શ્રેષ્ઠ દિવ્ય ગુણોને બહાર આવવા દઈએ છીએ, ત્યારે આપણે વિકાસ કરીએ છીએ.

પરંતુ ભૂતકાળના બોજને હળવો કરવા માટેના અવસરો ઊભા કરવા, ફક્ત બ્રહ્માંડ પર આધાર રાખવાનો હોય, તો એ ઘણો સમય માંગી લે તેવું છે. આપણી પાસે જૂના સંસ્કારો ઘણાં હોય છે અને વળી આપણે આ બોજમાં વધારો કરતા જ રહીએ છીએ.

આપણે એટલું બધું ભેગું કર્યું હોય છે કે બધું ઉકેલવા માટે એક જીવનકાળ પૂરતો નથી અને જે કંઇ બાકી રહે છે, તેને સૂક્ષ્મ શરીર તે ભારને એક જીવનમાંથી બીજા જીવનમાં લઇ જાય છે.

મેં અગાઉ કહ્યું હતું કે પોતાની સફાઇ કરવાની અને ભૂતકાળને દૂર કરવાની ઘણી રીતો છે. કારણ અને અસરની પ્રક્રિયા ઉપરાંત, સક્રિય હસ્તક્ષેપનાં અન્ય વિકલ્પો છે. આમાં થેરાપી, જેવીકે પાછલા જીવનનું રિગ્રેશન (પ્રત્યાગમન), આઇ મૂવમેન્ટ ડિસેન્સિટાઇઝેશન એન્ડ રિપ્રોસેસિંગ (EMDR) અને સ્વ-સંમોહન (self-hypnosis) નો સમાવેશ થાય છે.

તમે જે પણ પદ્ધતિનો ઉપયોગ ઉપચાર અને સ્વ- મંથન માટે કરી રહ્યાં હો, તો તેની સાથે હાર્ટફુલનેસ સફાઇ પદ્ધતિ (પૃષ્ઠ pg 75) તેની પૂરક છે. તે તમારા પ્રયત્નોમાં બળ ગુણક તરીકે કાર્ય કરશે અને તમે પોતે આશ્ચર્યચકિત થઇ જશો કે તમે કેવી રીતે સાજા થયા અને વધુ મજબૂત બન્યા. સફાઇનું અનોખું પાસું એ છે. તમારે જેની સફાઇ કરવાની છે, તેની પીડા આપતી યાદ કરવાની નથી. તમે પીડા પર ધ્યાન કેન્દ્રિત નથી કરતા. તમે આઘાતને તમારી જાગરૂકતા પર લાવીંને દૂર નથી કરતા. તેને બદલે, તમે કોઇપણ ટીકા ટીપ્પણી વિના નિશ્ચયપૂર્વક કરેલું વિધાન પ્રદાન કરો છો કે બધી જટિલતાઓ અને અશુધ્દ્ધિઓ દૂર થઇ રહી છે. તે શુધ્દતા અને પ્રેમના પાણીમાં તાજગીભરી ડૂબકી મારવા જેવું છે કે જેથી વ્યક્તિનું કાયાકલ્પ થાય.

તમારી જાતે સફાઇ કરવા ઉપરાંત, જ્યારે તમે ધ્યાનની બેઠકો લો છો (એપ પર અથવા પ્રશિક્ષક સાથે), તો તેમાં મોટા ભાગનું કામ સફાઇનું હોય છે. દૂરના ભૂતકાળના વિચારો પ્રગટ થાય છે: હાઇસ્કૂલમાં આપેલી ગણિતની પરીક્ષા, બાળપણના ઘરની યાદો, રજાઓ અને અન્ય પ્રસંગોની ચમકતી છબીઓ, વગેરે વગેરે. આ સંકેતો કહે છે કે તે સમયે બનાવેલ અવરોધો દૂર કરવામાં આવી રહ્યા છે. જેમ જેમ તમે તમારા અભ્યાસમાં વધુ ઊંડે જાઓ છો, તેમ તેમ તમારા દૂરના ભૂતકાળના સંસ્કારોની પણ સફાઇ થતી જાય છે.

સફાઇ અને ધ્યાન તમને કારણો અને અસરો સમજવામાં મદદ કરે છે. તેઓ તે ઊંચાઇને વધારે છે કે જ્યાંથી તમે પરિસ્થિતિને જોઇ રહ્યા હતા અને હવે તમારી પાસે આસપાસના વાતાવરણનું વધુ સારું ચિત્ર દેખાય છે. પહેલાં, તમે ખીણમાં હતા, હવે તમે ઊંચાઇ પર છો. સફાઇ અને ધ્યાન સમજણની ગુણવત્તા વધારે છે. સમજણને કારણે સંસ્કારો ભૂંસાઇ જાય છે. સમજણ દ્વારા આપણે ભૂતકાળમાંથી બહાર આવીએ છીએ.

આક્રમણ અને સંરક્ષણ – સફાઈ અને જીવનશૈલી

હાર્ટફુલનેસ સમુદાયની પહેલના ભાગ રૂપે, અમે ભારતમાં 'હાર્ટફુલનેસ દ્વારા સર્જાયેલા વનો' *(ફોરેસ્ટ્સ બાય હાર્ટફુલનેસ)* નામનું રાષ્ટ્રીય અભિયાન ચલાવીએ છીએ. 2025 સુધીમાં સમગ્ર ભારતમાં અમારો ઓછામાં ઓછા 3 કરોડ મૂળ(નૈસર્ગિક) અને સામાન્ય રીતે પ્રચલિત હોય તેવા સ્થાનિક વૃક્ષો વાવવાનું લક્ષ્ય છે. તે આબોહવા નિષ્ણાતો, વૃક્ષોનું જતન કરનારા આર્બોરિસ્ટ્, વૈજ્ઞાનિકો, વનસ્પતિશાસ્ત્રીઓ, સંરક્ષકો અને સમુદાય આયોજકોની ટીમો સાથેની એક વિશાળ મૂળભૂત ઝુંબેશ છે. એક દિવસ, એક મોટા શહેરના ચીફ એન્જિનિયરે તળાવની સફાઈ અને તેને પુનઃસ્થાપિત કરવા માટે હાર્ટફુલનેસ ટીમની મદદ માંગી. તેમણે કામ વિષે સાંભળ્યું હતું અને તેઓ જાણતા હતા કે 'હાર્ટફુલનેસ દ્વારા સર્જાયેલા વનો 'ના કેટલાક સભ્યો તળાવના કાયાકલ્પના નિષ્ણાત છે. મેં મુખ્ય એન્જિનિયરને પૂછ્યું કે તળાવ કેવી રીતે પ્રદૂષિત થયું અને તેમણે મને તળાવની આજુબાજુના બહુમાળી રહેઠાણો વિષે જણાવ્યું, જેમણે તેમનું ગટરનું પાણી તેમાં નાખ્યું હતું. મેં એન્જિનિયરને કહ્યું કે તળાવની સફાઈ કરવી ખર્ચાળ અને કામચલાઉ બાબત રહેશે. પ્રથમ તો ગટરના પ્રવાહને રોકવો જરૂરી છે.

આપણું હૃદય પણ આવા તળાવ જેવું બની ગયું છે: આપણે તેના પવિત્ર મેદાનોમાં તમામ પ્રકારનો કચરો નાખીએ છીએ. જ્યાં સુધી આપણે ગટરનું પાણી બંધ ન કરીએ, ત્યાં સુધી આપણે તળાવને ગમે તેટલી વાર સાફ કરીએ, તો પણ તેનાથી કોઈ ફરક પડતો નથી, તે જ રીતે પોતાની જાતને વારંવાર સાફ કરવાનું કાર્ય ક્યારે પણ પૂર્ણ ન થઈ શકે તેવું બની જાય છે. તેથી, આપણે એવી જીવનશૈલી કેળવવાની જરૂર છે, જે આપણું રક્ષણ કરે. આપણે યોગ્ય વલણ અને અસરકારક આદતો કેળવવાની જરૂર છે. અભ્યાસમાં નિયમિતતા આપણને આપણી આંતરિક શુદ્ધતાને જાળવવામાં અને તેને વિકસાવવામાં મદદ કરે છે.

તે ઉપરાંત, કૃપા કરીને તમારી જાત પર ઉદાર બનો. પરિવર્તન સમય લે છે. જો શરીર તંત્રમાંથી સફાઈ કરવામાં આવે, તો પણ આદત ઘણીવાર ચેતાકોષોનાં જોડાણોમાં કોતરાઈ ગઈ હોય છે. તેમાંથી કેટલીક આદતો તમારી વૃત્તિઓમાં પરિવર્તિત થઈ ગઈ હશે. પોતાના વિચારોની ઢબને બદલવામાં સમય લાગે છે. તેથી ધીરજ રાખો. ખાસ કરીને જ્યારે ઊંડા ઘા અને આઘાત ઉપર કામ કરતી વખતે, તમારી જાત પ્રત્યે વધુ દયાળુ બનો.

અભ્યાસના શરૂઆતના દિવસો નિર્ણાયક હોય છે. શરૂઆતના દિવસોમાં તમે તમારી યાત્રા માટે મજબૂત પાયો નાખી શકો છો. તમારા અભ્યાસમાં નિયમિતતા લાવવાની આ એક તક છે. નિયમિતતા, અથવા સ્વયંસંચાલિતતા તમને સંસ્કારોના

બંધનમાંથી મુક્ત થવા માટે ખૂબ જ જરૂરી વેગ આપે છે. નિયમિત ધ્યાન કરો, સાંજે સફાઇ કરો અને રાત્રે સૂવાના સમયે પ્રાર્થના કરો. અઠવાડિયામાં એકવાર પ્રશિક્ષક પાસેથી ધ્યાનની બેઠક મેળવો. નેવું દિવસ સુધી આમ કરો અને પરિણામ જુઓ. જો તમે લાંબા સમયથી ધ્યાન કરતા હો અને તમને લાગે છે કે શરૂઆતના દિવસોમાં તમે અભ્યાસમાં તમારું શ્રેષ્ઠ આપ્યું નથી, તો કોઈ વાંધો નહીં, ફરીથી શરૂઆત કરો અને તમારી જાતને નવા અભ્યાસી તરીકે ગણો અને પ્રારંભ કરો. અનંત તરફની યાત્રામાં, દરેક દિવસને પ્રથમ દિવસ તરીકે ગણો.

તમારા માટે એક મદદરૂપ સૂચન એ છે કે આંતરિક સ્વચ્છતા જાળવો. ધારો કે તમે રેસ્ટોરન્ટમાં હો અને મિત્રો સાથે બપોરનું ભોજન કરી રહ્યા છો. તમારા સફેદ શર્ટ પર ટામેટાનો સોસ પડે, તો તમે શું કરો છો? શું તમે સાંજે ઘરે પહોંચો ત્યાં સુધી રાહ જુઓ છો અને પછી શર્ટ સાફ કરો છો? તમે તરત જ શર્ટ પરથી સોસ દૂર કરવા માટે ઉતાવળા થાઓ છો. તમે તેને રૂમાલ અને થોડા પાણીથી સાફ કરવાનો પ્રયાસ કરો છો. જ્યારે તમે ઘરે પાછા ફરો છો, ત્યારે તમે ડાઘ દૂર કરવાં માટેનું પ્રવાહી લો છો અને ડાઘને વધુ સારી રીતે સાફ કરવાનો પ્રયાસ કરો છો.

તો પછી તમે શા માટે આંતરિક ઉદ્વેગ સાથે અલગ વ્યવહાર કરો છો, જે તમારી ચેતના પર ડાઘ પાડી શકે છે? તમે તત્કાલ સફાઈ કરી શકો છો – પૃષ્ઠ pg 75 પર આપેલી હાર્ટફુલનેસ સફાઇ કરવી પણ માત્ર થોડી મિનિટો માટે. કોઇ સહકર્મી સાથેની દલીલ, ઇમેલ પર ઝઘડા, તમારા બાળક પર ગુસ્સો, ઓનલાઈન જોયેલા વિડિયોથી નારાજગી અથવા અન્ય કંઈપણ કે જે તમારા આંતરિક સંતુલનને બગાડે, તો તત્કાલ સફાઈ કરો. થોડીવારમાં, તમે તમારી જાતને ફરીથી કેન્દ્રિત કરશો અને સંસ્કારો બનતા અટકાવશો. તત્કાલ સફાઇ માટેનો ક્ષણિક વિરામ યોગ્ય વિચાર અને સાચી સમજણ માટે અવકાશ બનાવે છે.

એવી પરિસ્થિતિઓ પણ હોય છે કે જ્યાં હજી સુધી કંઇ બન્યું ન હોય, પરંતુ તમને લાગે છે કે કંઇક ખોટું થયું છે. તમે રૂમમાં પ્રવેશો છો, તમારા જીવનસાથી પર એક નજર નાખો છો અને જાણી લો છો કે કંઇક બરાબર નથી. અથવા તમે ઑફિસમાં છો અને ઑફિસના વાતાવરણ વિષે તમને સારું લાગતું નથી. આવી ક્ષણોમાં, તમારી જાતને થોડી મિનિટો માટે દૂર રાખો. એક શાંત સ્થળ શોધો અને તમારી જાતની સફાઇ કરો. તે તમને તમારી જાતનું સંતુલન રાખવામાં મદદ કરશે અને તમે અંદર પ્રવેશવાનું ટાળશો.

સફાઇ એ અભિભૂત શક્તિઓમાંથી મુક્ત થવા વિષે છે, જે આપણા તળિયે હોય છે. સહાનુભૂતિપૂર્ણ સમજ સાથે જીવન પ્રત્યે પરિપક્વ દૃષ્ટિકોણ વિકસાવવો કે જે આપણા હૃદયને વધુ સ્વીકાર્ય અને ખુલ્લું બનાવી શકે છે. તેવું ત્યારે થશે કે જ્યારે

આપણને ગુલામ બનાવતી શક્તિઓમાંથી આપણને મુક્તિ મળે. જીવન પ્રત્યેનો પરિપક્વ દૃષ્ટિકોણ, સાચી સમજણ અને સ્વીકૃતિ એ તમારા અભ્યાસની મહત્ત્વપૂર્ણ ભેટ છે.

દાજી સાથે પ્રશ્નોત્તરી

હું કેવી રીતે જાણી શકું કે મારા સંસ્કારો દૂર થઈ રહ્યા છે?

"તમારી અંદર હળવાશની વધતી જતી લાગણી એ સંકેત છે કે તમારા પર જે ભાર હતો, તે દૂર થઇ ગયો છે. તમે એ પણ જોશો કે તમે પ્રતિક્રિયા આપતા પહેલાં વધુ સમય માટે થોભો છો. તમે પરિસ્થિતિ પર પ્રતિક્રિયા આપતા પહેલાં સાચી સમજણ માટે અવકાશ બનાવો છો. ડાયરી લખવાથી તમારા વિકાસને સમર્થન મળે છે. જ્યારે તમે તમારી બે-ત્રણ વર્ષ પહેલાંની ડાયરી વાંચો છો, ત્યારે તમે જોશો કે તમારી કેટલીક પ્રતિક્રિયાઓ શાંત થઇ ગઇ હોય છે અથવા દૂર થઇ ગઇ હોય છે."

તમે હળવાશ, નરમાઇ, દયા અને વધુ ક્ષમાશીલ બનવાની વૃત્તિ, જેવા ફેરફારો પણ જોશો. તમને તમારા ધ્યાનમાં વધુ ઊંડાણ જણાશે. તમારા માટે ધ્યાનમાં ઝડપથી સરકી જવાનું પણ સરળ બનશે. સંસ્કારો દૂર થવાનો એક અન્ય સ્પષ્ટ સંકેત એ છે કે તમે વધુ આંતરિક બનો છો અને તમારા હૃદયની સલાહ લો છો. તમે તમારો એ વિશ્વાસ વધતો જતો અનુભવો છો કે હૃદય એ સ્થાન છે, જ્યાંથી તમારે કાયમી ધોરણે કાર્ય કરવું જોઇએ. તમે તમારા જીવનને હૃદયથી જીવવા માટે ઉત્સુક છો અને અંદરનાં વધુ ઊંડાણનું અન્વેષણ કરવાનું ચાલુ રાખો છો. આ તમામ ચિહ્નો સૂચવે છે કે અંદરની જટિલતાઓ અને અશુદ્ધિઓ દૂર થઇ રહી છે.

ધ્યાન કરો
અને
ઉન્નતિ પામો

ભાગ 6

હૃદય ક્ષેત્ર

12.

હૃદય ક્ષેત્રના પાંચ ચક્રો – દ્વંદ્વોનું ક્ષેત્ર

જ્યારે હું હૃદય શબ્દનો ઉપયોગ કરું છું, ત્યારે તેને શરીરમાં લોહી પૂરું પાડતાં એક પંપ તરીકે ન વિચારો. શારીરિક હૃદય, હૃદય ચક્રનું પ્રતિનિધિત્વ કરે છે, જેમાં ઘણા રહસ્યો છુપાયેલા છે. તે તમને ચેતનાના ઉચ્ચ સ્તરે લઈ જતું વાહન છે. શા માટે? કારણ કે હૃદય ચક્રની વિશેષતા એ છે કે તે તમામ સોળ ચક્રો સાથે જોડાયેલું છે. જેમ છોડના મૂળને પાણી આપવાથી તેની સૌથી દૂરની શાખાઓને પણ પોષણ મળે છે, તેમ હૃદય ચક્ર પર ધ્યાન કરવાથી બધા ચક્રો પર કાર્ય થઇ રહ્યું છે, તેની ખાતરી થાય છે.

છાતીના પ્રદેશમાં પાંચ ચક્રો છે. એકસાથે, તેઓ નક્ષત્ર જેવા છે અને ચેતનાનું એક ક્ષેત્ર બનાવે છે, જેને હૃદય ક્ષેત્ર કહેવાય છે. હૃદય ક્ષેત્ર, પંચ-તત્ત્વોનું પ્રતિનિધિત્વ કરે છે, જેમ આપણા વડીલો કહેતા કે તે બ્રહ્માંડની રચના માટેનાં મૂળભૂત ઘટકો છે: પૃથ્વી, અવકાશ, અગ્નિ, જળ અને વાયુ. વીંટીઓ, પત્થરો અને રત્નો જેવા અન્ય ચળકતા પદાર્થ દ્વારા, આ પાંચેય તત્ત્વો પર પ્રભુત્વ કેવી રીતે જમાવવું, એ વિષે અનેક પ્રખ્યાત વાર્તાઓ તથા ફિલ્મ્સ, બાળકો માટેની એનિમેટેડ શ્રેણીથી લઇને હોલીવુડની બ્લોકબસ્ટર્સ ફિલ્મ્સ બની ચૂકી છે. વાસ્તવમાં, હૃદયના ક્ષેત્રમાં નિપુણતા પ્રાપ્ત કરવાથી તમને પાંચેય તત્ત્વો પર નિપુણતા પ્રાપ્ત થાય છે. શું તેનો અર્થ એ છે કે તમે હવામાં ઉડી શકશો અને દુષ્ટ તત્ત્વો સામે આગ ઓકી શકશો? ના. દિલગીર છું. એવું નથી, પણ તમે કંઇક વધુ નોંધપાત્ર કરી શકશો, જેમકે – જે વૃત્તિઓએ તમને ચેતનાના નિમ્ન સ્તરે જકડી રાખ્યા છે, તેના પર તમે કાબૂ પ્રાપ્ત કરો છો. તમે મર્યાદાઓથી મુક્ત થઈને હવે સાચી સ્વતંત્રતા મેળવો છો. હું સમજાવું.

હૃદય ક્ષેત્ર, એટલે માનવીય હાલતની સામૂહિક ચેતના. તે મારા-તમારા જેવા તમામના દૈનિક જીવનમાં થતા રોજિંદા સંઘર્ષો અને ખુશીનો પ્રતિનિધિ છે. આપણી ઇચ્છાઓ, અસલામતી, ડર, ચિંતાઓ, આનંદ, મસ્તી, લાગણીઓ, ભાવનાઓ, ઉદાસીનતા, શક્તિઓ, નબળાઈઓ અને પૂર્વગ્રહો, એ બધું જ માનવીય હાલતના આ ઘડામાં એકઠું થાય છે. હૃદય ક્ષેત્ર પર નિપુણતા મેળવવી, એ માનવીય હાલત

પર નિપુણતા મેળવવા સમાન છે. પદાર્થથી ઊર્જા તરફ અને ઊર્જાથી 'પરમતત્ત્વ' તરફનાં આપણાં રૂપાંતરણમાં હૃદય ક્ષેત્રને પાર કરવું, એટલે આપણી સભાનતાને ભૌતિકતામાંથી સૂક્ષ્મતર સ્તર પર લઈ જવી.

હૃદય ક્ષેત્રમાં નિપુણતા મેળવવાથી, તમને 'કેન્દ્ર' સુધીની તમારી યાત્રા ચાલુ રાખવા માટે જરૂરી ગતિ મળે છે. તેનાથી સુનિશ્ચિત થાય છે કે ઘણે દૂર આવેલા અંતિમ લક્ષ્ય સુધી પહોંચવા માટે તમે પૂરતી તાકાત ભેગી કરો છો. ઉદાહરણ તરીકે, જેમ પર્વતારોહક મોટા શિખરો સર કરવાની તૈયારીરૂપે, લાંબા સમય સુધી નાની ટેકરીઓ પર ચઢે છે અને આ રીતે તેની તાકાત ભેગી કરે છે. તો હવે તમારે શું કરવાનું હોય છે? મોટાભાગના સંસ્કારો હૃદય ચક્રમાં જમા થતા હોય છે. આ સમય દરમિયાન તમારે ક્ષેત્રની સફાઈ કરવાની હોય છે, કે જેથી ચક્રો ગતિમાન થાય અને તેનાથી તમને આગળની યાત્રા માટે શક્તિ અને આત્મવિશ્વાસ મળે. જ્યારે તમે હૃદય ક્ષેત્ર પાર કરો છો, ત્યારે તમે સહજ સ્વભાવથી આગળ વધો છો અને એક ઉદાર અને પરોપકારી માનવી બનો છો – ચેતનાના સ્તરમાં મુક્ત થાઓ છો, જેને સાચી સ્વતંત્રતા કહી શકાય.

બાબુજી કહેતા હતા, સ્વતંત્રતાથી સ્વતંત્રતા મેળવવી, એ જ સાચી સ્વતંત્રતા છે. હું જાણું છું કે આ વાક્ય અટપટું છે, હું સમજાવું. સાચી સ્વતંત્રતા સમજવા માટે, આપણે સ્વતંત્રતાનાં વિચારને સમજીએ. સ્વાસ્થ્ય એટલે જ્યારે તમે રોગથી મુક્ત હો. જ્યારે આપણે સ્વસ્થ હોઈએ છીએ, ત્યારે આપણે ખુશ હોઈએ છીએ. પ્રેમ એટલે જ્યારે તમે નફરતથી મુક્ત હો, સંપત્તિ એટલે જ્યારે તમે ગરીબીથી મુક્ત હો અને આ રીતે, મુક્ત હોવાથી તમને ખુશી મળે છે. પરંતુ આવી સ્વતંત્રતા તમને કશાક કારણે મળે છે, તેથી તેને શરતી સ્વતંત્રતા કહેવાય છે. જ્યારે તમે હૃદય ક્ષેત્ર પાર કરો છો, ત્યારે તમે બધી શરતોથી મુક્ત, એવી સાચી સ્વતંત્રતા પામો છો. ત્યારે તમે સ્વતંત્ર હો છો કારણ કે એ તમારો સ્વભાવ બની ગયો હોય છે.

યોગીઓ આ સાચી સ્વતંત્રતાને 'મુક્તિ', 'કૈવલ્ય', 'નિર્વાણ' વગેરે કહે છે. મુક્તિ એટલે વિપરીત લાગણીઓના બંધનમાંથી મુક્તિ. આવી અવસ્થા વ્યક્તિના અસ્તિત્વમાં અપાર શાંતિ ઉત્પન્ન કરે છે. જો તમે તળાવમાં કાંકરા ફેંકશો, તો તમે તેમાં તરંગો ઊભા કરી શકશો, પરંતુ જો તમે સમુદ્રમાં કાંકરા ફેંકવાનો પ્રયત્ન કરશો, તો આછી લહેર પણ ઉત્પન્ન નહીં થાય. તમે ગમે તેટલો પ્રયત્ન કરશો, તો પણ સમુદ્ર તેની પોતાની લયમાં જ રહે છે. મુક્ત લોકો આવા જ હોય છે, ઊંડા અને અચળ. તેઓ મનુષ્યમાંથી માનવીય અસ્તિત્વ ધારણ કરે છે. આવા લોકો કોઈ પર બોજ બનતા નથી અને તેઓ કંઈપણ માંગતા નથી. તેઓ જ્યાં પણ રહે, તેઓ આનંદ ફેલાવે છે અને અન્યમાં ખુશીઓનું સર્જન કરે છે. તેમની સ્વતંત્રતાને કારણે એવી હળવાશ પેદા થાય

છે કે બીજાઓ થોડા સમય માટે પોતાનો ભાર ભૂલી જાય છે. હૃદય ક્ષેત્ર બાદ, આ અને ઘણું બધું તમારી રાહ જુએ છે. શું આપણે બધા કોઇક રીતે આ જ નથી શોધી રહ્યા?

હૃદય ક્ષેત્ર – દ્વંદ્વોની સમજ

વિપરીતતા, એ આપણી દુનિયાની ખાસિયત છે. જેમકે, રાત અને દિવસ, હકારાત્મક અને નકારાત્મક, ગરમ અને ઠંડું, સુખ અને દુઃખ, જીવન અને મૃત્યુ, વગેરે વગેરે. વિપરીતતા, એ દુનિયાની રચનાનો એક ભાગ છે અને હૃદય ક્ષેત્રના પાંચ ચક્રો તેને નક્કર સ્વરૂપ આપે છે.

દરેક ચક્ર પર, વિપરીત લાગણીઓના સંસ્કારો એકત્રિત થતા હોય છે. ઉદાહરણ તરીકે, સંતોષ અને અસંતોષ સંબંધિત સંસ્કારો પ્રથમ ચક્રમાં એકત્રિત થતા હોય છે. તેવી જ રીતે, બીજા ચક્રમાં શાંતિ અને વિક્ષેપ સંબંધિત સંસ્કારો એકત્રિત થતા હોય છે. નીચેની છબી પાંચ ચક્રો પર ભેગા થતા સંસ્કારોના પ્રકારો દર્શાવે છે. વિપરીત લાગણીઓને યાદ રાખવાની એક સરળ રીત એ છે કે તેમને હૃદય ક્ષેત્રના પાંચ Cs અને પાંચ Ds તરીકે વિચારવા.

આપણે કોઈપણ સમયે કેવું અનુભવીએ છીએ તે આ પાંચ Cs અને પાંચ Ds ના ઉતાર ચઢાવને આધારિત છે. આપણે એક રીતે સંતોષ અનુભવીએ છીએ અને પણ બીજી રીતે પરેશાન હોઈ શકીએ છીએ. આપણે બહારથી શાંત લાગીએ છીએ પણ આંતરિક રીતે નારાજગી અનુભવતા હોઈએ છીએ. આમ, સતત બદલાતી આપણી ભાવનાત્મક અવસ્થાને કારણે અસ્થિરતા આવે છે. અસ્થિરતા માટે મુખ્ય જવાબદાર છે, સંસ્કારો. દાખલા તરીકે, જો કોઈ સંસ્કારિક ઇચ્છા પૂરી થાય છે, તો પ્રથમ ચક્રનાં ક્ષેત્રમાં સંતોષનાં કંપન થાય છે. પરંતુ, જો તે ઇચ્છા અધૂરી રહે તો તે જ ચક્ર પર અસંતોષના કંપન થશે કારણ કે હવે તે સંસ્કારો સક્રિય થાય છે. દરેક ચક્ર ઊર્જા ક્ષેત્રમાં અમુક હદ સુધીની ખલેલ સહન કરી શકે છે. પરંતુ જો લાગણીનો આવેશ તીવ્ર હોય, તો વધારાની ભાવનાત્મક ઊર્જા અન્ય ચક્રો પર ફેલાય છે. તે પાણીના સિંચિત ક્ષેત્ર જેવું છે, જે પૂરની તીવ્રતા ઘટાડવા માટે વરસાદી પાણીને વિવિધ સ્થળોએ એકત્ર કરે છે.

આ દૃશ્યને ધ્યાનમાં લો –

તમે તમારા નોકરી-વ્યવસાયથી અસંતુષ્ટ છો અને તેનાથી તમને પ્રેરણા પણ નથી મળતી. આ અસંતોષ પ્રથમ ચક્રમાંના સંસ્કારને ઉત્તેજિત કરી શકે છે, જે વિકૃત ઊર્જા ક્ષેત્ર તરફ દોરી જાય છે. જો તેનું સમાધાન ન થાય, તો, તે ભાવનાઓ બીજા ચક્રમાં વધુ સંસ્કારોને ઉશ્કેરી શકે છે અને તેનાથી અશાંતિ અને અસ્થિરતા ઉદભવે છે. આની અસર તમારી કામગીરી પર ન થાય, તે માટે મહત્ત્વપૂર્ણ છે કે તમે તમારી કાર્યશૈલી બદલો, સહકર્મીઓની મદદ લો અથવા અલગ કાર્ય ભૂમિકા વિષે વિચાર કરો.

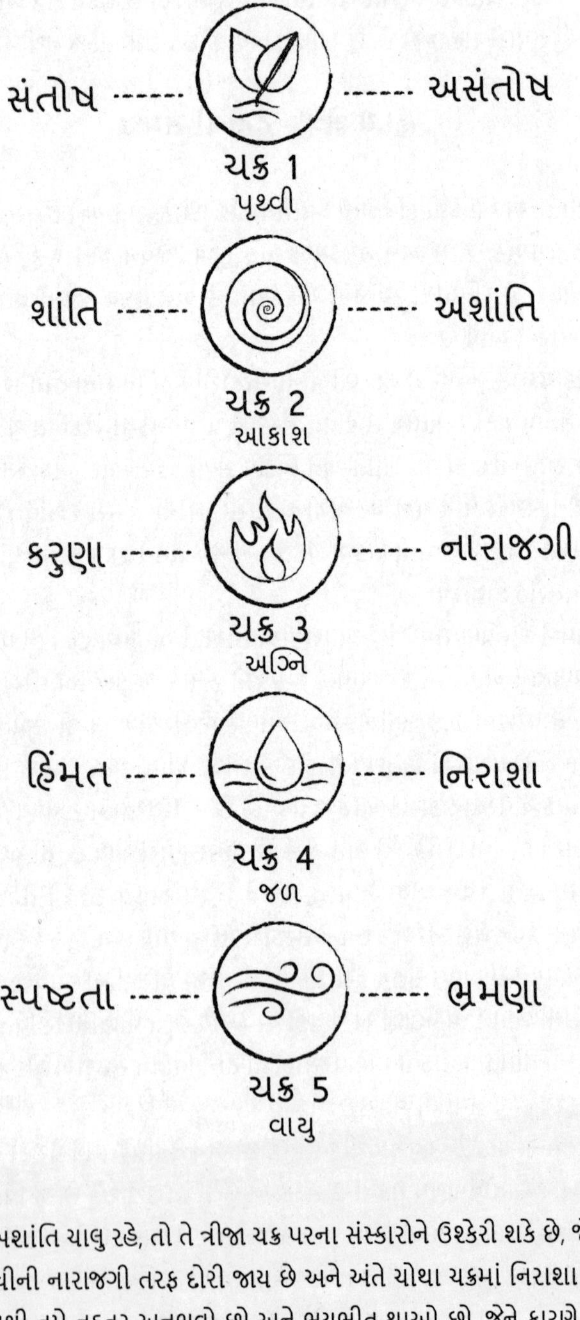

જો અશાંતિ ચાલુ રહે, તો તે ત્રીજા ચક્ર પરના સંસ્કારોને ઉશ્કેરી શકે છે, જે લાંબા સમય સુધીની નારાજગી તરફ દોરી જાય છે અને અંતે ચોથા ચક્રમાં નિરાશા ઉદ્‌ભવે છે. આનાથી તમે નડતર અનુભવો છો અને ભયભીત થાઓ છો, જેને કારણે પાંચમાં

ચક્ર પર સંસ્કારો ઉશ્કેરાઈ શકે છે અને તેને કારણે વિચારસરણી ભ્રમિત થાય છે અને કામમાં ભૂલો થઈ શકે છે.

નકારાત્મકતાનું આવું ચક્ર તમારા કામને અસર કરી શકે છે, સહકાર્યકરો સાથેના તમારા સંબંધો પણ બગાડી શકે છે અને તમારી વર્તણૂક અયોગ્ય બની શકે છે. તેથી એ અગત્યનું છે કે આપણે પાંચ Ds (અસંતોષ, અશાંતિ, નારાજગી, નિરાશા અને ભ્રમણા – discontentment, disturbance, displeasure, discouragement, and delusion) ને જાણીએ અને તે નિયંત્રણની બહાર જાય, તે પહેલાં તે ઘટનાચક્રમાંથી બહાર આવી જઈએ.

અસંતોષ → અશાંતિ → નારાજગી → નિરાશા → ભ્રમણા
ચક્ર ૧ → ચક્ર ૨ → ચક્ર ૩ → ચક્ર ૪ → ચક્ર ૫

તમારા પોતાના જીવનની પરિસ્થિતિઓ અને ઘટનાઓ વિષે વિચારો. તે સમય યાદ કરો કે જ્યારે તમે ગુસ્સે થયાં હતાં. અથવા તમે અસ્વસ્થતા અનુભવી હતી, નિરાશા અનુભવી હતી અથવા ભય અનુભવ્યો હતો. આ ઘટનાઓનું વિશ્લેષણ કરો અને વિચારો કે તે ઘટના કેવી રીતે બની હતી. તમે તમારો સંયમ કેમ ગુમાવ્યો હતો? તમે કઈ ભાવનાત્મક અવસ્થાઓમાંથી પસાર થયા હતા? દલીલો, ગપસપ, ખરાબ ટ્રાફિક અથવા બીજું કંઈપણ, સેકન્ડોમાં અસંતોષથી લઈને ભ્રમણા સુધીની તમારી ભાવનાઓને ઉત્તેજિત કરી શકે છે. જ્યારે તમે એ પ્રક્રિયાના તબક્કાઓ જુઓ છો, ત્યારે પ્રક્રિયા લાંબી લાગે છે, પરંતુ રોજિંદા જીવનમાં, આ તબક્કાઓ એક પછી એક, એમ ક્રમવાર બનતા હોય છે. તે બને છે, ત્યારે તમારા ભાવનાત્મક પ્રતિભાવ પર તમારું નિયંત્રણ નથી રહેતું.

આપણું નિયંત્રણ નથી રહેતું કારણ કે ચક્રો પરના સંસ્કારને કારણે આપણા પ્રતિભાવને અસર થતી હોય છે અને જ્યારે આ સંસ્કારોમાં ફસાયેલી ભાવનાત્મક ઊર્જા છૂટવા માંડે, ત્યારે આપણને ખબર પડે, તે પહેલાં જ ભાવનાત્મક પ્રતિક્રિયાઓ શરૂ થઈ જાય છે.

હવે, પાંચ Cs અને પાંચ Ds એકબીજાથી વિપરીત છે પણ એનો અર્થ એ નથી કે Cs સારા છે અને Ds ખરાબ છે. Cs અને Ds બંને સંસ્કારોનું પરિણામ છે, જે ચક્રો પર ભેગા થાય છે. પાંચ Cs અને પાંચ Ds માંથી કોઈપણનું વર્ચસ્વ એ સૂચવે છે કે તંત્રરચના સંતુલિત નથી અને તમારે તમારી જાતને સંતુલિત કરવાની જરૂર છે. ઉદાહરણ માટે, આપણે ભાવનાઓનો ક્રમ જોઈએ અને પાંચ Cs સાથે વિપરીત ક્રમને ધ્યાનમાં લઈએ.

ધારો કે તમે પ્રમોશનની રાહ જોઈ રહ્યા હતા અને તમને તે મળી ગયું. ત્યારે શું થાય છે? તમારો અહંકાર ફૂલે છે. કદાચ તમે તમારી સફળતા પર આનંદિત થવાનું શરૂ

કરો છો અને તમારી જાતને તમારા સાથીદારો કરતાં વધારે શ્રેષ્ઠ માનો છો. જો તમે ખુશીથી ઉછળવા માંડો, તો પ્રથમ ચક્ર પર શું થાય છે? તમારો અહંકાર અસંતુલનનું સર્જન કરે છે અને પ્રથમ ચક્ર પર, બંધનના સંસ્કારો આકર્ષાય છે. તમે 'હકદાર હતા' એવું તમે અનુભવવા માંડો છો, જેમાં સંતોષની નકારાત્મક છાયા જણાય છે.

જો તમે અહંકારથી ફૂલાઇ જાઓ, તો બીજા ચક્રનું સંતુલન ખોરવાય છે, શાંતિની લાગણી જવા માંડે છે અને ગુમાન છવાતો જાય છે. આ, ઘમંડી વર્તનની લાક્ષણિકતા એ છે કે જ્યાં નાની દરેક બાબતો પણ તમને ખલેલ પહોંચાડે છે. જો આવી વર્તણૂક ચાલુ રહે, તો તમારી અન્ય લોકોની લાગણીઓ પ્રત્યેની પરવા ઘટતી જાય છે. આવા હૃદયમાં કરુણા નથી આવતી. પરિણામે, હવે તમારા ત્રીજા ચક્રમાં ખલેલ પહોંચે છે.

તેથી હવે આવી નાની નાની દરેક ખલેલથી તમને અસલામત હોવાની લાગણી થાય છે. તમારામાં ડર પ્રસરે છે અને તમે સામા થઈ જાઓ છો અને આમ ચોથા ચક્રને ખલેલ પહોંચાડો છો. શું તમને લાગે છે કે જ્યારે ભય અને અસલામતી હોય, ત્યારે અંતરાત્મામાં સ્પષ્ટતા હશે? ત્યાં માત્ર મૂંઝવણ અને નિરાધાર ચિંતાઓ હોય છે. હવે પાંચમાં ચક્રનું સંતુલન નથી રહેતું અને સંસ્કારોની ઘટમાળ ચાલુ રહે છે. જ્યારે પસંદ અને નાપસંદ તમને અસર કરે છે, ત્યારે ખંડન તો થાય છે જ.

મેં અગાઉ કહ્યું તેમ, સાંકળો સ્ટીલની હોય કે સોનાની, બંને તમને બાંધી રાખે છે.

જો તમને લાગે કે પ્રતિક્રિયાઓની પરંપરા અને લાગણીઓના ચઢાવ-ઉતાર વિષે તમે કોઈ આધુનિક મનોવિજ્ઞાનના પુસ્તકમાંથી વાંચી રહ્યા છો, તો એ ખરેખર એના જેવું જ છે. દુનિયામાં મોટા ભાગના ઉપચાર સંબંધી કાર્યમાં મૂળભૂત રીતે એ માનવામાં આવે છે કે આપણા ભૂતકાળના અનુભવો, અર્ધજાગૃત અવસ્થામાં આપણા વર્તમાનને નક્કી કરતા હોય છે.

વૈજ્ઞાનિક સમુદાયમાં પણ શરીરમાં લાગણીઓનું સ્થાન ક્યાં છે, એ વિચારને બહોળી રીતે સ્વીકારવામાં આવે છે. ભાવનાત્મક શરીરનો નકશો બનાવવો, એ સંશોધનનો ઉભરતો વિષય છે અને વિજ્ઞાનીઓએ તેર ભાવનાઓ માટે શરીરના નકશા બનાવ્યા છે, જેમાં સુખ, ગુસ્સો, ભય, અણગમો, પ્રેમ, ઉદાસીનતા વગેરેનો સમાવેશ થાય છે. આ સંશોધનોનું ઉલ્લેખનીય પાસું એ છે કે બધી ભાવનાઓ શરીરની અંદર, છાતીના પ્રદેશમાં જણાય છે અને આપણે હમણાં આધ્યાત્મિક સંરચના વિષેના જે જ્ઞાનની ચર્ચા કરી, તેને અનુરૂપ છે. અભ્યાસો એ પણ દર્શાવે છે કે શરીરમાં લાગણી જેટલી મજબૂત હોય છે, એટલી જ મજબૂત ભાવના હોય છે.[13]

પરંતુ આ જ્ઞાનની ઉત્પત્તિનું મૂળ પાંચ હજાર વર્ષ પહેલાંનું હોઈ શકે છે. મહાન ભારતીય મહાકાવ્ય, ભગવદ ગીતામાં, ભગવાન શ્રીકૃષ્ણએ ઘટનાઓના આ ક્રમ વિષે વાત કરી છે –

ध्यायतो विषयान्पुंसः संगस्तेषूपजायते |
संगात्संजायते कामः कामात्क्रोधोऽभिजायते ||
भगवद्गीता 2.62

"જ્યારે મનુષ્યનું ધ્યાન શારીરિક આકર્ષણ, કામવાસના, તરફ હોય, ત્યારે તેનામાં આસક્તિ જન્મે છે. આસક્તિથી વાસના જાગે છે, કામ નીપજે છે, રાગ જન્મે છે અને પછી ક્રોધ જાગે છે."

क्रोधाद्भवति संमोहः सम्मोहात्स्मृतिविभ्रमः |
स्मृतिभ्रंशाद्बुद्धिनाशो बुद्धिनाशात्प्रणश्यति ||
भगवद्गीता 2.63

"તેનાથી મૂઢતા આવે છે, મૂઢતાને લીધે સ્મૃતિનો નાશ થાય છે, કર્તવ્ય ભૂલાઈ જાય છે અને આ કારણે વિવેકબુદ્ધિનો નાશ થાય છે, જે મનુષ્યને વિનાશ તરફ લઈ જઈ શકે છે."[14]

જુઓ આ કેવું નોંધપાત્ર છે કે વિજ્ઞાન અને આધ્યાત્મિકતા ભેગા થઈને આંતરદૃષ્ટિ આપે છે કે જેથી આંતરિક વિકાસના માર્ગ પર આપણને માર્ગદર્શન મળે.

દ્વંદ્વો પર કાબુ અને હૃદયની ઉદારતા

તમે બાળકોને 'સીસો' (ઉપર-નીચે થતું પાટિયું) પર રમતા જોયા હશે. આ રમતમાં, પાટિયાના બંને છેડા પર એક-એક બાળક બેસે છે અને બેઠેલા બાળકના વજનને લીધે પાટિયું ઉપર કે નીચે જાય છે. એક વાર તે સંતુલિત થઈ જાય અને એને હલાવવામાં ન આવે, તો તે, તે રીતે સંતુલનમાં રહે છે.

એ જ રીતે ચક્ર પર પણ, જ્યારે સંસ્કારો અસંતુલન પેદા કરે છે, ત્યારે ચક્ર અસ્થિર થઈ જાય છે. તમારા નિયમિત અભ્યાસને કારણે, સમય જતાં સંસ્કારો સાફ થવામાં મદદ મળે છે. વધુમાં, સતત સ્મરણ તમને પસંદ-નાપસંદની અસરથી રક્ષે છે અને જેને પરિણામે, મોટાભાગે ચક્રો સંવાદિતામાં કાર્ય કરે છે.

પરંતુ ક્યારેક કેટલીક પરિસ્થિતિઓ ઊભી થાય છે અથવા કેટલીક ઊંડી વેદના દૂર થવામાં સમય લાગે છે અને તે તમને સતત પરેશાન કરી શકે છે. કોઈ નબળાઈની ક્ષણમાં, તમે કોઈની ઉપર ઉકળી જઈ શકો છો, કોઈ બાબતની તમને ઘણી ચિંતા

થઇ શકે છે અને તમારી અંદર અસ્વસ્થતાના તરંગો ઉઠી શકે છે. સંસ્કારો અને તેની અસરોથી તમારી જાતને કેવી રીતે રક્ષણ આપશો? સ્વાસ્થ્ય બક્ષતી યાત્રા કેવી રીતે ચાલુ રાખશો?

મેં ઘણા વર્ષો સુધી આ પ્રશ્નો પર વિચાર કર્યો હતો અને એક દિવસ ધ્યાન દરમિયાન મને તેનો જવાબ મળ્યો – ઉદારતા કેળવો. તે હૃદય ક્ષેત્ર પર નિપુણતા મેળવવાની ચાવી છે. ઉદારતાનો અર્થ ઘણી વખત 'તમારી પાસે હોય તેને અને તમારી સંપત્તિને, જરૂરમંદ લોકોને વહેંચવી' તરીકે સમજવામાં આવે છે. ઉદારતાની આ વ્યાખ્યા સંકુચિત છે. હૃદયની ઉદારતા એ છે કે શું આપણે આપણા મતભેદોને સારી રીતે સ્વીકારીએ છીએ? શું તમારું હૃદય એટલું ઉદાર છે કે જે બીજાની ભૂલો સ્વીકારી શકે? બીજાની ખામીઓ સ્વીકારી શકે? બીજાઓને ભૂલી જાઓ – શું તમે તમારી પોતાની જ ભૂલો સ્વીકારી શકો છો? શું તમે એટલા ઉદાર છો? ઘણી વખત, આપણે જ આપણી જાતને માફ કરી શકતા નથી. આપણે બીજાઓ પ્રત્યે નિર્દય હોઇ શકીએ, પરંતુ ઘણું ખરું તો આપણે આપણી જાત પ્રત્યે કઠોર હોઈએ છીએ. પસંદ અને નાપસંદની અસર ફક્ત અન્યને કારણે થતી નથી. તેની અસર આપણા પોતાને કારણે પણ થતી હોય છે.

ઉદારતા એટલે વાસ્તવિકતાનો સ્વીકાર કરવો. જીવનની વાસ્તવિકતાને, લોકોને અને પરિસ્થિતિઓને સ્વીકારવાથી આપણામાં જે ઉદારતા આવે છે, તે જ્ઞાનનો માર્ગ મોકળો કરી આપે છે. તમે હવે સમજી શકો છો કે લોકો જે કરે છે, તે શા માટે કરે છે, જીવનમાં સંજોગો શા માટે ઊભા થાય છે અને તે સંજોગોની ભૂમિકા શું છે. તમે તમારી જાતને વધુ સારી રીતે સમજી શકો છો અને તમારી જાતનું સંપૂર્ણ દર્શન કરી શકો છો. બાબતો જેવી છે, તેવી શા માટે છે, તેની સમજ ધરાવવાને કારણે તમે તમારી પોતાની અને બીજાઓની અપેક્ષાઓને સારી રીતે ઉકેલી શકો છો. હૃદયમાં ઉદારતા આવવાને કારણે તમે લાગણીઓને વશ નથી થઈ જતા અને હૃદયચક્ર પર પ્રભુત્વ મેળવી શકો છો.

આ ચક્રો પર પ્રભુત્વ મેળવવાનો અર્થ છે, વિપરીત ભાવનાઓના ઉતાર ચઢાવ પર પ્રભુત્વ ધરાવવું. વિપરીત ભાવનાઓના ઉતાર ચઢાવ તમારા કાબૂમાં હોવાથી, તે તમને અસર કરતી નથી. તેનો અર્થ એ નથી કે વિપરીત ભાવનાઓ દૂર થઇ જાય છે. તેઓ રહે છે, પરંતુ તેમની કામગીરી બદલાય છે. હવે વિપરીત ભાવનાઓ સહિયારી મળીને 'એર ટ્રાફિક કંટ્રોલ સિસ્ટમ'ની જેમ કામ કરે છે. તે હવે તમને મદદ કરે છે અને લાગણીઓ અને ભાવનાઓના ઉતાર-ચઢાવની અગાઉથી ચેતવણી આપે છે, જેથી તમને પ્રોત્સાહન મળે અને તમે સતર્ક રહી શકો.

જેમકે, ડર ચોથા ચક્રમાં ઉદ્‌ભવે છે, હવે જ્યારે તમને ડરનો અનુભવ થાય છે, ત્યારે તે ડર કેટલો મહત્ત્વનો છે, તે પ્રમાણે પગલા ભરવાનું નક્કી કરવું. તમે જે કરવા વિચારી

રહ્યા હો, તે ટાળવા માટે હૃદય સંકેત આપે છે. તેવી જ રીતે, સંબંધો વિષયે, જ્યારે તમને બીજા ચક્રમાં સ્પંદનનો અનુભવ થાય છે અને તમે શાંતિ અનુભવો છો, ત્યારે તમે સમજી શકો છો કે તે સંબંધમાં હૃદયનો પ્રતિભાવ છે. આવા સમયે, બીજા ચક્રમાં હળવાશ અથવા કોમળતાની લાગણી થશે

અંદર શાંતિની અનુભૂતિ વખતે, જો તમે ત્રીજા ચક્રમાં સ્પંદનો અનુભવો અને તે ઓગળી રહ્યા હોવાની લાગણી અનુભવો, તો તમે અનુમાન કરી શકો છો કે તે સંબંધ આત્મીયતાપૂર્ણ હશે. છેલ્લી સાબિતી એ છે કે હૃદય મુક્ત, બોજારહિત અને વિસ્તૃત હોવાની, તેમજ પ્રકાશ અને આનંદની અનુભૂતિ કરે છે. જ્યારે પણ તમારી ઉન્નતિ માટે કંઈક સારું થવાનું હોય, ત્યારે આવી લાગણી થાય છે. આવા સંકેતોના આધારે, તમે નિષ્કર્ષ પર આવી શકો છો કે સંબંધ ખીલી ઉઠશે અને પરિણામ લાવશે.

તદુપરાંત, જો તમે કોઈની સાથે હો અને તમારી શાંતિમાં ખલેલ પહોંચે અને બીજા ચક્રમાં ભારેપણું અનુભવાય, તો જાણજો કે એ સંબંધમાં તમારે સાવચેત રહેવાની જરૂર છે. સમય જતાં, જો તમને ત્રીજા ચક્રમાં ભારેપણું લાગે અને પ્રથમ ચક્રમાં પણ ભારનો અનુભવ થાય, તો જાણજો કે આવો સંબંધ આગળ વધશે નહીં.

જ્યારે તમે કોઈ નિર્ણય લેતા હો, ત્યારે ક્યારેક એવું લાગે છે કે જાણે નજીક આવી રહેલા બે મહાકાય પર્વતો વચ્ચે, આખીય તંત્રરચના કચડાઈ રહી છે. આવા સમયે, કૃપા કરીને તમે જે કંઈપણ કરતા હો, તે બંધ કરી દેજો. આવી, અંદર પીસાઈ જવાની લાગણી સૂચવે છે કે તમે જે કંઈપણ કરી રહ્યા છો, તે તમારા આત્માની ઉન્નતિના હિતમાં નથી.

જોકે, ત્વરિત નિર્ણયો લેવાથી સાવચેત રહેજો. અંદરથી આવતા સંકેતો પ્રત્યે સચેત રહેજો અને હૃદયના તટસ્થ પ્રતિસાદની સામે, ઘોંઘાટ થવા વચ્ચેનો તફાવત સમજી જજો કારણ કે જ્યારે કોઈ પરિસ્થિતિમાં ભાવનાત્મક રીતે ફસાઈ જાય છે, ત્યારે નિર્ણય ધૂંધળો બને છે. નિર્ણય લેવામાં થતી મૂંઝવણને દૂર કરવાનો સારો માર્ગ એ છે કે હૃદયનું માર્ગદર્શન સાંભળવું.

તમારામાંથી કેટલાક વિચારતા હશે કે હું કેવી રીતે ખાતરી કરી શકું કે હું હૃદયની વાત સાંભળી રહ્યો છું? જવાબ સરળ છે: જ્યારે જીવન સહજતાથી પસાર થતું હોય, ત્યારે આપણું હૃદય ફક્ત અવલોકન કરે છે. પરંતુ જ્યારે બાબતો બળજબરીપૂર્વકની અથવા અકુદરતી લાગે, ત્યારે હૃદય અંદરથી વિક્ષેપ કરે છે. ઉદાહરણ તરીકે, જ્યારે આપણે જૂઠું બોલીએ છીએ, ત્યારે આપણને અસ્વસ્થતા અને ભય લાગે છે અને આપણો આંતરિક અવાજ આપણને યાદ અપાવે છે કે આપણે સત્યથી ભટકી ગયા છીએ. આપણે આપણા હૃદયને સાંભળવાનો જેટલો વધુ અભ્યાસ કરીએ છીએ, તેટલો તેનો અવાજ વધુ સ્પષ્ટ થતો જાય છે. રોજિંદી નાની બાબતો અંગેના નિર્ણયોના માર્ગદર્શન માટે હૃદયને પૂછવાની શરૂઆત કરો, જેમ કે શું વાંચવું, દિવસનું આયોજન

કેવી રીતે કરવું અને ધ્યાન કરવું કે દોડવા જવું? વગેરે. વધુને વધુ કાર્ય હૃદયપૂર્વક કરો. આપણે આપણી જાતને જેટલી વધારે આંતરિક બનાવીશું અને આપણા જીવનમાં હૃદયને જેટલી વધારે ભૂમિકા આપીશું, તેટલું જ આપણે તેના શાણપણ પર વિશ્વાસ કરવાનું અને તેના માર્ગદર્શનને અનુસરવાનું શીખીશું.

પાંચ તત્ત્વો અને હૃદય

એકવાર પ્રખ્યાત ચિત્રકાર પિકાસોએ બળદના અગિયાર રેખાચિત્રોની શ્રેણી દોરી. શરૂઆતમાં તેમણે બળદની તમામ વિગતો દર્શાવતું ચિત્ર બનાવ્યું અને પછી, ધીમે ધીમે તે શ્રેણીના પ્રત્યેક ચિત્રોમાંથી તેઓ વિગતો દૂર કરતા ગયા અને છેવટે તેમણે બળદના સત્વ, જીવનબળ અને તેની ઊર્જાને માત્ર થોડીક રેખાઓમાં રૂપાંતરિત કરતું ચિત્ર બનાવ્યું અને આમ કલાનાં એક મહાન અને પ્રસિદ્ધ કાર્યનું નિર્માણ થયું. આ રીતે, જેમ જેમ આપણે ચક્ર પર પ્રભુત્વ મેળવતા જઈએ છીએ, તેમ તેમ આપણે દરેક ઘટકનો ગુણધર્મને, તે ચક્રની લાક્ષણિકતા પ્રમાણે વાળતા જઈએ છીએ અને છેવટે તે આપણી ચેતનામાં વ્યક્ત થતું જાય છે.

પૃથ્વી – પૃથ્વી સ્વીકૃતિની પ્રતિનિધિ છે. તેથી જ આપણે પૃથ્વીને 'માતા' તરીકે ઓળખીએ છીએ. તે આપણે બધાને સ્વીકારે છે.

અવકાશ – અવકાશ આત્માના શાશ્વત સ્વભાવનો પ્રતિનિધિ છે. અવકાશ સદાકાળ હોય છે અને તેનો ગુણધર્મ છે, શાંતિ.

અગ્નિ – પ્રેમનો, પરિવર્તનની ભાવનાનો, પ્રતિનિધિ અગ્નિ છે.

જળ – જળ દર્શાવે છે, હિંમત અને વિનમ્રતા.

હવા(વાયુ) – હવા(વાયુ) અદ્રશ્ય છે, પરંતુ તે દૃશ્યને સાકાર કરે છે. તે સ્પષ્ટતા દર્શાવે છે.

દરેક ચક્રનો ગુણધર્મ, આપણને તે ચક્ર પર ભેગા થતા સંસ્કારોથી ઉન્નત થવામાં મદદ કરે છે. ચક્રનાં ગુણધર્મને વિકસાવીને આપણે તેના વિપરીતોથી ઉપર ઊઠીએ છીએ. ઉદાહરણ તરીકે, સંતોષ અને અસંતોષના ઉતાર-ચઢાવને બદલે આપણે પ્રથમ ચક્ર, પૃથ્વી તત્ત્વનો ગુણધર્મ, 'સ્વીકૃતિ'ને અપનાવીએ છીએ. તેવી જ રીતે, શાંતિ અને અશાંતિને બદલે આપણે શાંતિ અપનાવીએ છીએ. જુઓ, કુદરતની રચના આપણને વિપરીત લાગણીઓના ઉતાર ચઢાવને દૂર કરવામાં કેવી મદદ કરે છે.

પાંચ તત્ત્વોમાં વિપરીત લાગણીઓની આંતરક્રિયા સમાન રીતે ઉપસ્થિત હોય છે, જેમકે જ્યારે પ્રથમ ચક્ર ગતિમાન થાય છે, ત્યારે આપણી અંદર વધુ સ્વીકૃતિ વિકસે છે. જો હિંમત અને વિનમ્રતાના પ્રતિનિધિ એવા, જળતત્ત્વ માં ખલેલ થાય, તો આવા

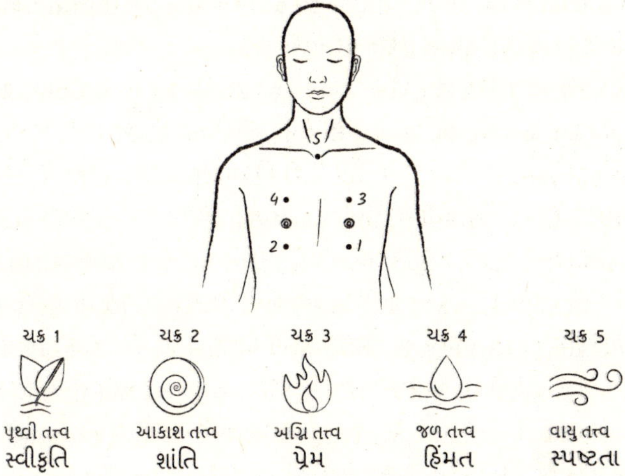

હૃદય ક્ષેત્રના 5 તત્ત્વો

લોકોમાં નમ્રતાનો અભાવ થાય છે. તેમનામાં નમ્રતાનો અભાવ થાય છે અને તેઓ કઠોર બને છે.

તેવી જ રીતે, જ્યારે અગ્નિ તત્ત્વ સંસ્કારોની પાછળ ઢંકાયેલું હોય, ત્યારે પ્રેમનો અભાવ થાય છે. તેમનામાં ઉત્સાહ અથવા તલપ નથી હોતા અને આવા લોકો પ્રેરણા મેળવવા મથતા હોય છે.

પરંતુ તમે આગળ વધુ સમજો તે પહેલાં, મારે એક જોખમ તરફ ધ્યાન દોરવું છે. ધારો કે તમને લાગે કે તમારો ઉત્સાહ જતો રહ્યો છે. આગ પેટાવવા તમે ત્રીજા ચક્ર પર કામ કરવા લલચાઈ શકો છો. અથવા, તમારી જાતને સ્પષ્ટ કરવા માટે તમે નક્કી કરી શકો કે કે શું પાંચમાં ચક્રની સફાઈ કરવાનો વિચાર વધારે સારો છે?

મહેરબાની કરીને ધીમા પડો.

આધ્યાત્મિક સંરચના એ એક સંકલિત પ્રણાલી છે અને ચક્રો એકબીજા સાથે જોડાયેલા છે. સંકલિત વિકાસ કરવાની શ્રેષ્ઠ રીત મૂળ પર કામ કરવાની છે. તેથી હંમેશા સૌથી પહેલાં, પ્રથમ ચક્ર – હૃદય ચક્ર – પર ધ્યાન કરો. જ્યારે તમે હૃદય ચક્ર પર ધ્યાન કરો છો, ત્યારે તેની સાહજિક બુદ્ધિ આધ્યાત્મિક શક્તિઓને તમામ ચક્રોમાં કામ કરવાનો અને તેમને એકત્રિત થવાનો નિર્દેશ કરે છે. જો એક જ સ્વીચ સાથે પાંચ લાઈટો જોડાયેલી હોય, તો જ્યારે તમે સ્વીચને ચાલુ-બંધ કરો છો, ત્યારે તે બધી એકસાથે ઝળહળતી થાય છે અથવા બંધ થઈ જાય છે. તેવી જ રીતે, જ્યારે તમે હૃદય પર ધ્યાન કરો છો, ત્યારે કાર્ય બધા ચક્રો પર થાય છે અને તમારું હૃદય કાર્યને નિયંત્રિત

કરે છે. આવશ્યક અભ્યાસો પર ધ્યાન કેન્દ્રિત કરો અને પ્રક્રિયાને માર્ગદર્શન આપવા માટે આંતરિક સંવેદના, તમારા હૃદય, પર વિશ્વાસ કરો.

હૃદયમાંની યાત્રા વિષે વધુ એક બાબત કહેવાની છે. આ યાત્રા દરમિયાન, તમે વિશેષ અનુભવો રૂપે આગળ શું રહેલું છે, તેની ઝાંખી મેળવો છો. મારા અભ્યાસના શરૂઆતના દિવસોમાં, બાબુજી સાથેની મારી એક મુલાકાત દરમિયાન મેં ચેતનાની એક વિશેષ અવસ્થા વિકસાવી હતી, જે થોડા દિવસો સુધી રહી હતી. આ અવસ્થામાં હું સાવ નચિંત હતો. શું તમે આકરા ઉનાળામાં કૂતરાને ઝાડની છાયામાં આરામ કરતા જોયા છે? તેને કંઇ પરેશાન કરતું નથી. આસપાસની ધરતી તડકે ભડકી રહી હોય પણ કૂતરો અતિશય આરામમાં રહે છે અને છાયાનો આનંદ માણે છે. જો કોઇ તેને લાત મારે તો પણ તે ધીરેથી દૂર જતો રહે છે અને ફરી પાછો આવી જાય છે. મારી હાલત પણ કંઇક આવી જ હતી. મારે કંઇ જોઇતું નહોતું, મારે કંઇની જરૂર નહોતી. ભૂખ પણ મને પરેશાન કરતી નહોતી. જો કોઇ મને ખાવાનું આપે, તો હું ખાતો. નહિતર, હું ધ્યાન કરીને લીન રહેતો અને આરામ કરતો. આમ થોડા દિવસો સુધી ચાલ્યું અને પછી એક દિવસ, બાબુજીએ મારી તરફ જોયું અને કહ્યું, "તારે ચોવીસે કલાક, કાયમ આ હાલતમાં રહેવું જોઇએ." મને આશ્ચર્ય થયું કે તેમણે આવું શા માટે કહ્યું અને મારા હૃદયના ઊંડાણ વિષે તેમની સમજ આટલી સ્પષ્ટ કેવી રીતે હતી.

ઘણા વર્ષો પછી, મને સમજાયું કે બાબુજીએ મારી હાલત પર શા માટે ટિપ્પણી કરી હતી. મને 'અબુધ' (અબુધિયત)ની આધ્યાત્મિક હાલતની ઝાંખી મળી હતી. આ ખૂબ જ ગહન હાલત છે. નવમાં ચક્રની યાત્રા સમયે, ખૂબ પછીથી આવે છે. પરંતુ ધ્યાન કર્યાની શરૂઆતના દિવસો હોવા છતાં મને એ હાલતનો સ્વાદ ચાખવા મળ્યો. હું એ કહેવા માગું છું કે ભવિષ્યમાં આવી ઘણી હાલતો આવતી હોય છે, જેનો સ્વાદ આપણને પહેલેથી જ ચાખવા મળે છે. આવા અનુભવો આપણને આગળની યાત્રાની આનંદપૂર્વક રાહ જોવાની પ્રેરણા આપે છે.

આગામી પ્રકરણોમાં આપણે પ્રેરણા અને અનુભવ વિષે વાત કરીશું. દરેક ચક્રની યાત્રાનું વિગતવાર વર્ણન કરવામાં આવ્યું છે. હૃદયમાં સર્જાતી હાલતો, યાત્રા દરમિયાન થતી લાગણીઓ અને સાધક પોતાની અંદર જે ફેરફારો જુએ છે, તે વિષે સમજાવવામાં આવ્યું છે. જોકે તમારો પોતાનો અભ્યાસ જ તમને આ પ્રકરણોનો સૌથી વધુ આનંદ માણવામાં મદદ કરશે. તમારો અભ્યાસ હૃદયને સહકારના એ સ્તરે ખોલે છે કે જ્યાં તમે તાલ સાથે તાલ, પગલા સાથે પગલું અને હાલત સાથે હાલત સરખાવો છો, જે તમને 'ઉચ્ચ સ્વ' સાથેની લયબદ્ધતા તરફ દોરી જાય છે.

દાજી સાથે પ્રશ્નોત્તરી

હું કેવી રીતે જાણી શકું કે હું પ્રગતિ કરી રહ્યો છું?

તમારી પ્રગતિ જાણવાનો સૌથી સહેલો રસ્તો તમારા જીવનમાં બે પરિવારજનોનો તમારા વિષેનો અભિપ્રાય છે. એક છે, તમારી માતા. જો તમારી માતા કહે, "સરસ, બેટા. તને હવે ગુસ્સો ઓછો આવે છે. તું હવે વધુ નિયમિત છે. તું હવે શાંત રહે છે. તું હવે સહાનુભૂતિશીલ છે," વગેરે અને તે બધું પ્રગતિ સૂચવે છે. જ્યારે તમારી માતા તમારી પ્રગતિને સમર્થન આપે છે, તો તે સારું છે. બીજું, જો તમે પરિણીત હો અને તમારો સાથી કહે, "અરે વાહ, તમારામાં કેવું પરિવર્તન આવ્યું છે! તમે વધુ પ્રેમાળ છો. તમે પહેલાં જે રીતે બૂમો પાડતા હતા, તે રીતે બૂમો પાડતા નથી. તમે એટલી બધી માંગણી પણ નથી કરતા." તો તે પણ પ્રગતિ સૂચવે છે. ટૂંકમાં, આપણે કુટુંબીજનો અને મિત્રો સાથે કેવું વર્તન કરીએ છીએ તેના પરથી આપણી આધ્યાત્મિક પ્રગતિ જાણી શકાય છે.

જો તમે કૂતરો, બિલાડી, ઘોડો અથવા અન્ય કોઇ પ્રાણી રાખતા હો, તો જ્યારે તમે ધ્યાન કરો છો, ત્યારે તેઓ શાંત થઈ જાય છે. તેમની શાંતિ, તમારી શાંતિનું, તમારા મૌનનું અને તમારી ઉન્નતિનું સ્તર દર્શાવે છે. ખાસ કરીને કૂતરાઓ તમારી આંતરિક હાલત પ્રત્યે સંવેદનશીલ હોય છે.

તમે જીવનની નાની નાની બાબતો દ્વારા પણ તમારી પ્રગતિને જાણી શકો છો. જ્યારે તમે વાસણો ધોતા હો, ત્યારે તમે કેટલી શાંતિ અનુભવો છો? અથવા શું તમે થાળીઓ અને વાસણોને સિંકમાં ફેંકો છો, મોટો અવાજ કરીને બધા ઉપર ગુસ્સે થાવ છો? શું તમે તમારા કાર્યો શાંતિપૂર્ણ અને વ્યવસ્થિત રીતે કરો છો? શું તમે કોઈ ખાસ કારણ વગર વારંવાર તમારા હૃદયમાં આનંદ અનુભવો છો? સૂતી વખતે, શું તમે સવારની રાહ જુઓ છો, જેથી કરીને તમે ધ્યાન કરી શકો? શું તમને લાગે છે કે દિવ્યતા સાથેનો તમારો સંબંધ વધુ ને વધુ ગાઢ બની રહ્યો છે? આ કેટલાક સંકેતો છે, જે તમારી આંતરિક પ્રગતિ સૂચવે છે.

13.

પ્રથમ ચક્ર – સ્વીકૃતિ

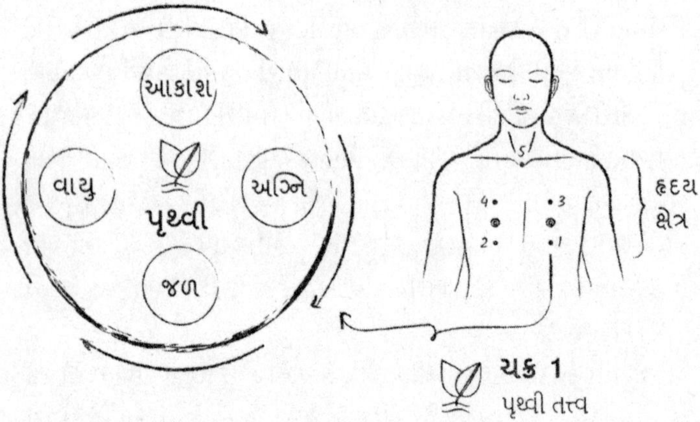

નામ	હૃદય ચક્ર, પૃથ્વી ચક્ર, પ્રથમ ચક્ર
મુખ્ય તત્ત્વ	પૃથ્વી
રંગ	પીળો (કેટલીક વાર લાલાશ પડતો પીળો પણ હોય છે.)
સ્થાન	છાતીના ડાબા ભાગમાં નીચેની તરફ
લાક્ષણિકતા	સ્વીકૃતિ
મુખ્ય લાગણીઓ	સંતોષ, સહનશીલતા, અસંતોષ, સ્વાર્થીપણું, ઇર્ષ્યા
નજીકના બિંદુઓ	A, B, C, D
સમાન સ્પંદનો	૬, ૧૧ અને મૂળાધાર ચક્ર
દિશા	ઘડિયાળની દિશામાં

કેન્દ્ર તરફની યાત્રા પ્રથમ ચક્રથી શરૂ થાય છે, જ્યાં અગ્રણી તત્ત્વ પૃથ્વી છે. પૃથ્વી તત્ત્વનો સાર સ્વીકૃતિ છે. ધરતી માતા કોઈ પણ જાતનાં મૂલ્યાંકન વગર બધું જ સ્વીકારી લે છે. સાધક અને સંત, અમીર અને ગરીબ, જ્ઞાની અને અજ્ઞાની, બધા એક પૃથ્વી પર જ ચાલે છે. પૃથ્વી આપણને પોષે છે, વસ્ત્ર આપે છે, ઉછેરે છે અને છેવટે તે આપણા નશ્વર અવશેષો સ્વીકારે છે. જ્યારે તમે પ્રથમ ચક્ર પર તમારું આધિપત્ય સ્થાપિત કરો છો, ત્યારે તમારામાં સ્વીકૃતિ વિકસે છે અને આ સ્વીકૃતિની પરાકાષ્ઠાએ તમારો સ્વભાવ પણ અનંતપણે પ્રેમાળ અને સ્વીકારની વૃત્તિ વાળો બની જાય છે.

સાચી સ્વીકૃતિ

2017માં, કેટલાક અતિ ગરીબ દેશોમાંથી યુવાનોનું એક જૂથ વિનિમય કાર્યક્રમના ભાગરૂપે ભારતના આપણા આશ્રમ, કાન્હા શાંતિ વનમ ખાતે આવ્યું હતું, તેમણે મને તેમના ઘરોના, રોજના તણાવની કથની કહી હતી કે દરરોજ રાત્રિનું ભોજન કોણ કરશે અને ભૂખ્યો કોણ રહેશે, તે તેમણે નક્કી કરવું પડતું હતું. આપણાં આશ્રમમાં આપણે જે ભોજન પીરસીએ છીએ – દાળ, ભાત, શાક અને રોટલી, દિવસમાં ત્રણ વાર – તેની ઉપર ટિપ્પણી કરતા તેમણે કહ્યું હતું કે, આટલું ખાવાનું તો તેમના એક આખા અઠવાડિયાના ભોજન કરતાં પણ વધારે છે. જોકે તેઓ કોઈ ફરિયાદ કે સરખામણી નહોતા કરતા. તેમના રોકાણના સમય દરમિયાન તેમણે મિત્રો બનાવ્યા, સારી રીતે ધ્યાન કર્યું અને દરેક ક્ષણ માણીને સમય પસાર કર્યો. જ્યારે તેમના પાછા ઘરે જવાનો સમય આવ્યો, ત્યારે તેઓ ખુશખુશાલ હતા. તેમના જવાની એક સાંજ પહેલાં, તેઓ બધા મારા ઘરે આવ્યા અને ગીતો ગાયા – એક તાત્કાલિક પ્રસ્તુતિ પણ આપી, જેના વડે હૃદયો તરબોળ થઈ ગયાં.

મારા ગુરુજી જીવન વિષે જે કહેતા હતા – "જીવન ગતિ, બદલાવ અને ઉન્નતિ છે." – તેના પ્રતિકરૂપ આ યુવાનો હતાં, ઊર્જાની ગતિ, બદલાવનો સ્વીકાર અને ચેતનાની ઉન્નતિ.

ગતિ, પરિવર્તન અને ઉન્નતિ એક પ્રવાહ પેદા કરે છે. જો તમે બંધનમાં હો, તો શું વહેવું સંભવ છે? સંસ્કારો તમારી ઉન્નતિને અવરોધે છે. જેમ જેમ સંસ્કારો સાફ થતા જાય છે, તેમ તેમ તમે સ્વીકૃતિ વિકસાવીને આસક્તિથી અને અવરોધોથી ઉપર ઊઠી જાઓ છો. સ્વીકૃતિ અને પ્રેમ એ જીવનને કૃપા અને કરુણા વડે માર્ગદર્શિત કરવા માટેના આધારબિંદુઓ છે.

સ્વીકૃતિનો અર્થ છે, ગતિ, પરિવર્તન અને ઉન્નતિને આવકારવા. તમારી ઇચ્છાને બ્રહ્માંડ પર લાદવાને બદલે, 'તેની' ઇચ્છાનો સ્વીકાર કરીને, તે દ્વારા તમે બ્રહ્માંડીય ઇચ્છાશક્તિ તમારાં વિકાસમાં અને તમારી ઉન્નતિમાં મદદગાર થઈ રહે, તેવું કરો છો.

સ્વીકૃતિ એ એક સમજદાર સલાહકાર છે, જે તમારો યાત્રાનો અમૂલ્ય સમય બચાવે છે. સ્વીકૃતિની અવસ્થા, એ સાચી સમજદારપૂર્વકનાં જીવનનું રહસ્ય છે.

પરંતુ સ્વીકૃતિ અઘરી બાબત છે. ખરેખર અઘરી. પ્રિયજનોની આઘાતજનક ખોટ સ્વીકારવી, એક દુઃખદ સંબધ-વિચ્છેદ, વ્યાપારમાં અસફળતા, પરિવારમાં કલહ અને શારીરિક કે નૈતિક હિંસા, આમ પૃથ્વી પરનું જીવન એ કંઇ ગુલાબની પથારી જેવું નથી. કોઇ પણ અપવાદ વિના, તમામ લોકો કસોટીઓ અને સમસ્યાઓનો સામનો કરે છે. બીજાઓને સ્વીકારવા, એ સારા સંબંધોનો પાયોછે. તે આપણને આપણા મતભેદો દૂર કરવા માટે પ્રોત્સાહન આપે છે અને લોકો જેવા છે, તેવા સ્વીકારવામાં અને તેમને આવકારવામાં આપણને મદદ કરે છે.

આમ, દુઃખો સાર્વત્રિક હોવા છતાં, સ્વીકૃતિ દ્વારા તેની પીડા ઓછી કરી શકાય છે. અસ્વીકૃતિ પીડાને લંબાવે છે. અસ્વીકૃતિનો અર્થ છે, જીવનના પાઠો શીખ્યા વિના પીડા ભોગવ્યા કરવી. જ્યારે આપણે સમજીએ કે જીવનમાં બદલાવ માત્ર સ્વીકૃતિ જ લાવી શકે છે, ત્યારે જ પ્રગતિ થાય છે. જ્યારે પ્રથમ ચક્ર ખુલે છે, ત્યારે તમારા અસ્તિત્વમાં સ્વીકૃતિ પ્રસરે છે. સ્વીકૃતિ માટે તમારે માનસિક રીતે પ્રયાસ કે અભ્યાસ કરવાની જરૂર નથી. જેમ ગુલાબની સુગંધ પવન સાથે ફેલાય છે, તેમ તે કુદરતી રીતે થાય છે.

સ્વીકૃતિ તમને મુક્ત કરે છે. 'હું જે છું, તે છું.' થી 'મારે જે હોવું જોઈએ, તે હું છું' ની યાત્રા પોતાનાં સ્વીકારથી શરૂ થાય છે. આંતરિક દીપક ઝગમગી ઉઠે છે, જે આગળના માર્ગને પ્રકાશિત કરે છે. આનાથી ઉત્કર્ષ સરળ બને છે અને આત્માની સુંદરતામાં વધારો થાય છે.

પ્રથમ ચક્ર પર અનુભવાતી હાલત

જેમ મેં જણાવ્યું છે તેમ, હું ઇચ્છું છું કે આ પુસ્તક તમારા માટે ચેતનાની નકશાપોથી બની રહે. તેવી ભાવના સાથે, આકાંક્ષીઓને સામાન્ય રીતે, તેમની દરેક ચક્ર પરની યાત્રા દરમિયાન, જે કઇ લાગણીઓ અને અનુભવો થતાં હોય છે, તે જણાવવા માંગુ છું. કેટલાક આકાંક્ષીઓ આ હાલતો બીજાઓ કરતાં વધારે તીવ્રતાથી અનુભવે છે, અને તેનો આધાર તેમની સંવેદના પર હોય છે. જોકે આપણો ઉદ્દેશ સરખામણી કરવાનો નથી અથવા 'સફળતા' માપવાનો કે તપાસવાનો નથી, પરંતુ એ જણાવવાનો છે કે જેથી તમે તે અનુભવી શકો અને અનુભવવાથી તમે કદાચ તેવા બની શકો. જ્યારે આપણે હૃદય ચક્ર પર ધ્યાન કરીએ છીએ, ત્યારે આપણે સુષુપ્ત ઊર્જાને જીવંત કરીએ છીએ અને વિવિધ હાલતો પ્રાપ્ત કરવા તૈયાર થઇએ છીએ. સૌથી મુખ્ય હાલત છે –

દિવ્યતાની 'ઉપસ્થિતિ'નો અનુભવ

પ્રથમ ચક્ર પર, દિવ્યતાની ઉપસ્થિતિનો અનુભવ અંદર અને બહાર થાય છે. એટલે કે જ્યારે તમે આંખો બંધ કરીને અંદર જુઓ છો, ત્યારે તમને 'ઉચ્ચ'ની હાજરીનો અનુભવ થાય છે. તેવી જ રીતે જ્યારે તમે આકાશ અથવા સૂર્યોદય જુઓ છો, ત્યારે તમને દિવ્યતાની સર્વવ્યાપકતાનો અનુભવ થાય છે. તમારું હૃદય આ ચક્રની યાત્રા દરમિયાન કંઈક ભવ્ય, એવી ઝલક મેળવે છે. આ ઝલકને વિસ્મયની અનુભૂતિ દ્વારા વર્ણવી શકાય છે. તમે આ અનુભૂતિથી ચાર્જ થઈ જાઓ છો અને કુદરતના અને તેના સર્જનથી તાજુબ થઈ જાઓ છો.

સ્વસ્થતા

દિવ્યતાની અથવા ઉચ્ચતર શક્તિની વ્યાપકતાની લાગણી તમારામાં સ્વીકૃતિની ભાવના જાગ્રત કરે છે. આફતો અને મુશ્કેલીઓના સમયે તથા ખુશી અને ઉત્તેજનાના સમયે તમે સ્વસ્થ રહો છો. આ અવસ્થામાં સંતુલનની ભાવના સર્વોપરી રહે છે. એનો અર્થ છે કે તમને કોઈ પણ વસ્તુની આસક્તિ નથી હોતી. તમે કાર્યની જરૂરિયાત પ્રમાણે જ તમારી ભાવનાત્મક ઉર્જા વાપરો છો. લોકો અને પરિસ્થિતિઓ પ્રત્યે પણ તમે તમારો મત બંધાવાનું ટાળો છો. આમ, બધા પ્રત્યે એક સમાન દૃષ્ટિ કેળવવી, એ સારી બાબત છે.

પોતાપણાંની લાગણીઓ

આ સમય દરમિયાન, તમને ધ્યાન કરવાનું મન વધારે થાય છે. તમને વધારે ધ્યાનની બેઠકો લેવાનું પણ મન થાય છે. આ બધી આવકારદાયક નિશાનીઓ છે. બીજા બધા જે આધ્યાત્મિક માર્ગ પર છે, તેઓ સ્નેહીજનો અને મિત્રો લાગે છે. તમને તેમની સાથે એક જ બિરાદરી જેવું લાગે છે અને જેઓ સમાન લક્ષ્ય રાખતા હોય, તેમની સાથે વધુ સમય વિતાવવાનું મન થાય છે. તમારામાં માતૃતુલ્ય ગુણો વિકસે છે, તે તમને બધાની સંભાળ રાખનાર વ્યક્તિ બનાવે છે.

દાજી સાથે પ્રશ્નોત્તરી

ધ્યાન દરમિયાન જ્યારે ચક્રો ખુલે છે, ત્યારે તે ગુણો વ્યક્ત કરે છે અને હું તેને AEIOU ના અભ્યાસ દ્વારા આત્મસાત કરવાનો પ્રયત્ન કરું છું. તો હું મારા રોજબરોજના જીવનમાં શા માટે તે ગુણોને એવી જ

સઘનતાથી દર્શાવી શકતો નથી?

સૂર્ય બધા માટે પ્રકાશે છે, પરંતુ જેઓ પોતાના બારી-બારણા ખુલ્લા રાખે છે, તેઓ તેની ગરમી અને પ્રકાશનો વધારે લાભ મેળવે છે. જ્યારે વરસાદ પડે છે, ત્યારે જે ખેડૂતોએ ખેતર ખેડ્યું હોય અને તૈયાર રાખ્યું હોય છે, તેમને લાભ મળે છે.

તમારા સહકારને કારણે કુદરત દ્વારા આપવામાં આવેલા ઉપહારોનો લાભ મેળવવામાં તમને સહાય મળે છે. પ્રથમ સ્તરનો સહકાર એ તમારો દૈનિક અભ્યાસ છે. જ્યારે તમે અભ્યાસ કરો છો, ત્યારે તમે હૃદયને સંવેદનશીલ બનાવો છો કે જેથી તમારામાં જોઇતું પરિવર્તન આવી શકે અને તમે ઉન્નત થઇ શકો. આ પરિવર્તનો હૃદયમાંથી પ્રેરણારૂપે આવે છે. પ્રેરણાઓ, જેવી કે "દયાળુ બનો", "સ્વાર્થી ન બનો", "તેને જવા દો, પ્રતિક્રિયા ન આપો" વગેરે વગેરે. એક સંવેદનશીલ હૃદય માર્ગદર્શન આપે છે અને જ્યારે તમે તેનું માનો છો, ત્યારે ગુણોની આંતરિક ઊર્જા તમારા કાર્યોમાં વહે છે. જો તમારું હૃદય કહે કે, "સંતોષી રહો" અને તમે તેના માર્ગદર્શનને અનુસરો છો, ત્યારે તમારી ચેતનામાં સ્વીકૃતિ વિકસે છે.

જોકે સંસ્કારોને લીધે, જટિલતાઓ અને અશુદ્ધતાઓ આંતરિક પ્રતિકાર પેદા કરે છે. આવી પરિસ્થિતિઓમાં તમારે સતત અનુકૂળ થતા રહેવાનું છે, જેથી હૃદયનું વર્ચસ્વ રહે. તમે જેટલા વધારે અનુકૂળ થતા જશો અને સહકાર આપશો, તેટલા વધારે જલ્દીથી ગુણોને વિકસતા જોશો. તેથી જ કેટલાક લોકોમાં ખૂબ જલ્દીથી બદલાવ આવે છે.જ્યારે બીજાઓને વર્ષો લાગી જાય છે અને તેમના બદલાવને, બાહ્ય વર્તણુંકમાં વ્યક્ત કરવામાં સંઘર્ષ કરવો પડે છે.

જ્યારે તમે સ્વ-વિકાસની યાત્રામાં જોડાયા છો, ત્યારે મને તમને એ પણ યાદ કરાવવા દો કે તમે તમારી પોતાની ઉપર કાર્ય કરવામાં વ્યસ્ત રહો છો. તમને એ ખ્યાલ પણ નથી આવતો કે તમે કેટલા દૂર આવી ગયા છો, પરંતુ તમારી આસપાસના લોકો તમારી સ્વસ્થતા વિષે વાતો કરે છે. તેઓ તમારી સકારાત્મક ઊર્જાને બિરદાવે છે.

મુખ્ય ચાવી એ છે કે સહકાર આપતા રહેવું અને આગળ વધતા રહેવું, એ જાણકારી સાથે કે તમે લક્ષ્ય તરફ એક પગલું ભરો છો, ત્યારે બ્રહ્માંડ તમારા તે પછીના પગલાને આવકારવા સામી હરણફાળ ભરે છે.

વિવેકબુદ્ધિ અને ત્યાગ

જેમ જેમ સંસ્કારો સાફ થતા જાય છે, તેમ તેમ તમારું હૃદય સંવેદનશીલ બનતું જાય છે અને તમે બધું જ વધુ તીવ્રતાથી અનુભવવા લાગો છો. તેથી, જ્યારે તમે સંતોષ, સ્વીકૃતિ, સહનશીલતા અને સંતુલન અનુભવો છો, ત્યારે તમે તેની વિરુદ્ધની લાગણીઓ, એટલે કે અસંતોષ, સ્વાર્થીપણું, ઇર્ષ્યા અને અસ્વીકાર પણ અનુભવો છો. તેની ચાવી છે, સ્વીકાર કરવો, જરૂરી પગલાં લેવાં અને આગળ વધવું.

એ કેવી રીતે કરવું? વિવેકબુદ્ધિ દ્વારા અને ત્યાગ દ્વારા. તે પ્રથમ ચક્રથી શરૂ થાય છે અને જેમ જેમ તમે યાત્રા પર આગળ વધો છો, તેમ તેમ તે શુદ્ધ થતાં જાય છે.

વિવેકબુદ્ધિ, એટલે આપણે માટે શું લાભકારક છે અને શું હાનિકારક છે, તે તફાવતની સમજ. જ્યારે હૃદય સંસ્કારોથી મુક્ત હોય છે, ત્યારે તેનો અવાજ સ્પષ્ટ થતો જાય છે અને તમે અંદરથી માર્ગદર્શન મેળવો છો કે કયા કાર્યો કરવા જોઈએ અને કયા અવગણવા જોઈએ. જેમ જેમ તમે આગળ વધતા જાઓ છો, તેમ તેમ તમારી સમજશક્તિ તમારા વિચારોને સમાવવા વિસ્તૃત થતી જાય છે, જેથી તે તમને સકારાત્મકતા વિકસાવવામાં અને નકારાત્મકતા નકારવામાં મદદ કરે છે. છેવટે, સમજશક્તિ લાગણીના સ્તરે કાર્ય કરે છે, જે તમને આંતરિક શાણપણના સ્થાનથી માર્ગદર્શન આપે છે. (યાદ રાખો – લાગણીઓ -> વિચાર -> કાર્યો.)

ત્યાગ એટલે તમારી નોકરી, કુટુંબ અથવા સંપત્તિ છોડવા સંબંધિત નથી હોતો, પણ અનુચિત આસક્તિને બાજુ પર મૂકવા સંબંધિત હોય છે, જે તમને ભાવનાત્મક બોજ આપે છે. ત્યાગ એ પ્રેમાળ વિરક્તિની અવસ્થા છે, જેમાં તમે શું મહત્ત્વનું છે, તેના પ્રત્યે ધ્યાન આપો છો અને આમ, અનુચિત આકર્ષણો તમારા પરની પકડ ગુમાવે છે. પ્રેમથી ધ્યાન કરવાથી તમે, સરળતાથી વહેતી રહે તેવી અવસ્થા અને ત્યાગ તથા વિવેકબુદ્ધિ આવે, તે માટે જરૂરી સ્પષ્ટતા કેળવી શકો છો. શરૂઆતના દિવસોમાં ગંભીરતાપૂર્વક ધ્યાન કરવું ખૂબ જ જરૂરી છે કારણ કે આ સમય દરમિયાન અભ્યાસમાં કોઈ પણ ક્ષતિ, ઉચ્ચ સ્તરે પ્રત્યાઘાતો પાડી શકે છે.

બેચેની વધે છે

મને ખબર છે કે આ વિરોધાભાસી લાગશે, પણ જેમ જેમ તમે પ્રથમ ચક્રમાં યાત્રા કરો છો, તેમ તેમ તમે બેચેની અનુભવી શકો છો. આ કુદરતી છે. જેમ મેં પહેલા વર્ણવ્યું હતું, તેમ બેચેની એ તો આત્માની આગળ વધતા રહેવાની આતુરતાની અભિવ્યક્તિ છે. એક ગ્રહણશીલ મન લક્ષ્ય પ્રાપ્ત કરવા માટેની બેચેની અને વિક્ષેપથી ઉદ્‌ભવતી

બેચેની, વચ્ચેનો તફાવત અનુભવી શકે છે. ભલે તે ભૌતિક બાબતોમાંથી ઉદ્ભવતી બેચેની હોય, તો પણ હવે તમે તમારી યાત્રાને આગળ ધપાવવા માટે તેને અવગણી શકો છો. બેચેનીનો આ સમયગાળો કેવી રીતે પસાર કરવો, તેનાં માર્ગદર્શનમાં અને કેવી રીતે આગળ વધવું, તેમાં સ્થિરતા તમારી મદદ કરે છે.

પ્રથમ ચક્ર પરના અનુભવો, ગુણો અને લાગણીઓનું મનન કરો. કેટલું બધું અનુભવવાનું છે અને જો આંતરિક સાહસયાત્રાની શરૂઆત જ આટલા બધા કાર્યોથી ભરપૂર હોય, તો કલ્પના કરો કે ઉચ્ચ સ્તરની ચેતના સુધી પહોંચવામાં તો કેટલી બધી અનુભૂતિઓ તમારી રાહ જોઈ રહી હશે!

આત્મચિંતન

આ ચક્ર પર તમે વિકસાવેલા ગુણોની વધારે ઊંડી સમજ પ્રાપ્ત કરવા માટે તમારી આંતરિક સ્થિતિ અને લાગણીઓ દર્શાવતાં બે-ત્રણ વાક્યો ડાયરીમાં લખતા રહો. પ્રામાણિકપણે પ્રશ્નોના ઉત્તર આપવા માટે કોઈ પણ જાતના નિર્ણય કે ડર વગર મુશ્કેલ લાગણીઓનો સામનો કરવા થોડો સમય લો. સમજ કેળવવા માટે સમયાંતરે તમારા ઉત્તરોની સમીક્ષા કરો (આદર્શ રીતે દર ૬ મહિને) અને તમારી વ્યક્તિગત અને આધ્યાત્મિક યાત્રા દરમિયાન તમારી પ્રગતિનું મૂલ્યાંકન કરતા રહો.

એ સમયને યાદ કરો, જ્યારે તમે કોઈની લાગણીઓ ખુલ્લા મનથી સાંભળી હતી, તે સમયે તમારા હૃદયની હાલત શું હતી? આ અનુભવ પરથી તમે શું શીખ્યા? તેનાથી તમને કેવી લાગણી થઈ હતી?

એ સમય વિષે વિચારો, જ્યારે તમારા જીવનની મુશ્કેલ પરિસ્થિતિનો સામનો કરી રહ્યા હતાં. તે સમયે તમને કેવી લાગણી થઈ હતી? તેમાંથી તમે શું શીખ્યા?

14.

દ્વિતીય ચક્ર – શાંતિ

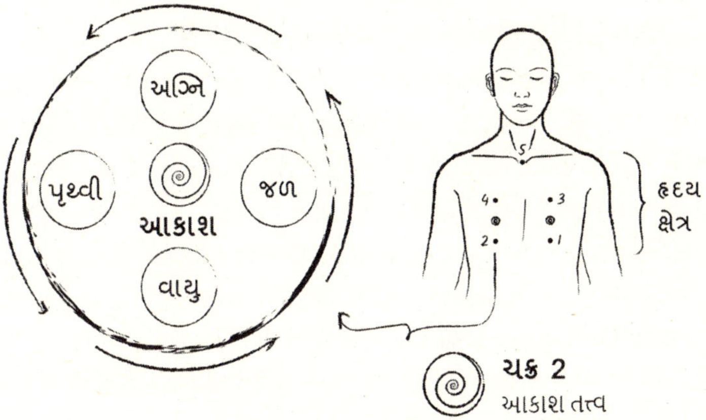

નામ	આત્મા ચક્ર, દ્વિતીય ચક્ર
મુખ્ય તત્ત્વ	આકાશ
રંગ	લાલ (ગુલાબી જેવો લાલ રંગ)
સ્થાન	છાતીની જમણી બાજુ પર નીચેનો ભાગ
લાક્ષણિકતા	શાંતિ
મુખ્ય લાગણીઓ	શાંતિ, દયા, શાંતિમાં ખલેલ, અણગમો, બેચેની
સમાન સ્પંદનો	7 અને 12
દિશા	ઘડિયાળથી અવળી દિશા

આત્મા માટે શરીરમાં સ્થાયી થવાનું સ્થાન દ્વિતીય ચક્ર છે. આ કારણથી, દ્વિતીય ચક્રને આત્મા-ચક્ર અથવા આધ્યાત્મિક હૃદય પણ કહેવાય છે. દ્વિતીય ચક્ર પર, તમે શાંતિ અને કરુણા જેવા આત્માના ગુણો અનુભવો છો. તમે આત્માની હાજરી અનુભવો છો અને આત્માની વિસ્તરણની પ્રકૃતિ, સ્વાર્થીપણાની મર્યાદિતતાને ઓગાળી નાખે છે. મારું, તેનું, તેણીનું, તેમનું એવાં બધા ખ્યાલો નિરર્થક બની જાય છે. તમે હૃદયમાં સમાનતાની ભાવના અનુભવો છો અને ત્યાં શાંતિ હોય છે.

પ્રથમ ચક્રથી દ્વિતીય ચક્ર તરફ લઈ જતું પરિબળ ભક્તિ છે.*

પ્રત્યેક હૃદય ચક્ર, તમારામાં વિકાસ પામી, ઉચ્ચતર થતી જતી ભક્તિનું સ્તર દર્શાવે છે. ભક્તિ કોના માટે હોય છે? તમને વિચાર આવી શકે છે. શાના માટે હોય છે? ભક્તિનો અંગ્રેજી શબ્દ devotion, મૂળ લેટીનમાંથી આવેલો છે અને તેનો અર્થ થાય છે 'વફાદારી માટે પ્રતિબદ્ધ થવું.' આપણે જેમ જેમ કેન્દ્ર તરફ આગળ વધતાં જઈએ છીએ, તેમ તેમ ભક્તિ આપણને લક્ષ્ય તરફ દોરતી જાય છે: જ્યારે તમે લક્ષ્ય પ્રતિ, ભક્તિથી પ્રતિબદ્ધ થાઓ છો, ત્યારે તમારા આત્માનું પ્રેરક બળ તમને આગળ ધપાવે છે. શરીરો સ્પર્શ દ્વારા જોડાય છે, મન વિચારો દ્વારા જોડાય છે, હૃદયો પ્રેમ દ્વારા જોડાય છે અને આત્માઓ ભક્તિ દ્વારા જોડાય છે. 'કેન્દ્ર' સાથે તમામને જોડતી અદૃશ્ય રેશમી દોર દ્વારા આત્મા જોડાય છે અને આ દોર ભક્તિની હોય છે. આત્મા 'કેન્દ્ર' સાથેના જોડાણની જે અદ્રશ્ય રેશમી દોર પોતાની સાથે લઈને આવે છે, તે ભક્તિ છે. આપણા રોજના જીવનમાં ઘણી બધી રીતે ભક્તિ દેખાતી રહેતી હોય છે જેમકે, તમારાં વધતાં જતાં સ્વ-શિસ્ત, સાધનામાં રસ, આદરની ભાવના, પ્રેમ અને બેચેની, આ બધું તમારી વધતી જતી ભક્તિની નિશાનીઓ છે. ભક્તિ વધતી જાય, એ મહત્ત્વપૂર્ણ છે, કારણ કે જ્યારે તમે એક ચક્રથી બીજા ચક્ર તરફ આગળ વધો છો, ત્યારે પ્રગતિ ઉત્તરોઉત્તર વધારે ને વધારે મુશ્કેલ બનતી જાય છે. સંસ્કારો ઉપરાંત બીજા કેટલાંક પરિબળો પણ હોય છે, કે જે આપણી આંતરિક યાત્રાની પ્રતિબદ્ધતાને ચકાસે છે.

આ પરિબળો પૈકી પહેલું પરિબળ ચેતનાના વળાંકો છે. તે વમળો જેવા હોય છે, જે તમને આકર્ષે છે અને તમને અટકાવી રાખે છે. દાખલા તરીકે, તમે કોઈ ચક્રની શાંતિપ્રદ અવસ્થા માણો છો અથવા તમે અન્ય ચક્ર પર ધસમસતા શક્તિના પ્રવાહને અનુભવો છો અને તમને તેની વધારે ને વધારે ઇચ્છા થાય છો. ચેતનાની અમુક અવસ્થા પ્રત્યેની આસક્તિ પણ બંધન પેદા કરે છે. તમે ત્યાં અટકી જાઓ છો. મને ધ્યાન કરનારાઓ ઘણી વાર વિનંતી કરે છે કે તેમને 'ધ્યાનમાં ખોવાઈ જવું છે' અથવા 'ધ્યાનમાં ડૂબી જવું છે'. ધ્યાનમાં તમને જોઈતી અવસ્થાના અનુભવને પરાણે લાદવો, એ વળાંકનો

* ભક્તિ શબ્દમાં ઉત્કટ પ્રેમ, ઊંડું સમર્પણ, નિરંતર વફાદારી અને ઉચ્ચતમ સ્તરની નમ્રતા, એ બધું સમાઈ જાય છે અને એ એવી અવસ્થા છે, જે તમને તમારા લક્ષ્યને હાંસલ કરવા માટે મદદ કરે છે.

પ્રારંભિક સંકેત છે. તેથી મન ખુલ્લું રાખીને ધ્યાન કરો અને જો તમે કોઈ તમારા ધ્યાન માટે પૂર્વશરતો લાદતા હો, તો તેને દૂર કરો.

ભક્તિને કારણે તમારામાં લક્ષ્ય માટેની તડપ પેદા થાય છે, જે વળાંકોને દૂર કરવામાં મદદ કરે છે. વળાંકો ઉપરાંત, અહંકારને કારણે ઉપર તરફનું ચઢાણ મુશ્કેલ બને છે. "હું કેટલું સરસ ધ્યાન કરનાર અભ્યાસી છું.", "મારું ધ્યાન સર્વશ્રેષ્ઠ છે." અને "બીજાઓ કરતાં હું સંસ્કારોને વધારે સારી રીતે દૂર કરું છું." આ બધી અહમની જ સમસ્યાઓ છે. આવા વિચારો ન આવે, તે માટે જાગ્રત રહો અને નમ્રતાનું વલણ વિકસાવો. વિશાળ દૃષ્ટિકોણ અને લક્ષ્ય તરફની તમારી ભક્તિ, જે પ્રેરણા આપીને તમને મદદ કરે છે.

કેટલાક લોકોને એવું લાગી શકે કે આપણે આવા અવરોધોનો સામનો જ શા માટે કરવો પડે. આ આધ્યાત્મિક સંરચના અભિયાન સ્વ-પરિવર્તન માટે છે. બ્રહ્માંડે પણ આવા પ્રયાસોમાં મદદ કરવી જોઈએ. તો પછી, અવરોધોનો સામનો જ શા માટે કરવો પડે છે?

જ્યારે સંસ્કારો દૂર થઈ જાય છે, ત્યારે યાત્રા સરળ બની જાય છે.

તમે જેને અવરોધો માનો છો, તે હકીકતમાં પ્રકૃતિ માતા દ્વારા નિર્મિત રક્ષણાત્મક અવરોધો છે. જો કોઈ પણ અવરોધ ન હોત, તો શું થાત? કલ્પના કરો કે જો બધા જ ચક્રો એક સીધી લીટીમાં જોડાયેલા હોત અને ઉપરથી નીચે તરફ, 'કેન્દ્ર'થી હૃદય તરફ વહેતો પ્રવાહ માત્ર સંસ્કારોથી જ અવરોધાતો હોત, તો શું થાત? મને નથી લાગતું કે ઊર્જાના આવા પ્રવાહને કોઈ પણ સહન કરી શકે! તે નદી પરના કોઈ બંધને વિસ્ફોટથી ઉડાવી દઈએ અને કરોડો લીટર પાણીને એક જ ઝાટકે વહાવી દઈએ, તો તે પાણી પળ વારમાં બધું જ ખેંચી જશે. એના જેવું આ છે.

આમ આપણું ઊર્જા-તંત્ર પડી ના ભાંગે, તે માટે ઊર્જાનું નિયમન કરવામાં આવે છે કે જેથી તે સહન કરવા લાયક બની શકે. ધીમે ધીમે તમે તમારી ક્ષમતા વધારો છો. નિયમિત અભ્યાસ, સતત સ્મરણ અને સક્રિયપણે તમારી ધ્યાનસ્થ અવસ્થા (AEIOU) જાળવવાથી તમારી ક્ષમતા વધે છે અને વિસ્તૃત થાય છે. પૃષ્ઠભૂમિમાં ગુરુ, દરેક ચક્ર પરનું ક્ષેત્ર તૈયાર કરે છે કે જેથી તમે જ્યારે ત્યાં પહોંચો, ત્યારે ચેતનાના સ્તરે પ્રતિકાર ઓછો હોય.

શાંતિનો વિરોધાભાસ

દ્વિતીય ચક્ર આધ્યાત્મિક હૃદય છે. તમારી તીવ્ર તડપ અને વધતી જતી ભક્તિ તમારો માર્ગ વધારે શુદ્ધ કરે છે અને તમને આ સૂક્ષ્મ તરંગોના ઉચ્ચતર વિશ્વમાં લાવે છે. દ્વિતીય ચક્ર પર મુખ્ય તત્ત્વ છે – આદિતત્ત્વ શૂન્યતા. જ્યારે આપણી અંદર શૂન્યતાની

અવસ્થા વિકસે છે, ત્યારે તેનું પરિણામ શાંતિ હોય છે.

જોકે, અપણામાંના ઘણા સંતોષને શાંતિ સમજવાની ભૂલ કરે છે. ઉદાહરણ તરીકે, જો તમે કોઈ દિવસ તમારો સવારનો નિયમિત વ્યાયામ ચૂકી જાઓ, તો આખો દિવસ તમે બેચેની અનુભવો છો. પરંતુ જ્યારે તમે બીજા દિવસે વ્યાયામ કરો છો, ત્યારે તમે સંતોષ અનુભવો છો. મોટા ભાગના લોકોને લાગે છે કે જ્યારે તેઓ સંતોષી હોય છે, ત્યારે તેઓ શાંતિપૂર્ણ છે. દ્વિતીય ચક્ર પરની શાંતિ, સંતોષ અને અસંતોષથી પર હોય છે. આ એવા પ્રકારની શાંતિ છે, જે આધ્યાત્મિક બેચેની પેદા કરે છે, જ્યાં દેખીતી રીતે શાંતિ હોય છે, પરંતુ અંદર તો એક ઊંડી ઝંખના રહે છે.

દ્વિતીય ચક્રમાં પ્રવેશતાં ક્યારેક થોડી બેચેની થાય છે, કારણ કે તમારું અર્ધજાગૃત મન, આ બદલાવનો પ્રતિકાર કરે છે. આ એનાં જેવુ છે, જ્યારે કોઈ વાલીને પોતાના કાર્ય અથવા વ્યવસાય માટે સ્થળની બદલી કરવી પડે, તો તેના બાળકની વર્તણૂક બદલાય છે. બાળકને પોતાનુ ઘર, પડોશ અથવા મિત્રો નથી છોડવા હોતા અને તે કહી શકે છે કે, 'હું મારી શાળા બદલવા માંગતો નથી.' કેટલાક બાળકો માટે તો પાસ થઇને એની એ જ સ્કૂલમાં જ બીજા ક્લાસમાં જવું પડે, તે પણ પડકારરૂપ હોય છે.

તમને પણ દ્વિતીય ચક્ર પર આવો જ અનુભવ થાય છે, જ્યાં તમારું અર્ધજાગૃત મન, તાત્કાલિક તો પ્રતિકાર કરે છે. આ આંતરિક પ્રતિકારનું સામાન્ય ચિન્હ એ હોય છે કે તમને ધ્યાન કરવાનું મન થતું નથી. તમને સાધનામાં રસ ઓછો થઇ જાય છે, કારણ કે તમારો આત્મા જાણે છે કે તમે શાળા એટલે કે સ્થળ બદલવાના છો અને તમારાં અર્ધજાગૃત મનને હાલના સ્થાન પર મળી રહેલો આરામ પસંદ છે.

પ્રકૃતિ ઉન્નતિ ઇચ્છે છે અને તમારી પ્રગતિ કરાવવાનો પ્રયાસ કરે છે, પણ તમે પ્રતિકાર કરો છો. આ પ્રતિકારને ઓછો આંકવાની જરૂર નથી. આપણે ભૌતિક જગતમાં પણ અત્યંત દુન્યવી બદલાવોનો પણ પ્રતિકાર કરીએ છીએ. ઓશિકું બદલવાથી અથવા પલંગ પર સૂવાની જગ્યા બદલવાથી પણ તમારી ઊંઘ બગડી જાય છે. ઓફિસમાં કોઈ તમારી ખુરશી બદલી દે છે, તો પણ કામમાં તમારું મન લાગતું નથી. ચેતનામાં થતો બદલાવ, એ સૂક્ષ્મ સ્તરે થતો બદલાવ છે, તેથી પ્રતિકાર પણ સૂક્ષ્મ હોય છે, છતાં, તે મહત્ત્વનો હોય છે. જો તમે સચેત હશો, તો તમે આ આંતરિક પ્રતિકારને જાણી જશો અને સમજી જશો કે, 'હા, હવે મારો આગળના પડાવ પર પહોંચવાનો સમય થયો છે.' ઘણા લોકોને આ સમજાતું નથી અને તેઓ થોડા મહિના ધ્યાન કર્યા પછી આ તબક્કે ધ્યાન કરવાનું છોડી દે છે. તેથી યાદ રાખો કે, જ્યારે તમને ધ્યાન કરવાનું મન ન થાય, તો એ પણ એક સૂચક નિશાની છે. તે વખતે તમારા પ્રશિક્ષકને કહો કે, "મને ધ્યાન કરવાનું મન થતું નથી. શું તમે મને મદદ કરી શકો છો?"

જો પ્રશિક્ષક નજીકમાં ન હોય અથવા તમને ત્યાં જવાની અગવડતા હોય, તો હાર્ટફુલનેસ એપનો ઉપયોગ કરો અને થોડી ધ્યાનની બેઠકો લઇ લો.

હવે, જ્યારે તમે જાણો છો કે તમારે પ્રતિરોધનો સામનો કરવાનો આવશે, તો તમે તે બાબતે પહેલાંથી જ કંઇ કરી શકો છો. કેટલાક ધ્યાનના સત્રો અલગ તારવી શકાય છે, જ્યાં તમે "આ કેટલું સારું હતું," અથવા "હું સંપૂર્ણપણે ખોવાઇ ગયો હતો," અથવા "આ કેટલું સરસ સત્ર હતું," વગેરે વગેરે અનુભવો છો. તમારી ડાયરીમાં આ બધા અનુભવો મોટા અક્ષરોમાં નોંધો અને સાથે લખો, "આ યાદ રાખો." પછી તમારા કેલેન્ડરમાં આવતા છ મહિનામાં ત્રણ કે ચાર રિમાઇન્ડર નાખો. આ રિમાઇન્ડર પર લખો, 'ડાયરી વાંચવી.' જ્યારે રિમાઇન્ડર આવે, ત્યારે થોડો સમય કાઢીને તમારી ડાયરીમાંથી થોડા પાનાં વાંચો, ખાસ કરીને તે પાનાં વાંચો કે જ્યાં તમે તમારા અનુભવોને મોટા અક્ષરોમાં નોંધ્યા હોય. આ રિમાઇન્ડરો તમને પ્રોત્સાહન આપશે અને તમને માર્ગ પર ટકી રહેવામાં મદદ કરશે.

દ્વિતીય ચક્ર પર અનુભવાતી હાલતો

આ ચક્ર પર થતો મુખ્ય અનુભવ, બેચેનીની સાથે સાથે, અલગ અલગ પ્રકારે અનુભવાતી શાંતિ હોય છે. તમે શાંતિ માણતા હો છો અને ત્યારે તમને શાંતિ પ્રદાન કરનાર અંગેનો ખ્યાલ તેના મૂળિયા જમાવવા માંડે છે. હવે તમે શાંતિ આપનારને મળવા ઉત્સુક છો અને તમારી ભક્તિ એક નવો આયામ લે છે, જ્યાં શાંતિ આપનારને મળવાની તમારી બેચેની વધતી જાય છે.

શૂન્યમનસ્ક ભાવ અને ધીમા પડવું

જ્યારે તમે દ્વિતીય ચક્ર પર સ્થાયી થાઓ છો, ત્યારે તમને એક નવા પ્રકારની ચેતનાની અનુભૂતિ થઇ શકે છે. આકાશ તત્ત્વનો ગુણ, શૂન્યતા કશું પણ ન મેળવવાની કે ન ચાહવાની લાગણી બની શકે છે. ભૌતિક માંગોથી મુક્ત થઇ જવાથી તમે ભૂલકણા અથવા નચિંત થઇ જઇ શકો છો અથવા તમે કોઇ પણ મહત્વાકાંક્ષાની ઉણપ અનુભવી શકો છો, જેને લીધે તમારા કુટુંબીજનો અથવા ખુદ તમે પોતે પણ આશ્ચર્યચકિત થઇ શકો છો કે આ બધું શું થઇ રહ્યું છે. પણ ચિંતા કરશો નહીં કારણ કે આ સામાન્ય બાબત છે અને તે થોડો સમય પૂરતું જ હોય છે, કારણ કે તમારી ચેતના, વિકસતી જતી આંતરિક શાંતિ સાથે સુમેળ સાધતી જતી હોય છે. હકીકતમાં આંતરિક બદલાવ આકાર લઇ રહ્યો હોય છે, તેની આ સકારાત્મક નિશાની છે. દુર્ભાગ્યપણે, ઘણા લોકો આ તબક્કાનું ખોટું અર્થઘટન કરે છે અને ધ્યાન કરવાનું છોડી દે છે, કારણ કે તેમને એમ થાય છે કે તેઓ તેમની કાબેલિયત ગુમાવી રહ્યા છે. જોકે ખરેખર તો નવી પરિસ્થિતિને અનુકૂળ થઇને રહેવાની તમારી ક્ષમતા વધતી જતી હોય છે. દ્વિતીય ચક્રની શાંતિ અને સ્થિરતા તમારી સમસ્યાઓનું નિરાકરણ કરવામાં મદદ કરે છે. તમે

નિર્ણયો ઠંડા દિમાગથી લો છો. બીજાઓના ટોણા, ઠપકા અને ટીકાઓ, ગાડીના કાંચ પર પડતા પાણીના ટીપાંની જેમ વહી જાય છે. જેમ જેમ તમારી આંતરિક શાંતિ વધતી જાય, તેમ તેમ તમારી ભક્તિની તીવ્રતાને વધારો અને તમારી ધ્યાનની સાધના ચાલુ રાખો.

અલૌકિક લાગણીઓ અને અનુભવો

જ્યારે તમે આ ચક્રમાં પ્રવેશો છો, ત્યારે તમને એવું લાગી શકે કે તમે તમારા ભૌતિક શરીરથી અલગ છો. એવું લાગી શકે કે તમે કોઇ ઓછા ગુરુત્વાકર્ષણ ધરાવતા ગ્રહ પર છો, જ્યાં તમે ઓછા પ્રયત્નથી છલાંગ મારી શકો છો અને વધારે ઝડપથી આગળ વધી શકો છો. સ્વતંત્રતાની આ નવી સમજ તમને એવો અહેસાસ કરાવે છે કે જાણે તમે વધારે અલૌકિક અને ગહન ક્ષેત્રમાં છો. તમને એવું લાગે છે કે બધું જ ઉચ્ચતર શક્તિથી જોડાયેલું છે. તમને એવું પણ લાગી શકે છે કે જેમ ગુલાબનું ફૂલ માદક સુગંધથી તરબોળ હોય છે, તેમ તમે પણ ચોમેર દિવ્યતાથી ઘેરાયેલા છો.

થોડા મહિનાઓ ધ્યાન કર્યા પછી, મને કંઈક એવો જ અનુભવ થયો હતો. હું ગામડામાં મારા ઘરે ઉનાળાની રજાઓ વિતાવ્યા પછી મારી કોલેજમાં પાછો જતો હતો. હું બસસ્ટેન્ડ પર રાહ જોતો ઊભો હતો. તે બપોરે ખૂબ જ ગરમી હતી અને સદનસીબે બસ સમયસર આવી ગઇ. જેવો હું બસમાં ચઢ્યો કે જાણે મારી આજુબાજુનું બધું જ ઓગળવા માંડ્યું. એવું લાગ્યું જાણે પદાર્થ તેની ઘનતા ગુમાવી રહ્યો છે અને કણો છૂટા પડી રહ્યા છે. મારી આજુબાજુની જગ્યામાં પ્રેમ પ્રસરવા માંડ્યો અને દિવ્ય ઊર્જા દરેકમાં વહેવા લાગી – હવામાં, સીટમાં, કપડામાં, લોકોમાં અને રસ્તાની બાજુ પરના વૃક્ષોમાં પણ વહેવા લાગી. મેં આ લાગણી ખંખેરવાનો પ્રયત્ન કર્યો. મને લાગ્યું કે મારા માથા પર તપતા સૂર્યને લીધે આવું થાય છે, પણ તેમ છતાં, મને એવું જરૂર લાગ્યું કે બધું જ પ્રેમાળ ઊર્જામાં તરબોળ થઇ ગયું છે.

લગભગ એક કલાક સુધી હું તે હાલતમાં રહ્યો અને પછી ધીમે ધીમે મારી સ્થિતિ સામાન્ય થતી ગઇ. તે બસમાં એક ફકીર હતો, જે મને જોયા કરતો હતો. તેણે જાણી લીધું કે હું ધ્યાનમગ્ન અવસ્થામાં હતો. જ્યારે અમારી આંખો મળી, ત્યારે તેણે કહ્યું, "જ્યારે ગુરુનું ધ્યાન હૃદયને જકડી લે છે, ત્યારે તમે પ્રેમની પાંખો પર સવાર હો છો." મેં હાર્ટફુલનેસ પદ્ધતિથી ધ્યાન કરવાનું થોડાક જ મહિનાઓ પહેલાં જ શરૂ કર્યું હતું. હું ફક્ત મારા પ્રશિક્ષકોને જ ઓળખતો હતો અને બાબુજીને તો હું મળ્યો પણ નહોતો. આમ, પદ્ધતિની અસર મારી ઉપર આવી થઇ હતી. દ્વિતીય ચક્ર પર આવો ગહનપણે અનુભવ થયો હોવાથી, હું ધન્યતા અનુભવી રહ્યો હતો.

મુક્તિનો સ્વાદ

આગળ મેં જણાવ્યું હતું કે હૃદય ક્ષેત્રને પાર કરીને મુક્તિ તરફ જવાય છે અને દ્વિતીય ચક્ર પછી મુક્તિની હાલત પ્રગટ થવાની શરૂ થાય છે. – જો તમે સમુદ્ર તરફ જતા માર્ગ પર કાર લઈને જતા હો અને કાંઠાથી થોડા માઈલો દૂર હો, તો પણ તમે ઠંડો પવન અનુભવો છો અને હવામાં દરિયાના પાણીની ખારાશ જણાય છે. તે જ રીતે, હાલતમાં બદલાવ આવવાને કારણે કેટલાક લોકો, પોતે ઉચ્ચ ક્ષેત્રમાં પહોંચી ગયા હોવાની ગેર-સમજમાં રહે છે અને વળાંક શરૂ થઈ જાય છે. યાદ રાખો કે આ તો યાત્રાનો હજી બીજો જ પડાવ છે.

કરુણા શરૂ થાય છે

દ્વિતીય ચક્ર પર, તમે આત્માની ઉપસ્થિતિને અનુભવો છો અને તેથી સ્વાર્થની મર્યાદાઓ ઓગળી જાય છે. મારું-તારું ની ભાવના અર્થવિહીન થઈ જાય છે. તમે તમારા હૃદયમાં સમાનતાની લાગણી અનુભવો છો. બીજાઓની લાગણી તમારા હૃદયને સ્પર્શે છે અને તમે બધા માટે પ્રાર્થના કરો છો. આ કરુણાની શરૂઆત છે. સ્વીકૃતિ અને શાંતિના પાયા પર હૃદયમાં કરુણા આવવાની શરૂઆત થઈ જાય છે.

આત્મચિંતન

શું તમે જીવનમાં ક્યારેય એવી ક્ષણોનો અનુભવ કર્યો છે કે જ્યારે તમને તમારા પોતાનામાં અને તમારી આસપાસની દુનિયામાં રાહત જણાય? તેની યાદ તાજી થતાં, તમને કેવું લાગે છે?

તમારાં મતે ભક્તિ શબ્દનો તમારો અર્થ શું છે? તમારી ભક્તિ કોના તરફ છે અને તેનો તમારા આંતરિક વિકાસ સાથે શું સંબંધ છે?

15.

તૃતીય ચક્ર – પ્રેમ

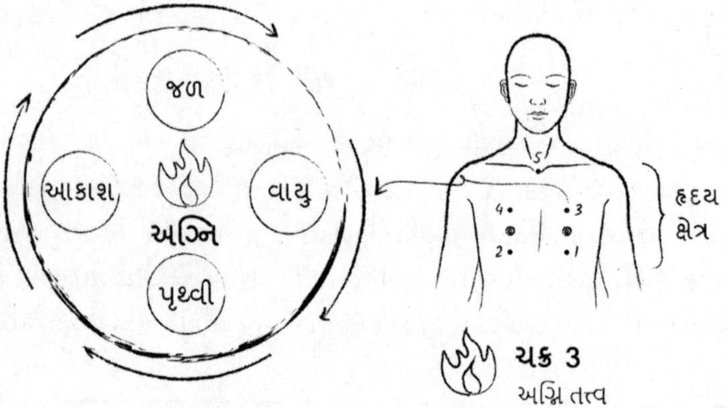

નામ	અગ્નિ ચક્ર, તૃતીય ચક્ર
મુખ્ય તત્ત્વ	અગ્નિ
રંગ	સફેદ
સ્થાન	છાતીની ઉપર ડાબી બાજુ
લાક્ષણિકતા	પ્રેમ
મુખ્ય લાગણીઓ	દયા, સ્થિરતા, પ્રેમ, ગુસ્સો, અસ્થિરતા, ચીડિયાપણું
સમાન સ્પંદનો	8
દિશા	ઘડિયાળની દિશામાં

એક રાજ્ય હતું, જ્યાં દરેક વર્ષે પ્રજા એક નવો રાજા ચૂંટતી હતી. તે પછી એક વર્ષ સુધી તે રાજા રાજ કરતો અને વર્ષના અંતે, તેને એક ટાપુ પર મોકલી દેવામાં આવતો, જ્યાં તે તેના જીવનના બાકીના દિવસો ગુજારતો તથા તેની જગ્યાએ નવો રાજા આવી જતો. એક વર્ષે, જ્યારે નવા રાજાએ રાજ્ય સંભાળ્યું, ત્યારે તેણે ટાપુ વિષે થોડા પ્રશ્નો પૂછ્યા. પછી તેણે એક ટુકડીને ત્યાં એક મહેલ બાંધવાનો હુકમ કર્યો. તેણે ટાપુ પરના મહેલની આસપાસ એક નવું નગર વસાવવાનો પણ હુકમ કર્યો – આ બધું જ એક વર્ષમાં તૈયાર થઇ જવાની ગણતરી હતી. જ્યારે તે રાજાનો ટાપુ પર જવાનો અને તેની જગ્યાએ બીજા રાજાની નિયુક્તિનો સમય આવ્યો, ત્યારે તે ખુશીથી તેણે બનાવેલા નવા મહેલમાં રહેવા જતો રહ્યો.

આમ, હંગામી ખુશીમાં નહીં રાચવામાં ઘણું શાણપણ રહેલું છે. એક દિવસ માટે કરોડપતિ થવું અને બીજા દિવસે ગરીબ થઇ જવું અર્થહીન છે.

જ્યારે તમે તૃતીય ચક્ર પર આવો છો, ત્યારે હંગામી ખુશીથી રાજી નહીં થવાનું શાણપણ આવવાની શરૂઆત થઇ જાય છે. દ્વિતીય ચક્ર પર જે બેચેની વિકસવાની શરૂ થયેલી, તે તૃતીય ચક્ર પર પૂરજોશમાં હોય છે. તમારું હૃદય આ પ્રારંભિક શાંતિ અને સ્વીકૃતિના દૃશ્યથી હવે ખુશ હોતું નથી. હવે તમે ખરી બાબત માટે બેચેની અનુભવો છો અને આ બેચેની જ પ્રેમનો અગ્નિ પ્રજ્વલિત કરે છે – પ્રેમ, એ જીવનનો ખરો સાર છે.

પ્રેમની સમજ

પ્રેમ એ વિશ્વનું એન્જીન છે. આ એક અત્યંત સુંદર એવી બાબત છે કે જે આપી પણ શકાય છે કે લઇ પણ શકાય છે. તે આ પૃથ્વીની સીમાઓ પાર કરીને આપણા ભૌતિક અસ્તિત્વની પાર પણ આપણી સાથે રહે છે. આધ્યાત્મિક શરીરરચના યોજનામાં, પ્રેમનો અગ્નિ, એ પરિવર્તનશીલ ઊર્જા છે, જે આપણા અસ્તિત્વને ઉચ્ચતર સ્તરો પર લઈ જાય છે. જ્યારે આપણે અગ્નિ ચક્ર પર પહોંચીએ છીએ, ત્યારે આપણે પ્રેમનો સાચો અર્થ સમજીએ છીએ, જે આપણી પહેલાંની સમજણથી પણ ઘણો વિશેષ હોય છે.

આપણા રોજિંદા જીવનમાં આપણે જે માનવીય પ્રેમની વાત કરતાં હોઇએ છીએ, તે પીડાદાયક પણ હોઈ શકે છે અને તેની પાછળ દુઃખદ યાદો પણ છોડી શકે છે. પરંતુ, આ એક બીજા પ્રકારનો પ્રેમ છે, જે દિવ્ય છે અને જેમ જેમ આપણે વિકાસ પામતા જઇએ છીએ, તેમ તેમ તે આપણામાં વિકસતો જાય છે. તે શુદ્ધ લાગણીની જ્યોત છે, જે આત્મવિશ્વાસ સાથે રેડી શકાય છે અને તે આપણને ક્યારેય નિરાશ કરતી નથી. આ પ્રેમમાં રહેલો આનંદ આપણામાં અને આપણી આસપાસના લોકોમાં પરિવર્તન લાવે છે.

દિવ્ય પ્રેમ કોઇ દુર્લભ અને ઉત્કૃષ્ટ ફૂલ જેવો હોય છે, જે આપણા હૃદયમાં પોષાય છે અને તેની સુગંધ આપણને અન્ય બધી બાબતોથી દૂર લઇ જાય છે. તે એક ચાવી છે, જેનાથી દરવાજાઓ ખુલે છે, તે એક તેજસ્વી સ્પંદન છે, જે આપણા નાનામાં નાના કોષોમાં પણ ધબકે છે. આપણે જેમ જેમ આપણા આધ્યાત્મિક લક્ષ્ય તરફ આગળ વધીએ છીએ, તેમ તેમ આપણે આ ઊર્જા સાથે આત્મસાત થતા જઇએ છીએ અને તેની અસરો અનુભવીએ છીએ.

પ્રેમ આપણાં સૂક્ષ્મ શરીરોમાં પુનઃશક્તિસંચાર કરે છે અને અંતે આપણા અસ્તિત્વના સ્પંદનીય ઢાંચાને બદલી નાખે છે. તે ખૂબ જ સૂક્ષ્મ પરિમાણ છે, જેને માપી શકાતો નથી અને તે એવા ક્ષેત્રથી સંબંધિત છે કે જે પદાર્થથી પર છે. હું આશા રાખું છું કે આ વિષય પરની આગામી વૈજ્ઞાનિક શોધખોળ પદાર્થ અને સૂક્ષ્મ વચ્ચેનું અંતર પૂરવામાં આપણને મદદ કરશે અને આ દુર્લભ અને સૂક્ષ્મ ઊર્જાની મુખ્ય ભૂમિકા વધુ સારી રીતે સમજવામાં પણ મદદ કરશે.

પ્રેમમાંથી ઘણા ગુણો ઉદ્ભવે છે, જેમાંના મુખ્ય છે, માનવ હૃદયની સુવાસ સમા કરુણા અને સહાનુભૂતિ.

પ્રેમ, કરુણા અને સહાનુભૂતિ

કરુણા દ્વિતીય ચક્ર પર શરૂ થાય છે. જ્યારે પ્રેમ ઉદ્ભવે છે, ત્યારે ત્યાં કરુણાભાવ સર્વોપરી બની રહે છે. કરુણાને સમજવા માટે તેનાથી વિપરીત ભાવને સમજીએ: સ્વાર્થીપણું અથવા બેફિકરાઇ. સ્વાર્થીપણું 'હું, મારું અને બીજું કંઇ જ નહીં' ની લાગણીથી શરૂ થાય છે – સ્વ-કેન્દ્રિત અવસ્થા, જ્યાં અંગત સંતોષ ક્યારેક બીજાઓના ભોગે પણ આવે છે. બીજી બાજુ, કરુણામય લોકોને પોતાના માટે વિચારવાનો સમય જ નથી હોતો, કારણ કે તેમને માટે બીજાઓનો ખ્યાલ સર્વોપરી હોય છે. સ્વાર્થીપણું સંગ્રહવૃત્તિ પોષે છે, જ્યારે કરુણા ફક્ત આપ્યા જ કરે છે. આ બંને ગુણોની અસરો વિપરીત હોવા છતાં, બંને એક જ સ્રોતમાંથી ઉદ્ભવે છે: જે છે, જુસ્સો. આ જુસ્સો, એ ઊર્જા છે, જે ઉત્સાહ અને ઊંડા રસમાંથી ઉદ્ભવે છે. જો જુસ્સો આપણી ઇચ્છાઓને કારણે ગેરમાર્ગે દોરાય, તો આપણું પતન થઇ શકે છે અને તે આપણને વિનાશકારી વ્યવહારો તરફ દોરી જઇ શકે છે. પરંતુ જુસ્સાને જો હૃદયનું માર્ગદર્શન મળી રહે, તો તે આપણી ચેતનાને શક્ય એટલાં મહત્તમ પ્રેમ, જોડાણ અને સકારાત્મક બદલાવ તરફની ઉન્નતિમાં મદદ કરે છે.

જ્યારે કરુણા તેની પરાકાષ્ઠા પર હોય છે, ત્યારે ભલા, પ્રેમાળ કે દયાળુ બનવાના કોઇ પ્રયત્નો વગર જ, સ્વયંભૂ કરુણાસભર કાર્યો થયાં કરે છે. તેમને માટે નથી કોઇ પસંદગીની પ્રક્રિયા કરવાની હોતી કે નથી એવું નક્કી કરવાનું હોતું કે અમુક માટે

કરુણા બતાવું અને અમુક માટે ન બતાવું. પશુજગતમાં કરુણા વ્યાપકપણે જોવા મળે છે. ઘેટા-બકરાના ટોળાનું રક્ષણ કરતો કૂતરો, જ્યારે વરુને જુએ, ત્યારે ભસવા માંડે છે. જોકે તેમાં વરુ ઘણુંખરું તો કૂતરા પર જ હુમલો કરી, તેને ઘાયલ પણ કરે છે. સંસ્કારી સમાજમાં કરુણા તો હોય છે, પરંતુ તેની સીમા ફક્ત મારો પરિવાર, મારો સંપ્રદાય, મારો સમુદાય વગેરે પોતાનાં પૂરતી જ સીમિત હોય છે. ધ્યાનમય હૃદય આ સીમાઓને ઓગાળી દે છે અને સમય જતાં તમે તેમાં બધાનો સમાવેશ કરો છો.

સૌથી વધારે ઉલ્લેખનીય ઉદાહરણ પ્રભુ ઈશુનું છે. તેમની અંતિમ ક્ષણોમાં પણ, પોતાને ત્રાસ આપનારાઓને માટે પણ તેઓ પ્રાર્થના કરે છે કે,

"Father, forgive them, for they do not know what they are doing"
(Luke 23:34)
"હે પરમપિતા, તેમને માફ કરજો, કારણ કે તેમને ખબર નથી કે
તેઓ શું કરી રહ્યા છે."[15]

તે કરુણાની પરાકાષ્ઠા છે કે જ્યાં વ્યક્તિકોઈ પણ નારાજગી કે મૂલ્યાંકન વગર કે સહાનુભૂતિપૂર્વક માફ કરી શકે છે.

આપણે કરુણા કેવી રીતે વ્યક્ત કરીએ છીએ, તે મહત્ત્વનું છે. ભારે મનથી વ્યક્ત કરેલી કરુણા તેમજ ખુશી અને આનંદના વલણ સાથે વ્યક્ત કરેલી કરુણા, એ બંને એકસરખી નથી હોતી. સકારાત્મક વલણ આપનાર અને લેનાર બંનેનું ઉત્થાન કરે છે. એ પણ ધ્યાનમાં રાખવું મહત્ત્વનું છે કે આપણી કરુણાનાં કારણે બીજાઓને બોજો ન લાગે. જેમને જરૂરી હોય, તેમને આપવું જોઈએ, પરંતુ એ પણ મહત્ત્વનું છે કે તેઓ પોતાને અહેસાનમંદ અથવા ઋણી હોવાનું ન સમજે. તેનો એક રસ્તો એ છે કે સેવા અજ્ઞાત રીતે કરવી. આવું કરવાથી લેનારમાં સંસ્કાર બનતા રોકી શકાય છે.

સહાનુભૂતિ કરુણા લાવે છે. જ્યારે તમને બીજાઓ પ્રત્યે સહાનુભૂતિની લાગણી થાય છે, ત્યારે તમે તેમની ખુશી અને દુઃખ તમારા હૃદયમાં પણ અનુભવો છો. સહાનુભૂતિનું કાર્યમાં પરિણમવું, તે કરુણા છે. કોઈકની ભૂખ અનુભવવી એ સહાનુભૂતિ છે અને તે વ્યક્તિને ખાવાનું આપી, એ કરુણા છે. સહાનુભૂતિ, પોતાનામાં અને બીજામાં દ્વૈતતાનો સ્વીકાર કરે છે, જ્યારે કરુણા, આ અલગાવને ઓગાળી દે છે. જ્યારે દ્વિતીય ચક્ર ખીલે છે, ત્યારે દ્વૈતતા અદૃશ્ય થવા લાગે છે. પછી, તૃતીય ચક્ર પર, જેમ જેમ પ્રેમ વિકસે છે, તેમ તેમ કોણ આપનાર છે અને કોણ લેનાર છે, અથવા કોણ કોના માટે બલિદાન આપી રહ્યું છે, તેની જાણ પણ નથી રહેતી. તમે કરતા જાઓ છો અને આગળ વધતા જાઓ છો.

તૃતીય ચક્ર પર અનુભવાતી હાલતો

અગ્નિના ગુણોમાં તેની ચંચળતા, તેની ઓગાળવાની અને શુદ્ધ કરવાની ક્ષમતા અને તેની ઉપર જવાની ક્ષમતા સામેલ છે. કાચા સોનામાંથી શુદ્ધ સોનું મેળવવા માટે આપણે તેને ઓગળવાની જરૂર પડે છે. ઓગળવું એ એક સ્થિતિમાંથી બીજી સ્થિતિમાં થતું પરિવર્તન દર્શાવે છે. તમે જ્યારે ધ્યાન કરો છો, ત્યારે તમે તમારી અંદર રહેલાં સુષુપ્ત અગ્નિને જીવંત કરો છો અને અનેક હાલતોનો અનુભવ કરો છો, જેમકે લાગણીઓની ચંચળતા, હૃદયની નમ્રતા અને પ્રેમનું આરોહણ.

લાગણીઓની ચંચળતા

આપણામાંના ઘણા, આ ચક્ર પર સંસ્કારોનો ભારે બોજો વહન કરતા હોય છે. ક્રોધ અને ચીડિયાપણાની, તે પછીની અસરો અહીં અટકી જાય છે. ક્રોધ ખૂબ જ મુશ્કેલ બાબત છે, ઘણી પ્રગતિ પામેલા સાધકો પણ તે બાબતે સંઘર્ષ કરતા હોય છે. જ્યારે આપણે ક્રોધમાં હોઇએ છીએ, ત્યારે આપણે ઘણીવાર બીજાને દુઃખ પહોંચાડતા હોઈએ છીએ કે તણાવમાં લાવી દઈએ છીએ કે વિખવાદ ઊભો કરીએ છીએ અને મોટેભાગે તે બીજા, આપણાં પ્રિયજનો જ હોય છે. ક્રોધ પર કાબૂ મેળવી, તેને આપણા લાભ માટે ઉપયોગમાં લઇ શકીએ, તે માટે ક્રોધનો ખરો સ્વભાવ અને તેનો હેતુ શું છે, તે જાણવું જરૂરી છે.

ક્રોધ એ એક એવી ઊર્જા છે, જે આપણા સુધારા માટે જરૂરી છે. પરિસ્થિતિમાં બદલાવ લાવવાનાં અને પોતાનામાં સુધારો લાવવાનાં હેતુસર ક્રોધને જ્યારે અન્યત્ર વાળી દેવામાં આવે છે, ત્યારે ક્રોધનો સાચો હેતુ સરે છે. તૃતીય ચક્ર પર આપણે ક્રોધની સાચી ભૂમિકા સમજીએ છીએ અને તેને ધીરજપૂર્વક સાતત્યપૂર્વક કરીને, કરુણાસભર હૃદય સાથે સ્વસુધારણા માટે ઉપયોગમાં લેવાનું શીખીએ છીએ.

ક્રોધ માટે ઉપયોગી સલાહ એ છે કે તેને મુલતવી રાખવો. ક્રોધને મુલતવી રાખવો, એ હાફુસ કેરીને પકવવા જેવું છે. જો તમે કાચી લીલી કેરી એકસાથે ખાશો, તો મોઢામાં છાલાં થઇ શકે છે, પણ જો તમે તેને થોડા દિવસો માટે રાખી મૂકશો, તો એક સવારે આખા ઘરમાં તેની મીઠી સુવાસ ફેલાઈ જશે અને આપણને ખબર પડી જશે કે કેરીઓ પાકી ગઈ છે. તો, હવે પછી જ્યારે તમને ક્રોધ આવે, ત્યારે તમે ક્રોધ મુલતવી રાખવાનો સભાનપણે પ્રયત્ન કરજો અને તેને પરિવર્તિત થવાનો સમય આપો. તમે તમારી જાતને ભાવનાત્મક મોકળાશ આપો અને તમે જોશો કે થોડા જ સમયમાં તમારો ક્રોધ મીઠી કરુણામાં પરિવર્તન પામશે.

ક્રોધને મુલતવી રાખવાની ટેવ, પાડવાથી તમને ખ્યાલ આવશે કે હવે ક્રોધિત થવું મુશ્કેલ બનતું જાય છે. મુશ્કેલ સંજોગોમાં પણ તમને લાગશે કે ક્રોધના બદલે તમને દયા આવે છે.

ક્રોધને ઓગાળવા માટેનો સૂચિત અભ્યાસ

આરામથી બેસો અને તમારી આંખો બંધ કરો. એવું વિચારો કે તમે એક સૌમ્ય શાંતિના મહાસાગરમાં છો. તેના મોજાં સુખદ અને આનંદદાયક છે. એવી ધારણા કરો કે તમે શાંતિના મહાસાગરની અંદર છો અને મોજાંઓ તમારામાંની બધી જ અશુદ્ધિઓ અને જટિલતાઓના આવરણો દૂર કરી રહ્યા છે. હવે, આવરણોને ઓગળી જતા અનુભવો અને અંદર હળવાશ થતી અનુભવો.

આ અભ્યાસ 30 મિનિટથી ઓછા સમય માટે કરવાનો છે.

નક્કરપણાથી સૂક્ષ્મતા તરફ – અગ્નિતત્ત્વની પરિવર્તનશીલ શક્તિ

કોઈકવાર આપણે કેટલાક લોકો સાથે વાત કરતી વખતે ઉમંગ અને ઉમળકો અનુભવીએ છીએ, જ્યારે ક્યારેક આપણે નીરસ અને હતોત્સાહ થઈ જઈએ છીએ. આનું કારણ શું છે? આ, આપણી અંદર અગ્નિ ન હોવાને કારણે થાય છે. અગ્નિ તત્ત્વ આપણને ઉમંગ આપે છે, માનસિક અવરોધોને ઓગાળે છે અને આપણા આંતરિક સ્વને મૃદુ રાખે છે.

તૃતીય ચક્ર પર આપણે ખૂબ જ તરવરાટ અનુભવીએ છીએ. આપણે અવરોધોને પાર કરીએ છીએ અને બીજાઓ સાથે ખુલ્લા દિલથી અને કરુણાપૂર્વક જોડાઈએ છીએ. આપણે હવે બીજાઓને માત્ર તેમની ખામીઓની નજરે જ નથી જોતાં, પણ તેમની અપૂર્ણતામાં પણ સુંદરતા જોઈએ છીએ અને તેમને સંપૂર્ણ રીતે આવકારીએ છીએ.

તમે જેમ જેમ તમારી આધ્યાત્મિક યાત્રા પર આગળ વધો છો, તેમ તેમ ઉત્તરોત્તર તમારું ધ્યાન લક્ષ્ય પર સ્થિર થતું જાય છે. આમ, લક્ષ્ય પર તીવ્ર એકાગ્રતા હોવાને કારણે બીજાઓની ખામીઓ વિષે વિચારવાનો તમને સમય જ નથી રહેતો. ઉલ્ટાનું, તમે તમારી ઊર્જાને તમારી પોતાની ખામીઓને દૂર કરવામાં લગાડો છો. ભક્તિ દ્વારા, તમારું

હૃદય પરિવર્તન પામે છે અને શુધ્ધ અને પ્રેમાળ સ્થાન બની જાય છે. મારી માતૃભાષા ગુજરાતીમાં એક ગીત છે, જે આ પ્રમાણે છે –

"કો'ક દી તું ભૂલો રે પડને ભગવાન,
થાને મારો મોંઘેરો મહેમાન,
તને તારું વૈકુંઠ ભુલાવી દઉં, શામળિયા"

'હે ઈશ્વર, તું મારા હૃદયના નિવાસમાં આવ. એકવાર તું અહીં મને મળશે, ત્યારપછી તું અહીંની સુંદરતામાં એવો ખોવાઈ જઇશ કે તું તારું ઘર પણ ભૂલી જઇશ.'

જ્યારે તમે અગ્નિ ચક્રમાંથી પસાર થાઓ છો, ત્યારે આ પંક્તિઓ હૃદયની મૌન લાગણીઓનો સાર દર્શાવે છે.

ઉપર તરફ, લક્ષ્ય પ્રતિ આગળ વધવું,

એ અગ્નિનો એક બીજો ખાસ ગુણ છે. તેની જ્યોત હંમેશાં ઉપરની તરફ હોય છે, પછી ભલે તમે લાઇટર કે દીવાસળીને ઊંધા પકડી રાખો. અગ્નિ ચક્ર પર તમારો પ્રેમ પણ જ્યોતની જેમ ઉપર તરફ જાય છે. પરંતુ તે કોની તરફ ઉપર જાય છે? જે ઉચ્ચતર હોય છે, તેની તરફ જાય છે. તમારી યાત્રા નફરતની ઉજ્જડ જમીનનું પરિવર્તન, પ્રેમના લીલા અંકુરોમાં કરી દે છે. તમારું હૃદય પ્રેમને ઉજાગર કરે છે અને 'સ્રોત' તરફ આગળ વધે છે અને આ મૌન કરુણામય કાર્યો દ્વારા વ્યક્ત થાય છે. તમારું હૃદય ઓગળે છે અને તમારો પ્રેમ વધે છે.

ઘણી પ્રથાઓમાં લોકો તેમના અંતિમ પ્રેમ તરફ આરોહણ માટે અગ્નિની પૂજા કરતા હોય છે. તમારા અભ્યાસ દ્વારા, તમારું હૃદય એક પવિત્ર ઘર બની જાય છે, જે પ્રેમની ઝળહળતી જ્યોત પ્રગટાવે છે. તૃતીય ચક્ર પરના તમારા નિવાસમાં, તમે પ્રેમ કરવાનો દેખાડો નથી કરતાં, પરંતુ તે તમારો સ્વભાવ બની જાય છે.

આ પ્રકરણના અંતમાં, હું તમને મારો તૃતીય ચક્ર પરનો અનુભવ જણાવવા માંગું છું. મારી યાત્રામાં વર્ષો સુધી મેં તૃતીય ચક્ર પર મારી નિપુણતા સાથે સંઘર્ષ કર્યો છે. તૃતીય ચક્ર પહેલાના ચક્રો પર મને ઘણા અનુભવો થઇ ચૂક્યા હતા, પરંતુ જ્યારે જ્યારે મેં એવો વિચાર કર્યો કે હવે હું આગળ વધીશ, ત્યારે ત્યારે કોઈક ને કોઈક ભાવનાત્મક અશાંતિએ અથવા બીજા કંઈકે મને પાછળ ધકેલી દીધો હતો. જ્યારે જ્યારે આવું થયું, ત્યારે મારી જાતને પાછી બેઠી કરવા માટે અને આગળ વધતા રહેવા માટે મને ઘણો સંઘર્ષ કરવો પડ્યો છે. એકવાર બાબુજી મારા સ્વપ્નમાં આવ્યા અને તેમણે મને કહ્યું કે,

"એકવાર જ્યારે તું તૃતીય ચક્રને પાર કરી લઇશ, ત્યારે તારી ઉન્નતિ રોકેટગતિની જેમ થશે." તેથી હું તેના પર કામ કરતો રહ્યો.

1986ના એ દિવસોમાં, હું ચારીજી જોડે ભારતમાં યાત્રા કરી રહ્યો હતો અને અમે ખુશીઓનાં શહેર: કોલકોતામાં હતા. કોલકોતામાં તે સાંજે ગઝલનો એક કાર્યક્રમ હતો અને ગાયકે જે ગીત ગયું, તે ચારીજીની પસંદગીનું હતું. ચારીજીને સંગીત સાંભળતા જોવા તે એક લ્હાવો હતો. તેમણે પોતાની આંખો બંધ કરી દીધી હતી અને આંગળીઓ વડે તેઓ તાલ આપી રહ્યા હતા. જ્યારે પવન, હોય, ત્યારે તેમના ચાંદી જેવા વાળ લહેરાતા જોઈ શકાતા હતા, જાણે કે દરેક લટ સંગીતના તાલ પર નૃત્ય કરી રહી ન હોય! હું સંગીત, સાંભળતો હતો, પણ તે સાંજે હું મારી આંતરિક હાલતનું નિરીક્ષણ કરવામાં વ્યસ્ત હતો.

જ્યારે ગાયક ઊંચા સ્વરે ગાતા, ત્યારે ચારીજી પણ તાલ સાથે તેમનો હાથ હલાવતા હતા. તે ક્ષણે મેં તૃતીય ચક્ર પરથી ચતુર્થ ચક્ર પર હલનચલન અનુભવ્યું. તે જાણેકે એક લેસર કિરણ જેવું હતું! હલનચલનનો એ અનુભવ જાણેકે મારા હ્રદયમાં કોતરાઈ ગયો. મેં ચારીજીની તરફ જોયું. અમારી આંખો મળી. જેવા મારા હાથ કૃતાજ્ઞતામાં વિવેકપૂર્ણ રીતે ભેગા થયા અને મારું માથું નમી ગયું. તેઓ થોડા અંતરે બેઠા હતા. તે વખતે હૉલમાં લગભગ સો જેટલી વ્યક્તિઓ હાજર હશે, પણ તેમની નજરે મારી નજરને પકડી લીધી અને તેમણે સહેજ હકાર સાથે પ્રતિભાવ આપ્યો. બસ આટલું જ.

તે એક ગ્રહણશીલતાની યોગ્ય ક્ષણમાં કરવામાં આવેલ બૃહદ કાર્યની પુષ્ટિ હતી. જો હું સજાગ ન હોત, તો શું તે શક્ય હતું? ? તે બની શક્યું હોત, પરંતુ જાણ ન થવી, એ ન મેળવવા બરાબર હોય છે. દિવ્ય જ્ઞાન શીખવવામાં આવતું નથી. તે પ્રાપ્ત કરવામાં આવે છે.

આત્મચિંતન

એક તાજેતરનો સમય યાદ કરો કે જ્યારે તમારું હ્રદય કોઈ બીજી વ્યક્તિના દુ:ખ અથવા તકલીફમાં દ્રવિત થયું હોય. તે અનુભવે પ્રેમ અને કરુણાની તમારી ક્ષમતા વિષે તમને શું કહ્યું?

દરરોજ, દિવસના અંતે, તમારી જાતને આ પ્રશ્ન પૂછો: "શું મેં આજના મારા દિવસ દરમિયાન પૂરતો પ્રેમ દર્શાવ્યો છે?"

16.

ચોથું ચક્ર – હિંમત

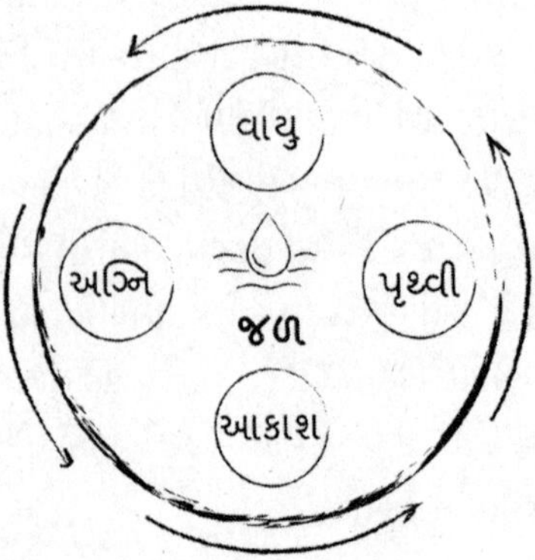

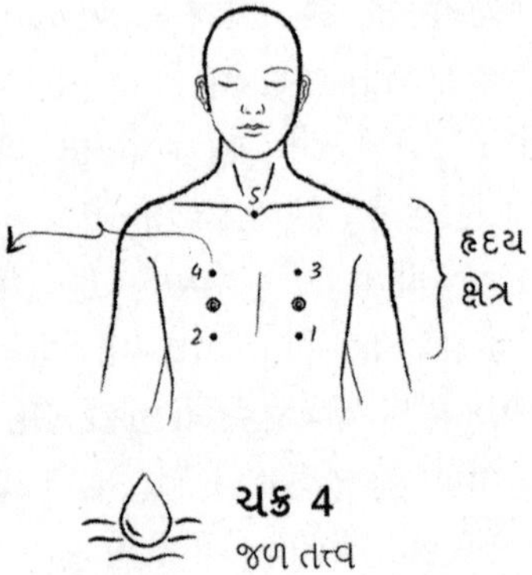

નામ	જળ ચક્ર, ચોથું ચક્ર
મુખ્ય તત્ત્વ	જળ
રંગ	કાળો
સ્થાન	છાતી પર જમણી બાજુ, ઉપર
લાક્ષણિકતા	હિંમત
મુખ્ય લાગણીઓ	હિંમત, નમ્રતા, શરણાગતિ, ડર, ચિંતા, નિરાશા
સમાન સ્પંદનો	9, સ્વાધિષ્ઠાન ચક્ર
દિશા	ઘડિયાળના કાંટાની વિરુદ્ધ દિશામાં

એક યુવાને તેની પ્રિયતમાને મળવા માટે વરસાદની એક તોફાની રાત્રે નદી પાર કરી. નદીના પૂરથી બચવા તેણે તરી રહેલો લાકડાનો એક ટુકડો પકડી રાખ્યો હતો. જ્યારે તે તેની પ્રિયતમાના ઘરે પહોંચ્યો, ત્યારે તે પાણીથી નીતરતી હાલતમાં હતો. તેને જોઇને અત્યંત ભાવવિભોર થઇ પ્રિયતમાએ તેને પૂછ્યું કે તે ઝરૂખામાં ઉપર કેવી રીતે ચડ્યો? તેણે જવાબમાં કહ્યું કે તેણીએ તેના માટે જે દોરડું લટકાવી રાખ્યું હતું, તેને પકડીને જ તે ઉપર આવ્યો હતો, પરંતુ તેણીએ કોઇ દોરડું લટકાવ્યું હોવાનો ઇનકાર કર્યો. ત્યારબાદ તેમણે જોયું કે ઝરૂખામાંથી લટકતું દોરડું, એ ખરેખર તો એક સાપ હતો. ત્યાર પછીના દિવસે, વાવાઝોડું શમી ગયા પછી તે યુવાન ઘરે પાછો જવા નીકળ્યો, ત્યારે તેણે જોયું કે તેણે નદી પાર કરવા માટે જે લાકડાનો ઉપયોગ કર્યો હતો, તે હકીકતમાં એક મડદું હતું. પ્રેમમાં પાગલ હોવાથી તેને જોખમ ન દેખાયું અને નીડરતાથી તેની પ્રિયતમા પાસે પહોંચ્યો હતો.

જેમ જેમ આપણે ત્રીજા ચક્રની ઉગ્ર ઊર્જામાંથી ચોથા ચક્રની શાંત ઊર્જા તરફ આગળ વધીએ છીએ, તેમ તેમ પ્રેમની તીવ્રતા ઓછી થવા લાગે છે. તેનો અર્થ એ નથી કે હવે પ્રેમ નથી રહ્યો, પરંતુ તે વધારે પરિપક્વ અને વધુ ગંભીર થયો છે. ત્રીજા ચક્ર પર, ભાવનાત્મક અશાંતિને કારણે આપણી અંદરનો શુદ્ધ અને દિવ્ય પ્રેમ ઢંકાઈ જાય છે. પ્રેમ છે. પરંતુ જ્યારે આ અશાંતિ ચોથા ચક્ર પર સ્થિર થાય છે, ત્યારે પ્રેમ આગળ આવવા માંડે છે. ઉગ્ર ઊર્જા જળના શીતળ સ્પર્શથી શાંત થાય છે.

ચોથા ચક્ર પર પહોંચતા, તમારી ચેતનાનું સ્તર બદલાય છે અને. તમારી શંકા દૂર થાય છે. અગાઉ, તમને લાગ્યું હોઈ શકે કે તમે તમારી જાતે આગળ વધી રહ્યા છો, પરંતુ હવે તમને જણાય છે કે તમને માર્ગદર્શન અને સમર્થન મળી રહ્યું છે. તે અવર્ણનીય લાગણી હોવા છતાં શાંતિ લાવે છે અને અહીંથી જ સાચી હિંમતની શરૂઆત થાય છે. જેમ જેમ તમને સમજાતું જાય છે કે તમે તમારી યાત્રામાં એકલા નથી, તેમ તેમ તમે વધુ સ્થિરતા અનુભવો છો.

હૃદયની હિંમત

હૃદયની સ્ફુરણા પ્રમાણે કાર્યો કરવામાં હિંમતની જરૂર પડે છે. પ્રલોભનો અને આળસ પર પ્રભુત્વ મેળવી, જે યોગ્ય હોય તે કરવા માટેની હિંમત જરૂરી છે. હૃદયને સાંભળવામાં અને તેના માર્ગદર્શનને અનુસરવામાં હિંમતની જરૂર પડે છે અને આ માત્ર મહત્ત્વના કાર્યો પૂરતું જ મર્યાદિત નથી હોતું. હૃદયના માર્ગદર્શનને અનુસરીને તમારી સર્વોચ્ચ કાર્યક્ષમતા પ્રાપ્ત કરવા દરરોજ હિંમતની જરૂર પડે છે. ચોથા ચક્ર પર, તમે આ હિંમતને વિકસાવવાની શરૂઆત કરો છો. યાદ રાખો કે હૃદય ક્ષેત્રમાં વિરોધી

વલણો હોય છે, તેથી જ્યારે તમે હિંમત કેળવી રહ્યા હો છો, ત્યારે તમે ડરને પણ દૂર કરી રહ્યા હો છો.

સૃષ્ટિના સર્જન વખતે, જ્યારે આત્મા અસ્તિત્વમાં આવ્યો, ત્યારે જે પહેલો સંસ્કાર બન્યો હતો, તે 'ભય' હતો. આત્મા અલગ થઇ ગયાની લાગણીમાં ડૂબેલો હતો અને તેના પરિણામે ભયનું સર્જન થયું હતું. જ્યારે આત્માએ મનન કર્યું કે મારા ભયનું કારણ શું છે? ત્યારે ભય અલોપ થઇ ગયો. આપણા રોજિંદા જીવનમાં, મહદઅંશે ડર, એ હૃદય અને મન, એ બંને વચ્ચેનાં અલગાવનું પરિણામ હોય છે. હૃદયની પ્રેરણાઓ અને અહંકાર-જન્ય ઇચ્છાઓ વચ્ચેનો સંઘર્ષ આપણી અંદર ભય પેદા કરે છે.

ભયને કારણે આપણામાં સ્પષ્ટતા અને પ્રેમ ધૂંધળા થઇ શકે છે અને તેને બદલે આપણામાં અસલામતીની ભાવના આવી શકે છે. સ્ત્રી-પુરુષમાંથી જો કોઇ એક અથવા બંને, અસલામતી અનુભવતા હોય, તો ચોખ્ખું દેખાઇ આવે છે કે પોતાનો સંબંધ ટકે, તેની ખાતરી કરવા તેઓ એકબીજા પાસેથી ભેટ-સોગાદની, સેવાની તથા સમયની માંગણી સતત કરતાં રહે છે. ડર પર આધારિત સંબંધોને જાળવી રાખવા માટે સતત કાળજી લેવાની અને પ્રયત્નો માટે શક્તિની જરૂર પડે છે. તેનાથી વિપરીત, જે સંબંધના મૂળમાં પ્રેમ હોય, તે સંબંધની લાક્ષણિકતા એ છે કે તેમાં બદલામાં કંઇ પણ અપેક્ષા નથી હોતી, માત્ર આપવાની જ ઇચ્છા હોય છે. પ્રેમને કારણે, બે જણની નજર જ એકબીજાને ઘણું બધું કહી જાય છે અને પ્રયત્ન વગર જ એકબીજાને ટેકો આપી શકે છે.

તેવી જ રીતે, ત્રીજા ચક્રમાં તમે પ્રેમમાં એકરૂપ થઇ ગયા હોવાથી, તમને સાંત્વના અને ટેકો મળે છે કે જેથી હિંમત વિકસી શકે. હિંમત અહમમાંથી નથી આવતી. હિંમત સ્પષ્ટતાથી આવે છે, જે પ્રેમ આપે છે. અહમ તમને હઠાગ્રહી બનાવે છે, તેનાથી ઉલ્ટું, પ્રેમ તમને પરિવર્તનશીલ બનવાની અને સકારાત્મક ફેરફારો લાવવાની હિંમત આપે છે

સામાન્ય રીતે લોકો હિંમતને અહમની પ્રતિક્રિયા સમજે છે, કારણ કે આપણે સમાન દરજ્જાની, સમાન ન્યાયની કે સમાન પદની માંગ કરતાં હોઇએ છીએ, આપણે કોઇ પ્રતિકૂળ ચર્ચામાં જોડાઇએ છીએ, ઉશ્કેરાઇએ છીએ અથવા સંઘર્ષનો સામનો કરીએ છીએ. પરંતુ ખરેખર તો હિંમત, એ પ્રકૃતિના મુખ્ય ગુણ, નમ્રતાનો જ એક ભાગ છે. નમ્ર લોકોની હિંમત બધા અવરોધોને ઓળંગી જાય છે. શું તમે કોઇ વૃક્ષના નાના, કોમળ, રુવાંટીવાળા મૂળને એકદમ સખત ખડકમાંથી ફૂટતા જોયા છે? આ મામૂલી, એકદમ બારીક અને નાજુક મૂળ વૃક્ષને આધાર આપતાં મુખ્ય મૂળનો માર્ગ બનાવે છે. તેવી જ રીતે, નમ્રતાસભર હૃદયની હિંમત દ્વારા અભેદ્ય અહંકારના અવરોધો તૂટી જાય છે.[16]

હિમત આપણી અંદર જન્મજાત જ હોય છે, પરંતુ તે મહાન આત્માઓની સંગતમાં ઝડપથી વધી શકે છે. મહાભારતમાં ભગવાન શ્રી કૃષ્ણ યોદ્ધા અર્જુનને યુદ્ધ માટે તૈયાર કરવા માટે તેમના વિરાટ સ્વરૂપનું દર્શન કરાવે છે, તેને હિમતથી પ્રેરિત કરે છે. તેવી જ રીતે, ગોલિયાથનો વધ કરી, ફિલિસ્ટાઈનોને હરાવતાં યુવાન ડેવિડની શ્રદ્ધા અને હિમતની વાર્તા દર્શાવે છે કે કેવી રીતે હિમત આપી શકાય. હિમત, એ સંજોગો અનુસાર કુદરત દ્વારા આપવામાં આવતી ક્ષમતા છે. 'સ્રોત'માંથી આપણા હૃદયમાં આધ્યાત્મિક શક્તિનું સ્થાનાંતરણ એ પણ હિમતનું ઉદાહરણ છે. હિમત દ્વારા તમે તમારી પ્રગતિમાં અવરોધક વૃત્તિઓ કે જે તમને નીચે તરફ ખેંચે છે, તેની સામે યુદ્ધ કરીને પ્રગતિ કરી શકો છો.

ભયને દૂર કરવાની સૂચિત પદ્ધતિ

પરિસ્થિતિઓ, સ્થાનો, ઘટનાઓ વગેરે બાબતોના સામાન્ય ભય માટે, તમે આ માર્ગદર્શિત લીંબ-ક્લિનિંગ ટેકનિક(limb-cleaning technique)નો ઉપયોગ કરી શકો છો. ડાબી બાજુ પર ધ્યાન કેન્દ્રિત રાખીને.

1. કલ્પના કરો, કે તમારા માથાની ઉપરથી તમારા શરીરમાં દિવ્ય ધારાનો પ્રવેશ થઈ રહ્યો છે.
2. આ ધારાને તમારા હૃદય તરફ વાળો પછી તેને તમારા ડાબા ખભા તરફ આગળ વધવા દો, પછી તેને તમારા હાથના ખભાના સ્નાયુઓ, કોણી, કાંડા તરફ અને ત્યાંથી હાથમાં નીચે ઉતરવા દો તથા તે પછી તેને ડાબા હાથની આંગળીઓના ટેરવામાંથી બહાર નીકળવા દો.
3. જ્યારે આ ધારા આગળ વહેતી હોય, ત્યારે એવું વિચારો કે ભારેપણું, જટિલતાઓ, અશુદ્ધિઓ અને ભય તમારા શરીરમાંથી આ ધારા સાથે બહાર નીકળી રહ્યાં છે. આ પ્રક્રિયા બે થી ત્રણ મિનિટ સુધી ચાલુ રાખો, પછી ધીમેથી આ ધારાને ઓછી કરો.
4. હવે ફરીથી દિવ્ય ધારાને તમારા માથા ઉપરથી હૃદય તરફ વહેવા દો અને તમારા ડાબા પગના ઉપરના ભાગમાં, તેમજ જાંઘ, ઘૂંટણ, પીંડી, પંજામાં નીચે ઉતરવા દો અને પછી તેને ડાબા પગની આંગળીઓના ટેરવામાંથી બહાર નીકળી જવા દો.
5. જ્યારે આ ધારા આગળ વહેતી હોય, ત્યારે એવું વિચારો કે આ ધારા સાથે ભારેપણું, જટિલતાઓ, અશુદ્ધિઓ અને ભય તમારા શરીરમાંથી બહાર નીકળી રહ્યાં છે.

6. આ પ્રક્રિયા બે થી ત્રણ મિનિટ સુધી ચાલુ રાખો, પછી મૃદુતાથી પ્રક્રિયા ધીમી કરો.

હવે જમણી બાજુને શુધ્ધ કરવા માટે ઉપરોક્ત 1 થી 6 નંબરના મુદ્દાઓનું પુનરાવર્તન કરો

ખાતરી કરો અને પુનરાવર્તન કરો

જ્યારે આ ભયથી મુક્તિ મેળવવાની આ પ્રક્રિયા પૂરી થાય, ત્યારે ખાતરી રાખો કે તમે બધા જ ભય અને જટિલતાઓથી સંપૂર્ણપણે મુક્ત થઇ ચૂક્યા છો અને શુધ્ધતા અને સાદગી પુનઃસ્થાપિત થઇ ગયાં છે.

જો તમને લાગે કે તમારામાં હજીપણ ભય કે ભારેપણું રહી ગયું છે, તો આ ટેકનિકનો ફરી એકવાર ઉપયોગ કરો.

જો કે હિંમત મહત્ત્વપૂર્ણ જ છે, છતાં એ પણ ધ્યાનમાં રાખો કે ભય હંમેશાં આપણો દુશ્મન નથી. ખાસ કરીને આપણાં કાર્યોના પરિણામોનો ભય, આપણાં વિવેકની ક્ષમતાને પારખવા માટે જરુરી હોઇ શકે છે. નિર્દોષોનું લોહી વહાવનાર આતંકવાદીઓની નિર્ભયતા એ હિંમત ગેરમાર્ગે ગયાનું સ્પષ્ટ ઉદાહરણ છે. જ્યારે ચોથું ચક્ર સક્રિય થાય છે, ત્યારે હિંમત અનેભય બંને આપણા જીવનમાં રચનાત્મક ભૂમિકા ભજવે છે. હિંમત આપણને આત્મવિશ્વાસ આપે છે અને આપણાં માટે થોભી જઇને આત્મનિરીક્ષણ કરવા માટે ભય જરૂરી છે.

ચોથા ચક્ર પર અનુભવાયેલી હાલતો

અગાઉ સમજાવ્યા મુજબ, હૃદયમાંથી મળતું આશ્વાસન અને વધતી જતી હિંમત - એ આ ચક્ર ની લાક્ષણિકતાઓ છે. આંતરિક ફેરફારોને સમજવા મુશ્કેલ હોઇ શકે છે, કારણ કે કોઇપણ એક ગુણ એકલો વિકસિત નથી થતો. જેમ જેમ તમારામાં હિંમત વધશે, તેમ તેમ તમે વધુ પ્રેમાળ, શાંતિપૂર્ણ અને સંતોષી પણ બની શકો છો. અન્ય ચક્રો પણ ખિલતાં જાય છે અને પરિણામે તેમના ગુણો પણ વિકાસ પામતા જાય છે.

આની સાથે સાથે, તમારા વર્તનમાં સંકેતો અને અસ્થિરતા પેદા કરતાં તેના વિરોધી ગુણો પણ ઊભરતાં જાય છે.

આ 'વાલ્ડોને શોધો' રમત જેવું છે, (આ રમતમાં વ્યક્તિઓ ઝડપથી કોઈ ખાસ દ્રશ્ય કે વસ્તુઓને શોધવાનું, ધ્યાન આપવાનું, ઓળખવાનું શીખી શકે છે) પરંતુ હવે તમારી પાસે વધુ સંદર્ભ અને સમજ છે. નિયમિત ડાયરી લેખન આંતરિક ફેરફારો પર નજર રાખવામાં મદદરૂપ બની રહે છે. નીચેના વિભાગો તમને ચોથા ચક્રના ગુણો અને અનુભવો વિષે વધુ સમજવામાં મદદ કરશે. પરંતુ રોજિંદા જીવનમાં આ ગુણો કેવી રીતે વ્યક્ત થાય છે?

અનુકૂલનશીલતા (પરિસ્થિતિઓને અનુકૂળ બનવાની ક્ષમતા) અને પ્રવાહ

અનુકૂલનશીલતા એ આ ચક્રની લાક્ષણિકતાઓમાંની એક છે, જ્યાં પાણી, એ મુખ્ય તત્ત્વ છે. જ્યારે તમે પાણી જુઓ છો, ત્યારે તમને શું ધ્યાનમાં આવે છે? પાણી જે પણ પાત્રમાં રેડવામાં આવે, તેનો આકાર ધારણ કરી લે છે. તે પાત્રના આકાર પ્રમાણે અનુકૂળ થઈ જાય છે. જો પાણીને ભરી લેવા માટે કોઈ પાત્ર ન હોય, તો તે સતત વહેતું રહે છે. ચોથું ચક્ર આવી જ પ્રવાહીતા દર્શાવે છે.

ચેતના જ્યારે સતતપણે બદલાતી રહેતી હોય, ત્યારે આપણે પણ સતતપણે તે ફેરફારો પ્રમાણે સાનુકૂળ બદલાવો કરતાં રહેવાની જરૂર પડે છે. અનુકૂલનશીલતા વિના, આ સાનુકૂળ બદલાવો કર્યા કરવા શક્ય નથી હોતાં. આપણાં રોજ-બ-રોજનાં જીવનમાં પણ પરિસ્થિતિઓ અનુસાર સતત સાનુકૂળ બદલાવોની જરૂર હોય છે. દરરોજ એક યા બીજી બાબત માટે – પછી ભલે તે નાણાકીય તણાવ હોય, કામનો બોજો હોય, કૌટુંબિક પરિસ્થિતિઓ હોય અથવા માંદગી હોય, – તે એવી વિષમતા ઊભી કરે છે, જેની તરફ ધ્યાન આપવું જરૂરી બની રહે છે. તે જ સમયે, તમારા આધ્યાત્મિક અભ્યાસો, નવી હાલતોને તમારામાં આવવા આમંત્રણ આપી રહ્યા હોય છે. એક તમને અંદરની તરફ ખેંચે છે અને બીજું તમને બહારની તરફ ખેંચે છે. આ ઘણા બધા બદલાવ સાથે કામ પાર પાડવું મુશ્કેલ હોય છે અને તે બધા સાથે કામ પાર પાડવા માટે તમારે આધ્યાત્મિક અનુકૂલનશીલતાની જરૂર પડે છે.

ચોથું ચક્ર તમને દિવ્ય કૃપા સાથે સમાયોજિત થઈ રહેવાની અને તેને સાનુકૂળ થઈ રહેવાની સુગમતા આપે છે. હકીકતમાં, તમે હવે સભાનપણે સમાયોજિત કરતા નથી. તે આપોઆપ થાય છે. એમ કહી શકાય કે ચોથા ચક્ર પર, હૃદય પરની આત્મવિશ્વાસ અને હિંમત સાથેની સંપૂર્ણ નિર્ભરતા આવે છે.

નમ્રતા અને નિર્ણાયકતા

ચોથા ચક્ર પર, તમારામાં નમ્રતા અને નિર્ણાયકતા વૃદ્ધિ પામે છે. તમે જોશો કે હવે તમારામાં તણાવ અને ઉશ્કેરાટ ઓછા થઇ ગયાં હોય છે. તમે વધુ કેન્દ્રિત બનો છો અને તમે વધારે નિર્ણાયકતા સાથે કાર્ય કરો છો. તમારામાં આવેલાં આ બદલાવો તમારી આસપાસના લોકોના ધ્યાનમાં આવે છે અને કેટલાક લોકો તેમના અવલોકનો તમને જણાવતાં પણ હોય છે. એવું નથી હોતું કે તમને બહારના અનુમોદનની જરૂર હોય છે, પરંતુ તે સહજપણે આવે છે અને તમારાં ભક્તિભાવને સુદ્રઢ કરે છે.

ગુરુ સાથેનું ગાઢ જોડાણ

જેમ જેમ તમે ચોથા ચક્રમાંથી આગળ વધો છો, તેમ તેમ ગુરુ સાથે તમારો સંબંધ વધુ ગાઢ થતો જાય છે. તમારી આંતરિક યાત્રામાં ઉચિત અંતરની યાત્રા કર્યા પછી, તમે તે અભ્યાસ પદ્ધતિ વિષે અને તેને બનાવનારા ગુરુ વિષે જાણવા ઉત્સુક બનો છો. તમને હવે તેમના પહેલાં વાંચ્યા હોય, તેવા લખાણોમાં પણ ઊંડો અર્થ દેખાય છે અને તમારા હૃદયમાંથી ગુરુ તરફ દયા અને દરકારના વિચારો વહે છે. હવે તમે ગુરુ સાથે વિચારોની આપલે કરવામાં (ખાસ કરીને તમારી ડાયરીમાં લખીને) અને તમારી લાગણીઓ ને વધુ મુક્તપણે દર્શાવામાં વધારે મોકળાશ અનુભવો છો.

પ્રેમથી જતું કરવું

શરણાગતિ સ્વીકારવી કે જતું કરવું, એ આપણા આધ્યાત્મિક સંરચના અભિયાનમાં નિર્ણાયક ભૂમિકા ભજવે છે, પરંતુ તે બાબતે ઘણીવાર ગેરસમજ થતી હોય છે. સરળ શબ્દોમાં કહીએ તો, પ્રેમથી કરવામાં આવેલા કાર્યો શરણાગતિનાં કાર્યો જેવાં જ હોય છે. જ્યારે તમે પ્રેમથી વિચારો છો, પ્રેમથી જુઓ છો, પ્રેમથી બોલો છો, પ્રેમથી જમો છો – આ બધા શરણાગતિના કાર્યો છે અને તમે શેનું સમર્પણ કરો છો?, સંસ્કારોના બોજનું કે જે તમને તમારા સાચા સ્વભાવની અભિવ્યક્તિ કરતા રોકે છે; તમારું અભિમાન, તમને પરિસ્થિતિઓ પ્રમાણે બદલાઈ ન શકો, તેવા બનાવે છે અનેતમારું છીછરાપણું, તમને સંકુચિત બનાવે છે. આ નકારાત્મક વૃત્તિઓનું સમર્પણ કરવાથી, તમને બંધનમાંથી મુક્તિ મળે છે. ચોથું ચક્ર શરણાગતિની શરૂઆતને ચિહ્નિત કરે છે અને જેમ જેમ તમારી આધ્યાત્મિક યાત્રામાં આગળ વધો છો, તેમ તેમ તમે શરણાગતિના નવા નવા સ્તરો સર કરી શકો છો, જેનાથી તમે પ્રેમ અને વૃદ્ધિના ઊંડા સ્તરોનો અનુભવ કરી શકો છો.

જ્યારે તમારી ચેતના ચોથા ચક્ર સાથે એક થઇ જાય છે, ત્યારે લક્ષ્ય માટે પ્રજ્વલિત શરૂઆતની ઝંખના, આતુર તડપમાં પરિવર્તિત થઇ જાય છે. આ ચક્રમાં કરવામાં

આવેલી તમારી સફળ યાત્રા, તમારી તાજગી અને શાંતિ દ્વારા જાણકારીમાં આવે છે, અંકિત થાય છે.

હવે પ્રશાંત સભાનતા સહિતનાં આ સમયે, કુદરત તમને યાત્રા માટે આગળ ધપાવે છે.

આત્મચિંતન

તમે કોઈ વ્યક્તિના દ્રષ્ટિકોણ સાથે અસંમત હોવા છતાં પણ તમે તે વ્યક્તિની લાગણીઓ પ્રત્યે ગ્રહણશીલ રહ્યાં હોવ, તેવો એક પ્રસંગ યાદ કરો. શું તે કરવા હિંમતની જરૂર પડી હતી?

આ બાબત, જ્યારે તમે કોઈ વ્યક્તિ સાથે અસંમત હોવાની પરિસ્થિતિમાં તેના દ્રષ્ટિકોણ પ્રત્યે ગ્રહણશીલ નહોતા, તેની સરખામણીમાં કેવી લાગે છે?

17.

પાંચમું ચક્ર – સ્પષ્ટતા

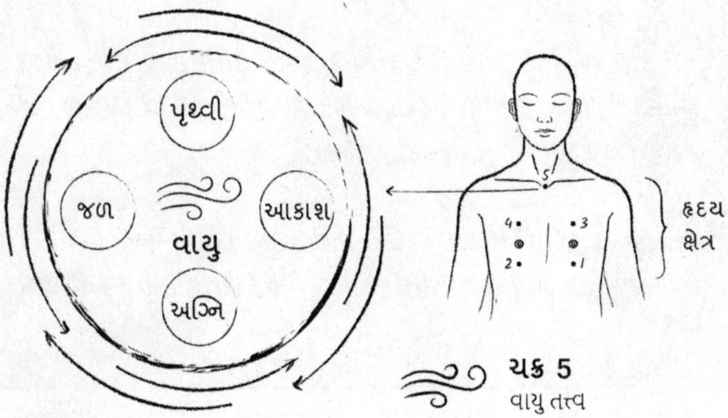

નામ	વાયુ ચક્ર, વિશુદ્ધ, પાંચમું ચક્ર
મુખ્ય તત્ત્વ	વાયુ
રંગ	લીલો
સ્થાન	ગળું
લાક્ષણિકતા	સ્પષ્ટતા
મુખ્ય લાગણીઓ	સ્પષ્ટતા, સમજદારી, નિશ્ચિતતા મૂંઝવણ, અરાજકતા, ભ્રમણા
સમાન સ્પંદનો	10
દિશા	ઘડિયાળના કાંટાની દિશામાં અને ઘડિયાળના કાંટાની વિરુદ્ધ દિશામાં

પાઉલો કોએલ્હોના બેસ્ટ સેલરપુસ્તક *'ધ એલ્કેમિસ્ટ'*માં સાન્ટિયાગો નામના એક સ્પેનિશ ભરવાડ છોકરાની વાર્તા છે, જેને ખજાનાના વારંવાર સપના આવતાં, તેથી તે ખજાનાને શોધવા માટે ઇજિપ્ત જાય છે. રસ્તામાં, તે લૂંટાઇ જાય છે, નાની નાની નોકરીઓ કરે છે, એક અંગ્રેજ સાથે મિત્રતા કરે છે, પ્રેમમાં પડે છે, એક શિક્ષક મળે છે અને અંતે તે પિરામિડ સુધી પહોંચે છે અને જ્યારે ખજાના માટે ખોદવાનું શરૂ કરે છે, ત્યારે જ સાન્ટિયાગોને ખ્યાલ આવે છે કે તેણે જે ખજાનો શોધવાનો હતો તે ઇજિપ્તમાં નહીં, પરંતુ સ્પેનમાં તેના પોતાના ગામના ખંડેર ચર્ચમાં હતો, જ્યાં તેણે પ્રથમ સ્વપ્ન જોયું હતું.

સાન્ટિયાગોની આ વાર્તા આપણા હૃદયને ઝણઝણાવે છે. આપણે પણ ઘણીવાર, આપણા લક્ષ્યની શોધમાં મૃગજળ પાછળ, આમતેમ ભટકતાં રહીએ છીએ. આ રઝળપાટ દરમિયાન ક્યારેક આપણને ખ્યાલ આવે છે કે આપણે ખરેખર જે શોધીએ છીએ, તે તો આપણી અંદર જ છે. પાંચમું ચક્ર સ્પષ્ટતા અને મૂંઝવણ વચ્ચેના સંઘર્ષનું અને અંતઃસ્ફુરણા શક્તિનું ઉદાહરણ પૂરું પાડે છે.

હું પાંચમાં ચક્ર વિષે વધુ જણાવું તે પહેલાં, આપણે જે, કંઈ જાણ્યું, તે તરફ એક નજર કરી લઈએ. હૃદયચક્રો પરનું આપણું આરોહણ પસંદ અને નાપસંદની સમજ સાથે કંઈક અંશે સરળ રીતે શરૂ થાય છે. હવે, જેમ જેમ તમે દરેક ચક્ર વિષે વાંચતાં જાઓ છો અને જે-તે ચક્ર પરના ગુણધર્મોને અને ત્યાં અનુભવાતી હાલતને સમજતાં જાઓ છો, તેમ તેમ તમે સંભવતઃ એક સુયોજિત યાત્રાની છબી બનાવી શકો છો: પ્રથમ, તમે સ્વીકૃતિ (પ્રથમ ચક્ર) વિકસાવો છો અને પછી શાંતિ (બીજું ચક્ર) પ્રાપ્ત કરો છો. સ્વીકૃતિ અને શાંતિના આધાર પર તમે પ્રેમ (ત્રીજું ચક્ર) અને હિંમતમાં (ચોથું ચક્ર) વિકસો છો. નીચલા ચક્રોમાં સ્વીકૃતિ, શાંતિ, પ્રેમ અને હિંમત વિકસાવ્યા પછી, તમે પાંચમાં ચક્ર પર આવો છો, જ્યાં તમે સ્પષ્ટતા વિકસાવવાનું શરૂ કરી શકો છો.

આ પુસ્તકના પ્રકરણો એક પછી એક, એમ ક્રમબદ્ધ હોવા છતાં, 'કેન્દ્ર' તરફની યાત્રા એટલી સીધી નથી. દરેક ચક્ર પર વમળો અને વળાંકો છે. સંસ્કારોની પારસ્પરિક અસરો હોય છે. ત્યાર બાદ અહંકારની ફસામણી હોય છે, જે તમને ઘેરી વળે છે. જીવનમાં આપણે જે ઉતાર-ચઢાવનો સામનો કરતાં હોઈએ છીએ, તેવી જ રીતે આ આંતરિક યાત્રામાં પણ પોતાની રીતના ઉતાર-ચઢાવ આવતા જ હોય છે.

અહીં અપાયેલું ઉદાહરણ, ભૌતિક ઉદાહરણ છે, પરંતુ તે મુદ્દો સમજાવવામાં મદદ કરે છે. 1900 થી 2023 સુધીનો ડાઉ જોન્સ ઇન્ડસ્ટ્રિયલ એવરેજ ગ્રાફ વધુ ને વધુ ઊંચાઈઓ તરફ સતત વધતો જતો દેખાશે, પરંતુ જ્યારે તમે ગ્રાફ ઝીણવટથી જુઓ છો, ત્યારે દેખાય છે કે તે વૃદ્ધિમાં પથરાયેલા કોતરો અને નાણાકીય કટોકટી, યુદ્ધો, રાજકીય અશાંતિ, નાગરિક અશાંતિ અને બીજું ઘણુંબધું પણ છે. હજુ વધારે નજીકથી જોતા, તમે જોશો કે દરરોજ એનું એ જ થતું હોય છે: ઉપર ચઢવું, નીચે પડવું, ખૂબ જ

મુશ્કેલીથી હાંસલ કરવું, આસાનીથી હાંસલ કરવું અને આ બધાનું પુનરાવર્તન થતું રહેવું.

આપણી આંતરિક યાત્રા પણ આવી જ છે. અપૂર્ણતાનું પૂર્ણતામાં, અશુદ્ધતાનું શુદ્ધતામાં અને જટિલતાનું સરળતામાં રૂપાંતર એ ચેતનાનું વિસ્તરણ છે. દરરોજ તમે તમારી વૃત્તિઓ અને ખામીઓ સાથે સંઘર્ષ કરી રહ્યા હો છો. તમે તમારી કાર્યપ્રણાલીની રીતને જાળવી રાખીને અને પડતીને અટકાવીને, ઉન્નતિ કરવાનો પ્રયાસ કરો છો.

પછી એવો સમય આવે છે કે તમે સંઘર્ષ ટાળો છો. તમે રક્ષણાત્મક અભિગમ અપનાવીને કેટલીક લડાઈઓને પરોક્ષ રીતે નિવારી શકો છો. તે બુદ્ધિમત્તાવાળો અભિગમ છે, કારણ કે સીધો મુકાબલો તમને થકવી નાખશે. આ તેનાં જેવું સમજો કે જેમ એક શિશુ જ્યારે જિદ્દે ચડ્યું હોય, ત્યારે તમે તેને શિસ્ત શીખવાડવાને બદલે, તેનું ધ્યાન બીજે વાળો છો. જિદ્દે ચડેલું બાળક માર્ગદર્શન માટે ગ્રહણશીલ નથી હોતું, તેથી તેનું ધ્યાન બીજે દોરવાનું વધુ અસરકારક હોય છે અને તે માતાપિતા માટે પણ સરળ હોય છે.

પાંચમાં ચક્ર પર અને છઠ્ઠા ચક્ર પર પણ, આપણે લડાઈ ટાળીએ છીએ અને આપણે અગાઉના ચક્રોની જેમ, ચક્ર ખોલવાનાં ચાર તબક્કાઓમાંથી પસાર થતા નથી. ચોથા ચક્રથી, આપણી ચેતના સાતમાં ચક્રના પરિઘ પર જાય છે. પાંચમાં ચક્ર પર હાજર વાયુ તત્ત્વની અસ્થિરતાને કારણે એ જ સારું હોય છે કે આપણે ચેતનાની ઉચ્ચ અવસ્થા પરથી તેનો સંપર્ક કરીએ. આ બાબત વિગતવાર સમજાવું.

સ્પષ્ટતા, મૂંઝવણ અને આગળની યાત્રા

પાંચમું ચક્ર વાયુ તત્ત્વ છે અને ગતિ કરવી એ તેની પ્રકૃતિ છે. પછી ભલે તે મહાસાગરની ઉપરના તોફાનો અને વાવાઝોડા હોય, ઘાસના મેદાનમાંના પવનની આહ્લાદક મંદ લહેરો હોય કે શ્વાસોચ્છવાસની હવા હોય, તે બધું ક્યારેય સ્થિર હોતું નથી. તેમાં હંમેશા કોઈ ને કોઈ હિલચાલ કે ગતિશીલતા હોય જ છે,. પ્રકરણ 7માં, મેં ઉલ્લેખ કર્યો છે કે એક બદલાતા મનોભાવવાળું ચક્ર છે, જેનું પરિભ્રમણ નિશ્ચિત નથી હોતું. તે પાંચમું ચક્ર છે. તેના તત્ત્વની ખાસિયત મુજબ, તેની અસ્પષ્ટ પ્રકૃતિ ઘડિયાળના કાંટાની દિશામાં અને ઘડિયાળના કાંટાની અવળી દિશામાં, એમ બંને ગતિમાં દેખાય છે – તે હંમેશાં ચંચળ હોય છે.

આપણા મનમાં અને મનોભાવોમાં, વાયુ તત્ત્વની ચંચળ પ્રકૃતિ આપણી લાગણીઓમાં થતાં પરસ્પર વિરોધી એવા તીવ્ર બદલાવોમાં દેખાય છે. એક ક્ષણે, તમે કોઈપણ કારણ વગર ઉદાસી અનુભવો છો અને આંખમાં આંસુ આવી જતાં હોય, એવું

અનુભવી શકો છો; બીજી ક્ષણે, તમે કોઈની રમૂજ પર એટલા જોરથી હસો છો કે તમે રડવા માંડો છો. આ બંને પરિસ્થિતિઓ લાગણીઓમાં થતો ભારે ઉછાળો જણાય છે.

પાંચમાં ચક્રના કોઈપણ સંસ્કાર મનની અસ્થિરતામાં વધારાનું, અસ્પષ્ટતાનું અને મૂંઝવણનું કારણ બને છે. ચાલો હું તમને એક ઉદાહરણ આપું. જ્યારે તમારી સાથે કોઈ ન હોય, ત્યારે તમને કોઈનો સાથ જોઈતો હોય છે અને જ્યારે તમારી પાસે કોઈનો સાથ હોય છે, ત્યારે તમે એકલા રહેવા માંગતા હો છો. જે કોઈએ તેના સમગ્ર પરિવાર સાથે રજાઓ માણી હોય, તે જાણી જશે છે કે હું શું કહી રહ્યો છું.

વધુ એક ઉદાહરણ – કેટલાક વર્ષો સુધી કામ કર્યા પછી, લોકો કેટલીકવાર તેમની કારકિર્દી ફરીથી શરૂ કરવા માંગે છે. તેઓ તેમના કામમાંથી થોડી રજાઓ લઈને, તે રજાઓનો ઉપયોગ તેમની કારકિર્દીને નવેસરથી ગોઠવવા માટે કરે છે. હવે, વિચાર કરો. એક દિવસ, તમે જે કંપનીમાં કામ કરો છો, તે અચાનક છટણીની જાહેરાત કરે છે અને તેમાં તમારું નામ પણ આવી જાય છે. આ ખરાબ લાગશે પણ આ ઓચિંતો ફેરફાર, જે તમે હંમેશાં શા તક ઇચ્છતા હતા, તે તક આપે છેઃ તમારી નવી કારકિર્દીનો પુનઃવિચાર અને પુનઃપ્રારંભ કરવા માટે?

તમારી પ્રતિક્રિયા કેવી હશે?

શક્ય છે કે તમને નોકરીમાંથી છૂટા કરવામાં આવ્યાં હોવાથી તમને ખરાબ લાગે. ફક્ત એટલા માટે કે કંઇક તમારી મરજીથી વિપરીત થાય છે, તેનાથી કંઈ એ હકીકતનું મહત્ત્વ નથી ઘટી જતું કે તે જ તો તમે ઇચ્છતાં હતાં. પરંતુ જ્યારે તમને તે મળી જાય છે, ત્યારે તમને તેની કિંમત નથી હોતી. જ્યારે તમે તેનાં સુધી પહોંચી નથી શકતાં, ત્યારે તે દ્રાક્ષ ખાટી છે તેના જેવું હોય છે. પરંતુ જ્યારે તમે તેને મેળવી લો છો, ત્યારે પણ દ્રાક્ષ ખાટી જ હોય છે. પાંચમાં ચક્ર પરના સંસ્કારો દ્વારા આ પ્રકારની જ મૂંઝવણ પેદા થાય છે.

સાધકનું આવાં ભાવનાત્મક બદલાવોથી અને દ્રષ્ટિ-ભ્રમોથી રક્ષણ કરવા માટે, હાર્ટફુલનેસ માર્ગમાં આ ચક્ર પર કામ કરવામાં, એકસાથે ઘણું કાર્ય કરવાની પદ્ધતિ અપનાવાય છે. ઉચ્ચ ચક્રોમાંથી સૂક્ષ્મ ઊર્જા પાંચમાં ચક્રમાં થઈને નીચે વહે છે, જે અન્ય તમામ અશાંતિને દૂર રાખીને સ્પષ્ટતા વિકસાવવા મદદ કરે છે. એક સાધક તરીકે, આ કાર્યને સરળ બનાવવા માટે તમારે સભાનપણે કંઈ કરવાની જરૂર નથી હોતી. તમારા હૃદયની અંતઃસ્ફૂરણાત્મક બુદ્ધિ આનું ધ્યાન રાખે છે.

તમારા અનુભવો તમારું માર્ગદર્શન પણ કરશે. ઉદાહરણ તરીકે, જો આપણી વિચાર શક્તિ આ ચક્રને સ્પર્શે, તો આપણે ધ્યાન દરમિયાન સ્વપ્ન જેવી અવસ્થામાં પ્રવેશી શકીએ છીએ. ત્યારબાદ જ્યારે આપણે અનુભવને યાદ કરવાનો પ્રયાસ કરીએ છીએ, ત્યારે આપણને તેની સ્વપ્ન જેવી એક ધૂંધળી સ્મૃતિ હોય છે. આ એક સંકેત છે કે ધ્યાન દરમિયાન પાંચમાં ચક્રનો સ્પર્શ થયો હશે. જ્યારે આ ચક્ર પર કામ કરવામાં આવે છે, ત્યારે આકાંક્ષીઓ પણ લીલા રંગને જુએ છે.

દાજી સાથે પ્રશ્નોત્તરી

દાજી હું વધુ ઝડપથી સારા નિર્ણયો લેવા માંગુ છું. ધ્યાન મને કેવી રીતે મદદ કરશે?

'ચક્રવૃદ્ધિ વ્યાજ એ વિશ્વની આઠમી અજાયબી છે. જે તેને સમજે છે, તે કમાય છે; જે તેને સમજતો નથી તે પૈસા ગુમાવે છે.' કેટલીકવાર, હું આ અવતરણ (જેની સાથે ઘણી વખત આઈન્સ્ટાઈનનું નામ જોડવામાં આવે છે) વિષે અલગ સંદર્ભમાં વિચારું છું: સારા નિર્ણયો લેવાના સંદર્ભમાં. આપણે દરરોજ સરેરાશ સેંકડો નિર્ણયો લઈએ છીએ. જ્યારે આપણે સારા નિર્ણયો લઈએ છીએ, ત્યારે તેઆપણા જીવન પર તેની ચક્રવૃદ્ધિ અસર કરે છે અને જ્યારે આપણે સારા નિર્ણયો નથી લેતા, ત્યારે આપણે પરિણામો ભોગવીએ છીએ.

ધ્યાનનાં અભ્યાસની એક ખૂબ જ અદ્‌ભુત ભેટ છે – વિવેકબુદ્ધિ. એક ધ્યાનમય મન ઝડપથી સમજી શકે છે, મારા માટે શું સારું છે?મારી ઉન્નતિમાં મને શું ઉપયોગી છે? જ્યારે આવી સ્પષ્ટતા હોય છે, ત્યારે ઓછી માહિતી સાથે પણ નિર્ણયો ઝડપથી લેવામાં આવે છે. જેમ જેમ આપણે હૃદય ક્ષેત્રમાં પ્રગતિ કરીએ છીએ તેમ, વિવેકબુધ્ધિ સતત શુધ્ધ થતી જાય છે અને આપણને વધુ સ્પષ્ટ રૂપે વાયુ તત્ત્વના ગુણોનો અનુભવ થાય છે.

ઘણીવાર, આપણને લાગે છે કે મોટા નિર્ણયો જ સૌથી મહત્ત્વપૂર્ણ હોય છે. ઉદાહરણ તરીકે, કોની સાથે લગ્ન કરવા, કઇ કારકિર્દી પસંદ કરવી વગેરે. પરંતુ નિર્ણય લેવો એ વિચાર્યું અને નિર્ણય લઈ લીધો, એવું નથી હોતું. નિર્ણયો અતૂટ સાંકળ રૂપે હોય છે, જ્યાં ઘણા નાના નિર્ણયો મોટા નિર્ણયો પહેલાં પણ હોય છે અને પછી પણ આવે છે. જ્યારે આપણે સારા નિર્ણયો લઇને આપણી સરેરાશ નિર્ણયાત્મકતામાં સતત સુધારો કરતાં રહીશું, ત્યારે આપણે આપણા લક્ષ્યોને પ્રાપ્ત કરવામાં વધુ સારા બનીશું.

ધ્યાન તમને તમારી નિર્ણયાત્મકતાની સરેરાશમાં સુધારો કરવામાં મદદ કરશે. તે હૃદયના આદેશોને કોઇ અવરોધ વિના સપાટી પર આવી શકે, તે રીતે માર્ગને સાફ કરે છે. જ્યારે આપણે હૃદયનાં આ આદેશોને સાંભળીએ છીએ અને કાર્ય કરીએ છીએ, ત્યારે આપણે જે નિર્ણયો લઇએ છીએ તે આપણા માટે સારા હોય છે.

'કેન્દ્ર' તરફની આપણી યાત્રામાં, હૃદય ક્ષેત્ર ઉપરનું પ્રભુત્વ આંતરિક શાણપણની જાગૃતિ વ્યક્ત કરે છે. યાત્રાની શરૂઆતમાં, આપણે જીવનના ઉતાર-ચઢાવ કે જે માનવ અસ્તિત્વનો એક ભાગ જ છે, તેની સાથે સંઘર્ષ કરી છીએ. જેમ જેમ આપણાં શાણપણમાં વૃદ્ધિ થતી જાય છે, તેમ તેમ આપણે દ્વંદ્વને શાંત કરવાનું શીખીએ છીએ. સમય જતાં, આપણે દ્વંદ્વને શાંત કરવાના મર્યાદિત વિચારથી આગળ વધીને જીવનને ખુશખુશાલ હૃદયથી સ્વીકારવા તરફ આગળ વધીએ છીએ. જેમ જેમ આપણે વિકાસ કરવાનું ચાલુ રાખીએ છીએ, તેમ તેમ હૃદયનું શાણપણ ખુશખુશાલ સ્વીકૃતિને અભૂતપૂર્વ આધ્યાત્મિક નિખાલસતામાં પરિવર્તિત કરે છે, જ્યાં આપણે બધી જ બાબતોને આપણાં પરિવર્તનમાં મદદ કરવા માટે ઉચ્ચ સ્વ તરફથી મળતી ભેટ તરીકે સ્વીકારીએ છીએ. આપણે એક ખીલેલા કમળ જેવા બની જઈએ છીએ, જ્યારે અન્ય લોકો કદાચ એવું વિચારતાં હોય કે કાદવવાળા અને ગંદા પાણીએ તેનું સુંદર કમળમાં પરિવર્તન કરી દીધું છે. આવું શાણપણ વ્યક્તિને જન્મ-મરણના ફેરામાંથી મુક્તિની ભેટ માટે લાયક બનાવે છે.

આત્મચિંતન

એ સમયને યાદ કરો કે જ્યારે તમે તમારી લાગણીઓનાં ખેલને વચ્ચે લાવવાની જરૂરિયાત વગર જ સ્પષ્ટતા સાથે પરિસ્થિતિનો સામનો કર્યો હતો. આવી સ્પષ્ટતા સાથે કાર્ય કરવામાં તમને શું મદદ કરી હતી? આ તમને કેવું લાગ્યું?

એ સમયનો વિચાર કરો જ્યારે તમે તમારી અંદરથી માર્ગદર્શિત હોવાનો અનુભવ કર્યો હતો, જ્યારે તમને ખબર જ હતી કે કક્ષાની શું જરુરી છે? શું તમને તે લાગણી પર વિશ્વાસ હતો?

18.

સ્વતંત્રતાથી સ્વતંત્રતા – હૃદયની ભેટ

કલ્પના કરો કે એક સાંજે, તમે તમારા અભ્યાસખંડમાં એક પુસ્તક વાંચી રહ્યાં છો અને તમને યાદ આવે છે કે આવતી કાલે તો 'રિસાયક્લીંગ ડે' છે.પુસ્તકનું ચાલુ પ્રકરણ પૂરું કરવા તમે તેનાં બાકીનાં પૃષ્ઠોને ઝડપથી વાંચી લો છો તથા રિસાયક્લીંગ માટેની ચીજ-વસ્તુઓની તૈયારી કરો છો. તે વખતે જ, વોશિંગ મશીન, કપડાં ધોવાઇ ગયા છે, તેવું દર્શાવવા બીપનો અવાજ કરે છે. તમારો ચા પીવાનો સમય પણ થઈ ગયો છે, તેથી તમે કીટલી ચાલુ કરીને વોશિંગ મશીન તરફ જાઓ છો. જેવાં તમે વોશિંગ મશીનમાંથી કપડાં કાઢવાનું પૂરું કરો છો, ત્યારે જ કીટલીનો અવાજ તમારું ધ્યાન ખેંચે છે. તમે તમારા ચાના પ્યાલામાં ગરમ પાણી રેડો છો અને તેની અંદર ટી બેગ મૂકી દો છો, જ્યારે તમે અભ્યાસખંડમાં પાછા જતાં હો છો, ત્યારે ચાના કથ્થઈ રંગને પાણીમાં ફેલાતા જુઓ છો. તમે પાછા પુસ્તક વાંચવામાં તલ્લીન થાઓ છો અને થોડા પૃષ્ઠો વાંચી લો છો, તમને ખ્યાલ આવે છે: 'અરે! રિસાયક્લીંગ?'

આવી પરિસ્થિતિથી આપણે સૌ વાકેફ છીએ. તમે જે કરી રહ્યાં હો છો, તે અધૂરું છોડીને બીજું કંઇક કરવાનું ચાલુ કરી દો છો. એક કાર્ય કરતાં કરતાં, તમે કોઈ અન્ય કાર્ય કરવા લાગો છો અને ભૂલી જાઓ છો કે શરૂઆતમાં તમે કયું કાર્ય કરવાનું નક્કી કર્યું હતું. તમે બહુવિધ કાર્યની આડઅસર સ્થિતિ ગણીને તેને અવગણી શકો છો, પરંતુ નોત્રડમેની સંશોધકોની ટુકડી વધુ સહાનુભૂતિપૂર્ણ દ્રષ્ટિકોણ ધરાવે છે. તેમના યોગ્ય શીર્ષકવાળા દસ્તાવેજ 'વૉકિંગ થ્રુ ડોરવેઝ કોઝીસ ફરગેટિંગ'[17] (દરવાજામાંથી પસાર થવું, એ ભૂલી જવાનું કારણ બને છે)માં સંશોધકોએ 'ડોરવે ઇફેક્ટ' શબ્દનો ઉપયોગ કર્યો છે.

'ડોરવે ઇફેક્ટ' એ ઘટનાને દર્શાવે છે કે જ્યારે લોકો દરવાજામાંથી પસાર થાય છે, ત્યારે તેઓ ભૂલી જાય છે. આ થવાનું કારણ ડોરવે મેમરીમાં 'ઇવેન્ટ બાઉન્ડ્રી' તરીકે કામ કરે છે. જેમ જેમ તમે એક દરવાજેથી બીજા દરવાજે જતાં જાઓ છો, તેમ તેમ

તમારું મન એવી માહિતીને કાઢી નાખે છે, જેની હાલ પૂરતી જરૂરી નથી હોતી અને ઘણી વખત વિસ્મૃતિમાં પરિણમે છે.

શા માટે આપણે 'ડોરવે' અસર વિષે ચર્ચા કરી રહ્યા છીએ? એક મિનિટ, હું તો ભૂલી જ ગયો! આ તો માત્ર મજાક હતી, પરંતુ એવું વિચારો કે ચેતનાના સ્તરો દરવાજા છે; 'કેન્દ્ર'થી હાલના સ્તર સુધી ઉતરતી વખતે આપણે ઘણા દરવાજામાંથી પસાર થયાં છીએ. ઘટનાઓ બદલતી જાય છે, તેમ આપણે મૂળ ઘર ભૂલી જતાં હોઈએ છીએ. આપણે ભૂલી ગયા છીએ કે આપણે અહીં (પૃથ્વી પર) શા માટે છીએ, આમાં કઈ વાસ્તવિકતા છે અને કઈ ભ્રમણા છે, શું કાયમી છે અને શું કામચલાઉ છે.

તમારું આ આધ્યાત્મિક સંરચના અભિયાન, આ 'ડોર વે' અસરથી વિપરીત અસર પેદા કરે છે, જેનાં કારણે જેમ જેમ તમે એક એક ચક્ર મારફતે, એટલે કે ચેતનાનાં દ્વારો ('ડોર વે')મારફતે ઉન્નતિ પામતા જાઓ છો, તેમ તેમ મૂળ નિવાસસ્થાનની સ્મૃતિ વધુ ને વધુ દૃઢ બનતી જાય છે. જેમ જેમ તમે હૃદય ચક્રો પર પ્રભુત્વ પ્રાપ્ત કરતાં જાઓ છો, તેમ તેમ તમે તમારી ચેતનાને એ ઉન્નત સ્તરે લઈ જાઓ છો કે જ્યાં તમે જે ભૂલી ગયાં હતા, તે બધું યાદ આવવા માંડે છે. એવું લાગે છે કે તમે લાંબા સમય સુધી સૂઈ ગયા હતા અને એક નવા જીવન માટે, મુક્તિ માટે, જાગી ગયા છો.

મુક્તિ એટલે શું ?

હૃદય ક્ષેત્ર (પીંડ પ્રદેશ)ને પાર કર્યા પછી, તમારી ચેતના મોટે ભાગે સંસ્કારોના બોજાથી મુક્ત હોય છે. આ બોજાને તમે એટલો બધો ઓછો કરી નાખ્યો હોય છે કે હવે તમે તમારું આગલું જીવન પસંદ કરવાની સ્વતંત્રતા પ્રાપ્ત કરો છો. મુક્તિનો અર્થ આ જ છે. તમે મુક્તિ માટે હાઇસ્કૂલમાંથી કૉલેજમાં જવા જેવુ વિચારી શકો છો. તમારું પૃથ્વી પરનું, એટલે કે આ પરિમાણ પરનું જીવન, એક સ્કૂલમાંના જીવન જેવુ છે, જ્યાં તમે સ્કૂલ પછીના (એટલે કે આ પછીના પરિમાણમાંના) જીવન માટે જરૂરી પાઠ શીખો છો. મુક્તિ સૂચવે છે કે તમારા માટે જે શીખવું જરૂરી હતું, તે તમે શીખી લીધું છે અને હવે તમે ચેતનાના ઉચ્ચતર સ્તર-આગામી પરિમાણ-પર જઈ શકો છો, જે તમારી રાહ જોઈ રહ્યું છે. જ્યારે મુક્તિ આ પરિમાણ પર પાછા ફરવાની શક્યતાને બાકાત રાખતી નથી, તે અનુભવને ફરજિયાત કાળચક્રની યાત્રા માંથી સ્વૈચ્છિક યાત્રામાં પરિવર્તિત કરે છે.

મુક્તિ મેળવ્યા પછી, તમે આ જીવનમાં જ ચેતનાની ઉચ્ચતમ ઊંચાઈઓ સુધી પહોંચી શકો છો. આ યાત્રામાં બીજા ચક્ર પર તમે મુક્તિની સુખદ અસરો અનુભવવાનું શરૂ કરો છો અને તમે પાંચમાં ચક્રને પાર કર્યા પછી જ મુક્તિ પ્રાપ્ત કરો છો. પરંતુ પાંચમાં ચક્રથી આગળ ગયા પછી પણ ઘણા બધા ચક્રો અને વિસ્તારો પાર કરવાના

હોય છે. એકવાર મુક્તિ પ્રાપ્ત થયા પછી, તમારી પાસે યાત્રા ચાલુ રાખીને યાત્રા પૂર્ણ કરવાની તક હોય છે.

જો તમે મુક્તિ(liberation) પ્રાપ્ત ન કરો, તો શું થાય છે? તમે તમારા જીવનમાં જે પણ સારા કાર્યો કરો છો, તે આત્માને મોક્ષ(salvation) આપે છે, જે મુક્તિથી ઘણી અલગ અવસ્થા છે. મોક્ષ, એ જીવન અને મૃત્યુના ચક્રમાંથી થોડા સમય માટેની રાહત છે. તે આત્મા માટે આરામનો સમયગાળો છે, જે દરમિયાન આત્માને એવા ક્ષેત્રોમાં કામ કરવા માટે વિશેષ આધ્યાત્મિક માર્ગદર્શકો (દિવ્યલોકની એ શાણપણયૂક્ત વિભૂતિઓ કે જેઓ આત્માઓને તાલીમ આપે છે અને માર્ગદર્શન આપે છે) પાસેથી મદદ મેળવે છે. આત્મા આ પાઠો પર ચિંતન કરે છે અને આગામી જીવન માટે ભાવિ યોજના તૈયાર કરે છે. જ્યારે આરામનો સમયગાળો સમાપ્ત થઇ જાય, ત્યારે આત્મા બીજો જન્મ લે છે અને કાળચક્ર ફરી શરૂ થાય છે. બીજી બાજુ, મુક્તિ તમને ક્યારે અને ક્યાં જન્મ લેવો તે પસંદ કરવાની સંપૂર્ણ સ્વતંત્રતા આપે છે.

મુક્તિની પ્રાપ્તિ પછી કેવું લાગે છે?

તમે મુક્ત હોવાનું અનુભવો છો, એટલા મુક્ત કે તમે સ્વતંત્રતાના ખ્યાલથી પણ પર હો છો. તમારું વાસ્તવિક લક્ષ્ય જે ભૂલાઇ ગયું હતું, તેનું સ્મરણ તમને જીવનના મહત્ત્વને વધારે સારી રીતે સમજવામાં મદદ કરે છે. 'લક્ષ્યનું સ્મરણ' થવાનું કહેવા દ્વારા, મારો અર્થ એ નથી કે તમારું લક્ષ્ય તમારા માટે ઝરણાના પાણી જેવું સ્પષ્ટ હોય છે, પરંતુ હૃદયમાં નિશ્ચિતતાની લાગણી હોય છે; તમે જાણતા હો છો કે દુન્યવી વિશ્વની બહાર ઉન્નતિ તમારી રાહ જોઇ રહી છે. તમે આ વિશ્વમાં છો, આ વિશ્વના છો અને સભાન હોવ છો કે વાસ્તવિક ઘર ક્યાંક બીજે છે. તમે ખૂબ જ ઉત્સાહથી તે ઘરે જવાની તૈયારી શરૂ કરો છો.

તેને આ રીતે વિચારો. એવી કેટલીક કંપનીઓ છે કે જ્યાં યુવા મેનેજમેન્ટ સ્નાતકો ઇન્ટર્ન તરીકે કામ શરૂ કરે છે. તેઓ દરેક વિભાગમાં બે બે મહિના વિતાવે છે અને શીખે છે. ઇન્ટર્ન કરતા લોકો ઉત્સાહી હોય છે. તેઓ વિચારમંથન કરતા રહે છે, કાર્યને કરવાની જૂની રીતોને પડકારતા હોય છે અને જ્ઞાનને ઝડપથી ગ્રહણ કરતા હોય છે. તેઓ ઉત્સાહી હોય છે, તેનું કારણ એ હોય છે કે તેમનું અંતિમલક્ષ્ય સ્પષ્ટ હોય છે કે હું શક્ય એટલું વધારે શીખી લઉં, જેથી ખરેખર જ્યારે હું નોકરી ચાલુ કરું, ત્યારે મારી કારકિર્દીમાં સફળ થઇ શકું. પૃથ્વી પરનું જીવન એક ઇન્ટર્નશિપ છે અને એક મુક્તિ પામેલ આત્મા, તેમના હૃદયમાં ઊંડે ઊંડે આ તકથી વાકેફ હોય છે. તેઓ તેમનાં સમયનો કુશળતાપૂર્વક ઉપયોગ કરે છે, પણ તેમની નજર લક્ષ્ય પર રાખે છે.

મુક્તિની અવસ્થામાં, વ્યક્તિ પરસ્પર વિરોધી, એવાં દ્વન્દ્વોની અસરથી મુક્ત હોય છે. તમે 'સ્થિતપ્રજ્ઞ અવસ્થા' (અવ્યક્ત ગતિ) તરીકે ઓળખાતી અવસ્થા પર પહોંચો છો. આ અવસ્થામાં, દ્વંદ્વ દેખાતા નથી અને પાંચ C અને પાંચ Dના દબાણ અને ખેંચાણની પર થઇ જવાય છે. તે હવે તમારું માર્ગદર્શન કરે છે કે તમારે કાર્ય કરવું જોઇએ કે થોભવું જોઇએ. તમે જાણો છો કે તમને મળેલ તમામ માર્ગદર્શન તમારી ઉન્નતિ માટે છે અને આ સમજ તમને ઉદાર બનાવે છે.

ઉદારતા એ મુક્તિનો સૂચક ગુણ છે. તમારા વર્તનના તમામ પાસાઓમાં ઉદારતા જ છલકે છે. મેં અગાઉ ઉલ્લેખ કર્યો છે તેમ, સાચી ઉદારતા અન્ય લોકો જેવા છે, તેવા જ તેમને સ્વીકારવામાં છે. તમારા સૌજન્ય અને કરુણાને પાત્ર બનવા માટે કોઇ વ્યક્તિ કેવી હોવી જોઇએ, તે અંગે કોઇ સૂચક બાબતો કે પૂર્વશરતો નથી હોતી. જેઓ મુક્તિ પામ્યા હોય છે, તેઓ સર્વોત્તમ ઉદારતા દર્શાવે છે. તેઓ અન્ય લોકોને જેવા છે, તેવા સ્વીકારીને, તેમના આત્માની સારપને તેમની ક્રિયાઓ અને શબ્દો દ્વારા વહેવા દે છે. તેમનું હૃદય ખુલ્લું અને શુદ્ધ હોય છે અને તેમને સમજાતું જાય છે કે જીવનની આધારભૂત બાબતો કઇ છે અને તે આપણાં જીવનમાં કેવી રીતે અસર કરે છે.

પાંચેયતત્ત્વો પરની તેમની નિપુણતા, તેમને સ્વીકૃતિ, શાંતિ, પ્રેમ, હિંમત અને સ્પષ્ટતાથી સંપન્ન કરે છે. આ ગુણો કેટલા વધી શકે અને તમે કેટલા ઉદાર બની શકો તેની કોઇ મર્યાદા નથી અને આ બધી ઉદારતાનો સૌથી મોટો લાભાર્થી કોણ હોય છે? તમે. વાસ્તવમાં, નવીનતમ સંશોધન પણ પરમાર્થવૃત્તિ, પરોપકાર, ઉદારતા અને દયાતથા સુખ અને સુખાકારીમાં વધારા વચ્ચે સ્પષ્ટ જોડાણ દર્શાવે છે. જ્યારે કોઇ અજાણી વ્યક્તિ સાથે કરુણાસભર કૃત્યો કરવામાં આવે છે, ત્યારે તેમાં સૌથી વધુ વધારો થાય છે, જે ઉન્નતિના પરિપ્રેક્ષ્યમાં અર્થપૂર્ણ બની રહે છે. અભ્યાસ કરતા સંશોધકોએ શોધી કાઢ્યું છે કે 'જ્યારે આપણે અન્ય લોકોનું સમર્થન કરીએ છીએ, ત્યારે આપણું મગજ વધુ સારી રીતે કાર્ય કરવા માટે સજ્જ બની જાય છે.'[18] ઉદારતાથી આપણને સારી લાગણી થતી હોવાને કારણે, કોઇ ખાસ પ્રયત્નોની જરૂરિયાત વગર જ, તે એક આપોઆપ દૃઢ થઇ જતી આદત બની જાય છે. કરુણાસભર કાર્યો, સતતપણે આપણામાં નવા નવા ચેતા-જોડાણો બનાવતાં રહે છે. તે આપણા મગજને બદલી નાખે છે.[19] પરિણામે, આપણે દયાળુ, વધુ ઉદાર, વધારે કરુણાસભર, અન્ય લોકો સાથે વધુ જોડાયેલા રહીએ છીએ અને ખુશ હોઇએ છીએ.

ઘણીવાર જ્યારે કોઇ વ્યક્તિ યોગિક ફિલસૂફી વાંચે છે, ત્યારે આવું વિધાન વાંચે છે કે 'આ વિશ્વ એક આભાસ-માત્ર છે. આ માત્ર એક સ્વપ્ન છે,' વગેરે. તમે એવું પણ વિચારી શકો છો કે તેઓ જીવનથી પણ પર આવેલી હકીકત સમજી રહ્યાં હોય છે, પરંતુ સ્વપ્ન જોનારા માટે તો સ્વપ્ન, એ જ હકીકત હોય છે. સ્વપ્ન દરમિયાન, આપણી વાસ્તવિકતા સ્વપ્નથી પ્રભાવિત થાય છે. આપણે ભય, ગુસ્સો, આનંદ, દુઃખ મૂંઝવણ

અને બીજી ઘણી બધી લાગણીઓ અનુભવીએ છીએ. જ્યારે આપણને દુઃસ્વપ્ન આવે છે, ત્યારે આપણને પરસેવો થાય છે, હૃદય કંપી જાય છે અને જ્યારે આપણે જાગીએ છીએ, ત્યારે આપણે હચમચી જઇએ છીએ. તે માત્ર એક સ્વપ્ન જ હતું, પરંતુ તેની અસર વાસ્તવિક હતી. તો તમારા પર વાસ્તવિક અસર કરતી કોઇ વસ્તુ અવાસ્તવિક કેવી રીતે હોઇ શકે? બીજા દિવસે તમને ફરીથી એક સ્વપ્ન આવે છે અને જ્યારે તમે જાગો છો, ત્યારે તમને ખ્યાલ આવે છે કે તે એક સ્વપ્ન હતું. તે જ જીવનને લાગુ પડે છે અને હકીકતમાં તમારું જીવન એવું જ છે.

જ્યારે તમે પાંચમાં ચક્રને પાર કરો છો, ત્યારે કંઇક સવિશેષ બાબત બને છે. તમે હંમેશ માટે જાગી જાઓ અને 'ઊંઘમાં સ્વપ્ન જોવાં અને જાગી જવું,' એ સિલસિલાને તોડી નાખો છો, જેને યોગની ભાષામાં માયા અથવા ભ્રમણાથી મુક્ત થવું, એવી રીતે ઓળખવામાં આવે છે. માયા એ અનુભવી શકાય, તેવી દ્રશ્ય દુનિયા છે. આપણી જાગૃત અવસ્થામાં આપણે આ દુનિયામાં અને આ દુનિયાના જ હોઇએ છીએ. જેમ જેમ તમે હૃદય ચક્રોમાં ઉન્નત થાવ છો, તેમ તેમ તમારી ચેતના દ્રશ્ય જગતને પાર કરવાનો લઘુ-ઘટનાક્રમ ઓળંગી જાય છે તથા કેન્દ્રની વધુ નજીક પહોંચે છે.

આ બાબતને એક દીવા તરીકે વિચારો. અહીં, દીવાની જ્યોત, એ 'આદિ મન' છે, જે સર્જક છે અને ફેલાઇ રહેલો પ્રકાશ, એ સૃષ્ટિ છે. જેમ જેમ આપણે દીવાથી દૂર જઇએ છીએ, તેમ તેમ અંધકાર વધતો જાય છે અને અંધકાર સર્જનની ભારે અથવા ઘટ્ટ અવસ્થાઓને પ્રદર્શિત કરે છે. તમારી યાત્રામાં, વિવિધ વર્તુળોને પાર કરવાં, એ દીવા (આદિ મન) તરફની તમારી પ્રગતિનું પ્રતિનિધિત્વ કરે છે અને તમે તેનાથી પણ આગળ 'કેન્દ્ર' તરફ જાઓ છો. યાત્રા શક્ય બનાવવા માટે, તમારે આ દુનિયાની જરૂર પડે છે. આ સૃષ્ટિ, જે એક ભ્રમણા જ છે, તેને તમે પાર કરી ગયા છો, તે પણ તમે જે ભૂલી ગયા હતાં, તે યાદ કરાવવામાં મદદ કરવા માટેની યોજનાનો એક ભાગ હતો. તેથી, આ સૃષ્ટિ વાસ્તવિક છે કે કેમ તે પ્રશ્ન તમને હવે સતાવતો નથી. હવે, તેની જગ્યાએ આભારની એ લાગણી આવી ગઇ છે કે આ સૃષ્ટિ, તમારી આગળની યાત્રાને શક્ય બનાવે છે.

મુક્તિ અને અનાસક્તિ

કેટલાક લોકો ચિંતા કરે છે કે મુક્તિ જેવી સિદ્ધિઓ કોઇને મિત્રો અને પરિવારથી અલગ કરી શકે છે. તેઓ ચિંતિત છે કે મુક્તિ પામેલ વ્યક્તિ જીવનના સુખ-દુઃખમાં સહભાગી નહીં થાય. આ એક ગેરસમજ છે. મુક્તિ પામેલ વ્યક્તિનું હૃદય ઉત્કૃષ્ટતાથી ભરેલું હોય છે. તેઓ હૃદયનાં શાણપણ દ્વારા સંચાલિત અધિકૃત જીવન જીવતા હોય છે.

હું આને એક વાર્તા દ્વારા સમજાવું છું: હાર્ટફુલનેસના સ્થાપક ગુરુજી લાલાજી એક વખત સમૂહ ધ્યાન કરાવી રહ્યા હતા, તે વખતે તેમને સમાચાર મળ્યા કે તેમની એક પુત્રી, જે છેલ્લા કેટલાક સમયથી બીમાર હતી, તેનું અવસાન થયું હતું. સમાચાર સાંભળીને, તેઓ ભારે સંયમ સાથે મૌન બેસી રહ્યા અને થોડીવાર પછી તેમના ગાલ પર આંસુ વહેવા લાગ્યાં. ત્યાં બેઠેલા એક સંન્યાસીએ ટિપ્પણી કરી કે, "ઉચ્ચ સ્થિતિએ પહોંચનાર સંત કેવી રીતે શોકમગ્ન હોઇ શકે? તે આસક્તિના આંસુ કેવી રીતે વહાવી શકે?"

લાલાજી થોડો વધુ સમય મૌન બેસી રહ્યા. પછી તેણે નજીકમાં પડેલાં થોડાં સૂકાં પાંદડાં ઉપાડ્યાં અને તેને હાથમાં મસળ્યા. તેમણે આવું કર્યું, ત્યારે પાંદડાના ભૂકો થવાથી અવાજ થયો. પછી તેમણે કહ્યું, "જ્યારે મૃત પાંદડાને કચડવામાં આવે છે, ત્યારે તે પણ અવાજ કરે છે. જ્યારે હું તો હૃદય ધરાવતો જીવંત માનવી છું. જ્યારે એકઠા થયેલા તત્ત્વોને અલગ કરવામાં આવે છે, ત્યારે તે અવાજ કરશે જ. આવી પ્રતિક્રિયા સ્વાભાવિક છે." માનવી માટે પ્રેમ, સંભાળ અને આસક્તિની લાગણીઓ હોવી સ્વાભાવિક છે પછી તે મુક્તિ પામેલ હોય કે ન હોય. આપણી યાત્રા માનવથી માનવીય બનવા તરફ, માનવીયથી દિવ્ય બનવા તરફ અને તેનાથી પણ આગળ જઇ રહી હોય છે. આ ઉન્નતિમાં, તમે સર્જનની જન્મજાત વાસ્તવિકતાઓથી પાર જવાને બદલે, તમે તેમની સાથે એકરૂપ બનો છો.

પરિસ્થિતિથી ભાગી છૂટાય, એટલા માટે મુક્તિની ઇચ્છા ન કરો

કેટલાક મુક્તિની પાછળ પડી જાય છે, કારણ કે તેઓ જીવનથી ત્રાસ અનુભવતા હોય છે. એવું જીવન જેમાં ખરાબ સંબંધ, વિશ્વાસઘાત, અતિશય પીડા, સંઘર્ષ, રોગ અને અન્ય લગભગ અસહ્ય પરિસ્થિતિઓ હોય છે. જ્યારે હું કેટલાક લોકોને મળું છું, ત્યારે તેઓ જીવન પ્રત્યે અણગમો વ્યક્ત કરતા હોય છે અને તેઓ ક્યારેય ફરીથી જન્મ લેવા માંગતા નથી હોતા. તેઓ આ જીવન પ્રત્યેના અણગમાને કારણે મુક્તિ ઝંખતા હોય છે. મને એ લાગણી પ્રત્યે સહાનુભૂતિ છે. જ્યારે તમે માનવતાની સૌથી ખરાબ સ્થિતિ જુઓ છો, પછી તમે અહીં ફરી આવવાની ઇચ્છા શા માટે કરો? જ્યારે તમને તમારું આ જીવન જ અસહ્ય લાગે, ત્યારે તમે બીજા જીવનની ઇચ્છા શા માટે રાખો? પણ મુક્તિ, એ છૂટકારો નથી. તે ક્ષિતિજનું વિસ્તરણ છે, જ્યાં તમને જીવનની ઘણી ઊંડી સમજ મેળવો છો.

તેને આ રીતે વિચારી જુઓ. તમે ખૂબ જ મહેનત કરો છો, ઉન્નત થાઓ છો અને જીવનના અંતે તમે મુક્તિ પામો છો. ઉપર ગયા પછી, તમે સમગ્ર માનવતાની પીડા

જુઓ છો. તમારું હૃદય, જે હવે બીજાના દુઃખ પ્રત્યે સંવેદનશીલ છે, તે કેવી રીતે આ જોઇને નિષ્ક્રિય રહી શકે? તમે ફરીથી મેદાનમાં કૂદી પડવા અને તમારા સાથીઓને મદદ કરવા પ્રયત્ન કરશો. મુક્તિ તમને કાર્ય ક્યારે અને કેવી રીતે કરવું, તે પસંદ કરવાની સ્વતંત્રતા આપે છે. તે તમને એ શાણપણ પણ આપે છે કે આપણે બધા એકસાથે આગળ વધીએ. આપણે બધા સાથે મળીને પ્રગતિ કરીએ.

મુક્તિ, એ આપણી યાત્રાનાં હવે પછીનાં વિશાળ પ્રદેશમાં – મનસ ક્ષેત્રમાં – ઉડાન ભરવા માટેનો જરૂરી પ્રવેગ(escape velocity) પૂરો પાડે છે. અહીં જીવતરનાં દ્વંદ્વની સમજ કેળવાતાં, તે આત્માને સંસ્કારોના ભારમાંથી મુક્ત કરે છે. આ હળવાશ અને શુદ્ધતા સાથે, આત્મા હવે 'કેન્દ્ર' સાથે એક બનવાની આગળની યાત્રા માટે પોતાને તૈયાર કરે છે.

દાજી સાથે પ્રશ્નોત્તરી

મનુષ્યમાં શ્રેષ્ઠતમ ગુણ કયો હોઈ શકે?

ઘણા લોકોએ મને આ પ્રશ્ન પૂછતાં હોય છે: "કમલેશ, એ કયો શ્રેષ્ઠતમ ગુણ છે કે જે દરેકે પ્રાપ્ત કરવો જોઈએ?" મારા હૃદય પ્રમાણે આ ત્રણ વસ્તુઓ અલગ તરી આવે છે: સાદગી, શુદ્ધતા અને નમ્રતા. આપણે બધા જાણીએ છીએ કે સાદગી અને શુદ્ધતા કેટલાં મહત્ત્વપૂર્ણ છે. પરંતુ લોકો ભાગ્યે જ નમ્રતાનું મહત્ત્વ સમજતા હોય છે.

ઉનાળામાં, જ્યારે આંબાની ડાળીઓ પર કેરીઓનો ફાલ આવે છે, ત્યારે તમે જોશો કે કેરીના ભારે વજનને કારણે આખી ડાળી જમીનને સ્પર્શે છે. જો તે આમ ન કરે અને અક્કડ રહેવાનો પ્રયત્ન કરે, તો આ ફળોનું વજન બધી ડાળીઓને તોડી નાખશે અને સમગ્ર આંબાનો જ નાશ કરી નાખશે.

તેથી, આપણે વૃદ્ધિના વજન સાથે, ઉન્નતિના વજન સાથે નમ્ર બનીએ છીએ. આપણે અક્કડ અને અહંકારી બનવું ન જોઈએ. જો તમારામાં નમ્રતાનો અભાવ હોય, તો તમને માનવી ગણી જ ન શકાય.

આપણે પ્રકૃતિ પાસેથી બીજું શું શીખીએ છીએ? ગાયોનુ ઉદાહરણ લઈએ. ઘાસ, પાણી અને કેટલાક પોષક તત્ત્વો લીધા પછી તે શું આપે છે? તે તમને દૂધ આપે છે અને તેના જીવનનું બલિદાન પણ આપે છે. ગાય આપણને ઘણું બધું આપે છે, પરંતુ તેનાં બદલામાં ગાયો આપણી પાસેથી જે કંઇ લે છે, તે માત્ર ઘાસ અને પાણી જ હોય છે.

પ્રકૃતિ ઉદાર છે. પ્રકૃતિમાં આપણી આસપાસની દરેક વસ્તુ, ઓછામાં ઓછી વસ્તુઓ લે છે. લેવાનું એકદમ અલ્પતમ હોય છે, જ્યારે આપવાનું મહત્તમ હોય છે. જ્યારે આપણે પ્રકૃતિમાંથી શ્રેષ્ઠતમ લઈએ છીએ. આપણે હંમેશા શ્રેષ્ઠતમ જ લઈએ છીએ. તો આપણે શું આપવું જોઈએ? તમે આ પ્રશ્ન પર મનન કરો.

ભાગ 7

મનસ ક્ષેત્ર

19.

મનસ ક્ષેત્ર – વિનમ્રતા તરફની યાત્રા

જ્યારે કોઈ આપણને પૂછે કે આપણે લાગણી ક્યાં અનુભવીએ છીએ, ત્યારે આપણે હૃદય તરફ ઈશારો કરીએ છીએ. જો કોઈ એમ પૂછે કે આપણે વિચાર ક્યાં કરીએ છીએ, તો આપણે મગજ તરફ ઇશારો કરીએ છીએ. પરંતુ જો કોઇ એમ પૂછે કે તમારો અહમ ક્યાં છે? તો તમે તેનું સ્થાન દર્શાવી શકતા નથી. એનું કારણ એ છે કે અહમ, એ ભ્રમણા છે. પરંતુ તે જરૂરી પણ છે, કારણકે તે આત્માને ઓળખ આપે છે.

અહમની જરૂરિયાત સમજી શકાય, તે માટે જે ક્ષણે સર્જન થયું તે સમયના આત્માની કલ્પના કરો. તે હવે 'સ્રોત'થી અલગ થયો છે. ગગનમાં સર્વત્ર સર્જનનો વિસ્ફોટ થઈ રહ્યો છે અને બ્રહ્માંડ વિસ્તરણની અવસ્થામાં ઉન્મત્ત થઇ રહ્યું છે. આ વાતાવરણમાં, આત્મા ભય-ગ્રસ્ત થઈ જાય છે અને વિરહની ભ્રમણામાં સપડાઇ જાય છે. તેને હવે સ્થિર થવાની જરૂર હતી. તેણે આમતેમ જોયું અને કહ્યું, "હું છું." ત્યાર પછી જન્મેલી 'હું'ની લાગણીએ અહમનું સ્વરૂપ ધારણ કર્યું. આમ, વિશુદ્ધ સ્વરૂપ ધરાવતા અહમે આત્માને તેનો અર્થ અને ઉદ્દેશ શોધવા જરૂરી આધાર આપ્યો.

આ માટે, આપણે અહમના આભારી બનવું જોઇએ,પરંતુ તેના બદલે, આપણે અહમને આત્માનો દુશ્મન કહીને તેને મનુષ્યના પતન માટેનું કારણ ગણીએ છીએ અને તેને સખત શબ્દોમાં વખોડી કાઢીએ છીએ. અહમને ઇર્ષ્યા, લોભ, અદેખાઇ, આધિપત્ય તથા મનુષ્ય બીજા બધા પર અને પ્રકૃતિ પર જે કંઇ અનિષ્ટ આચરે છે, તેના મૂળ તરીકે દોષી ગણીએ છીએ.

પરંતુ તે તેનું યથાયોગ્ય મૂલ્યાંકન નથી. નિર્દયતા, ઉદ્ધતાઇ અને અભિમાન એ બધાં અહમના વિકૃત સ્વરૂપો છે. જે-તે પ્રસંગો પ્રમાણે, અહમ તમારો સૌથી સારો મિત્ર પણ હોઈ શકે છે અથવા સૌથી ખરાબ દુશ્મન પણ હોઇ શકે છે. એ બાબતે મારો મત ઉદાર છે અને હું અહમને એક સારા મિત્ર તરીકે ઓળખાવું છું અને તે કોઇપણ શરત વિના આપણને અમર્યાદિત સાધનો પ્રદાન કરી, 'મનસ ક્ષેત્ર'માંથી 'કેન્દ્ર' તરફ આગળ વધવામાં મદદ કરે છે.

આગળના પ્રકરણોમાં, આપણે 'મનસ ક્ષેત્ર' વિષે વધુ જાણીશું અને અહમ આપણી આધ્યાત્મિક યાત્રાને સફળ બનાવવામાં કઇ મહત્ત્વની ભૂમિકા ભજવે છે, તેના વિષે પણ સ્પષ્ટતા કરીશું. હાલ પૂરતું, હું તમને અહમ બાબતે સહાનુભૂતિપૂર્ણ રહેવા વિનંતી કરું છું. તેને સારો કે ખરાબ તરીકે નક્કી કરી લેશો નહીં. તેના બદલે, તેની જરૂરિયાત સ્વ-વિકાસ માટે છે, તે સમજો.

અહંકારની જાળ

હૃદયનાં પાંચ ચક્રો પછીના બધાજ સાત ચક્રો અહમના ક્ષેત્રમાં આવે છે. આપણાં દુન્વવી વિરોધાભાસો (પાંચ 'C ' અને પાંચ 'D') ને પાર કર્યા પછી અને આપણને સંસ્કારોથી મુક્ત કર્યા પછી, આપણે એક માત્ર વિરોધાભાસી દ્વંદ્વનો સામનો કરવા તૈયાર થઇએ છીએ, જે છે – આત્મા અને આદિ સ્રોતનો વિરોધાભાસ.

આ ચેતનાનો એક વિશાળ પ્રદેશ છે અને તેને 'મનસ ક્ષેત્ર' કહે છે. જેમ તમે 'મનસ ક્ષેત્ર'માં આગળ વધો છો, તેમ 'હું પણું' અથવા 'મારા પણું' ઘટવાનું શરૂ થાય છે અને આપણે આપણી જાતને 'કેન્દ્ર'માં સ્થિર કરીએ છીએ. આ બિંદુ સુધી આપણું જીવન 'હું'ની આસપાસ કેન્દ્રિત હતું અને 'તું', એટલે કે પરમાત્મા, પરિઘથી ઉપર હતો. હવે આપણે 'તું'ની આસપાસ ફરીથી કેન્દ્રિત થઇએ છીએ અને 'હું' કેન્દ્રમાંથી જ નહીં, પરંતુ પરિઘ ઉપરથી પણ પીગળતો જાય છે.

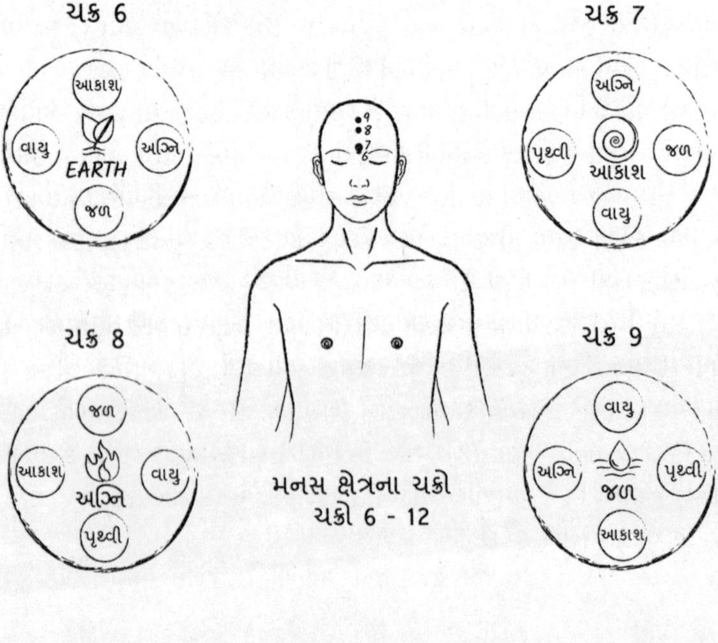

મનસ ક્ષેત્રના ચક્રો
ચક્રો 6 - 12

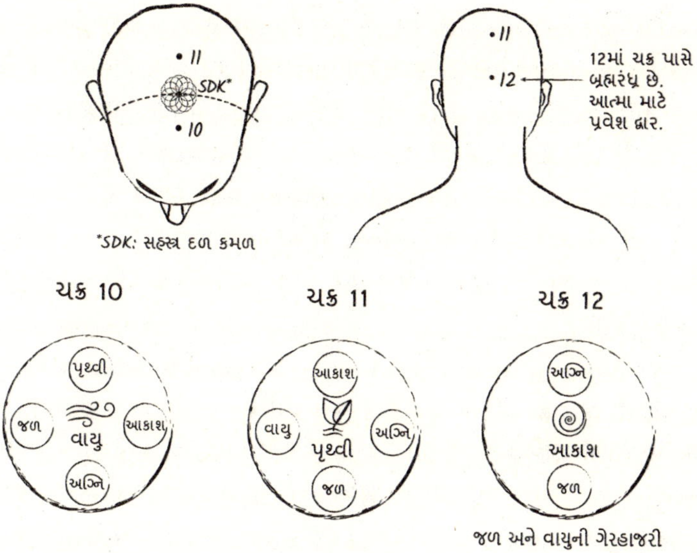

મનસ ક્ષેત્રના ચક્રો
ચક્રો 6 - 12

'ઉચ્ચતર સ્વ' અથવા 'તું' એટલે શું? તેનો અર્થ છે કે તે એ સંભાવના છે કે જે સઘળું તમે 'બની' શકો છો અને તે એ સર્વોચ્ચ વિકાસ ક્ષમતા છે કે જ્યાં સુધી તમારો આત્મા ઉન્નતિ કરી શકે છે. તમને યાદ હશે કે લય હંમેશાં બે સમાન અસ્તિત્ત્વો વચ્ચે થાય છે. એ રીતે, અનંત, અનંતમાં લય પામે છે. તમારો પરમ આત્મા, તમારામાં રહેલી ઉચ્ચતમ સંભાવના દર્શાવે છે અને તમારી યાત્રા, એ આ સંભાવનાને હકીકત બનાવવાની સફર છે.

'મનસ ક્ષેત્ર'માંની યાત્રા માટે અહમની, તેનાં શુદ્ધતમ સ્વરૂપમાં, ઉન્નતિ થવી જોઈએ. આ સંદર્ભમાં, ઉન્નતિનો અર્થ 'વધારે ઉમદા અને શુદ્ધ બનાવવાનો છે.' આપણે આપણા અહમને નીચે નથી ધકેલતા કે આપણે અહમ પર અધિકાર પણ નથી જમાવતા. પરંતુ તેને ઉચ્ચતર સ્તર સુધી પરિશુદ્ધ કરીએ છીએ. આપણે તમામ પ્રયત્નો તેનું સ્વરૂપ બદલવા કરીએ છીએ, તેનું સત્ત્વ બદલવા નહીં.

જ્યારે આપણે અહમને ઉન્નત કરવા માટે આપણા પર કામ કરીએ છીએ, ત્યારે આપણે તેની વિનમ્રતાનું તત્ત્વ ટકાવી રાખીએ છીએ અને તેને આપણા જીવનમાં પ્રગટ થવા દઈએ છીએ.

અહમ હું પણું પેદા કરે છે, જે તમારા સ્વની સમજ છે. સ્વની સમજ વિના શું તમે હું, મને અને મારૂંની કલ્પના કરી શકો? જ્યારે આપણે જે કંઇ બધું મારૂં છે, તેની સાથે

સાથે આપણી જાતને ઓળખવાનું શરૂ કરીએ છીએ, ત્યારે આ 'હું, મને અને મારૂં'ની વૃત્તિઓ સૂક્ષ્મ રીતે ઉમેરાય છે. આ ઓળખાણોમાં મારૂં શરીર, મારી બુદ્ધિ, મારી વિકસિત ચેતના, મારો પરિવાર, મારી સંપત્તિ, મારું ઘર, મારી આધ્યાત્મિકતાની રીત, મારું નામ, મારું પદ, મારો સમાજ, મારો દેશ, મારી ભાષા વગેરેનો સામાવેશ થાય છે અને છેવટે તમે અને તમારું (જે મારું નથી)નો પણ સમાવેશ થાય છે. આ ઓળખો આપણાં જીવતરમાં અને આપણાં દૈનિક જીવનમાં મદદ કરે છે, તેથી તેમાં ખોટું કશું નથી. આપણાં આધ્યાત્મિક સંરચના અભિયાનમાં આપણે આપણી ઓળખને ઉચ્ચતમ સાથે સ્થાપિત કરવા માંડીએ છીએ અને તે સમજીને આપણે આપણું જીવન જીવીએ છીએ.

તમે તમારી ઓળખ જેની સાથે પ્રસ્થાપિત કરો છો, તે જ તમારાં વ્યક્તિત્વમાં દેખાય છે. હું ઘણી વાર આ ઓળખ અને વ્યક્તિત્વનો ખ્યાલ સમજાવવા માટે નારીયેળ અને કેરીના રૂપકનો ઉપયોગ કરું છું. કેટલાક લોકો પોતાની જાતને, પોતાના શરીર, પોતાની શક્તિ, પોતાની સંપત્તિ અથવા કોઈ વિષય પરના પોતાના જ્ઞાનની કુશળતાથી ઓળખાવે છે: હું ખૂબ મજબૂત છું, હું બધા કરતાં વધારે મહેનતું છું, હું આ વિષય ખૂબ સારી રીતે જાણું છું, મારું ઘર સૌથી મોટું છે વગેરે, વગેરે. આવી ઓળખો નારિયેળ જેવી છે. એટલે કે આવા લોકોનો અહમ ખૂબજ સખત હોય છે અને તે બાહ્ય અભિવ્યક્તિ પર ઘણો બધો આધાર રાખતો હોય છે. આવાં લોકો વૃક્ષ ઉપરથી પડેલાં તાજા લીલા નારીયેળની જેમ, બહારથી એકદમ સખત હોય છે. પરંતુ તેમનું કઠણ બાહ્ય કવચ તોડી નાખ્યા પછી, અંદરથી મૃદુ હોય છે.

તે પછી, કેટલાંક પાકી કેરી જેવાં હોય છે. આવા લોકો તેમના સૌમ્ય પાસાથી ઓળખાતાં હોય છે: હું ખૂબ જ વિનમ્ર છું. હું ખૂબ જ સાલસ છું. હું ખૂબ ઉદાર છુ. હું ખૂબ જ આધ્યાત્મિક છું. વગેરે, વગેરે. તેમની બાહ્ય અભિવ્યક્તિ સભ્ય પ્રકારની હોય છે અને તેમની ગણના તે પ્રકારે થતી હોય છે. પરંતુ અંદરથી તેઓ ખૂબજ સખત હોય છે અને બદલાવ લાવવા પ્રત્યે ભારે પ્રતિકાર ધરાવતાં હોય છે. પોતાની સારપ પ્રત્યેનો તેમનો લગાવ, તેમના હૃદયને અટકાવે છે. આવા કિસ્સામાં તેમના અટકાવને ઓગાળવા, એ ખૂબજ પ્રયત્નો માંગી લે છે. (હળવા મિજાજમાં કહીએ તો, મારા સહયોગીઓએ નારીયેળ-કેરીના આ વૈજ્ઞાનિક વ્યક્તિત્વના મોડેલને આગળ વધારીને, તેમાં કિવી, પીચ અને કોળાનો પણ સમાવેશ કર્યો છે. આ ઉમેરાયેલાં પ્રકારોની લાક્ષણિકતાઓ કેવી હોઇ શકે, તે વિષે વિચારવાનું હું તમારી સર્જનાત્મકતા પર છોડું છું.)

જે સમજવાનું મહત્ત્વનું છે, તે એ છે કે અહંભાવ એટલે, સર્વસ્વ 'સ્ત્રોત'નું છે, તે વિચારથી દૂર ગયા હોવાનું પરિણામ છે. જેવી હૃદયમાં 'સમગ્ર અસ્તિત્વ એક જ છે', એ લાગણી ઉદ્‌ભવે છે, તેમ અલગાવ ઓગળવા માંડે છે. આ અલગાવ ઓગળવાની શરૂઆત 'હું આ અસ્તિત્વનો એક ભાગ જ છું', એ લાગણીથી થઇ, 'આપણે બધા,

એક તેના જ છીએ,'માં વિકાસ પામી, છેવટે 'આપણે બધા એક જ છીએ' પર પહોંચે છે. આ છેલ્લી ઓળખ અહમ ને એકજ ઝાટકે ઉન્નત કરે છે!

અહમનો વર્ણપટ અને તેની ભૂમિકા

તમારા આત્મા અને સ્રોત વચ્ચેની પારસ્પરિક અસરનું વર્ણન રૂમની બહારની જગ્યા અને રૂમની અંદરની જગ્યા તરીકે કરી શકાય. જો દિવાલોને હટાવી દેવામાં આવે, તો તમે તે જગ્યાનું વર્ણન કેવી રીતે કરશો અને શું અંદર અને બહાર, એવું અલગ અસ્તિત્વ રહેશે ખરું? એ દીવાલો, એ આપણી ઓળખ છે - આપણાં પોતાનું હોવાપણાનું ભાન, જેને આપણે અહમ કહીએ છીએ. જે રીતે દીવાલ રૂમને અંદર અને બહાર એ રીતે અલગ પાડે છે, તેમ અહમ નું આધિપત્ય તમને અને આદિ 'સ્રોત'ને અલગ કરે છે.

ધ્યાન દરમિયાન, તમે સમાધિના વધારે ને વધારે ગહન સ્તરમાં પ્રવેશ કરો છો, એટલે કે ઊંડાણમાં ગરકાવ થઈ જઈ, મૂળ અવસ્થામાં પ્રવેશ કરો છો. જ્યારે જ્યારે તમે તે ઊંડાણમાંથી પાછા ફરો છો, ત્યારે દરેક વખતે તમારી ચેતના, તમારા ઉચ્ચતર આત્માની વધારે ને વધારે સભાનતા સાથે પાછી ફરે છે. સમય જતાં તમારી જાગૃતતા આત્માની ચેતનાના સ્તરે પહોંચી શકે છે, જ્યાં ફક્ત આદિ 'સ્રોત' અને આત્માની સુસ્પષ્ટ ઓળખ જ રહે છે. આ અવસ્થા, એક એવું વિશેષ સ્તર દર્શાવે છે, જેને ત્યાં સુધી ઓળંગી શકાતું નથી, ત્યાં સુધી આત્મા તેનાં અહમની અહમ – મને લાગે છે, અહમ આખો મ લઈએ, તો ચાલે અને એકસૂત્રતા રહે.) સભાનતા જાળવી રાખે છે. જ્યારે અહમની સભાનતા જતી રહે છે, ત્યારે આદિ 'સ્રોત' અને વ્યક્તિનો આત્મા વચ્ચેનો તફાવત પણ દૂર થઈ જાય છે. સૌથી પરિશુધ્દ્ધ અવસ્થાએ, આ અહમ તમારી મૂળભૂત ઓળખ પ્રાપ્ત કરે છે. આ અવસ્થામાં, અહમ એ વિનમ્રતાનું સ્થૂળ સ્વરૂપ હોય છે.

પરંતુ અશુધ્દ્ધ અવસ્થામાં, ભય, અસલામતી, ગુસ્સો વગેરેનું સર્જન કરીને અહમ ભારે પાયમાલી કરે છે. પરંતુ એ જાણવું મહત્ત્વનું છે કે અહમ વિના આપણે એક ટાંકણી પણ ઊંચકી શકતાં નથી. આપણી સંકલ્પશક્તિ અહમમાંથી આવે છે.

આત્મ-વિશ્વાસ અહમ માંથી આવે છે. સ્વ-સુધારણાનો ખ્યાલ અહમમાંથી આવે છે. આપણું આત્મ-ભાન પણ અહમમાંથી આવે છે.

પરંતુ આ બધી સારી બાબતો માટે, આપણે અહમને ફૂલવા-ફાલવા દઈએ છીએ અને આપણા જીવન પર હાવી થવા દઈએ છીએ. અહીંથી જ અહમ એક સમસ્યા બનવા માંડે છે. આધિપત્યયુક્ત અહમ મનની અંતઃપ્રેરણાઓ પ્રત્યે અગ્રહણશીલ બને છે, જાણે કે મનને કોઈપણ માર્ગદર્શન માટે બંધ કરી દેવામાં આવ્યું ન હોય! બુધ્દ્ધિની શક્તિશાળી વિવેક-ક્ષમતા વપરાયા વિનાની રહે છે. વિચારો પક્ષપાતયુક્ત

અને અસ્પષ્ટ બને છે. આવી સ્થિતિમાં અહમ હાવી થઈ જાય છે, તે ઉદ્દંડતાનું સ્વરૂપ ધારણ કરે છે અને સ્વ-સુધારણા બગડતી જાય છે.

ઉદ્ધતાઈ તમને એક એવી આભાસી દુનિયામાં લાવી દે છે કે જ્યાં તમે તમારી પોતાની જાતને સંપૂર્ણ માનો છો, જેના કારણે તમે કોઈપણ પ્રકારની નબળાઈનો સ્વીકાર કરતા નથી. ઉદ્ધતાઈ આત્મચિંતન કરતાં રોકે છે અને તમે અંતરાત્માના અવાજ પ્રત્યે બધિર બની રહો છો. પછી તમે કેવી રીતે સુધારો કરી શકો? એ દલીલનો વિચાર કરો, જેમાં તમારી ઇચ્છા માત્ર અન્ય વ્યક્તિ ઉપર આધિપત્ય મેળવવાની હતી. આવા વાર્તાલાપમાં, અહંકાર સમજના બધા જ રસ્તા બંધ કરી દે છે. અહમ માત્ર અને માત્ર આધિપત્ય ઇચ્છે છે, પછી તે ગમે તે કિંમતે કેમ ન હોય! મન કોઈપણ રીતે સુસંગત નથી હોતું અને બુદ્ધિ અવળા ઉપાયો માટે જ વપરાય છે. આ અવસ્થામાં, તમારી ચેતના સંકોચાય છે અને સમગ્ર તંત્ર ભારે થઈ જાય છે, તે ઉપરાત, સંસ્કારોની પ્રતિક્રિયારૂપે હૃદયચક્રોની આસપાસ શ્રેણીબદ્ધ પ્રક્રિયાઓ શરૂ થઈ જાય છે.

જોકે, અહમનો યોગ્ય ઉપયોગ કરવામાં આવે, તો તે આપણી ઉન્નતિ માટે જાદુઈ બની રહે છે. છેવટે, તે અહમ જ છે, જે કામની સફળતા માટે આપણને લલચાવે છે. અન્ય સાથે સ્પર્ધા કરીને, તમે અસલામતી અને ઉદ્ધતાઈના શિકાર બનો છો. તમારી પોતાની સાથે જ સ્પર્ધા કરીને, તમે પડતીની આ બધી જ શક્યતાઓ ટાળો છો અને સુધારો કરો છો. અહમ ની પ્રેરણાસ્પદ ભૂમિકા વગર, આપણે આપણી અપૂર્ણતાઓ અને નબળાઈઓ ડરતાં ડરતાં સ્વીકારીએ છીએ અને સ્વ સુધારણાનાં લક્ષ્યને સંપૂર્ણપણે છોડી દઈએ છીએ.

શરૂઆતમાં અહમ ને કારણે અને પછીથી પ્રેમને કારણે, શ્રેષ્ઠતાની પ્રાપ્તિ માટે તમારી હાલની અવસ્થાની સ્પષ્ટતા આવે છે અને તમારાં ઉચ્ચતમ આદર્શ સુધી પહોંચવા સુધીના કાર્યનું લક્ષ્ય-નિર્ધારણ થઈ શકે છે. અહમ તેના યોગ્ય સ્થાને ત્યારે આવે છે કે જ્યારે તમને કંઈક ઉચ્ચતમની અનુભૂતિ થાય અને જ્યારે તમારી પાસે તેને ઓળખવાની પરખશક્તિ હોય, ત્યારપછી અહમની શક્તિ તમને ઉચ્ચતમ તરફ લઈ જવાનું કામ કરે છે.

અહમ પાસે જ્યારે કંઈ કામ નથી હોતું, ત્યારે તે તેની સમક્ષ જે આવે, તે કરવાં માંડે છે. ચાલો, અહમ ને આપણે એક વર્ણપટ તરીકે જોઈએ. તમારા દાંતની સફાઈ કરવા માટે કદાચ 3 ટકા જેટલા અહંની જરૂર પડે. 10,000 લોકોની સમક્ષ ભાષણ આપવા માટે તમારે તમારા અહમ ને 80 ટકા સુધી લાવવાની જરૂર પડે છે. પરંતુ જો ભાષણ આપ્યા પછી તમારો અહમ 80 ટકા સુધી રહે, તો તે એક સમસ્યા છે, કારણકે તમારો અહમ તમારી તે પ્રવૃત્તિ મુજબનો નથી. આવી વ્યક્તિ માટે આપણે એમ કહીએ કે તે વ્યક્તિ અહંકારથી ફૂલી ગઈ છે.[20] અથવા, જ્યારે તમારે 10,000 લોકો સમક્ષ ભાષણ આપવાનું હોય અને તમારો અહંકાર 3 ટકા પર જ હોય, તો તમે તમારા કાર્યમાં નિષ્ફળ

જશો. જે કાર્ય હાથ પર લીધું હોય, તે પૂરું કરવા માટે સહેલાઇથી વધઘટ થઇ શકે, તેવા અહંકારની જરૂર હોય છે, પણ જ્યારે તેની જરૂર ન હોય, ત્યારે તે સંપૂર્ણ વિનમ્રતા સાથે શમી જવો જોઇએ, આમ તે હંમેશાં પરમાત્માની સેવામાં કાર્યરત રહેવો જોઇએ. અહંકારના વર્ણપટને મુખ્ય પાંચ રંગો વડે વર્ણવી શકાય છે – ઉદ્ધતાઇ, અહંકાર, આત્મ-વિશ્વાસ, હાજરી અને વિનમ્રતા. આ બધા શબ્દો સહેલાઇથી સમજી શકાય તેવા છે, સિવાય કે વિનમ્રતા.

વિનમ્રતા, એ અહમને અભિવ્યક્ત કરતું સૌથી ઉમદા રૂપ છે. તે પોતાના કરતાં ઘણી મહાન એવી અન્ય બાબતમાં સંપૂર્ણ વિશ્વાસની અવસ્થા છે. વિનમ્રતા ઘણીવાર ગુલામી માનસ સાથે અને આત્મ-વિશ્વાસના અભાવ સાથે ગૂંચવાડો ઉભો કરે છે, પરંતુ હકીકતમાં, તે તમારી સૌથી મજબૂત તાકાત છે. જ્યારે તમે વિનમ્ર હો, ત્યારે તમે દર્શાવો છો કે તમે કર્તા નથી, પરંતુ તમે તે મહાન શક્તિને તમારા મારફતે પ્રગટ થવા દેવા માટેનું સાધન માત્ર છો. એક વિનમ્ર હૃદય ફળદ્રુપ જમીન જેવું છે, જેમાં પ્રેરણાઓ આપમેળે જ ફુલે-ફાલે છે. આપણાં કાર્યો ઉન્નતિલક્ષી બની રહે તે માટે કર્તાપણાની કોઇપણ ભાવના વગર આપણે તે આપમેળે કરીએ છીએ. આપણે આપણી જાતને ભૂલી જઇને પૂર્ણતા તરફ આગળ વધીએ છીએ.

અહમ વિનમ્ર અવસ્થામાં જ રહે, તે માટે હૃદયમાં ઊંડા ઉતારો અને તેનાં પ્રેમમાં ઓગળી જાઓ. આપણે જ્યારે પ્રેમને આવકારીએ છીએ, ત્યારે તે આપણાં હૃદયમાં એવી સુંદર સૃષ્ટિનું સર્જન કરે છે કે જેમાં આપણે હળવાશ અને આનંદની લાગણીથી તૃપ્ત થઇએ છીએ. આપણે વિશ્વાસપૂર્વક આપણા પૂર્ણતાના લક્ષ્ય તરફ આગળ વધીએ છીએ. આ પ્રક્રિયા દરમિયાન 'તમારી જાતને ઓળખો', એ 'તમારી જાતને ભૂલી જાઓ' માં બદલાઇ જાય છે અને આ પ્રક્રિયામાં જ પરમાત્મા પ્રગટ થાય છે. તમે યોગની વ્યાખ્યાયિત 'કર્મમાં કૌશલ્ય'ની અવસ્થાએ પહોંચો છો.'(યોગઃ કર્મષુ કૌશલમ)*. આ અવસ્થામાં,તમારી ક્રિયાઓ સ્વાભાવિક રીતે, આપમેળે જ અને કોઇ ચોક્કસ આશય વગર જ થાય છે. તમે શક્ય એટલા સારા પરિણામો મેળવો છો અને શ્રેષ્ઠતા પ્રાપ્ત કરો છો.

વિનમ્રતા તરફની યાત્રા સીધા ચઢાણ વાળી છે. અહમ ને ઓળખ પ્રાપ્ત કરવા માટે કશાકની જરૂર પડે છે અને આ પ્રક્રિયામાં જેની સાથે આપણે જોડાયા હોઇએ, તેવાં ઘણાબધા લેબલ પકડી રાખીએ છીએ. 'મનસ ક્ષેત્ર'ની યાત્રા, તે લેબલોને ઉખાડી ફેંકવાની યાત્રા છે, જેથી આપણી માત્ર એક જ ઓળખ બાકી રહે છે, આપણી આત્મા તરીકેની સાચી ઓળખ.

---

* ભગવદ ગીતા પ્રકરણ ૨, ૨:૫૦

20.

છઠ્ઠું ચક્ર – નિઃસ્વાર્થપણું

ચક્ર 6

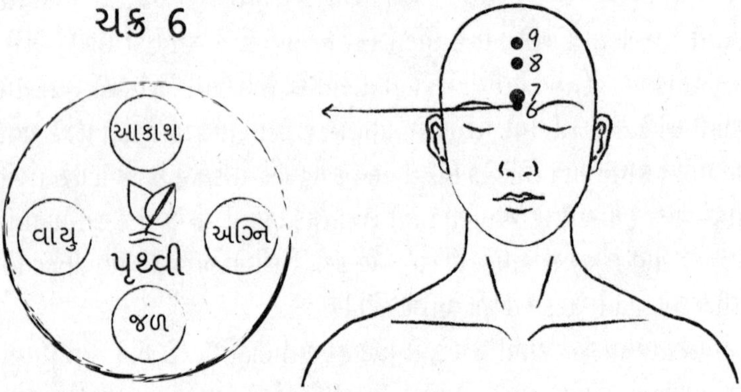

નામ	છઠ્ઠું ચક્ર (આજ્ઞા ચક્ર)
મુખ્ય તત્ત્વ	પૃથ્વી
રંગ	આછો પીળો
સ્થાન	બે ભ્રમરોની વચ્ચે
લાક્ષણિકતા	હૃદયની પ્રતિભાવશીલતા
મુખ્ય લાગણીઓ	વિસ્તરણ, રાહત, સહાનુભૂતિ, વિશ્વાસ
સમાન સ્પંદનો	ચક્ર 1 અને ચક્ર 11
દિશા	બ્રહ્માંડ ક્ષેત્ર

જાન્યુઆરી 1987માં, લાલાજી (હાર્ટફુલનેસના આદિ ગુરુ)ની 114મી વર્ષગાંઠની ઉજવણીના કાર્યક્રમમાં સહભાગી થવા હું ભારત આવ્યો હતો. યાત્રાની કેટલીક રાત્રીઓ પહેલા, મને એક સ્વપ્ન આવ્યું હતું, જેમાં મારી સમક્ષ બાબુજી પ્રગટ થયા અને તેમણે મને સીટિંગ આપી. સૂતાં સૂતાં જ, મેં મારી જાગૃતતા અનુકૂળ કરી અને હું ધ્યાનમાં બેસી ગયો. થોડી જ મિનિટમાં હું ગહન ધ્યાનમાં સરી પડ્યો. બીજે દિવસે સવારે, જ્યારે હું ઉઠ્યો, ત્યારે મેં મારો અનુભવ ડાયરીમાં નોંધી લીધો – 'સ્વપ્નમાં એક પ્રકારની પકડ સાથે પ્રાણાહુતિનું અત્યંત પાતળું કિરણ મારાં હૃદય તરફ વહી રહ્યું હતું, કોઈક કામની શરૂઆત થઈ હતી, પરંતુ તે અપૂર્ણ રહ્યું હતું.'

ભારત પહોંચ્યા પછી, હું બધા શ્રોતાઓ સાથે ચારીજીની સમક્ષ બેઠો હતો. તેમણે કંઇક કઠોર અવાજમાં વક્તવ્ય આપ્યા બાદ, મને પૂછ્યું કે હું ભારત વહેલો શા માટે ન આવ્યો. મને સમજ ન પડી કે આ પ્રશ્નનો જવાબ કેવી રીતે આપવો. ઉત્સવને હજી થોડા દિવસોની વાર હતી. વળી તે ઉપરાંત, ચારીજી સાથે હું ઘણીવાર વાત કરતો હતો. જો તેમને કોઈ કામ માટે મારી જરૂર હોત, તો તેમણે મને બોલાવ્યો હોત અથવા મને ફેક્ષ કર્યો હોત. (એ વખતે ઝડપથી સંદેશ મોકલવા માટે ફેક્ષ મશીન વપરાતું હતું.) પ્રત્યુત્તર શું આપવો તે ન સમજાતાં, હું શાંત રહ્યો. કેટલાક વખત પછી, મેં તેમની રજા લીધી, પણ એ વાત વિષે વિચારતો રહ્યો.

પછીના કેટલાક દિવસો આનંદપૂર્વક પસાર થયા. વિશ્વભરના હજારો લોકો દરિયાકાંઠે આવેલા મુંબઈમાં, ઉત્સવસ્થળે એકઠા થયા હતા. આવા વિશેષ ઉત્સવો દરમિયાન, ધ્યાનની બેઠકો અલગ જ પ્રકારની હોય છે. જાણે કે 'માં પ્રકૃતિ'એ તે સ્થળને એક વિશેષ કૃપાની ચાદરથી જાણે ઢાંકી દીધું ન હોય!

ઉત્સવ પછી, ચારીજીએ મને તેમની સાથે બેંગ્લોર આવવા કહ્યું, ત્યાં એક સાંજે, તેઓ સમૂહ ધ્યાન કરાવી રહ્યા હતા. તેમની આસપાસ ઘણા અભ્યાસીઓ હતા. હું તેમનાથી લગભગ 100 ફૂટ ના અંતરે દૂર ઊભો હતો. મેં જ્યારે ચારીજી સામે જોયું, ત્યારે મને એવું લાગ્યું કે તેમની કૃપાના તરંગોએ મને પૂરેપૂરો ઘેરી લીધો છે. તે એટલી તીવ્ર લાગણી હતી કે હું જ્યાં ઊભો હતો, ત્યાંજ બેસી ગયો અને ધ્યાન શરૂ કર્યું.

જેવી મેં મારી આંખો બંધ કરી, તેવું જ મેં અનુભવ્યું કે જાણે કૃપાના તરંગોએ મને ઊંચકી લીધો ન હોય! આ ધ્યાન મેં બાબુજી સાથે સ્વપ્નમાં જ્યાંથી છોડ્યું હતું, બરાબર ત્યાંથી જ શરૂ થતું હતું. તે એક સુસ્પષ્ટ સાતત્યની લાગણી હતી અને મેં નોંધ્યું કે તે કંઈક અગત્યની નિશાની હતી. ધ્યાન પછી, ચારીજી સીધા મારી તરફ આવ્યા અને કહ્યું, "આવતીકાલે આવજો, હું તમને સીટિંગ આપીશ." બીજા દિવસે શિયાળાની પરોઢની ઠંડી સવાર હતી, મેં ચારીજી સાથે ધ્યાન કર્યું, જ્યારે મેં મારી હાલતનું નિરીક્ષણ કર્યું, ત્યારે મને સમજાયું કે મેં છઠ્ઠું ચક્ર પસાર કર્યું છે (તે બ્રહ્માંડ ક્ષેત્ર પણ કહેવાય છે) અને હું 7માં ચક્ર પર પહોંચ્યો છું.

હું આ અનુભવ મારી પ્રગતિની ખુશાલી વ્યક્ત કરવા માટે નથી જણાવતો, પરંતુ હાર્ટફુલનેસના ગુરુના કાર્યના એક મહત્ત્વના પાસા ઉપર પ્રકાશ પાડવા માટે કરું છું. ગુરુ હંમેશાં શિષ્યને ઉચ્ચ સ્તર ઉપર ઉઠાવવા આતુર હોય છે. ઉન્નતિની સહેજ પણ શક્યતા દેખાય, ત્યાં ગુરુ શિષ્યને આગળ પહોંચાડવા તે તકનો ઉપયોગ કરે છે. ચારીજી મારો કેસ હાથમાં લેવા આતુર હતા અને તેઓ તે ઉત્સવ પહેલા કરવા ઇચ્છતા હતા. મેં ઘણા ઉદાહરણરૂપ પ્રસંગો જોયા છે, જેમાં જમવાનો સમય હોય, અનૌપચારિક વાતચીત થતી હોય અથવા પદયાત્રા હોય, એ દરમિયાન પણ ચારીજી શાંતિથી વ્યક્તિગતરૂપે અથવા સામૂહિક રીતે અભ્યાસીઓને ઉચ્ચ સ્તર સુધી ઉપર લઈ જતા હતા. આવા કામ, જે ગુરુ અજ્ઞાત રહીને કરે છે, તે ખૂબ જ ઉચ્ચ હોય છે અને પ્રગતિકર હોય છે.

જ્યારે તમે મહાન ગુરુઓ વિષે વાંચો છો, ત્યારે તમને આવા દ્રષ્ટાંતો બધે જ જોવા મળશે. ભગવાન બુદ્ધ આંખના પલકારામાં કોઈને આશીર્વાદ આપી રહ્યા છે. લીઝીયોંના સંત થેરેસી તેમના પ્રેમના શબ્દો દ્વારા ઉન્નત કરે છે, દરિયા કિનારે ચાલવા જતા સ્વામી વિવેકાનંદે એક તરસ્યા આત્માને મુક્તિ પ્રદાન કરી હતી, વગેરે વગેરે.

આ તમામ કથાઓ વ્યક્તિના ઘડતર ઉપર ભાર આપે છે અને તે આંતરિક બદલાવની ભેટ પ્રાપ્ત કરવા તૈયાર રહેવાની મહત્તા દર્શાવે છે. આ બધી કથાઓ એક જ મુદ્દો બતાવે છે: આધ્યાત્મિક ક્ષેત્રમાં ભવ્ય મહત્ત્વાકાંક્ષાઓ સાથે પ્રવેશો. દરિયા પાસે આવો, તો દરિયાને જ પી જવાની તડપ સાથે આવો. ઉચ્ચતમ વિચારો રાખો અને સાહસિક બનો તથા પ્રેમસભર હૃદય સાથે આ અભિયાનમાં આગળ વધો.

છઠ્ઠા ચક્રની વિશિષ્ટતા – ગતિથી વિસ્તરણ તરફ

જો ચહેરા પર બે ભ્રમરોને જોડતી રેખા દોરીએ, તો તે રેખાની થોડે ઉપર છઠ્ઠું ચક્ર આવેલું છે.

ઉચ્ચ ચક્રો ઉપર કરેલા કાર્યના પરિણામે પાંચમાં ચક્રની જેમ જ છઠ્ઠું ચક્ર પણ ખુલે છે. અહીં આપણે લય થવાની ચાર અવસ્થાઓ દ્વારા સીધી લીટીમાં પ્રગતિ કરતા નથી; કારણ કે શક્તિનો નીચે તરફનો પ્રવાહ એટલો તીવ્ર હોય છે કે, તેમાં વિલંબ થાય, તેવી કોઈ શક્યતા જ નથી હોતી. તે કોઈ વેગીલા પ્રવાહમાં, નિષ્ક્રિયપણે તરતાં રહેવાનો પ્રયત્ન કરવા જેવું છે, જેમાં તમે સફળ તો નથી જ થતા, પણ પ્રવાહના વેગમાં લપસી શકો છો. પરંતુ તેના બદલે, ગુરુની મદદ અને પહેલું, બીજું, ત્રીજું અને ચોથું ચક્ર ખુલવાથી જે ઊર્જા સંચિત થઇ હોય, તેને કારણે આપણે સીધા સાતમાં ચક્રના પરિઘ પર જઇ પહોંચીએ છીએ.

આનો અર્થ એ થાય છે કે આપણને છઠ્ઠા ચક્ર પરની હાલતો ઉચ્ચ સ્તરના બિંદુ પરથી અનુભવાય છે. આમ આપણે આપણી ચેતનામાં અસ્વસ્થતા પેદા કરી શકતી અવસ્થાઓને ટાળીને, આ અનોખી સ્થિતિનું વાતાવરણ અનુભવીએ છીએ, જ્યારે આપણે હૃદય ક્ષેત્ર પાર કરી લઈએ પછી આપણે સ્પષ્ટપણે જે લાગણી અનુભવીએ છીએ, તે ચેતનાના વિસ્તરણની છે. હૃદય ક્ષેત્રની યાત્રામાં મુખ્યત્વે એક ચક્ર પરથી બીજા ચક્ર પર જવાની પ્રક્રિયા હોય છે. જ્યારે આપણે હૃદય ક્ષેત્ર પસાર કરી લઈએ પછી, ગતિ વિસ્તરણમાં ફેરવાય છે. ગતિ સુરેખ અને દ્વિપરિમાણીય હોય છે, જ્યારે વિસ્તરણની પ્રકૃતિ અનંતપણે બહુપરિમાણીય હોય છે.

ઉદાહરણ રૂપે, તમે નાની નાની શ્રેણીબધ્ધ દુકાનોના માલિક હો, કે તે દુકાનોમાં વેચવા માટેના માલના ઉત્પાદન માટે એક કારખાનું ખોલો કે પછી વેચાણ માટેના માલની ગણતરી રાખવા અનેક વખાર ઊભી કરો - આ દરેક વચ્ચે ફરક છે. એકાએક, તમે એક અલગ જ પ્રકારનું વિસ્તૃત કાર્ય કરો છો.

દાજી સાથે પ્રશ્નોત્તરી

દાજી, મેં કેટલીક પદ્ધતિઓમાં અને ધર્મગ્રંથોમાં જોયું છે કે તેઓ વિશેષ રૂપે છઠ્ઠા ચક્ર ઉપર ધ્યાન કરવાની ભલામણ કરે છે. શું મારે એ પ્રમાણે કરવું જોઈએ?

એ વાત સાચી છે કે કેટલાક ધર્મગ્રંથો વિશેષ રૂપે છઠ્ઠા ચક્ર ઉપર ધ્યાન કરવાની ભલામણ કરે છે. ઉદાહરણ તરીકે ભગવદ્ ગીતામાં ભગવાન શ્રી કૃષ્ણ અર્જુનને છઠ્ઠા ચક્ર ઉપર ધ્યાન કરવાની સલાહ આપે છે. અર્જુન એક યોદ્ધો હતો. એમ કહેવાય છે કે અર્જુન ઇ.પૂ. 3137માં થયેલા મહાભારતના યુધ્ધમાં લડવૈયો હતો. છઠ્ઠું ચક્ર, એ તેની નીચેના બધા ચક્રો માટેની ઊર્જાનું વિતરણ કેન્દ્ર છે. અર્જુન યુધ્ધના મેદાનમાં દ્વિધામાં હતો. તેને છઠ્ઠા ચક્ર ઉપર ધ્યાન કરવાનું કહેવામાં આવ્યું હતું, જેથી યુધ્ધમાં તેનો જુસ્સો વધારી શકાય અને સંગ્રામ માટે તૈયાર કરી શકાય. તેજ રીતે, માનસિક શક્તિઓની પ્રાપ્તિ માટે સૂચવવામાં આવતી અન્ય પદ્ધતિઓમાં પણ આ ચક્ર ઉપર ધ્યાન કરવાનું સૂચન કરવામાં આવે છે. મને ખાત્રી છે કે તેમની પાસે તેમના પોતાના કારણો હશે.

મારો દ્રષ્ટિકોણ આ છેઃ આપણે કોઈ યુદ્ધમાં જવા અથવા શક્તિની ઝંખના માટે ધ્યાન કરતા નથી. આપણે સામાન્ય જીવન જીવીએ છીએ, જે ક્યારેક સંગ્રામ જેવું લાગે, પરંતુ આપણું રોજિંદુ યુદ્ધ જીતવા માટે પ્રેમ જરૂરી છે, શસ્ત્રો નહીં. હજારો વર્ષોથી, મહાન સંતોએ કહ્યું છે કે હૃદય જ ઈશ્વરનો માર્ગ છે. ભગવાન ઇસુ ખ્રિસ્તે કહ્યું હતું, 'શુદ્ધ હૃદયો કૃપાપાત્ર હોય છે, તેથી તેઓ ઈશ્વરને જોશે.'[21] ભગવાન બુદ્ધે કહ્યું હતું, 'વ્યક્તિએ સમગ્ર વિશ્વમાં દયા ફેલાવતાં અસીમ હૃદય સાથે તમામ જીવોની સંભાળ લેવી જોઈએ.૨૨ હાલના સમયે હૃદય ઉપર ધ્યાન કરવાની ખૂબ જરૂર છે. આપણાં આ માર્ગ પર શક્તિની જરૂર હોતી નથી. ગુરુ બનવા માટે શક્તિ જરૂરી નથી. સામાન્ય વ્યક્તિને કામ કરવા માટે શક્તિની જરૂર પડે, પરંતુ ગુરુએ શક્તિની મદદ વગર જ કાર્ય કરવાનું હોય છે. ભગવાન બુદ્ધે કહ્યું હતું, 'વ્યક્તિએ સમગ્ર વિશ્વમાં દયા ફેલાવતાં અસીમ હૃદય સાથે તમામ જીવોની સંભાળ લેવી જોઈએ.[22] હાલના સમયે હૃદય ઉપર ધ્યાન કરવાની ખૂબ જરૂર છે. આપણાં આ માર્ગ પર શક્તિની જરૂર હોતી નથી. ગુરુ બનવા માટે શક્તિ જરૂરી નથી. સામાન્ય વ્યક્તિને કામ કરવા માટે શક્તિની જરૂર પડે, પરંતુ ગુરુએ શક્તિની મદદ વગર જ કાર્ય કરવાનું હોય છે.

હૃદય ચક્ર પસાર થઈ ગયા પછી અનુભવાતી હાલતો

મનસ ક્ષેત્રમાંની યાત્રા દરમિયાન, અહમની પકડ ઢીલી પડે છે. પરિણામે, તમારો પ્રતિક્રિયાત્મક સ્વભાવ શમી જાય છે અને હૃદયથી પ્રતિભાવ આપવાની ક્ષમતા વધે છે. તમારો માનવતા-સભર સ્વભાવ તમને પવિત્ર જ્ઞાનના પ્રવેશ દ્વાર તરફ દોરે છે અને તમારો આત્મા ઘણીબધી રીતે પ્રબળ બનતો જાય છે.

ઉદારતા નિઃસ્વાર્થપણામાં પરિવર્તિત થાય છે

કઈ બાબત માનવ જીવનને, માનવતા-સભર જીવનને અને દિવ્ય જીવનને અલગ પાડે છે? માનવથી માનવતા-સભર બનવા તરફ જવા ઉદારતાની જરૂર પડે છે, જ્યારે માનવતા-સભર હોવાથી એક દેવદૂત જેવાં બનવા તરફ જવા માટે નિઃસ્વાર્થપણાની અને ત્યાગની જરૂર પડે છે. ઉદારતા એટલે તમારી પાસે જે હોય, તે વહેંચવું, જ્યારે ત્યાગ એટલે તમારી પાસે ન હોય, ત્યારે પણ આપવું. ઉદારતા લોકોને જેવા છે, તેવા

સ્વીકારે છે, પરંતુ નિઃસ્વાર્થપણું લોકો વચ્ચેનાં તફાવતોને દૂર કરે છે, કે આપણે બધા એક છીએ.

દેવદૂત જેવાં ગુણો વાળા લોકો કોઈ જ ખચકાટ વગર ત્યાગ કરે છે. તેથી જ લોકો કહે છે, "મેં પ્રાર્થના કરી અને દેવદૂતે મને મદદ કરી."

અહીં હું માઈકલ, ગેબ્રિયલ, રાફેલ અને અન્ય દેવદૂતોની નહીં, પણ તેમનાં પરોપકારલક્ષી કાર્યોની વાત કરું છું, જેમાંથી આપણે પ્રેરણા લઈ શકીએ છીએ. તમે જાણો છો કે દેવદૂતોને તમારી પાસેથી કશું જોઈતું નથી, તેમ છતાં તેઓ તમને મદદ કરે છે, કારણકે તેઓ એ જ કરે છે.

હૃદય ક્ષેત્ર પસાર થઈ જવાથી તમારી અંદર દિવ્ય ગુણો આવતાં તમારામાં અન્યો પ્રત્યે સહાનુભૂતિ અને કરુણાની વૃત્તિ વધે છે. જો તમે સગર્ભા સ્ત્રીને શેરીમાં ચાલતી જોશો, તો તમારું હૃદય આપમેળે માતા, બાળક અને કુટુંબના ભલા માટે પ્રાર્થના કરશે. શેરીમાં નિરાધાર વ્યક્તિને જોઈ, તમને પણ તેને લાગતી ઠંડીની તથા દુઃખની અનુભૂતિ થાય છે અને તમે ભોજનમાં લાવેલ સૂપ તેને આપો છો. ધ્યાન દરમિયાન, તમારા મનમાં જો કોઈનો વિચાર આવે, તો તમારું હૃદય તેની તરફ પ્રેમના વિચારો મોકલશે. આમાંની કોઈપણ વર્તણુક પહેલાંથી વિચારી રખાયેલી નથી હોતી, તમારું હૃદય એવી પ્રવાહી અવસ્થામાં હોય છે, જેમાં તે જે કહે, તે તમે કરતાં રહો છો અને આગળ વધો છો. ઉચ્ચ ક્ષેત્રોમાંની તમારી પ્રગતિ, તમે જે નિઃસ્વાર્થપણું કેળવો છો, તેની પર અને તમારા કાર્યોમાં જે ત્યાગ વહેતો હોય છે, તેની પર આધારિત હોય છે.

સહાય અને ત્યાગની ભાવના

હૃદય ક્ષેત્ર પસાર કર્યા પછી તમે નિશ્ચિતપણે રાહતની લાગણી અનુભવો છો. તમારા જીવનમાં કદાચ પહેલી વાર એવું બને છે કે ગમા-અણગમાની સતામણી નહીંવત થઈ જાય છે અને તમને પરેશાન કરતા હતાં, તે ભાવનાત્મક ઉભરા શમી જાય છે. તમારું સમર્પણ એ સ્તર સુધી પરિપક્વ થાય છે, જેમાં તમે તમારી જીવન-નૌકાને તોફાનોમાંથી પણ સંતુલિત રીતે હંકારી જાઓ છો, કારણ કે તમને ખાતરી છે કે તેનું સુકાન ઉચ્ચશક્તિના માર્ગદર્શનમાં છે. ઈશ્વર, દિવ્ય અને સ્રોત એ શબ્દો, જે અત્યાર સુધી બુદ્ધિગમ્ય ખ્યાલ માત્ર હતાં, તે હવે તમારા હૃદયની લાગણીઓ બની રહે છે. ચેતનાની આ નવી સુગંધ સાચી રાહત લાવે છે. આધ્યાત્મિક બેચેની હાજર હોય છે, પરંતુ તે સૂક્ષ્મતર અને વધુ શક્તિશાળી હોય છે.

આ ઉપરાંત, તે વ્યક્તિમાં અન્ય એક નોંધપાત્ર ફેરફાર હોય છે, તે છે, તેની ત્યાગની ભાવનાની પરિશુદ્ધતા. અહીં તમે તમારા પહેલા ચક્ર પરની ત્યાગની ભાવનાને તેની સાથે સરખાવી શકો છો કે જ્યાં તમારા માટે ત્યાગની ભાવના એક પ્રેમાળ વિરક્તિ હતી, અહીંની જેમ તમે તેમાં ગળાડૂબ નહોતા. તે હૃદયક્ષેત્રને વિકસાવવાનું શરૂ કરે

છે અને જેમ જેમ તમે મનસ ક્ષેત્રની યાત્રા કરતાં જાઓ છો, તેમ તેમ તે વધારે શુદ્ધ બનતી જાય છે. આ અવસ્થાએ પાંચ 'C' અને પાંચ 'D'ની આત્યંતિકતાઓ તમને બહુ પ્રભાવિત કરતી નથી અને તમે તેનાં અંતર્ગત આગ્રહો અને વ્યક્તિગત પૂર્વગ્રહોથી મુક્ત થાઓ છો.

હૃદયનો પવિત્ર ધ્વનિ – અનાહત અજપા

પહેલું ચક્ર સક્રિય બને છે, ત્યારે તે પવિત્ર શબ્દ 'ઓમ' ને અનુરૂપ કંપનો ફેલાવે છે. ઓમનું અનુસંધાન મુખ્યત્વે હિંદુત્વ સાથે કરાતું હોય છે, પરંતુ તેનું મહત્ત્વ હિંદુ પ્રતીક કરતાં ઘણું વધારે છે - તે અવકાશનું આદિકાળનું એ સ્પંદન છે, જે સંતો અને રહસ્યવાદીઓ દ્વારા સાંભળવામાં આવ્યું હતું. હૃદયમાં ઓમનો પ્રાદુર્ભાવ સ્વાભાવિક રીતે જ થાય છે અને તેને કોઈ માનસિક પદ્ધતિ દ્વારા બળપૂર્વક ઉત્તેજિત કરવો જોઈએ નહીં. જેમ યાત્રા છઠ્ઠા ચક્રથી આગળ વધે છે, તેમ ઓમના કંપનો સમગ્ર શરીરમાં ફેલાય છે. તેને અનાહત અજપા કહેવાય છે, તેનો અર્થ 'હૃદયનું સ્વાભાવિક સ્પંદન.'

પડછાયા જેવો અંધકાર અને લમણા ઉપર દબાણ

સાધક જ્યારે બ્રહ્માંડ ક્ષેત્રની નજીક પહોંચે છે, ત્યારે કેટલાક અભ્યાસીઓને ધ્યાન પછી પડછાયા જેવાં અંધકારનો અનુભવ થાય છે. ધ્યાન પછી તેઓ જ્યારે આંખો ખોલે છે અને પદાર્થો જુએ છે, જેવાકે ખુરશી અથવા ફૂલદાની, ત્યારે થોડી સેકન્ડ માટે, તેઓને ત્યાં અંધકાર હોય તેવું લાગે છે. આ સૂચિત કરે છે કે સાધક ભૌતિકતાથી ઊર્જા તરફ ગતિ કરી રહ્યો છે. વધુમાં, જ્યારે વ્યક્તિ બ્રહ્માંડ ક્ષેત્ર પાર કરે છે, ત્યારે અભ્યાસીઓ સુખદ સ્પર્શ જેવુ, કોમળ અને હળવાશ આપતું દબાણ લમણાઓ ઉપર અનુભવે છે.

ફરી, ધ્યાનમાં રાખો – આવી કોઈપણ હાલતો માનસિક રૂપે ઉત્પન્ન કરવાનો પ્રયત્ન કરશો નહીં. તમારે કોઈની સમક્ષ કશું સાબિત કરવાનું નથી. જો તમે આવી કોઈપણ હાલતો તમારી જાતે અનુભવો, તો તમારી ડાયરીમાં તેની નોંધ કરો અને આગળ વધો. જો તમે આવી કોઈ હાલતનો અનુભવ ન કરી શકો, તો પણ ઠીક છે. આધ્યાત્મિક પ્રગતિ એ તમારા લોહીના દબાણના આંકડાઓ ગયા સપ્તાહના આંકડાઓ સાથે સરખાવવા જેવી સીધી-સાદી બાબત નથી. તે અતિ સૂક્ષ્મ ફર્ક છે અને તેના ઘણા પાસા છે. જેમ જેમ તમે વધુ ને વધુ સંવેદનશીલ બનશો, તેમ તેમ તમારી આંતરિક હાલત, વર્તણુંકો અને પ્રતિક્રિયાઓમાં ફેરફારોનું વધુ સારી રીતે નિરીક્ષણ કરવા સક્ષમ બનશો.

સમજવા જેવુ એક વધારાનું પાસું એ છે કે આંતરિક પ્રગતિની બાબતમાં જેમ જેમ તમે વધુ વિકાસ કરો છો, તેમ તમે વધુ વિનમ્ર બનો છો. આધ્યાત્મિક પ્રગતિ કરતા સાધકનો આવશ્યક ગુણ તેની વિનમ્રતા છે, જે તમને ઉચ્ચતર આદર્શ અવસ્થા સાથે તમારી જાતની સરખામણી કરવામાં અને વિકાસ-લક્ષી બની રહેવામાં મદદ કરે છે. આપણી યાત્રા અનંત તરફની છે અને આપણે જે પ્રગતિ કરીએ છીએ, તે આપણને અનંત સમાન પ્રકૃતિના બનાવી દે છે.

આત્મચિંતન

બીજી વ્યક્તિઓ પણ સામેલ હોય, એવી કોઈ પરિસ્થિતિનું ઉદાહરણ તમે આપી શકો છો, જેમાં અન્ય લોકોને સાનુકૂળ એવાં પરિણામ માટે તમે સ્થિરતાપૂર્વક વિશ્વાસ સાથે સૌમ્ય પ્રતિભાવ આપ્યો હોય?

તમે આ પરિસ્થિતિઓમાંથી તમારા પોતાના વિષે શું શીખ્યા?

21.

સાતમું ચક્ર – સ્થિરતા

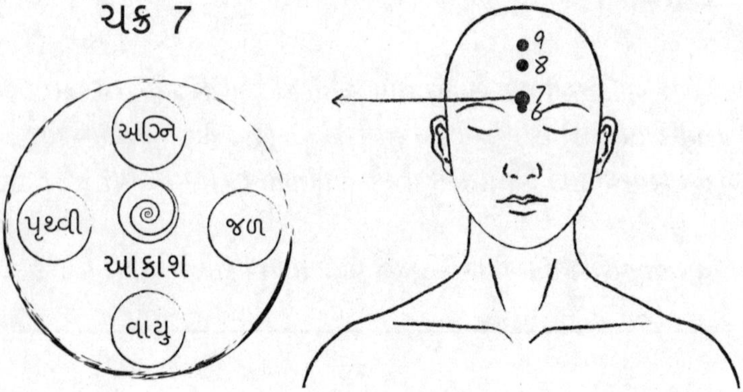

નામ	સાતમું ચક્ર (સ્થિરતા)
મુખ્ય તત્ત્વ	આકાશ
રંગ	ગુલાબી
સ્થાન	છઠ્ઠા ચક્રની ઉપર, સહેજ તેની પાછળ
લાક્ષણિકતા	સ્થિરતા
મુખ્ય લાગણીઓ	શક્તિ, પરમાનંદ
સમાન સ્પંદનો	ચક્ર 2 અને 12 પર
ક્ષેત્ર	પરબ્રહ્માંડ ક્ષેત્ર

ભગવાન બુદ્ધના જીવન સંબંધી અનેક બોધકથાઓ છે, જેમાંની એક આ પ્રમાણે છે: એક દિવસ, ભગવાન બુદ્ધે તેમના બધા શિષ્યોને નજીકના એક તળાવમાંથી એક પ્યાલો પાણી ભરી લઇ આવવાનું કહ્યું. જ્યારે તેઓ પાણી લઇને પાછા આવ્યા, ત્યારે ભગવાન બુદ્ધે તેમને તે પાણી પીવા માટે કહ્યું. પરંતુ પાણી ગંદુ અને ડહોળું હતું અને શિષ્યો તે પાણી પી શક્યા નહીં. ભગવાન બુદ્ધે તેમને પાણીનો પ્યાલો બાજુ પર રાખીને રાહ જોવા કહ્યું. થોડા સમય પછી પાણીમાંનો કાદવ પ્યાલાના તળિયે બેસી ગયો અને તેની ઉપરનું પાણી ચોખ્ખું તથા પીવાલાયક બની ગયું.

સ્થિરતા સ્પષ્ટતા લાવે છે. તે પ્રેરણાને આંતરસૂઝમાં ફેરવવાનો અવકાશ પેદા કરે છે. આપણી પાસે પ્રખ્યાત લોકો જેવા કે આર્કિમીડીઝ, ઑગસ્ટ કેકુલે અને મેરી ક્યુરી જેવાંઓનાં અનેક ઉદાહરણો છે કે જેમણે તેમની શોધખોળો એવી ક્ષણોમાં કરી હતી, કે જ્યારે તેમની અવસ્થા વિશ્રાંતિમાં, છતાં જાગૃત હતી તથા મન સ્થિર અને ધ્યાનસ્થ હતું. આવી પળોમાં ગૂઢ સત્યો જાતે પ્રગટ થયાં.

આજના ભાગદોડના જમાનામાં સ્થિરતા આવશ્યક છે. એ સિવાય, આપણે જીવનની સુંદરતા ચૂકી જઇએ છીએ. તે ક્ષણની કલ્પના કરો, સુંદર મુલાયમ ગુલાબના ફૂલની પાંખડીઓ ખુલી રહી છે અને તેની સુગંધ હવામાં ફેલાઈ રહી છે. પરંતુ જો તમે હવાઈયાત્રા કરી રહ્યા હો, તો તમને બહારનું કશું જ દેખાતું નથી. જો તમે ખૂબ જ ઝડપથી જઇ રહેલી મોટરગાડીમાં મુસાફરી કરી રહ્યા હો, તો પણ તમને બહાર કશું જ દેખાતું નથી. પરંતુ જો તમે ફૂલની પાસે સ્થિર ઊભા હશો, તો તમે તેની સંપૂર્ણ સુંદરતાને મુક્તપણે માણી શકશો. બ્રહ્માંડમાં જો સૌથી ઝડપી કંઇક છે, તો તે મન છે. જો મનમાં બેચેનીનું તોફાન ચાલતું હોય, તો શું તમે તમારા હૃદયમાં ખીલેલી સુંદરતાને માણી શકશો?

તમારું આધ્યાત્મિક સંરચના અભિયાન, તમારી આંતરિક સ્થિરતાને પહેલા દિવસથી જ જાગૃત કરે છે. ધ્યાન, તમારી ચેતનામાં સ્થિરતા લાવે છે, જે મનને એક જગ્યાએ સ્થિર રાખવામાં મદદ કરે છે. જ્યારે આપણે સાતમાં ચક્ર પર પહોંચીએ છીએ, ત્યારે ત્યાં જે સ્થિરતા પ્રગટ થાય છે, તેનું પરિમાણ આપણને મંત્રમુગ્ધ કરી દે છે. આ ક્ષેત્રને પરબ્રહ્માંડ ક્ષેત્ર પણ કહે છે, જેનો અર્થ એ છે કે તે બ્રહ્માંડ કરતાં પણ વિશાળ છે. તે ચેતનાનો વિશાળ વિસ્તાર છે.

સાતમાં ચક્ર ઉપર અનુભવાતી હાલતો

આ ક્ષેત્રના સંશોધન માટે કંઇ કેટલાય જીવનકાળ લાગી શકે છે. તે એક અલગ પરિમાણમાં પ્રવેશવા જેવું છે, જ્યાં સાધક એવું અનુભવે છે, કે તે અપાર સ્થિરતા, શક્તિ અને સુંદરતાના વિસ્તારના કિનારે છે. હાર્ટફુલનેસ એવી યાત્રા છે કે સાધક આ

ક્ષેત્રનો બહોળો અનુભવ પ્રાપ્ત કરે છે, વિશેષ રૂપે, આ ક્ષેત્રની સ્થિરતા અને વિશાળતાનો અનુભવ મેળવે છે.

સાતમાં ચક્ર ઉપરની ચેતના – સંપૂર્ણ સ્થિરતા અને અનંત ગતિ

સાતમાં ચક્ર ઉપર, સાધક ચક્રવાતના કેન્દ્રમાં હોય, તો પણ સ્થિર રહે છે. તમારી આસપાસ અનિશ્ચિતતા, અરાજકતા, તણાવ અને તમારી આંતરિક શાંતિને ખલેલ પહોંચાડી શકે એવું બીજું ઘણુંબધુ હોવા છતાં પણ તમે સ્થિરતામાં કેન્દ્રિત રહો છો. આવું થવા માટેનું એક વિશેષ કારણ હોય છે. જુઓ, જ્યારે તમે સાતમાં ચક્ર ઉપર સ્થાયી થઇ જાઓ છો, ત્યારે આત્માની સ્થિરતા મનની સ્થિરતા સાથે સુમેળતા અનુભવે છે. આ પોતાના સ્થાને બંધબેસતું હોવા જેવું છે: આ એજ ક્ષણ છે જ્યારે તમે તમારી અંદરના ઉચ્ચ અસ્તિત્વને ઓળખો છો.

એકવાર આત્મા અને મનના સ્પંદનમાં સુમેળતા આવી જાય પછી તમારા મનની સ્થિરતાને કોઇ ડગાવી શકશે નહીં. તમારી આસપાસની દુનિયામાં ઘણું બધું થઇ રહ્યું હોવા છતાં તમે કેન્દ્રિત રહો છો. તમને તમારી અંદર સોળે કળાએ ખીલી રહેલા આત્માની અગાધ સુંદરતા સમજાય છે અને તમારી સ્થિરતા, શાંત અને સંતુલિત રીતે ચોતરફ ફેલાય છે.

સ્થિરતાનો અર્થ એ નથી કે તમે સ્થગિત થઇ ગયા છો. તમે બાળકો દ્વારા દોરીથી ફેરવાતા લાકડાનાં ભમરડાંનો વિચાર કરો. જ્યારે ભમરડો ખૂબ જ ઝડપથી ગોળગોળ ફરતો હોય છે, ત્યારે તે સ્થિર હોય છે. જ્યારે તેની ઝડપ ધીમી પડે છે, ત્યારે તે ડોલતો હોય છે. તમારી ચેતનાનું પણ બરાબર આના જેવું હોય છે: તે એટલી ઝડપથી ફરતી હોય છે કે તમે બ્રહ્માંડની આંખે સ્થિર દેખાઓ છો. આમ, ચેતનાનો સાતમાં ચક્ર પરનો ગુણધર્મ હોય છે: સંપૂર્ણ સ્થિરતા અને અનંતગતિ.

જ્યારે સાધક આ ચક્ર સાથે લય પ્રાપ્ત કરે છે, ત્યારે તેને ડગાવી શકાતો નથી; પછી ભલે ને તે અભ્યાસનો વિષય હોય, વેપારના સોદાને અંતિમ ઓપ આપવાની બાબત હોય, કુટુંબની કાળજી લેવાની બાબત હોય કે પ્રકૃતિના આદેશ મુજબ તેના વતી કામ કરવાનું હોય, તે મનને આ બધાજ ક્ષેત્રોમાં વારાફરતી સ્થિર કરી શકે છે. તેમની ઉશ્કેરાટની ક્ષણોમાં પણ સ્થિરતા હશે, જે અંદર વિપુલ શાંતિ દર્શાવે છે. જો તમે આવી હાલતવાળી કોઇ વ્યક્તિની સંગતમાં હો, તો તમે પણ તે હાલતનો સાર ગ્રહણ કરશો અને તેમાંથી લાભ મેળવશો. તમે તમારા હૃદયમાં તેમની શાંતિ અને સ્થિરતા અનુભવશો.

આવી હાલત અને અન્ય ઘણી ઉચ્ચ હાલતો ચેતના ઉપર પ્રભુત્વ મેળવવાથી આવે છે. આધ્યાત્મિક સંરચના અભિયાનમાં સંપૂર્ણ વિકાસ સ્વાભાવિક રીતે જ તમને આવી

હાલતોની સન્મુખ લાવી દેશે. આપણે એ હાલતોને ઝંખતા નથી હોતાં કે ચેતનાની એ અલગ અવસ્થામાં પ્રવેશ માટે વિશેષ પ્રયત્નો પણ કરતાં નથી હોતાં. આપણે ચેતના પર એ સ્તરનું પ્રભુત્વ ઇચ્છતા હોઇએ છીએ કે જે ચેતનાની અવસ્થા જરૂરિયાત મુજબ નીચલા સ્તરે પણ ઉતરી શકે.

પરબ્રહ્માંડ ક્ષેત્ર – એક ઊર્જાસ્ત્રોત

સ્થિરતા ઉપરાંત, ઊર્જા અને વિસ્તરણ સાતમાં ચક્ર ઉપર એક નવો અર્થ લે છે. આ ચક્ર અખૂટ ઊર્જાનો ભંડાર છે. ઊર્જા અહીંથી છઠ્ઠા ચક્ર પર નીચે ઉતરે છે, જ્યાંથી તેનું વિસ્તરણ અન્ય નીચલા ક્ષેત્રોમાં થાય છે. જ્યારે તમે આ ચક્રમાં લય થઇ જાઓ છો, ત્યારે તમે નીચેના બધા ચક્રો પણ ઊર્જાથી શક્તિશાળી બનતા અનુભવશો. જે રીતે આકાશમાં વીજળી થાય, તે જ રીતે સાતમાં ચક્રમાંથી ઊર્જા, બધા નિમ્ન ચક્રોમાં જઇ, તેનાં વિસ્તરણમાં મદદ કરે છે.

ક્યારેક તમારાં ધ્યાન દરમિયાન, તમે સાતમાં ચક્ર પર હો, ત્યારે તમને એવું લાગશે કે જાણે કે તમારા ધ્યાનનું ક્ષેત્ર તમારા હૃદયમાંથી વિસ્તરણ પામી બહારની તરફ વિકસી રહ્યું છે. જ્યારે તમે ધ્યાનમાંથી બહાર આવો છો, ત્યારે તમને અંદર અને બહાર વિસ્તરણની સ્પષ્ટ અનુભૂતિ થાય છે. કેટલાકને તે વિસ્તરણ પોતે ઉન્નતિ કરતાં હોય તેવું લાગે છે, જેમાં તેઓ ઉચ્ચ સ્તરે ઊર્જાના તરંગો ઉપર સવાર થઇ વધુ ઊંચે ને ઊંચે જતાં હોય તેવું લાગે છે. ચેતના એટલી બધી મુક્ત બને છે કે તમે તેને દરેક દિશામાં પ્રક્ષેપિત થતી અનુભવી શકો છો. કેટલાક સંવેદનશીલ અભ્યાસીઓને લાગે છે કે તેઓ ચારે દિશામાં વિસ્તરણ પામ્યા છે અને અંતર ક્યારેય અવરોધ રૂપ લાગતું નથી. કેટલાકને તો વિશ્વ પણ નાનું લાગે છે.

અંતઃસ્ફુરણાની ક્ષમતા વિકસાવવી.

શક્તિની ફસામણીઓ – વળાંકો અને આધિપત્યનું પ્રદર્શન

આ ચક્ર, શક્તિઓનો અને ઊર્મિઓનો વળાંકોથી ભરપૂર મહાસાગર છે. જ્યારે સાધક આ ક્ષેત્રમાંથી પસાર થાય છે, ત્યારે તે ઉન્માદ અનુભવે છે. શક્તિ દ્વારા ઉત્પન્ન થયેલ આ ઉન્માદની લાગણી, એ ઉન્માદયુક્ત અહંકારની

નિશાની છે. આ ઉન્માદની અસરો, આંતરિક આધ્યાત્મિક બેચેની દ્વારા સંતુલિત થાય છે, જે સાધકને આગળ વધવામાં મદદ કરે છે. વધુમાં, જો કોઈ આ હાલતો પ્રત્યે સજાગ રહે, તો યાત્રા વધું ઝડપથી થાય છે.

આ ઉન્માદ ઉપરાંત, કેટલાંક લોકો આ સામર્થ્યની આકર્ષક અસરો માણે છે તથા પોતાને અજેય હોવાનું અનુભવે છે. આ કહેવાતી અજેયતાની અસર કોની પર થતી હોય છે? મોટેભાગે આપણા પ્રિયજનો જ આ દબાણ હેઠળ હોય છે.

વૈદિકકાળમાં ભારતમાં દુર્વાસા નામે એક સંત રહેતા હતા. તેઓ તેમની શક્તિ અને કઠોરતા માટે કુખ્યાત હતા. તેમનો પ્રત્યેક શબ્દ અન્યોને એ હદે પરેશાન કરી દેતો કે આંખમાં આંસુ આવી જાય અને તેઓ આસપાસ હોય, ત્યારે લોકો ભયથી થીજી જતા હતા. તેમનું જીવન ભય ફેલાવવાની અને બીજાઓને બેચેન કરવાની ગાથા હતી. તેઓ તેમની આસપાસના લોકો પાસેથી પ્રેમ અને હૂંફ મેળવવા ઇચ્છતા, પરંતુ તેને બદલે દુર્વાસા ભય અને ક્રોધનું વાતાવરણ પેદા કરતા અને પોતે જ તે પ્રેમ અને હૂંફથી વિમુખ રહેતા હતાં. હું આ ઉદાહરણ તમને એટલા માટે યાદ કરાવું છું કે આપણે બધા આ માર્ગ ઉપર 'મૂળ સ્રોત' સાથે એક થવા આવ્યા છીએ. અહીં આપણે પોતે પ્રેમ બનવા આવ્યા છીએ.

આપણે આપણી આધ્યાત્મિક યાત્રામાં આગળ વધીએ, તેની સાથે સાથે એ મહત્ત્વનું છે કે આપણી રહેણીકરણી, ખાસ કરીને આપણા શબ્દો અને કાર્યો આપણા હૃદયની પ્રેમાળ કોમળતાને દર્શાવે. આપણે જે શબ્દો વાપરીએ, તે અન્યોને હૃદય સાથે જોડવાનાં સેતુ તરીકે પણ કામ કરી શકે છે અથવા તે કાંટા જેમ અન્યની લાગણીઓને ઠેસ પણ પહોંચાડી શકે છે. સાતમાં ચક્ર પર, એ વિશેષપણે અગત્યનું છે કે બળવાન કે ચઢિયાતાં હોવાની લાગણીને વિનમ્રતા અને દયા દ્વારા સંતુલિત કરવામાં આવે. આનો અર્થ એ છે કે આપણે સાવચેતીપૂર્વક શબ્દો વાપરીએ અને કરુણા અને સન્માનપૂર્વક વાત કરીએ.

પ્રકૃતિના કામ માટેની શક્તિઓ

સાતમાં ચક્ર ઉપર, ઘણીબધી શક્તિઓ હોય છે અને મહાન યોગીઓ પ્રકૃતિના કામ માટે આ શક્તિનો ઉપયોગ કરી શકે છે. આ શક્તિઓ એટલી પ્રચંડ હોય છે કે તે આકાશગંગાને અને ગ્રહોને પણ હલાવી શકે. સાતમું ચક્ર સૌથી પ્રચંડ શક્તિના સાધન, 'મહાકાલ ચક્ર'નું ઘર છે, જે બ્રહ્માંડના નકારાત્મક તત્ત્વોને સાફ કરવા અને વ્યવસ્થાને પુનઃસ્થાપિત કરવા વપરાય છે.

એ નોંધવું જરૂરી છે કે આ શક્તિઓ આનંદ માટે, કે તેનો દેખાડો કરવા માટે અથવા અન્ય ઉપર હકુમત ચલાવવા માટે નથી. તે માનવતાની ભલાઈ માટે હોય છે અને ઉન્નત આત્માઓ દ્વારા પ્રકૃતિના આદેશ હેઠળ કામ કરવા માટે તેનો ઉપયોગ કરાય છે. હાર્ટફુલનેસ એ પ્રેમનો માર્ગ છે, શક્તિનો નહીં. આ પદ્ધતિ એ રીતે રચવામાં આવી છે કે અભ્યાસીઓને માર્ગમાં આવતી કોઈપણ શક્તિઓથી દૂર રાખવામાં આવે છે. ઉપરાંત, આપણા માર્ગમાં આવતી શક્તિની કોઈપણ અસરોનો ઉપયોગ યાત્રામાં આગળ વધવાની ગતિ વધારવામાં કરવામાં આવે છે.

દાજી સાથે પ્રશ્નોત્તરી

દાજી, મેં ઘણીવાર યોગીઓની અલૌકિક શક્તિઓ અંગે, ખાસ કરીને તેમની અપાર્થિવ યાત્રા વિષે સાંભળ્યું છે. આના વિષે તમે વધુ કહી શકો?

અવકાશી યાત્રા, એ અધતન સંસ્કૃતિના પુસ્તકો તથા ફિલ્મોનો પ્રચલિત વિષય છે, સ્ટારવૉર્સમાં: ધ લાસ્ટ જેડાઇમાં, લ્યુક સ્કાયવોકર કિલો રેનનો અને તેના સૈન્યને સામનો કરવા માટે તેના અવતારને મોકલે છે. આ સર્જનાત્મક વર્ણન મનોરંજન માટે હોય છે, જ્યારે આ અપાર્થિવ યાત્રા આધ્યાત્મિક કામ માટે હોય છે.

જ્યારે તમે સાતમાં ચક્ર ઉપર હો છો, ત્યારે અવકાશી યાત્રાની શક્યતા ઊભી થાય છે. અવકાશી યાત્રા યોગીને જ્યાં પણ કામ કરવાની જરૂર ઊભી થાય છે, ત્યાં જવા માટે સક્ષમ બનાવે છે. સૂક્ષ્મ શરીર જે તે કાર્યક્ષેત્રમાં કાર્ય પૂર્ણ કરી પાછા ફરવાના ઈરાદા સાથે મોકલવામાં આવે છે, યોગી એકજ

સમયે ઘણા સ્થળોએ તેના સૂક્ષ્મ શરીર મોકલી શકે છે. બાહ્ય જગતમાં, આપણે એક સ્થળેથી બીજા સ્થળે યાત્રા કરીએ છીએ. આંતરિક જગતમાં યાત્રા એવી છે કે તમે ક્યાંય જતા નથી, છતાં તમારી હાજરી તમે જ્યાં ઇચ્છો, ત્યાં હોય શકે છે.

અંતઃસ્ફુરણા, એ પ્રેરણાના રૂપમાં મળતું આંતરિક માર્ગદર્શન છે. આ પ્રેરણાઓ ધ્યાન દરમિયાન અથવા જ્યારે તમે ધ્યાનમય અવસ્થામાં હો છો અથવા કયારેક સ્વપ્નોમાં હો, ત્યારે પણ મળી શકે છે. સાદગી, શુધ્દતા અને નિઃસ્વાર્થપણું અંતઃસ્ફુરણા ઊભી થાય, તેવી હાલતો પેદા કરે છે.

સાતમું ચક્ર અવકાશી ક્ષેત્ર છે અને સૂક્ષ્મ પ્રકારની અંતઃસ્ફુરણાની ક્ષમતા વિકસવાનું અહીંથી શરૂ થાય છે. આંતરિક બદલાવને ઝડપી કરવા, અભ્યાસીએ શું કરવું અને શું ન કરવું, કેવી રીતે કામ કરવું, શું નિર્ણય લેવો, કેવી જીવનશૈલી અપનાવવી વગેરે વગેરે પ્રેરણાઓ મળતી રહે છે. અવકાશી આયામ સંકેતો અને સૂચનો આપતું રહે છે. તે શક્તિથી ભરપૂર વિચારો જેવુ છે. તેને હકીકત બનાવવાનું કામ આપણું છે. આપણે તેનો આગળ વિકાસ કરી શકીએ અથવા તેને ઢીલમાં મૂકી દઇએ કે પછી તેને ખતમ કરી નાખીએ. આ બધું આપણા ઉપર નિર્ભર રહે છે.

તમે અંતઃસ્ફુરણાનાં માર્ગદર્શનને તમારી સુખાકારીનું ધ્યાન રાખનાર વડીલની મૈત્રીપૂર્ણ સલાહ માની શકો છો. તે તમારા સારા માટે અને વિકાસના સ્થાનેથી આવે છે. જેમ જેમ તમે તેનો વધુ ને વધુ સ્વીકાર કરી, તેને અનુસરતા રહો છો તથા તમને ખાતરી થતી રહે છે કે 'હા, તે કાર્ય કરે છે.' તેમ તેમ તે માર્ગદર્શન વધારે ને વધારે પ્રમાણમાં તમારી તરફ વહે છે.

અહમ્ બ્રહ્માસ્મિ (હું જ બ્રહ્મ છું) – હું જ આદિ-સ્રોત છું

જેમ જેમ સાધક આ ચક્રો મારફતે યાત્રામાં આગળ વધતો જાય છે, તેમ તેમ પોતે પરમ-સત્યથી અભિન્ન હોવાની લાગણી આવતી જાય છે. સાધક જેમ જેમ ઉચ્ચ ચક્રો તરફ આગળ વધતો જાય છે, તેમ તેમ આ લાગણી વધું ને વધું સૂક્ષ્મ થતી જાય છે. પરમ-સત્યથી અભિન્ન હોવાની લાગણી ત્રણ સ્તરે અનુભવાય છે.

નિમ્ન સ્તરે, 'હું સ્રોત છું' એવી લાગણી સ્વરૂપે તે દેખાય છે – એટલે કે મારી અને સ્રોત વચ્ચે કોઈ અલગાવ નથી. તે પછી, તે 'બધું જ સ્રોત છે' એવી લાગણીમાં ફેરવાય છે જે સાર્વત્રિક અવિભાજ્યતાનો ખ્યાલ દર્શાવે છે. સૃષ્ટિમાં દરેકનું સ્રોત સાથે જોડાણ

હોય છે. છેલ્લે, બધુંજ સ્ત્રોતમાંથી છે એવી લાગણી છે. આ લાગણી, અનઅસ્તિત્વ તરફ દોરી જતાં બધા જ ખ્યાલોનાં નિર્મૂલનની લાગણી છે. દરેક ચક્ર ઉપર, આ ત્રણ લાગણીઓ ઉદ્ભવે છે, પરંતુ સાતમાં ચક્ર ઉપર, અભ્યાસીનું મન આ લાગણીઓ સાથે સારી રીતે સુમેળતા સાધે છે અને આ હાલત ખૂબજ સ્પષ્ટ રીતે અનુભવાય છે.

આલ્બર્ટ આઇન્સ્ટાઇને એક વખત કહ્યું હતું, 'જે વ્યક્તિ અચરજ પામતા થોભી, ભાવવિભોર થઈ ઊભી નથી રહી જતી, તે એક મૃત વ્યક્તિ જેવી જ છે, તેની આંખો બંધ થઈ ગઈ છે.' સાતમાં ચક્રની આપણી યાત્રા આપણી અંદર સૌથી પરિશુદ્ધ સ્થિરતા ભરી દે છે. અંદરની સ્થિરતા વિસ્મયને જન્મ આપે છે, જે તેની પછીના ચક્રની યાત્રા માટે પ્રેરે છે.

આત્મચિંતન

જ્યારે માનસિક ઘોંઘાટ શાંત થઈ જાય, ત્યારે તમને ક્યારેય અંતઃસ્ફુરણા અનુભવાઈ છે, ખરી?

તમે તમારા હૃદયને મૌન દરમિયાન જેટલું વધારે સાંભળશો, તેટલું વધારે તમારું જીવન પણ બદલાઈ શકે, એ બાબતે તમને શું લાગે છે?

22.

આઠમું ચક્ર – શરણાગતિ

ચક્ર 8

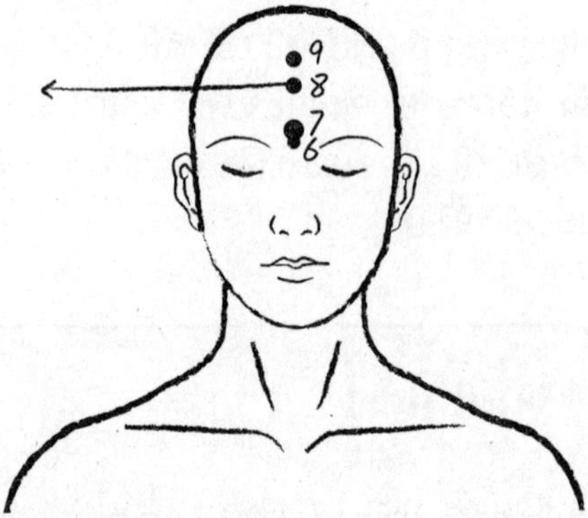

નામ	આઠમું ચક્ર (શરણાગતિ)
મુખ્ય તત્ત્વ	અગ્નિ
રંગ	સફેદ
સ્થાન	છઠ્ઠા ચક્રથી ત્રણ આંગળી જેટલાં અંતરે, ઉપરની તરફ
લાક્ષણિકતા	શાંતિ
મુખ્ય લાગણીઓ	વિસ્મય, શાંતિ, શરણાગતિ
સમાન સ્પંદનો	ત્રીજું ચક્ર
નજીકના બિંદુઓ	ચિત-લેક, ઉત્તેજના, સરસ્વતી
ક્ષેત્ર	શરણાગતિ, પ્રપન્ન

કોસલ રાજ્યમાં આવેલા જાલિની જંગલમાં એક ડાકુ રહેતો હતો, જે વટેમાર્ગીઓને મારી નાખતો હતો અને તેમના જમણા હાથની ટચલી આંગળીઓને સંભારણા તરીકે એકત્રિત કરતો હતો.[23] તે આ આંગળીઓની માળા બનાવતો અને તેને ગળામાં પહેરતો. તેના આ હિચકારા કૃત્યને કારણે તેને અંગુલિમાલ નામ મળ્યું હતું, જેનો અર્થ થાય છે ' આંગળીઓની માળા પહેરનારો.' આગળ આ દંતકથા કહે છે કે તેણે 999 લોકોની હત્યા કરી હતી અને તેની માળા પૂર્ણ કરવા માટે હજારમાં શિકારની રાહ જોઈ રહ્યો હતો.

એ દિવસે જ્યારે તે તેના આગલા શિકાર માટે જંગલમાં ફરી રહ્યો હતો, ત્યારે નશીબજોગે તેણે એક સાધુને એકલા લટાર મારતા જોયા. તે સમયે, રાજ્યમાં દરેકને આ ડાકુની દુષ્ટતા વિષે ખબર હતી અને કોઈ એકલા જંગલમાં જવાની હિંમત કરતું નહોતું. પણ આ તો એક સાધુ હતા, એકલા ચાલવાની મજા માણી રહ્યા હતા. અંગુલિમાલે સાધુને પકડવા માટે દોડ લગાવી. પણ જેમ જેમ તે સાધુની નજીક પહોંચતો, તેમ તેમ તે સાધુ વધુને વધુ દૂર જતા હોય, તેવું તેને લાગતું હતું.

કેટલાક નિષ્ફળ પ્રયાસો કર્યા પછી, હતાશ થઈને તેણે બૂમ મારી, 'એ સાધુ! રોકાઈ જા!'

આ સાધુ, તે ભગવાન બુદ્ધ હતા, તેમણે અંગુલિમાલ તરફ જોયું અને તેમની આંખો અંગુલિમાલની આંખો સાથે મળી. તે ક્ષણે ડાકુએ બુદ્ધની આંખોમાં અનંત ઊંડાણો જોયાં.

'હું તો રોકાઈ ગયો છું,' બુદ્ધે ધીમેથી કહ્યું. 'તું ક્યારે રોકાઈશ?'

બુદ્ધની દયા અને પ્રેમાળ સહાનુભૂતિથી અંગુલિમાલના નફરત અને ક્રોધ ઓગળી ગયા. માત્ર એક નજર અને થોડાક શબ્દોએ અંગુલિમાલને બદલી નાખ્યો. તે બુદ્ધના પગમાં પડ્યો અને પાપમાંથી મુક્તિ અપાવવા માંગ કરી. એવું કહેવાય છે કે અંગુલિમાલ બુદ્ધના શિષ્ય બન્યા અને તે પછીથી તેમણે શાસ્ત્રો પણ રચ્યા હતા.

અંગુલિમાલે જે લાગણી અનુભવી, તે હતી, વિસ્મય. એક વિલક્ષણ ક્ષણ, જ્યારે તમે અતિ અલૌકિક, ભવ્ય અને શાશ્વત સાથે સાક્ષાત થાઓ છો અને તમારા બધા ખ્યાલો, તમારી વૃત્તિઓ અને તમારાં વૈચારિક ઢાંચા, બધું જ ઓગળી જાય છે. વિસ્મયની આવી ક્ષણોમાં, માનવ હૃદયનું પરિવર્તન થાય છે.

વિસ્મયનો અભ્યાસ કરતા આધુનિક સમયના મનોવૈજ્ઞાનિકો તેને આધ્યાત્મિક, નૈતિક અને સૌંદર્યલક્ષી લાગણી તરીકે વર્ણવે છે.[24] યોસેમિટીનાં ગ્રેનાઈટનાં ગગનચુંબી ખડકો, પેસિફિક મહાસાગરની અસીમતા, મંત્રમુગ્ધ કરતી વર્મીરની સુંદરતા, ધ્યાનની ગહન ઊંડાઈ – આવા અનુભવો તમને વિસ્મયથી ભરી દે છે. આવી અલૌકિક ક્ષણોમાં તમારી લઘુતાને પણ તમે માણો છો. બ્રહ્માંડમંડળમાંની તમારી યાત્રાના અંત વખતે (સાતમાં ચક્ર પર), તમે વિસ્મય અનુભવવાનું શરૂ કરો છો, જે આઠમાં ચક્રમાં તેની

ચરમસીમાએ પહોંચે છે. તમે તમારી ચેતનામાં થતાં પરિવર્તનના સાક્ષી બનો છો, જે તમારા હૃદયમાં શાંતિ લાવે છે. મૌન, એ પરમાનંદ માણવાનું એક વલણ છે અને મૌનમાં જ, તમે તમારા કરતાં ઘણી મહાન વસ્તુ તરફ ખેંચાતા જાઓ છો.

આધ્યાત્મિક અનુભવોનો આ વિસ્મય, અહમને સૂક્ષ્મ કરવામાં મદદ કરે છે. એક મહાન ખ્યાલ સાથે બળજબરીથી જોડાઇને અહમ પર વિજય મેળવવો, એ કૃત્રિમ છે અને તે અસરકારક નથી હોતું. પરંતુ જ્યારે તમે કોઈ મહાન વસ્તુનો અનુભવ કરો છો અને તેની સાથે તમારું જોડાણ અનુભવો છો, ત્યારે પરિણામી વિસ્મય તમને તે મહાન આદર્શ પર ધ્યાન કેન્દ્રિત કરવામાં મદદ કરે છે. આ રીતે અહમનું ધ્યાન 'હું અને મારી જાત' પરથી 'તું અને તારી' તરફ જાય છે.

વિસ્મયથી શરણાગતિ તરફ

આ નિમ્ન સ્વ (હું) પરથી ઉચ્ચ સ્વ ('તું') તરફ ધ્યાન જાય, તે શરણાગતિની શરૂઆત છે. તે તમારી ચેતનામાં એક ભવ્ય યુગારંભ છે અને પ્રયત્ન-પૂર્વક પ્રાપ્ત કરવાં યોગ્ય લક્ષ્ય છે. હું અંગ્રેજીમાં 'સરંડર' (surrender) શબ્દનો ઉપયોગ કરું છું, પણ યોગિક પરંપરામાં, ખરો શબ્દ શરણાગતિ અથવા પ્રપત્તિ છે. તે પ્રેમાળ અવલંબનની સ્થિતિ છે અને જીવનમાં જે તમારી પાસે આવે છે, તેની આદરણીય અને આનંદપૂર્વક સ્વીકૃતિ છે. તમે શરણાગતિને 'મર્યાદિત સ્વ'ને અને તેના બંધનને છોડવા, તરીકે વિચારી શકો છો.

આઠમાં ચક્રથી, 'છોડતા જવું' એ જ તમારી યાત્રા છે. સીડી પર ચઢવા માટે, તમે નીચલા પગથિયાંને છોડી દો છો, જેથી તમે વધારે ઉપર જઇ શકો. વૃક્ષો પર નવા પાંદડા આવે, તે માટે જૂના પાંદડાને છોડી દે છે. ફૂલો બીજને છોડે છે અને તેના પરિણામે, ફૂલોથી છવાયેલા ઘાસના મેદાનો બને છે. તમે પણ, ચેતનાની વધુ ઉત્કૃષ્ટ અવસ્થાઓ પર પહોંચો છો, કારણ કે તમે પહેલાની સ્થિતિઓને છોડી દીધી છે.

જતું કરવાનો અર્થ છે, તમારાં વિકાસની તરફેણમાં નિર્ણયો લેવા અને તે નિર્ણયોને પ્રેમથી અમલમાં મૂકવા. જેમ જેમ તમે ઉન્નત થતાં જાઓ છો, તેમ તેમ તમે જે બોજો વહન કરી રહ્યા હો છો, તે બધાને તમે છોડતા જાઓ છો. બોજો એટલે પૂર્વગ્રહો, ક્રોધ, ઇર્ષ્યા, અપરાધ, પસંદ અને નાપસંદ અને આત્માને બોજરૂપ થઇ શકતો બધો જ ભાવનાત્મક સર-સામાન. અમુક સામાન તમે સફાઇ પ્રક્રિયામાં જવા દો છો. બાકીનો બધો સામાન(બોજો) તમે ગુરુજીને સોંપી દો છો અને આગળ વધો છો. યાત્રામાં, જો તમે આ સામાન ગુરુને આપવા સંમત થાઓ, તો ગુરુજી આ સામાનની જવાબદારી લઇ લે છે. શરણાગતિ એટલે બીજું કંઇ નહીં, પરંતુ ગુરુને બોજો સોંપી દેવો, જેથી તમે હળવા થઇને યાત્રામાં આગળ વધી શકો.

આઠમાં ચક્ર પહેલાં, શરણાગતિ માટે ખૂબ દબાણ અને ખેંચાણ હતું. આ સમજી શકાય તેવું છે, કારણ કે અહમને તેના અસ્તિત્વ માટે કશાક સાથે જોડવાની જરૂર હોય છે. પરંતુ જેમ જેમ તમે અહમને પરિશુદ્ધ અને ઉત્કૃષ્ટ કરતા જાઓ છો, તેમ તેમ જતું કરવાની વૃત્તિ કુદરતી રીતે પ્રગટ થાય છે. આ વિચારને દર્શાવવા માટે ધર્મોએ પ્રતીકવાદનો ઉપયોગ કર્યો છેઃ ગાયોની વચ્ચે ઊભા રહેલા ભગવાન શ્રી કૃષ્ણ. ગાયો તેમના ભરણપોષણ અને જીવન ટકાવી રાખવાની ચિંતાઓ છોડી દઈ સંતુષ્ટ બની રહે છે. તેઓ જાણે છે કે જે ગોવાળ તેને ગોચરમાં લઈ ગયો હતો, તે તેમને પાછા ગમાણમાં લઈ આવશે. ભગવાન ઇસુ એક ઘેટાનાં બચ્ચાંને તેમના હાથમાં તેડે છે, તે પણ ઉપરોક્ત ઉદાહરણની જેમ જ એક સારા ભરવાડની દ્રષ્ટિ દર્શાવે છે, જે ઘેટાના ટોળાને ઈશ્વરના પ્રેમાળ આગોશમાં મળેલ સુરક્ષિત સ્થિરતા બતાવે છે.

આપણી પણ તેવી જ હાલત બને છે. બધું જેવું હોવું જોઈએ, એવું જ દેખાય છે. આત્મા અને આદિ સ્ત્રોત વચ્ચેનો અલગાવ ઘટી રહ્યો છે. તમારું ધ્યાન હવે એકમાત્ર લક્ષ્ય - 'કેન્દ્ર' પર કેન્દ્રિત હોય છે. અત્યાર સુધી, તમારી નિષ્ઠા, તમારા પ્રયત્નો અને તમારી શક્તિ તમને આગળ ધપાવે છે. પરંતુ વિસ્મય તમને ત્યારે અહેસાસ કરાવે છે, જ્યારે તમને પ્રેમથી લઈ જવામાં આવે છે, ત્યારે શા માટે સંઘર્ષ કરવો? વિસ્મય શરણાગતિ તરફ દોરી જાય છે, જે તમને શાણપણ તરફ દોરી જાય છે.

આઠમાં ચક્ર પર અનુભવાતી હાલતો

જ્યારે તમે આઠમાં ચક્ર પર પહોંચો છો, ત્યારે ઘણા નોંધપાત્ર ફેરફારો થાય છે. કેટલાક સૌથી મહત્ત્વપૂર્ણ હોય છે –

સુમેળવાળા બનાવો, નિત્યક્રમ બની જાય છે.

તમારામાંના કેટલાક તમારી આસપાસના વાતાવરણ સાથે ઊંડો સુમેળ જોશે. તમે કદાચ કોઈ પ્રશ્ન પર વિચાર કરી રહ્યા હો અને તમે વાંચી રહ્યાં હો, તો તે પુસ્તકમાં જવાબ દેખાય છે. તમે દૂરના ભૂતકાળની કોઈ વ્યક્તિ વિષે વિચારતા હો અને તેઓ તમારા માટે એક નોંધ મૂકે છે. તમે કુટુંબ માટે સારું ઇચ્છો છો અને તે થાય છે. આવી સુમેળતા પહેલા પણ આવી છે, પરંતુ હવે તે એટલી બધી વાર થાય છે કે તમને તેના માટે આશ્ચર્ય નથી થતુ. તે એટલી નિયમિત બાબત બની જાય છે કે તમે તેના પર ભરોસો કરો છો. તમે હંમેશાં સૂચન અથવા સંકેતની રાહ જુવો છો અને તે નિશ્ચિતપણે દેખાય છે. શરણાગતિની તમારી વર્તણૂકમાં અભિવ્યક્ત થવાની આ એક રીત છે. આ વિષય વિષે ઘણું બધું કહી શકાય, પરંતુ રોજિંદા જીવનમાં સુમેળ કેવી રીતે પ્રગટ થાય છે અને તમને માર્ગદર્શન આપે છે, તેનો અનુભવ કરવો, વધુ સારું રહેશે.

ગુરુ સાથે સંબંધ

મેં જોયું છે કે એશિયાના દેશોમાં અને પૂર્વના અન્ય ભાગોમાં, દરેક પરિવાર પાસે પોતાના આધ્યાત્મિક ગુરુ હોય, એ એક સામાન્ય બાબત છે. તેમનાં ઘરમાં ગુરુની તસ્વીર હોઈ શકે છે અને તેઓ તેમના ઉપદેશોનું પાલન કરે છે. મુખ્ય લક્ષ ગુરુ પર હોય છે. બીજી બાજુ, પશ્ચિમમાં, ગુરુ પર લક્ષ કેન્દ્રિત કરતા, પહેલાં પશ્ચિમી મન તેમના ઉપદેશોની મૂલવણી પર અને તેનું મૂલ્યાંકન કરવા પર વધુ ભાર આપે છે. આ તફાવતો હોવા છતાં, લક્ષ્ય એક જ હોય છે: આધ્યાત્મિક વિકાસ.

હાર્ટફુલનેસ, પદ્ધતિમાં તમે આઠમાં ચક્ર પર આવો ત્યાં સુધીમાં, તમે અભ્યાસ કરવામાં વર્ષો, કે કદાચ દાયકાઓ વિતાવ્યા હશે. અત્યાર સુધીમાં, આધ્યાત્મિક સંરચના અભિયાન, તમારા માટે સર્વોચ્ચ પ્રાથમિકતા બની જાય છે. તમે ગુરુ વિષે અધિકૃત જિજ્ઞાસા પણ વિકસાવવા માંડો છો.

વ્યક્તિ અને ભૌતિક હાજરી કરતાં પણ વધારે તમે ગુરુને એક સિદ્ધાંત તરીકે સમજવા આતુર છો. આ વિચારને કારણે સાધક ગુરુને એક માર્ગદર્શક ઊર્જા અથવા એક પ્રેરણા તરીકે વિચારવા માંડે છે. તે અર્થમાં, ગુરુ કોઈ એક ચોક્કસ વ્યક્તિ ન રહેતા, એક વિચારસરણી કે એક ખ્યાલ હોય છે, જે માનવ ચેતનાની સર્વોચ્ચ સંભાવનાને રજૂ કરે છે. વિચારસરણીમાં આવો ફેરફાર કરવાથી સાધકોને પ્રોત્સાહન મળે છે અને તેઓ અંદર જોવા તરફ વળે છે, તેમના આંતરિક શાણપણ સાથે જોડાય છે અને બ્રહ્માંડમાં તેમના સ્થાન વિષે વધુ સમૃદ્ધ સમજ કેળવાય છે. પછી તેઓ ભાવનાત્મક, પ્રશ્નો પૂછે છે, જેમ કે હું હૃદયથી હૃદયના જોડાણને કેવી રીતે ગાઢ બનાવી શકું? ગુરુએ જે અનુભવ્યું, તે હું કેવી રીતે અનુભવું? મારી સાચી ઓળખ શું છે?

શાંતિની પરિશુદ્ધ અનુભૂતિ

સાતમાં ચક્રથી વિપરીત, આઠમાં ચક્ર પર શક્તિ પોતાનું આકર્ષણ ગુમાવતી જાય છે. શક્તિ અને શક્તિના સ્ત્રોત વચ્ચેનો તફાવત સમજાય છે. દરેકના હૃદયમાં મહાન 'સ્ત્રોત' અંકિત હોય છે અને સાધકને શાંતિની સવિશેષ અનુભૂતિ થાય છે. હવે, એકદમ તપતા સૂર્યમાં ચાલતી વ્યક્તિ, નદીના ઠંડા પાણીમાં સ્નાન કર્યા પછી જે તાજગી અનુભવે, તે તાજગી બાબતે વિચારી જુઓ. આઠમાં ચક્રમાં શાંતિની સવિશેષ અનુભૂતિ, તમને તે તાજગીથી નવજીવન આપે છે.

સમગ્ર યાત્રા દરમિયાન, તમે નિયમિત સમયાંતરે શાંતિનો અનુભવ કરો છો. પ્રથમ ચક્રની યાત્રા કર્યા પછી, જ્યારે તમે બીજા ચક્ર પર આવો છો, ત્યારે તમે શાંતિનો આનંદ માણો છો. તેવી જ રીતે, ત્રીજા ચક્ર પર લાગણીઓના પરિણામે થાકેલા, જ્યારે તમે ચોથા, જલ ચક્ર, પર આવો છો, ત્યારે તમે તાજગીભરી શાંતિ અનુભવો છો. હવે ફરીથી,

સાતમાં ચક્રની શક્તિના પરમાનંદ પછી, તમે આઠમાં ચક્ર પર શાંતિની ઉચ્ચ ઊંચાઈ પર પહોંચો છો. જાણે કુદરતે વિરામ સાથે પ્રવાસની રચના કરી ન હોય! આરામ અને કાયાકલ્પ ઉપરાંત, શું કોઈ ખાસ કારણ છે કે શા માટે આ યાત્રાની રચના આ રીતે કરવામાં આવી હશે?

યોગિક પરંપરાઓ આંતરિક શાંતિ માટે વિશેષ નામ ધરાવે છે, તેને 'આત્મ શાંતિ' કહેવામાં આવે છે, જ્યાં તમારા આત્માને શાંતિ મળે છે. આવી શાંતિ એ આત્માના વિશ્વાસનું પરિણામ છે કે લક્ષ્ય માટે પસંદ કરેલા માધ્યમો યોગ્ય છે. જો તે યોગ્ય ન હોત, તો તમને આત્મ શાંતિ ન મળે. તેથી જ નિયમિત સમયાંતરે માર્ગની ખાતરી કરીને આત્મા શાંતિનો સંદેશ આપે છે.

જ્યાં સુધી તમે આઠમાં ચક્ર પર આવો છો, ત્યાં સુધી શાંતિ સ્થાપિત થઈ ગઈ હોય છે. તમે કહી શકો કે આત્મા હવે ઉચિત ઉંચાઈ પર છે, જ્યાંથી તે જોઈ શકે છે અને હિમત આપી શકે છે કે હા, હવે મેં મારો રસ્તો બનાવી લીધો છે. આ તે એક અસાધારણ હાલત છે.

ઉકેલની ક્ષણ – વૈરાગ્ય વિકાસ પામે છે

શું તમને 'ધ મેટ્રિક્સ' ફિલ્મનો અંત યાદ છે, જ્યારે નીઓ લીલા પડદા પર ચાલી રહેલી સંખ્યાઓના કોયડાને ઉકેલે છે અને જ્યારે તે મેટ્રિક્સનો ઉકેલ કરી લે છે અને તેનો હેતુ શું છે, તે જુએ છે? આઠમાં ચક્ર પર, કંઈક આવું જ થાય છે, પરંતુ તે વધુ આનંદદાયક છે. (ભાઈ નીઓ માફ કરજે, પણ અમારા યોગીઓ તમારા સમય કરતાં ઘણા પહેલાં ત્યાં પહોંચી ગયા હતા.)

જ્યારે તમે આઠમાં ચક્ર પર આવો છો, ત્યારે તમે એક આંતરિક અવસ્થા વિકસાવો છો, જ્યાં જીવનનો ઊંડો અર્થ અને હેતુ સ્પષ્ટ થઈ જાય છે. તમે પસંદ અને નાપસંદનું કારણ સમજો છો, તે ઉપરાંત, ઇચ્છાઓની ભૂમિકા, ઉદારતાની જરૂરિયાત, બલિદાનનું મૂલ્ય, નમ્રતાનું મહત્ત્વ અને બીજા ઘણાં ખ્યાલોની પણ સમજ કેળવો છો. તમે તેમની આવશ્યકતાને ઓળખો છો અને આ ઓળખ વૈરાગ્યને શુદ્ધ કરે છે.

અત્યાર સુધીમા, તમારી યાત્રાના દરેક સ્તરે વૈરાગ્ય વધ્યો હોય છે, જેમ જેમ તમે એક ચક્રથી બીજા ચક્ર પર જાઓ છો, તેમ તેમ વધુ શુદ્ધ બનતા જાઓ છો. આ વૈરાગ્ય, એ વસ્તુઓનો અપરિગ્રહ જ નથી, પરંતુ તેને માટે અનાસક્તિ હોવી એ છે. એક એવો પ્રેમસભર વૈરાગ્ય, જેમાં તમે તમારી પાસે જે હોય, તેના માલિક હોવા છતાં, તમે તેનાં ગુલામ નથી હોતાં. પરંતુ આ બિંદુ સુધી વિકસિત ત્યાગને વિશ્વ પ્રત્યે સૂક્ષ્મ અણગમો છે. હવે તેને ટાળવાની ભાવના હોય છે.

આઠમા ચક્ર પર, વૈરાગ્ય પ્રત્યાહાર (સંસ્કૃતમાં ઉપરતિ) તરીકે ઓળખાતી બીજી હાલતમાં વિકાસ પામે છે. પ્રત્યાહારમાં, તમે બધી ઇચ્છાઓથી મુક્ત હો છો, પછીની

દુનિયાને લગતી ઇચ્છાઓથી પણ મુક્ત હો છો. તમારું મન પરમ-સત્ય' પર કેન્દ્રિત હોય છે અને તમારી ઇન્દ્રિયો સંપૂર્ણપણે શુદ્ધ હોય છે. તમે તેનો ઉપયોગ તે હેતુઓ માટે કરો છો, જે, તે હોય છે. આંખો જોવા માટે છે, સરખામણી કરવા માટે નહીં, જીભ નમ્રતાથી બોલવા માટે છે, ગપસપ કરવા માટે નહીં, કાન ફક્ત તે જ સાંભળવા માટે છે, જે ઉમદા છે અને સ્પર્શ જોડવા માટે છે, દૂર કરવા માટે નહીં.

પ્રત્યાહારમાં, તમે જે પણ કામ કરો છો, બધી કર્મેન્દ્રિયો અને જ્ઞાનેન્દ્રિયો સંતુલનમાં હોય છે. તમે એવી શાંતિ અને સ્થિરતાનો અનુભવ કરો છો, જ્યાં પ્રવૃત્તિ તમારા મન પર સહેજ પણ અસર કરતી નથી. તમને એવું લાગે છે કે આખું વિશ્વ એક સ્વપ્ન જેવું છે. મનની પ્રવાહી સ્થિતિનો અભ્યાસ કરતા આધુનિક સમયના મનોવૈજ્ઞાનિકો તે સ્થિતિને એક એવી લાગણી તરીકે સમજાવે છે કે તે અવસ્થામાં તમે જે કંઇ કરી રહ્યા હો, તેમાં પ્રયત્ન કર્યા વગર જ ધ્યાન અપાય છે અને તે પ્રવૃત્તિમાં આનંદ આવે છે. પ્રત્યાહાર અવસ્થા, એ સર્વોત્તમ પ્રવાહી સ્થિતિ જેવું છે.

પ્રત્યાહાર અવસ્થાને પરિપક્વ થવા દેવા માટે, આપણે બધાએ સંયમન કેળવવું જોઇએ. સંયમનનો અર્થ એ છે કે બધી જ જ્ઞાનેન્દ્રિયો અને કર્મેન્દ્રિયોનું સંતુલન, મન પર તેની કોઇપણ પણ છાપ વિના કોઇપણ ચોક્કસ હેતુ માટે તે સમયે કુદરતી રીતે જે જરૂરી હોય,તેના કરતાં વધુ કે ઓછું કંઇ જ નહીં. સંયમન એ પ્રકૃતિની લાક્ષણિકતા અને આધ્યાત્મિકતાનો સાર છે. સૌમ્ય અને નમ્ર ભાષાનો અભ્યાસ, અન્ય લોકો સાથે નમ્ર વ્યવહાર, સાથી માણસો પ્રત્યે સહાનુભૂતિ અને પ્રેમ, વડીલો પ્રત્યે આદર અને પ્રતિશોધ વિનાનો સ્વભાવ, તમારા અસ્તિત્વમાં પ્રત્યાહાર અવસ્થાની સ્થિતિને સ્થાયી થવામાં ખૂબ મદદરૂપ થાય છે.

જેમ જેમ તમે આઠમાં ચક્ર પરથી આગળ વધો છો, તેમ તેમ શરણાગતિની અવસ્થા જીવનમાં નિખાલસપણાનું એક નવું સ્તર બનાવવા માટે ખીલે છે. આપણને તેનો ખ્યાલ પણ નથી હોતો. આપણે કોઇપણ નિર્ણય કર્યા વિના આપણા જીવનમાં આવતી દરેક બાબતને સ્વીકારીએ છીએ. આંખ લક્ષ્ય પર સ્થિર હોય છે અને આદિ સ્ત્રોતની ભવ્યતાની તુલનામાં વ્યક્તિની તુચ્છતાની લાગણી હૃદયમાં પ્રસ્થાપિત થાય છે.

આઠમાં ચક્રની નજીકના બિંદુઓ – ચિત લેક, ઉત્તેજનાના બિંદુઓ અને જ્ઞાન

આઠમાં ચક્રની નજીક અન્ય ત્રણ બિંદુઓ છે – ચિત લેક, ઉત્તેજનાના બિંદુઓ અને જ્ઞાનના બિંદુઓ. આ મુદ્દાઓ આંતરિક શાંતિમાં ફાળો આપવામાં મહત્ત્વપૂર્ણ ભૂમિકા ભજવે છે. ભૌતિક નિકટતાને કારણે આ મુદ્દાઓનું વર્ણન હું અત્યારે આપણે અહીં આઠમા ચક્ર પર છીએ, ત્યારે કરી રહ્યો છું, પરંતુ આ બિંદુઓ પર કામ તો તમારા અભ્યાસની શરૂઆતથી જ થઇ ગયું હોય છે. હાર્ટફુલનેસ ધ્યાન અને સીટિંગની આવશ્યક પ્રથાઓ આ બિંદુઓ પર કાર્યને સરળ બનાવે છે – જે ચક્રનો વિકાસ આંતરિક શાંતિમાં ફાળો આપે છે.

જો તમે તમારા માથામાં અંદરની તરફ સાતમાં અને આઠમાં ચક્રોથી એક ઇંચની રેખાઓ દોરી, એક ત્રિકોણ બનાવશો, તો તે રેખાઓનો મિલન બિંદુ એ છે કે જ્યાં તમને ત્રણ બિંદુઓ મળશે: ચિત લેક, જ્ઞાન બિંદુ અને ઉત્તેજના બિંદુ, આ બધાં દ્રાક્ષના ઝૂમખાની જેમ એકસાથે હોય છે.

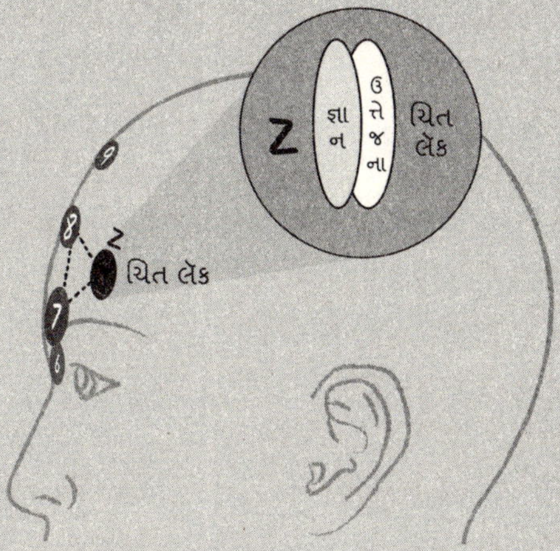

ચિત લેક

વિચારોનો સતત પ્રવાહ જે મનમાંથી ઊતરે છે, તે ચિત લેક નામના ચક્ર દ્વારા ઉત્પન્ન થાય છે. ચિત શબ્દનો અર્થ 'ચેતના' થાય છે અને ચિત લેક એ સ્ત્રોતને દર્શાવે છે કે જ્યાંથી વિચારો ઉતરે છે. ચિત લેકમાંથી પ્રવાહ અથવા વિચારનો

પ્રવાહ, પાંચમાં ચક્રમાંથી પસાર થાય છે અને ત્રણ શાખાઓમાં વિભાજીત થાય છે - તેમાંથી બે પ્રથમ ચક્ર તરફ વહે છે અને ત્રીજી શાખા બીજા ચક્ર તરફ વહે છે.

ધ્યાન દરમિયાન, ચિત લેક સાફ થાય છે અને પરિણામે ચિત લેકમાંથી વહેતો પ્રવાહ પણ સાફ થાય છે. ધ્યાન દરમિયાન જે અસંખ્ય વિચારો આપણને પરેશાન કરતા હોય છે, તે પણ ચિત લેક શુદ્ધ થવાથી શાંત થઇ જાય છે. તમારા અભ્યાસના શરૂઆતના દિવસોમાં ચિત લેકનો રંગ ભૂખરો હોય છે. જેમ જેમ તમે આગળ વધો છો, તેમ તેમ તમે આ ચક્ર પર એક તેજસ્વી માણેક 'રૂબી' જેવો લાલ રંગ જોશો.

જ્ઞાન બિંદુ અને ભાવનાત્મક બિંદુ

ચિત લેક પાસે જ્ઞાન અને ભાવનાત્મક બિંદુ, જોડિયા બિંદુઓ હોય છે. આ એકબીજાને લગભગ સ્પર્શતા બે બિંદુઓ અવિભાજ્ય હોય છે. જો તમે એક પર કામ કરો છો, તો બીજા પર પણ કામ આપોઆપ થતું જ હોય છે.

જ્ઞાન બિંદુ એ તમારા માટે જરૂરી જ્ઞાન માટે છે. આ બિંદુ બૌદ્ધિકોમાં ખૂબ જ સક્રિય હોય છે, પરંતુ જ્ઞાન બિંદુનું પાંગરવું એટલે તરત જ સર્વજ્ઞાની બની જવું તેવું વિચારશો નહીં. તેનો અર્થ એ છે કે જે પણ જ્ઞાનની તમને જરૂર હોય છે, તે વિના પ્રયાસે તમારામાં આવે છે. ઉદાહરણ તરીકે, અભ્યાસના શરૂઆતના દિવસોમાં તમે જે મૂંઝવણ અનુભવી શકો છો, તે ખાતરીમાં પરિવર્તિત થઇ જાય છે કે જે પણ જ્ઞાન જરૂરી હોય છે, તે તમારામાં ઉતરી આવશે.

ભાવનાત્મક બિંદુ એ ઉત્તેજના જગાડવા માટે હોય છે. સંભવ છે કે જેમ જેમ તમે આઠમું ચક્ર પાર કરો છો, તેમ તેમ તમે જે ઉત્તેજના અનુભવો છો, જે તમારા કિશોરવયના વર્ષોમાં તમે જે અનુભવ્યું હશે તેના કરતાં પણ વધારે હોય છે, કારણ કે મન જે જાતીય વિચારોથી ભરાઇ ગયું હોય છે. (વૃદ્ધાવસ્થામાં આઠમાં ચક્ર પર પહોંચનાર કોઇપણ માટે આ એક દુ:ખદ આશ્ચર્ય હોઇ શકે છે; ઘણીવાર, અમુક સ્તરે આપણે એવું માનવાનું પસંદ કરીએ છીએ કે ભાવનાઓએ આપણને પાછળ છોડી દીધી છે.)

ઘણા લોકો તેમની ભાવનાઓને દબાવવા માંગે છે, કારણ કે તેઓ વિચારે છે કે તે આધ્યાત્મિક વિકાસ માટે તે અનુકૂળ નથી. પરંતુ આમ કરવાથી તેઓ

જ્ઞાનને પણ દબાવી દેશે જ્યારે જ્ઞાન બિંદુ સક્રિય હોય છે, ત્યારે તમે ઉત્તેજનાને પણ સક્રિય કરો છો. જ્યારે તમે ઉત્તેજનાને દૂર કરી નાખો છો, ત્યારે તમે જ્ઞાનને પણ દૂર કરી દો છો તેથી, વિચારો દ્વારા ઉત્તેજનાને બળપૂર્વક દબાવવાની સલાહ આપવામાં આવતી નથી. નિયમિત અભ્યાસ દ્વારા અને યોગ્ય વલણ કેળવીને સંયમને વિકસિત થવા દેવો એ વધારે સારી રીત છે. બિંદુ A પર ધ્યાન અને બિંદુ Bની સફાઇ માટેની કેટલીક અદ્યતન પદ્ધતિઓ પણ મદદ કરે છે; તમે આને કોઇપણ પ્રશિક્ષક ટ્રેનર પાસેથી શીખી શકો છો.

જેમ જેમ તમે આઠમાં ચક્ર પરથી આગળ વધો છો, તેમ તેમ શરણાગતિની અવસ્થા જીવનમાં નિખાલસપણાનું એક નવું સ્તર બનાવવા માટે ખીલે છે. આપણને તેનો ખ્યાલ પણ નથી હોતો. આપણે કોઇપણ નિર્ણય કર્યા વિના આપણા જીવનમાં આવતી દરેક બાબતને સ્વીકારીએ છીએ. આંખ લક્ષ્ય પર સ્થિર હોય છે અને આદિ સ્રોતની ભવ્યતાની તુલનામાં વ્યક્તિની તુચ્છતાની લાગણી હૃદયમાં પ્રસ્થાપિત થાય છે

આત્મચિંતન

શું તમે એક ઉદાહરણ યાદ કરી શકો છો કે જ્યારે તમે જીવનની કોઈ પરિસ્થિતિને કેવી રીતે જતી કરી હતી? તે તમને તમારા વિષે શું શીખવ્યું હતું?

શું સારી અને ખરાબ બાબતોને જોઈને માર્ગદર્શન ન આપે એવું જીવન તમારામાં આરામ અને શાંતિ લાવી શકશે?

23.

નવમું ચક્ર – તુચ્છતા

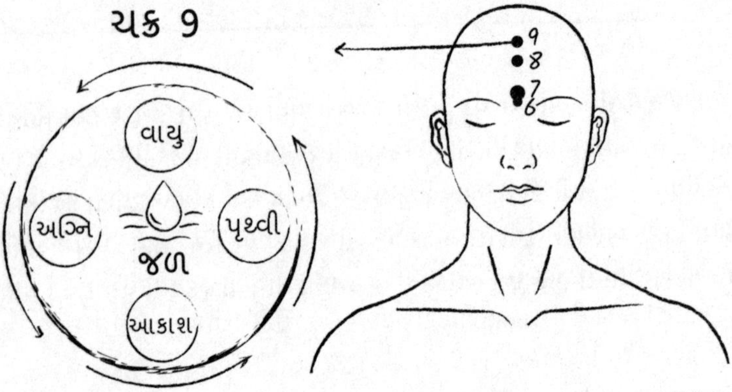

નામ	નવમું ચક્ર – તુચ્છતા
મુખ્ય તત્ત્વ	જળ
રંગ	ભૂખરો
સ્થાન	દસમાં ચક્રથી કપાળ તરફ ચાર આંગળીની પહોળાઇ જેટલા અંતરે
લાક્ષણિકતા	શરણાગતિ અને નમ્રતા
મુખ્ય લાગણીઓ	ચોતરફ દિવ્યતાની અનુભૂતિ
સમાન સ્પંદનો	બિંદુ 4
ક્ષેત્ર	શરણાગતિ અને પરમ તત્ત્વ – પ્રપન્ન પ્રભુ

એકવાર એક સમ્રાટે ચોકના ટુકડા વડે જમીન પર એક રેખા દોરી. પછી, તેના દરબારીઓ તરફ જોઇને તેમણે કહ્યું, "હું ઇચ્છું છું કે તમે આ રેખાને ટૂંકી કરો. પરંતુ તેનાં માટે તમે આ રેખાને ભૂંસી પણ નહીં શકો કે જમીનના કોઈ ભાગને ખોદી પણ નહીં શકો."

જ્યારે કોઈ સમજી શક્યું નહીં કે રેખા કેવી રીતે ટૂંકી કરવી, ત્યારે રાજાનો પ્રિય મંત્રી અંદર આવ્યો. તેણે ચોકનો ટુકડો લીધો અને રાજાએ દોરેલી રેખાની બાજુમાં એક લાંબી રેખા દોરી. એક જ ક્ષણમાં, રાજાએ દોરેલી રેખા ટૂંકી થઈ ગઈ.

નવી રેખા દોરવાથી સંદર્ભ બદલાઇ ગયો. અહમની ઉન્નતિ પણ લગભગ તેનાં જેવી જ પ્રક્રિયા છે. જ્યારે તમે અહમનો નાશ બળ દ્વારા કરવાનો પ્રયાસ કરો છો, તો તેવું થતું નથી. પરંતુ જ્યારે તમે તમારો દ્રષ્ટિકોણ બદલો છો અને કંઇક મહાન અને ભવ્ય બાબત તરફ નજર કરો છો, ત્યારે હૃદય અહોભાવથી ભરાઈ જાય છે. તમે તે મહાન ખ્યાલ સાથે એકરૂપ થવા ઇચ્છો છો અને તમારો અહંભાવ પણ તમારા આ પ્રયાસમાં સાથ આપે છે. જ્યારે તમે નવમાં ચક્રમાં પ્રવેશો છો, ત્યારે જીવનમાં આવો બદલાવ લાવતો, આ દૃષ્ટિકોણ જોવા મળે છે. તમે એવી હાલતમાં પ્રવેશ કરો છો કે જ્યાં તમને લાગે છે કે તમે નવી દુનિયામાં જન્મ લીધો છે.

નવમું ચક્ર એ ક્ષેત્ર છે, જ્યાં તમારી અને આદિ 'સ્ત્રોત' વચ્ચે સંતુલનનો સંકેત દેખાય છે. આ બિંદુ સુધી, આપણું જીવન 'હું' અને 'ઉચ્ચ સ્વ' ની આસપાસ કેન્દ્રિત હતું, જ્યારે 'તું' પરિઘમાં હતું. નવમાં ચક્ર પર, આપણે 'તે'ની આસપાસ કેન્દ્રિત થઈએ છીએ અને 'હું' પરિઘમાં પણ ન રહેતાં, ઓગળી જાય છે. ઘણી ઉન્નતિ પામ્યા પછી, વાદળોથી પણ ઉપર ઉઠ્યા પછી, તમારા આધ્યાત્મિક શરીર સંરચના-અભિયાનમાં પ્રથમ વખત, તમને આદિ 'સ્ત્રોત'ના સીધા દર્શન થાય છે. એકદમ નિકટ છતાં ઘણાં દૂર હોવાની લાગણી કે જે અત્યાર સુધી સતતપણે આપણી સાથે જ હતી, તે જતી રહી છે. તમારું હૃદય જાણે છે કે તમે પરમ-તત્ત્વની હાજરીમાં છો.

આ અનુભવ તમારા પર એટલી ઊંડી અસર કરે છે કે હૃદયમાં સ્વયંભૂ ધ્યાનની અવસ્થા પ્રસ્થાપિત થાય છે. તમે ફ્લાઇટ પકડવા માટે દોડી રહ્યા હશો, લૉન કાપતા હશો, રાત્રિભોજન બનાવતા હશો અથવા કોઈ દલીલો કરતાં હશો, પરંતુ આ બધો સમય દરમિયાન, તમારી અંદર, ધ્યાનની અવસ્થા અવિરતપણે ચાલુ રહે છે. આ બિંદુ સુધી સતત સ્મરણ, એ તમે કેળવેલો અભ્યાસ હતો, પરંતુ તે હવે શ્વાસની માફક આપોઆપ ચાલુ રહે છે.

ભગવાન શ્રી કૃષ્ણની આધ્યાત્મિક સાથી રાધા શ્રી કૃષ્ણ વિષે વિચારી રહી હતી અને તેમાં જ તે ધ્યાન મગ્ન થઇ ગઇ. ધ્યાન દરમિયાન તેનું હૃદય પોકારવા લાગ્યું. *કૃષ્ણ, કૃષ્ણ, કૃષ્ણ,*. થોડા સમય પછી, રાધાનું સ્વરૂપ કૃષ્ણમાં બદલાઇ ગયું. અને પછી, તે કૃષ્ણ રાધા વિષે વિચારવા લાગ્યા અને બોલવા લાગ્યા, *રાધા, રાધા, રાધા....*

આ વાર્તા કંઇ રાધા કે કૃષ્ણ વિશેની નથી. આ વાત એ છે કે યાત્રામાં તમે એવા પડાવ પર પહોંચો છો કે જ્યારે 'કેન્દ્ર'માંથી તમારા પોકારનો પ્રત્યુત્તર આવવા માંડે છે. અત્યાર સુધી તમે 'કેન્દ્ર'ને શોધતા હતા અને હવે 'કેન્દ્ર' તમને શોધે છે.

નવમાં ચક્રમાં અનુભવાતી અવસ્થાઓ

નાની લાઇન અને મોટી લાઇનનાં ઉદાહરણને મૂર્તિમંત કરતાં તમારું હૃદય હવે 'સ્રોત'ને સતતપણે મહેસૂસ કરે છે, જાણે કે હૃદયનો પ્રત્યેક ધબકાર તેની હાજરીની યાદ અપાવે છે. તમે જ્યાં જુઓ ત્યાં, 'સ્રોત'નું તેજ વહેતું અનુભવો છો. પક્ષીઓ, ફૂલો, જંતુઓ, છોડ, હવા, પાણી, લોકો - બધા આ જ 'સ્રોત' માંથી છે; આ લાગણી પ્રબળ બને છે. હૃદય નમ્રતાની લાગણીઓથી ભરાઇ જાય છે અને આવું કોમળ હૃદય તમામ અશુભ ઇચ્છાઓને અને પૂર્વગ્રહને વિદાય આપે છે.

નવમાં ચક્રથી, અહમ ઉન્નત થઇ, નમ્રતામાં પરિવર્તિત થાય છે. જેમ જેમ તમે તમારા હૃદયને વધારે વિશાળ થવા દેશો, તેમ તેમ તમે વધુ નમ્ર અને વધુ પ્રેમાળ બનશો. હવે, હૃદય કેટલું વિશાળ થઇ શકે, તેની કોઇ મર્યાદા છે, ખરી? આપણે અનંતમાંથી આવ્યા છીએ, આપણે અનંતમાં ભળી જવાના છીએ અને આપણી પ્રેમ કરવાની ક્ષમતા પણ અનંત છે. હૃદય જેટલું વધુ સમર્પિત હોય, તેટલો વધુ પ્રેમ તમારામાંથી વહે છે.

આ ક્ષેત્રથી આગળ, તમારો અંતરાત્મા ઝરણાના પાણીની જેમ સ્વચ્છ હશે અને તમારી નબળાઇ તમને વધુ સ્પષ્ટ રીતે દેખાશે. અન્ય પર વર્ચસ્વ મેળવવા માટે અહંકારને સબંધિત કોઈપણ વૃત્તિ તમને અસંગત લાગશે. થોડા ખોટા વિચારો પણ તમારી અંદર એક મોટો આંચકો પેદા કરશે અને તુરંત જ તમને પસ્તાવો થશે અને તમે તમારા વિચારોને સુધારશો તથા ક્ષમા માટે પ્રાર્થના કરશો.

તુચ્છતાની અવસ્થા

હૃદય ચક્ર વિષે લખતી વખતે મેં રજૂ કરેલી વાર્તા યાદ કરો, જ્યાં બાબુજીએ મારી આંતરિક સ્થિતિની પ્રશંસા કરી હતી. એ દિવસોમાં મારી હાલત બપોરની કાળઝાળ ગરમીમાં ઝાડની છાયામાં આરામ કરતા કૂતરા જેવી હતી. બાબુજીએ મારી હાલતનું વાંચન કરીને કહ્યું, "તમારે ચોવીસ કલાક, હરહંમેશ આ અવસ્થામાં રહેવું જોઇએ." તે તુચ્છતાની (Insignificance -અભૂધિયત અથવા આધીનતા) અવસ્થા હતી. જ્યારે આપણે નવમાં ચક્રમાં એકાકાર થઇ જઇએ છીએ, ત્યારે એ અવસ્થામાં આપણે મહત્ત્વહીનતા અનુભવીએ છીએ. આ અવસ્થામાં સાધક આદર, અનાદર, વગેરે જેવી

બાબતોની પરવા કરતો નથી. વ્યકિત 'તે'નામાં જ કેન્દ્રિત થઈ જાય છે અને 'તે'ના જ ધ્યાનમાં રહે છે*.

આ અવસ્થાની સાથે એક વિશેષ સ્થિતિ ઊભી થાય છે, જ્યાં તમારી ક્ષમતાઓ પ્રત્યે તમારું ધ્યાન ઓછું કેન્દ્રિત હોય છે. ગભરાશો નહીં, તમે તે ક્ષમતાઓ ગુમાવી નથી. તેના બદલે તમે તમારી જાતને અને બીજાઓને તમે કેટલા સારા છો, તે સાબિત કરવાના બોજથી મુક્ત થઈ જાઓ છો. તમારા ઉચ્ચ-પ્રદર્શનના એક સાધન તરીકે તમારી કુશળતા તમારે આધીન હોય છે. જ્યારે જરૂરી હોય ત્યારે તમે તેનો ઉપયોગ કરી શકો છો અને પછી તેને દૂર રાખી શકો છો.

પસંદગીમાં જ રચ્યા-પચ્યા રહેતાં મનથી મુક્તિ

આપણે ઘણીવાર ઓછો અંદાજ આંકીએ છીએ કે પસંદગી કેટલી નોંધપાત્ર બાબત હોઈ શકે છે. એ પસંદગીઓ અંગે વિચારી જુઓ કે જે આપણે દરરોજ કરતાં રહીએ છીએ: શું કરવું, પૈસા કેવી રીતે ખર્ચવા, કોની સાથે સમય વીતાવવો, શું ખાવું, ક્યારે ઉઠવું, ક્યારે સૂઈ જવું, શું પહેરવું વગેરે. કોર્નેલ યુનિવર્સિટીના સંશોધકોના અભ્યાસ મુજબ, આપણું મગજ એક દિવસમાં માત્ર એકલા ખોરાક વિષે નાં જ 226.7 નિર્ણયો લે છે![25] ક્યાં રહેવું, કોની સાથે લગ્ન કરવું, શું ભણવું, કઈ કારકિર્દી બનાવવી વગેરે જેવી મહત્ત્વની જીવનની પસંદગીઓનો ઉલ્લેખ તો હજી કર્યો જ નથી.

સતત નિર્ણયો લેવાનો અને વ્યક્તિગત પસંદગીઓનો ભાર, એક પ્રબળ મિશ્રણ બની, ઘણી વ્યક્તિઓ માટે FOMO (Fear Of Missing Out કંઈક છૂટી જવાનો ભય) બની જાય છે. તેઓ પસંદગી કરે, તે પહેલાં જ, તેમણે જે પસંદગી નથી કરી હોતી, તેના માટે તેમને અફસોસ થાય છે. તેમણે જે નિર્ણયો લીધા પણ નથી તેના પર તેઓ વિચાર કરતાં રહે છે અને તેઓ જે કંઈ સારું થઈ રહ્યું હોય, તેને બગાડે છે.

નવમાં ચક્ર પર, તમે જ્ઞાનાત્મક અને ભાવનાત્મક બોજમાંથી મુક્ત થઈ જાઓ છો, જે વિચારોથી અને પસંદગીથી આવતાં હોય છે. પસંદગી-મુક્ત મન તમને અશાંતિથી દૂર રહી શકાય, તે માટે સાહજિક રીતે માર્ગદર્શન આપે છે. તમારે વધારે વિચારવાની જરૂર નથી, જવાબ તમારા હૃદયમાં સહેલાઈથી અનુભવાય છે. આ હૃદય-આધારિત નિર્ણય લેવો એ વિચારથી અનુભૂતિ તરફનો બદલાવ છે અને તમે આ પરિવર્તનને જાતે અનુભવી શકો છો. તમે નવમાં ચક્ર સુધી પહોંચો, ત્યાં સુધી તમારે રાહ જોવાની જરૂર

---

* ભારતીય પૌરાણિક કથાઓમાં, હનુમાન ભગવાન શ્રી રામના ભક્ત હતા. તેઓ તુચ્છતાની અવસ્થાનું ઉત્તમ ઉદાહરણ છે. હનુનો અર્થ થાય છે 'વિના' અને માનનો અર્થ 'આદર' થાય છે. હનુમાનનો અર્થ થાય છે 'જે પોતાના માન અથવા અપમાન ની દરકાર કરતો નથી.' આવી વ્યક્તિનું સંપૂર્ણ ધ્યાન ભક્તિ માટેના લક્ષ્ય પર કેન્દ્રિત હોય છે.

નથી. વિચારથી અનુભૂતિ તરફનું પરિવર્તન ખૂબ જ વહેલું શરૂ થાય છે, જ્યાં તમારું હૃદય પોતાની લાગણીઓને વધારે વ્યક્ત કરનારું બને છે અને જ્યારે તમે માર્ગ છોડી રહ્યાં હો, ત્યારે તમને પ્રેરણા આપીને અને તમને સાવધ કરીને નિર્ણય લેવા માર્ગદર્શન આપે છે.

નવમાં ચક્ર પર, હૃદય આધારિત નિર્ણય લેવાય, એ જ સામાન્ય ધોરણ બની રહે છે. તમારામાં હિંમત, આદર,અને પૂજ્યભાવ સાથે સંજોગોનો સામનો કરવાની કુદરતી ક્ષમતા હોય છે, કારણ કે હૃદય-મનનાં ક્ષેત્ર પરસ્પર સુમેળમાં હોય છે. તમારા ઇરાદાઓ, વિચારો અને પસંદગીઓ તમારી ઉન્નતિને અનુરૂપ જ હોય છે. ઇચ્છાની ઉર્જા ઉન્નતિ માટેની ઊર્જામાં રૂપાંતરિત થાય છે. વિચારમાં સ્પષ્ટતા હોય છે, અમલીકરણમાં માનવતા અને પરિણામસ્વરૂપ જે કંઇ મળે, તેમાં સંતોષ હોય છે.

ગુરુ અને અભ્યાસી વચ્ચેનો સંબંધ હવે ઉચ્ચ સ્તરે પહોંચે છે

તમે નવમાં ચક્ર પર પહોંચો ત્યાં સુધીમાં, ગુરુ સાથેનો તમારો સંબંધ પરસ્પર વિશ્વાસ અને આરાધનાના સ્તરે પરિપક્વ થઇ ગયો હોય છે. એક અભ્યાસી તરીકે, તમે તમારા ગુરુના આભારી રહો છો, કે જેમણે આ હાલતો અને અનુભવો મારફતે તમારી પ્રગતિમાં મદદ કરી હોય છે. તમે જે કંઇ હાંસલ કર્યું છે, તેની કદર તમારું હૃદય કરે છે અને તે કદરથી વિશ્વાસ કેળવાય છે તથા વિશ્વાસ દૃઢ થતાં શ્રધ્ધા ઊભી થાય છે; કે હા, અહીં એક એવી વ્યક્તિ છે, જે મને મારા લક્ષ્ય સુધી પહોંચવામાં મદદ કરશે. જ્યારે તમે આ વિશ્વાસને તમારા હૃદયમાં અવિભાજ્ય સ્વરૂપે અનુભવો છો, ત્યારે હૃદયથી હૃદયનું જોડાણ કાયમી બની જાય છે.

હૃદય-થી-હૃદયના જોડાણના આ સ્તરે પહોંચવું ખૂબ જ વિશેષ છે. દરેક વ્યકિત આ સ્તરે પહોંચતી નથી, એટલા માટે નહીં કે ગુરુ તમને ઇચ્છતા નથી અથવા પ્રકૃતિ લોકોની છટણી કરી રહી છે. પરંતુ આધ્યાત્મિક અથવા દુન્યવી લક્ષ્યો હાંસલ કરવા, એ પોતાના લક્ષ્યો અંગે પ્રાથમિકતા આપવા પર આધારિત છે. જ્યારે તમારા લક્ષ્યો તરફ તમારી પ્રાથમિકતાઓ અપાય છે, ત્યારે તમે ઝડપથી પ્રગતિ કરો છો અને જો તેઓ અળગા પડે છે, તો પ્રગતિ ધીમી પડી જાય છે. જો તમારું લક્ષ્ય ઊચ્ચ સ્વાસ્થ્ય હાંસલ કરવાનું હોય, તો કસરત, એ તમારી ટોચની પ્રાથમિકતા હોવી જોઇએ. જો તમને નાણાંકીય સ્વતંત્રતા જોઇતી હોય, તો સંપત્તિનું સર્જન કરવું, એ ટોચની પ્રાથમિકતા હોવી જોઇએ. જો તમે પૂર્ણને પ્રાપ્ત કરવા માંગો છો, તો યોગ્ય વલણ સાથેનો અભ્યાસ, એ તમારી ટોચની પ્રાથમિકતા હોવી જોઇએ.

એ જિજ્ઞાસુ કે જેના લક્ષ્યો અને પ્રાથમિકતાઓ, બંને એક જ હોય છે, તે ગુરુ સાથે અનન્ય જોડાણ ધરાવે છે. લક્ષ્ય સુધી પહોંચવા માટે જિજ્ઞાસુની નિષ્ઠા, શિસ્ત અને ધગશ ગુરુના હૃદયને પ્રેરિત કરે છે. આ તબક્કે, જે સ્વ-શિસ્ત વિકસિત થઈ છે, તેના માટેની સંમતિરૂપે જિજ્ઞાસુને શિષ્ય કહી શકાય. ગુરુ સુનિશ્ચિત કરે છે કે જે હૃદય-થી-હૃદયનું જોડાણ બન્યું છે, તે કાયમી બની રહે.

પોતાના ગર્ભમાં બાળકને લઈ જતી માતાની જેમ, યાત્રાના આ તબક્કે ગુરુ સાત મહિના સુધી શિષ્યનું સ્મરણ તેમના માનસિક ગર્ભમાં રાખીને કરે છે. સાત મહિના દરમિયાન વિચારોનું ઐક્ય ગુરુને શિષ્યનું આધ્યાત્મિક અસ્તિત્વ બનાવવામાં મદદ કરે છે. આ સમયગાળાના અંતમાં ગુરુ, શિષ્યના આધ્યાત્મિક અસ્તિત્વને ઉચ્ચ અસ્તિત્વના પરિમાણમાં પહોંચાડી દે છે.

એક ક્ષણ માટે તમારી હાર્ડ ડ્રાઇવને ક્લાઉડ પર બેકઅપ લેવા વિષે વિચારો, જ્યાં બેકઅપ એ તમારી હાર્ડ ડ્રાઇવની અસલ પ્રતિકૃતિ છે. આધ્યાત્મિક અસ્તિત્વ વિષે પણ તમે આ પ્રકારે વિચારી શકો છો – આત્માની પ્રતિકૃતિ – જોકે, તમારી ડ્રાઇવનો બેકઅપ લેવા માટે બટન પર કલીક કરવા જેવી, તે બિલકુલ કોઈ સરળ પ્રાપ્તિ નથી. આત્માની પ્રતિકૃતિ એ એક મહાન આધ્યાત્મિક સીમાચિહ્નરૂપ છે, બધા જ લોકો આ સિધ્ધ કરે, તેની ગુરુ આતુરતાથી રાહ જુએ છે.

તુચ્છતાની અવસ્થા આ બધું શક્ય બનાવે છે. આ તુલનાત્મક અવસ્થાઓ નથી કે જ્યાં વ્યક્તિ પોતાના અહંકારને નિમ્ન બનાવીને પોતાને તુચ્છ સમજે. હૃદયની અંદરની કોમળતા એવી છે કે કોઈ પણ પ્રકારની સરખામણીનો વિચાર જ નથી હોતો. આવા આત્માનું સામર્થ્ય આંતરિક અનુકૂલનશીલતાને કારણે વૃધ્ધિ પામે છે. પ્રકરણ 2માં, મેં બરફનો ટુકડો, પાણી અને પાણીની વરાળ નું ઉદાહરણ આપ્યું હતું. ત્રણેયમાં પાણીની વરાળ સૌથી સૂક્ષ્મ છે, જેમાં વિસ્તરણ કરવાની સૌથી વધારે ક્ષમતા ધરાવે છે. તેવી જ રીતે, નવમાં ચક્ર પર, આત્માનું સૂક્ષ્મતાનું સ્તર એટલું ઉચ્ચ હોય છે કે તે પ્રતિકૃતિ દ્વારા આગળ વધી શકે છે.

આત્માની પ્રતિકૃતિ વિષેની સમજણ

આત્માની પ્રતિકૃતિના વિચારને સમજવા માટે, જીવન બળ વિષે વિચારો અને તે કેવી રીતે વિભાજીત થાય છે અને વધે છે તે વિષે વિચારો. ગુલાબ, લવંડર અને વડ જેવા છોડ માંથી તમે એક નાની ડાળી કાપીને તેને જમીનમાં લગાવો, તો થોડા દિવસોમાં તેને નવા મૂળ આવી જાય છે. અન્ય છોડ જેવા કે બાવળ, તેનાં બીજને વિખેરે છે, જે પ્રાણ (જીવનશક્તિ) નું વહન કરે છે. એવી જ રીતે,ચેતનાના સ્તર પર આધારિત, પ્રાણ (જીવનશક્તિ) જુદી જુદી રીતે પ્રવાહિત થાય છે.

મનુષ્યના કિસ્સામાં, ભૌતિક જન્મને એકબાજુ રાખીએ, તો ત્યાં પણ વ્યક્તિના જીવનકાળમાં આધ્યાત્મિક જન્મની સંભાવના રહેલી છે. આત્માની પ્રતિકૃતિ એ આધ્યાત્મિક જન્મ પ્રાપ્ત કરવાની પદ્ધતિ છે. આત્માઓ કે જે ચોક્કસ સ્તરની શક્તિ પ્રાપ્ત કરે છે, તે પોતાની પ્રતિકૃતિ ઉત્પન કરી શકે છે. ઓછી શક્તિવાળા આત્માઓ માટે, પ્રતિકૃતિ બનાવવી શક્ય નથી હોતી. પરંતુ ઉચ્ચ શક્તિવાળા આત્માઓ એવી પ્રતિકૃતિને જન્મ આપે છે, જેને આપણે આધ્યાત્મિક અસ્તિત્વ કહી શકીએ, આત્માની પ્રતિકૃતિ. તમારા આત્માની જેમ તેની શક્તિનું સ્તર સમાન છે.

આધ્યાત્મિક અસ્તિત્વ એવા પરિમાણમાં જન્મ લે છે, જેની સ્પંદનીય હળવાશ તેના માટે જરૂરી હોય. ગુરુના સાવચેત માર્ગદર્શન હેઠળ, આધ્યાત્મિક અસ્તિત્વ નવમાં ચક્રને અનુરૂપ ચેતનાના પરિમાણમાં જન્મ લે છે. આ પરિમાણમાં, આધ્યાત્મિક અસ્તિત્વને આધ્યાત્મિક માર્ગદર્શકોની પરંપરા દ્વારા આવકારવામાં આવે છે, જે તેને હૂંફ અને કાળજીપૂર્વક સ્વીકારે છે.

આધ્યાત્મિક અસ્તિત્વ અહીં પોતાના ઘરમાં છે, પરંતુ તે તમારા દ્વારા પોષણ મેળવે છે. તમે અહીં આ દુનિયામાં જે ક્રિયાઓ કરો છો, તે તેના વિકાસને અસર કરે છે. એવું લાગે છે કે તમે એક નાળથી તમારા આધ્યાત્મિક અસ્તિત્વ સાથે જોડાયેલા છો. જ્યારે તમે ધ્યાન કરો છો, ત્યારે સમૃધ્ધ સ્પંદનોનું તમારા આધ્યાત્મિક અસ્તિત્વમાં વહન થાય છે અને તે વિકાસમાં મદદ કરે છે. જ્યારે તમે સતત સ્મરણમાં ડૂબી જાઓ છો, ત્યારે જે આધ્યાત્મિક ઊર્જા તમને ચાર્જ કરે છે, તે તમારા આધ્યાત્મિક અસ્તિત્વને પણ સમૃધ્ધ બનાવે છે. જ્યારે તમે સાદગી અને શુધ્ધતાનો વિકાસ કરો છો, ત્યારે આધ્યાત્મિક અસ્તિત્વ તમે જે હળવાશ અનુભવો છો, તેને અનુભવે છે. સ્વીકૃતિ, ઉદારતા અને બલિદાનનું જીવન તમને આ જીવનમાં તો મદદ કરે જ છે અને તે તમારા આધ્યાત્મિક અસ્તિત્વને સમૃધ્ધ કરીને તમને આગળ પણ મદદ કરે છે.

જેમ ઉછેર શક્ય છે, તેમ ઉપેક્ષા પણ શક્ય છે.

જ્યારે કોઇ વ્યક્તિ નવમાં ચક્ર કે તેનાથી ઉચ્ચતર ચક્ર પર સ્થિત હોય, ત્યારે જો તે પૂર્વગ્રહ, નફરત અને અન્ય નકારાત્મક લક્ષણોનો ભોગ બને, તો આધ્યાત્મિક અસ્તિત્વને પણ તેનાં ભોગ બનવું પડે છે. વ્યક્તિ કેટલી ઉંચાઇ પરથી પડે છે, તે નક્કી કરે છે કે તેને કેટલું વાગે છે. જો આપણે રસ્તા પર ચાલતી વખતે લપસી જઇએ, તો કદાચ ઉઝરડા અથવા મચકોડથી પતી જાય, પરંતુ જો કોઇ વ્યક્તિ ખૂબ ઊંચાઇ પરથી પડે, તો તેના પરિણામો આપત્તિજનક હોઇ શકે છે.

તેવી જ રીતે, જો તમે ઉચ્ચ પ્રદેશોમાં હો ત્યારે જો આંતરિક માર્ગદર્શક ખોટી રીતે દિશામાન થાય, તો આધ્યાત્મિક અસ્તિત્વ સંકોચાઇ જાય છે. તે ભારે સ્પંદનોથી થતી પીડાથી કંપિત થાય છે અને તે અન્ય પરિમાણમાં પીડાય છે. કેટલાક આત્યંતિક

કિસ્સાઓમાં, આધ્યાત્મિક અસ્તિત્વ પણ મરી શકે છે. આ એક આધ્યાત્મિક કરુણાંત છે.

શું આનો અર્થ એ છે કે આપણે જે ભૂલો કરીએ છીએ, તેની ચિંતા કરતા રહેવું જોઈએ? પતનનું કારણ બની શકે, તેવી ભૂલો કરવાના ડરમાં જીવવું, એ લક્ષ્ય સુધી પહોંચવાની સકારાત્મક રીત નથી. તેમજ, જો આપણે ભૂલો વિષે ચિંતા કરતા રહીશું, તો પહેલા કે પછી, પણ આપણે ભૂલો તો કરીશું. આપણે આપણી જાતને યાદ કરાવવું જોઈએ કે તે શું છે, જે આપણને અહીં લાવ્યું છે. તે આપણી ભક્તિ છે. લક્ષ્ય પ્રત્યેની પ્રેમાળ ભક્તિએ આપણો માર્ગ શક્ય બનાવ્યો છે. આપણે ભક્તિનો આશ્રય લઈએ છીએ અને તે બળ દ્વારા આપણી પ્રગતિને આગળ ધપાવવાનું ચાલુ રાખીએ છીએ.

આપણે એવા કિનારાઓનું ધ્યાન રાખવું જોઈએ, જે ભક્તિની નદીને શાંતિથી વહેવા દે. તે કિનારાઓ નમ્રતા અને શુદ્ધતા છે. ક્લિન્ટ ઇસ્ટવૂડનું પાત્ર, ડર્ટી હેરી, *મેગ્નમ ફોર્સ* ફિલ્મમાં બોલે છે, તે પ્રખ્યાત પંક્તિ, 'દરેક માણસે તેની મર્યાદાઓ જાણવી જ જોઈએ.' તે અહીં સાચું છે. નમ્રતા અને પવિત્રતા, મર્યાદાઓથી સભાન કરાવે છે. હૃદય સંવેદનશીલ છે અને જૂની આદતો ફરી પાછી આવવાની શક્યતા જણાતાં જ તમારું હૃદય ચેતવણીસૂચક ચિહ્નો આપે છે. નીચે મુજબના વિચારો તમને તમારા માર્ગમાં જરૂરી સુધારા કરવામાં મદદરૂપ થઈ રહેશે. – *શું હું જે રીતે વિચારું છું, તે બરાબર છે? મારે મારા વિચારોમાં કેવો સુધારો લાવવો જોઈએ? શું મારા આચરણમાં હૃદયની યથાયોગ્ય કોમળતા છે ખરી? અને મારા એ કાર્યો માટે મારા પરિવારને કે મારા ગુરુજીને કેવું લાગશે?* વગેરે

આધ્યાત્મિક અસ્તિત્વની પ્રાથમિક ભૂમિકા તમારા આત્માની શક્તિને વધારવાની છે. એકલા હાથે કામ કરવાને બદલે, તમારી પાસે હવે બળને અનેકગણું કરી આપનાર છે. તમારા જ બે જણ તમારી સાથે મળીને કામ કરી રહ્યા છે અને ઝડપથી વૃદ્ધિ પામી રહ્યાં છે.

એક બીજી વાત યાદ રાખો: ભલે તે અબજો વર્ષો દૂર હોય, સૃષ્ટિના અંતિમ વિસર્જન સમયે, જ્યારે સૃષ્ટિમાંની દરેક વસ્તુ ફરીથી 'કેન્દ્ર'માં ભળી જશે, ત્યારે આધ્યાત્મિક અસ્તિત્વ સાથે વિકસિત આત્માઓ આગામી રચનાની ચેતનાના સ્તરને અસર કરશે.

દાજી સાથે પ્રશ્નોત્તરી

હું મરી જઈશપછી મારા આત્માનું શું થશે?

મૃત્યુ સમયે, તમારો આત્મા એક એવા પરિમાણ તરફ આગળ વધે છે, જે તમારા આત્માના સ્પંદનો સાથે સુમેળમાં હોય. ત્યાં અનંત પરિમાણો છે, તેથી આત્મા હંમેશાં તેની ચોક્કસ સ્પંદનીય સામ્યતા શોધી લે છે. તે તાળા અને ચાવીની જેમ સંપૂર્ણ રીતે એકબીજા સાથે તાલમાં હોય છે.

જો ચેતના પાંચમાં ચક્રથી આગળ વિકસિત થઈ હોય, તો આત્મા મુક્તિ પ્રાપ્ત કરે છે. આવા આત્મા માટે, કોઈ પુનર્જન્મ નથી (સિવાય કે તે પોતે જન્મ લેવાનું પસંદ કરે). તે પરિમાણોમાં મુક્ત આત્માની યાત્રા ત્યાં રહેલાં માર્ગદર્શક આત્માઓ દ્વારા માર્ગદર્શિત હોય છે. જો આત્મા મુક્તિ પ્રાપ્ત ન કરે, તો તેના કર્મના આધારે, આત્મા મોક્ષનો સમયગાળો ભોગવે છે અને પછી જન્મ લે છે.

દરેક પરિમાણ પર માર્ગદર્શક આત્માઓનું માર્ગદર્શન ઉપલબ્ધ હોય છે. કેટલાક માર્ગદર્શક આત્માઓ આગળ – પાછળનાં પરિમાણોમાં આવી-જઈ ઘણાં પરિમાણોની મુલાકાત લઈ શકતાં હોય છે. પરંતુ આપણી આધ્યાત્મિક પ્રગતિની દેખરેખ રાખવા માટે હંમેશાં એક નિયુક્ત કરેલ માર્ગદર્શક આત્મા અથવા માર્ગદર્શક આત્માઓનો એક સમૂહ નિયત હોય છે. ત્યાં પણ, એક માર્ગદર્શક આત્મા જે ચોક્કસ પરિમાણમાં સ્થિર હોય, તેને પણ ઉપર કે નીચે જવાની કોઈ સ્વતંત્રતા હોતી નથી. પરંતુ કેટલાક માર્ગદર્શક આત્માઓ એવાં પણ હોય છે કે જેઓ ઉપર અથવા નીચે, કોઈપણ પરિમાણમાં જઈ શકે છે. એ માર્ગદર્શક આત્માઓ, કે જેઓ અન્ય પરિમાણોમાં મુસાફરી કરવાની સ્વતંત્રતા ધરાવે છે, તેઓ ખૂબ જ ઉન્નત થયેલા હોય છે.

નવમાં ચક્રની યાત્રા બતાવે છે કે તુચ્છતા આપણને કેવી રીતે ચેતનાની મહાન ઊંચાઈઓ સુધી પહોંચવામાં મદદ કરે છે. તે કુદરતની રચનાની સુંદરતા દર્શાવે છે, જ્યાં આપણે જેટલા વધારે નમ્ર બનીએ છીએ, તેટલા આપણે વધુ ઊંચાઈ પર ઉઠી શકીએ છીએ અને આપણો અહંકાર જેટલો હળવો બને છે, તેટલી જ આપણા હૃદયમાં ચેતનાની ભવ્ય અવસ્થાઓ ઊતરે છે.

આત્મચિંતન

શું તમે વિવિધ પસંદગીઓ દ્વારા ઉભરાઈ આવેલી આત્યંતિક લાગણીઓનો અનુભવ કર્યો છે? તમે આ લાગણીમાંથી કેવી રીતે બહાર આવ્યા ?

આધ્યાત્મિક પથ પર આગળ વધવા માટે નમ્રતાના મહત્ત્વ વિશે, આ સમયે તમારા વિચારો શું છે?

24.

દશમું ચક્ર – મમત્વભાવ

ચક્ર 10

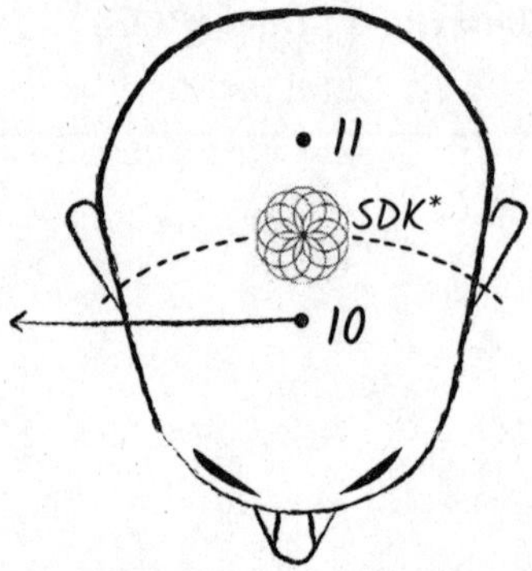

*SDK: સહસ્ત્ર દળ કમળ

નામ	દશમું ચક્ર (મમત્વભાવ)
મુખ્ય તત્ત્વ	વાયુ
રંગ	લીલો
સ્થાન	સહસ્રદલ-કમલ, કપાળ તરફ બે આંગળી જેટલી પહોળાઈના અંતરે
લાક્ષણિકતા	મમત્વભાવ
મુખ્ય લાગણીઓ	પ્રભુ સાથે એકરૂપતા
સમાન સ્પંદનો	ચક્ર 5 (પાંચ)
ક્ષેત્ર	પ્રભુ

એક ગુરુ તેમના ઉત્તરાધિકારી શોધવાનો વિચાર કરતા કરતા આશ્રમમાં ફરી રહ્યા હતા. ચાલતા ચાલતા તેઓ આશ્રમની ફરતે બંધાઇ રહેલી દિવાલનું નિરિક્ષણ કરી રહ્યા હતા. તેમણે એક સાધુને જોયા, જેઓ લાંબા સમયથી આશ્રમમાં રહેતા હતા અને દિવાલના એક ભાગ પર કામ કરતા હતા. તેમણે સાધુને પૂછ્યું કે તેઓ શું કરી રહ્યા છે.

સાધુએ નમ્રતાપૂર્વક જવાબ આપ્યો, 'ઇંટોની દિવાલ ચણી રહ્યો છું.'

ગુરુએ ચાલવાનું ચાલું રાખ્યું અને બીજા એક સાધુને દિવાલના બીજા ભાગ પર કામ કરતા જોયા અને તેમણે એ જ સવાલ પૂછ્યો.

'આશ્રમની સુરક્ષા માટે દિવાલ ચણી રહ્યો છું,' સાધુએ જવાબ આપ્યો.

જ્યારે તેમનું ચાલવાનું પૂરું થવાનું હતું, ત્યારે ગુરુએ એક યુવાન સાધુને એકદમ અતિ ઉલ્લાસથી ઇંટોની દિવાલને ચણતા જોયા. યુવાન સાધુનો ઉલ્લાસ અને આનંદ ગુરુને સ્પર્શી ગયો. આ યુવાન સાધુ આશ્રમમાં નવા હતા અને તેમણે ગુરુને પહેલા ક્યારેય જોયા ન હતા. ગુરુએ તેમની પાસે જઇને પૂછ્યું "યુવાન, તું શું કરી રહ્યો છે?"

"મારા ગુરુના સપનાનો એક ભાગ સાકાર કરી રહ્યો છું. હું ઇંટોની દિવાલ ચણી રહ્યો છું, પરંતુ આ એક ઉત્કૃષ્ટ શરૂઆત છે. તમે જોશો, શ્રીમાન, આવનારા વર્ષોમાં આ આશ્રમ બધાને રાહ બતાવતી દીવાદાંડી સમાન બની જશે."

મમત્વભાવની આ ભાવનાએ યુવાન સાધુનાં દ્રષ્ટિકોણને ગુરુના દૃષ્ટિકોણ પ્રમાણેનો જ બનાવી દીધો હતો. જ્યારે હૃદય કોઇ ઉચ્ચ હેતુ માટે ધબકતું હોય, ત્યારે જ આવું મમત્વ આવે છે. તે એક ગહન આધ્યાત્મિક જોડાણ દર્શાવે છે, જે તમામ જીવોને એક કરે છે, જ્યાં કોઇ એકનું સપનું, બધાનું સપનું બની જતું હોય છે.

જ્યારે વ્યક્તિ દશમાં ચક્રમાં પ્રવેશે છે, ત્યારે આવી હાલત બનવાની શરૂઆત થાય છે. દશમાં ચક્રમાં પ્રવેશ એટલે 'પરમ તત્ત્વ'નાં પ્રદેશમાં યાત્રાની શરૂઆત, એને 'પ્રથમ મન' અથવા 'ઇશ્વરીય પ્રદેશ' પણ કહેવાય છે. આ દસમા, અગિયારમા અને બારમા ચક્રોમાં ફેલાયેલો એક વિશાળ પ્રદેશ છે, જે પરમ સત્યનાં પ્રદેશમાં પ્રવેશને ચિહ્નિત કરે છે, અહીં પહોંચવામાં સાધક માનવ અને માનવીય સ્તરને વટાવી ચૂક્યો હોય છે અને હવે તે 'આદિ સ્ત્રોત' તરફ જવા માટે દિવ્ય ક્ષેત્રમાં તરી રહ્યો હોય છે.

દશમાં ચક્ર પર અનુભવાતી હાલતો

નવમાં ચક્ર પર બે બાબતોનું અસ્તિત્વ હોય છે – તમે અને 'સ્ત્રોત.' હવે તમારા પ્રાર્થનાપૂર્ણ પોકારોનો 'આદિ સ્ત્રોત'માંથી પ્રતિભાવ આવતો હોય છે. અત્યાર સુધી, તમે 'આદિ સ્ત્રોત' શોધી રહ્યા હતા, પરંતુ હવે, નવમાં ચક્ર પર 'આદિ સ્ત્રોત' તમને શોધે છે. ઇશ્વરને શોધવાની અને ઇશ્વર-સાક્ષાત્કાર પામવાની સંતાકૂકડીની રમત, જે નવમાં ચક્ર પર ચાલુ થઇ હતી, તે હવે દશમાં ચક્ર પર પૂરજોશમાં ચાલે છે તથા આ પ્રદેશમાંની

તમારી યાત્રા સમાપ્ત થાય, ત્યાં સુધીમાં, માત્ર એક જ અસ્તિત્વ રહે છે: 'પરમતત્ત્વ'નું. મનસ પ્રદેશમાં તમારી યાત્રા સમાપ્ત થાય ત્યાં સુધીમાં તમે તમારા અહમને શુદ્ધ કરવામાં સફળ થયા હો છો.

મમત્વભાવ

આ આત્મીયતાથી 'પરમતત્ત્વ' જ સર્વસ્વ બની રહે છે અને સવિશેષ તો વ્યક્તિનો અહમ સંપૂર્ણપણે શુદ્ધ થઇ જાય છે. આ કંઇ વર્ચસ્વ મેળવવાની કે સત્તા હાંસલ કરવાની બાબત નથી. આ તો પ્રેમમાં ઓગળી જવાની વાત છે. નવમાં ચક્ર પર, તમને 'આદિ સ્રોત' દેખાય છે, જ્યારે દસમાં ચક્રમાં પ્રવેશ પછી, તમે 'સ્રોત'ની નિકટતા અનુભવો છો. નિકટતા તમને અનુભવ કરાવે છે કે *હું અને પરમ તત્ત્વ' હવે એક જ છીએ. અમારી વચ્ચે કોઇ તફાવત નથી. જે સર્વસ્વ 'પરમાત્મા'નું છે, તે મારું પણ છે.*

'મારા-પણા'ની આ ભાવના વધતાં વધતાં, તે જીવનના તમામ પાસાઓમાં ફેલાઇ જાય છે. કામ-કાજ દરમિયાન, ઘરમાં, સમુદાયમાં, તમે ગમે ત્યાં હો, તમારા હૃદયની નિખાલસતા અને તમારી હાજરી જ અન્ય લોકોને પ્રેરણા આપે છે. આ મમત્વભાવ કેન્દ્રસ્થાને આવતાં જ, તે વધારે સંપતિ, વધારે શક્તિ, સારો દેખાવ વગેરે જેવી સામાન્ય પ્રેરણાઓનું સ્થાન લઇ લે છે.

કલ્પના કરો – એક વાવાઝોડું આવી રહ્યું છે. તમારા ઘરની એક બારીનો કાચ તૂટી ગયો છે અને તમારી પાસે નવો કાચ નખાવવાના પૈસા નથી. તો તમે શું કરશો? સંભવતઃ, તમે બારીને ઠીક કરવા માટે પૈસા ઉધાર લેશો, કોઇની મદદ માટે ફોન કરશો અથવા બારીને ઠીક કરવા તમારી બુદ્ધિનો ઉપયોગ કરીને કોઇ અન્ય સામગ્રીનો ઉપયોગ કરશો. ગમે તે કરવું પડે પણ તમે બારી ઠીક કરશો જ. શા માટે? કારણ કે તમે જાણો છો કે તમારે તમારા પરિવારની કાળજી લેવી જ જોઇએ. મમત્વની ભાવના કાળજી, રક્ષણ, ઉછેર અને પોષણની તાકીદ તથા સૌથી અગત્યનું, પ્રેમ સર્જે છે.

'સ્વ' માટે આદર.

આ અવસ્થામાં, 'પરમ તત્ત્વ' માટે આદર, એટલે 'સ્વ' પ્રત્યે આદર. કેમ? કારણ કે 'પરમ તત્ત્વ' તમારામાં હાજર છે અને આ હકીકત તમે નિર્વિવાદપણે જાણો છો. બાહ્ય અવકાશ અને આંતરિક અવકાશ, એ વિભિન્નતા, અહમથી ઊભી થયેલી દીવાલો દ્વારા પેદા થયેલી ભ્રમણા જ છે. જ્યારે આ દીવાલો તોડી પાડવામાં આવે છે, ત્યારે બાહ્ય અને આંતરિક અવકાશ એક થઇ જાય છે. જેમ જેમ અહમ સૂક્ષ્મ થતો જાય છે, તેમ તેમ તમે તમારી ચોતરફ અને તમારી અંદર એકરૂપતા અનુભવો છો.

હવે તમારી અને 'પરમ તત્ત્વ' વચ્ચેનું કહેવાતું વિભાજન અદ્રશ્ય થઇ જાય છે. હવે દુનિયાને તમે 'પરમ તત્ત્વ'ની નજરથી જુઓ છો. જ્યારે તમે બોલો છો, ત્યારે તમારા

દ્વારા 'પરમ તત્ત્વ' જ બોલે છે, તેવું તમને લાગે છે. પહેલા, ગુલાબની સુગંધ માણવા માટે, તમે છેક બગીચા સુધી જતા હતા. હવે, ગુલાબની સુગંધ તમારી સાથે જ રહે છે.

આ કારણસર, શરીર સાથે તમે પવિત્ર વ્યવહાર કરો છો. તમે શરીરને 'પરમ તત્ત્વ'નું નિવાસસ્થાન માનીને તેની કાળજી લો છો. તમે હવે 'પરમ તત્ત્વ' સાથેના સહવાસથી વાકેફ હોવાથી તમારા શરીર, મન અને આત્માની પવિત્રતાને ઘટાડતા કોઇપણ કાર્યોથી દૂર રહો છો.

સમાનતા

મમત્વભાવ, હવે પરિપક્વ થઇને, સમાનતા બને છે. એક પ્રાચીન કથન છે કે જે યુગલ એકસાથે વૃદ્ધ થાય છે, તે બંને એક સરખા દેખાવા માંડે છે. બીજા ઘણા કથનોની માફક આ કથન પણ ચર્ચાસ્પદ છે, પણ જ્યારે તમે દશમાં ચક્ર પર આવો છો, ત્યારે તમે પ્રેમ કરવામાં, વિચારવામાં, અનુભવવામાં ઘણા વર્ષો વિતાવેલા હોય છે અને તમે 'પરમ તત્ત્વ' જેવા જ બની જાવ છો. તમારા હૃદયની શુધ્ધતા અને સાદગીએ, અહંકારની નમ્રતાએ અને પ્રાર્થનાનાં ઉલ્લાસસભર ગીતે તમારા અને 'પરમ તત્ત્વ' વચ્ચેનું આ સામ્ય સર્જ્યું હોય છે. તો – આ 'પરમ તત્ત્વ' શું છે? તે તમારું જ શુધ્ધતમ અને સરળતમ સ્વરૂપ છે.

દસમાં ચક્રથી સમાનતા વિકસવાનું શરૂ થાય છે અને જેમ જેમ તમે આ ક્ષેત્રમાં આગળ વધો છો, તેમ તેમ તે વિકસવાનું ચાલુ રહે છે. આ ચક્રમાં, હવે સર્જનહારનાં અને સર્જનનાં ખ્યાલ પરની તમારી પકડ ઘટતી જાય છે, કારણ કે તમને એ બંને વચ્ચે અલગાવ જેવુ કંઇ દેખાતું જ નથી. તમારી દ્રષ્ટિ ઉચ્ચ સ્તર પર જાય છે અને તમે ક્ષિતિજમાં 'પ્રથમ મન'ની ઉત્પત્તિ તરફ જોઈ રહ્યા હો છો.

પરમાનંદની જાળમાંથી બહાર નીકળવું – મસ્તિષ્ક ચક્ર (સહસ્ત્રદલ-કમલ)

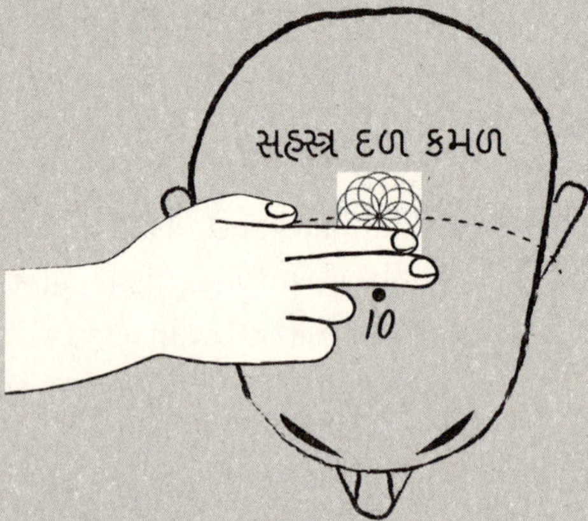

દસમાં ચક્રની યાત્રાના અંતભાગમાં અભ્યાસી સહસ્ત્રદલ-કમલ(મસ્તિષ્ક ચક્ર, સહસ્રાર) સમક્ષ આવે છે. દસમાં અને અગિયારમાં ચક્રો વચ્ચે સ્થિત, સહસ્ત્રદલ-કમલ, એ પરમાનંદનું ચક્ર છે. યોગિક સાહિત્યમાં આ ચક્રને ખૂબ જ મહત્ત્વ આપવામાં આવેલ છે અને તેને સામાન્ય રીતે પરમ અવસ્થા ગણવામાં આવે છે. તે સમજી શકાય તેવું છે: કારણ કે, પરમાનંદ કોને નથી જોઈતો?

તેમ છતાં, જો તમને યાદ હોય, તો યાત્રાના વિવિધ ભાગોમાં, ચક્રો ચેતનાને વાંકીચૂંકી બનાવી શકે છે. આ ભુલભુલામણી છે, જેમાં ચેતના ફસાઈ જાય છે અને યાત્રા અટકી જાય છે. આ વળાંકો વિવિધ સ્વરૂપોમાં દેખાઈ શકે છે. બીજા ચક્ર પર શાંતિ સ્વરૂપે હતી. સાતમાં ચક્ર પર શક્તિ અને પરમસુખ હતા તથા દસમાં અને અગિયારમાં ચક્રની વચ્ચેનું સહસ્ત્રદલ-કમલ, તમને પરમાનંદ સાથે ફસાવી શકે છે.

આપણી પહોંચમાંનું સર્વોચ્ચ, એવું આપણું લક્ષ્ય, 'કેન્દ્ર' સાથેની લયાવસ્થા છે. સહસ્ત્રદલ-કમલ પરનો પરમાનંદ, એ હાઇવે પરની મુસાફરી દરમિયાન, આસપાસના મનોહર દ્રશ્યોને માણવા જેવો હોય છે, પરંતુ તે અંતિમ મુકામ નથી હોતો. વળી, જ્યારે પરમાનંદ હોય છે, ત્યારે તેને કોણ માણતું હોય છે? 'તમે' જ તેનો આનંદ માણી રહ્યા હો છો, જેનો અર્થ છે કે અહંકાર હજુ પણ હાજર છે અને લક્ષ્ય હજી ઘણું દૂર છે.

સંતોએ આપણને યાદ અપાવવા માટે એક સાંકેતિક શબ્દ આપ્યો છે કે વાસ્તવિક લક્ષ્ય પરમાનંદથી ઘણું આગળ હોય છે. આ સાંકેતિક શબ્દ છે *સત્-ચિત્-આનંદ*, એટલે કે અસ્તિત્વ, ચેતના અને આનંદ. *સત્-ચિત્-આનંદ* એ માનવતા માટેનો એક મંત્ર અથવા સાંકેતિક શબ્દ છે, જે આપણા માર્ગનું માનવ, માનવીય, દિવ્ય અને તેનાથી પણ આગળ – એમ રસ્તો બતાવે છે. તે એક પવિત્ર સૂત્ર છે: 'આપણું અસ્તિત્વ (*સત્*) સાર્થક, આનંદપ્રદ, સફળ અને હેતુપૂર્ણ (*આનંદ*) ત્યારે જ બની શકે છે, જો આપણી ચેતના (*ચિત*)ને વિકસિત થવા દેવામાં આવે. જ્યારે આવું થશે, ત્યારે આપણે સાચા પરમાનંદનો અનુભવ કરીશું.'

હાર્ટફુલનેસ યાત્રામાં, જ્યારે આપણે અગિયારમાં ચક્ર પર જઇએ છીએ, ત્યારે આપણે સહસ્ત્રદલ-કમલની કેટલીક અસરો પણ અનુભવીએ છીએ. જો તમે સફેદ વસ્ત્રો પહેર્યા હોય અને તમે કોલસાની ખાણમાંથી ભલેને ગમે તેટલી ઝડપથી દોડો, તો પણ કોલસાની રજકણો અનિવાર્યપણે તમારા પર ચોંટશે જ. તેવી જ રીતે, સહસ્ત્રદલ-કમલ, એ પરમાનંદનું સ્ત્રોત છે અને થોડો પરમાનંદ તમારા પર છવાઇ જ જાય છે. તમે આ પરમાનંદને આરામદાયક પૂરક તરીકે માણો છો અને અગિયારમાં ચક્ર પર જે કંઇ આવવાનું છે, તે માટે તમારે પરમાનંદની જરૂર છે જ.

આત્મચિંતન

તમારા મનમાં ઉદ્ભવતાં વિચારો અને ઇરાદાઓની અન્યો પર અસર થતી હોવાનું સમજવાને કારણે, શું તમે તે વિચારો પર ખાસ ધ્યાન આપ્યું હોય, એવા કોઈ ઉદાહરણો યાદ કરી શકો છો?

તમે જો તમારી જાતને બ્રહ્માંડની દરેક વસ્તુના ભાગ તરીકે જુઓ, તો તે અનુભૂતિ કેવી હોઈ શકે, તેની તમારી કલ્પના કેવી છે? તે જાગૃતિ તમારી ચેતનાને કેવી રીતે વિસ્તૃત કરી શકશે?

25.

અગિયારમું ચક્ર – બેચેની

ચક્ર 11

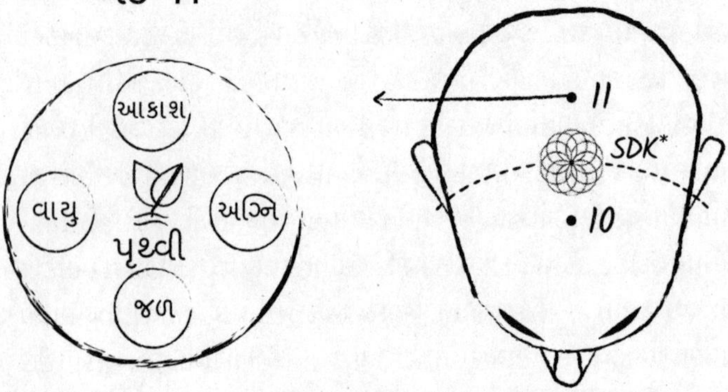

*SDK: સહસ્ત્ર દળ કમળ

નામ	અગિયારમું ચક્ર
મુખ્ય તત્ત્વ	પૃથ્વી
રંગ	આછો પીળો
સ્થાન	સહસ્ત્રદલ-કમલથી બે આંગળીની પહોળાઈ જેટલા અંતરે પાછળની તરફ
લાક્ષણિકતા	વાસ્તવિકતાની સમજ
મુખ્ય લાગણીઓ	લાચારી, બેચેની
સમાન સ્પંદનો	ચક્ર 1 અને ચક્ર 6
ક્ષેત્ર	પરમ તત્ત્વ, પ્રભુ

આ પ્રકરણની શરૂઆત કરતી વખતે, હું તમને *'જીવન'* અને *'અસ્તિત્વ'*, એ બે શબ્દોના અર્થ પર થોડી મિનિટો માટે ધ્યાન કરવા આમંત્રણ આપું છું. જો અત્યારે તમારી પાસે ડાયરી હોય, તો આ બંને શબ્દોનાં અર્થ વિશે, એક અથવા બે વાક્ય લખો. તમને તે સરળ લાગે, છતાં તમે તમારો પ્રતિભાવ ડાયરીમાં લખવાની તારીખ નાખીને લખી રાખો, જેથી જ્યારે તમે ફરી વાંચો, ત્યારે તમે જોઇ શકો કે સમય જતાં તમારા જવાબો કેવી રીતે બદલાતાં રહે છે.

અનુભવોનું વર્ણન કરવું મુશ્કેલ બાબત છે. તે મેઘધનુષ્યનું વર્ણન કરવા જેવું છે. જે કોઈ મેઘ-ધનુષ્ય જુએ, તે તેની સુંદરતા અને તેનો ભવ્યતા અનુભવી તો શકે છે, પરંતુ તેનું શબ્દોમાં વર્ણન કરવું, પડકારજનક હોય છે. તમને હૃદયના ઊંડાણમાં જે અનુભવાય છે, તેને શબ્દોમાં મૂકવા માટેનું શબ્દભંડોળ વિકસાવવામાં નિયમિત ડાયરી-લેખન મદદ કરે છે.

મારી સમજ મુજબ, અસ્તિત્વ શાશ્વત છે. જ્યારે અસ્તિત્વનો સમાવેશ, એક શરીરમાં થાય છે, ત્યારે અસ્તિત્વ, જીવન બની જાય છે. તમારા જીવન માટે એક શરૂઆત અને એક અંત હોય છે. પરંતુ અસ્તિત્વ એક સાતત્ય-પૂર્ણ બાબત છે. તમારા શરીરનું જીવન હોય છે અને તમારા આત્માનું અસ્તિત્વ હોય છે. તમને એક શાશ્વત સાર્વત્રિક અસ્તિત્વની અનુભૂતિ થાય, તે એક સંકેત છે કે તમે દસમાં ચક્ર પર પ્રવાસ પૂર્ણ કર્યો છે. તમારા હૃદયમાં, તમે સાર્વત્રિક અસ્તિત્વને અનુભવો છો અને તેનો પ્રવાહ 'કેન્દ્ર'માંથી આવતો અનુભવો છો. જીવન ગમે તે આકારો, સ્વરૂપો અને રંગો ધારણ કરે, તે બધા જ અસ્તિત્વના સાતત્યમાં વહેતાં રહે છે.

જીવનો ઘણા હોઈ શકે છે, પરંતુ અસ્તિત્વ, તો માત્ર એક જ હોય છે. તમે આ બાબત પહેલા પણ જાણતા હતા, પરંતુ દસમાં ચક્ર પર, તમને તમારા અનુભવ દ્વારા તેની ખાતરી થાય છે. તમે જાણો છો કે તમે પોતે જ શાશ્વત છો. જ્યારે આ લાગણી પરિપક્વ થાય છે, ત્યારે તમે અગિયારમાં ચક્રનાં ઊંડાણમાં જવા માટે તૈયાર હો છો.

સાર્વત્રિક અસ્તિત્વના અનુભવ દ્વારા તમને એ આદિ 'સ્રોત'ની સમજ મળે છે કે જેમાંથી તમારા સહિત બધું જ ઉદ્ભવ્યું હતું. ઘર નજર-સમક્ષ હોય છે. જેમ દિવસભરની મુસાફરી પછી તમારા પોતાના ઘર તરફ પાછા જવા જેવી લાગણી હોય છે: તમે એટલા નજીક હો છો કે તમે તેને અનુભવી શકો છો. અત્યાર સુધી, જે શાંતિ અને આનંદ તમને અહીં સુધી લઇ આવ્યાં હતાં, તે ખેંચાણ અદ્રશ્ય થઇ જાય છે અને તમે 'પરમતત્ત્વ' સાથે એક થવાનાં અંતિમ ચરણની અપેક્ષા સહિત, તેની ઝંખનામાં બેચેન થઇ જાઓ છો.

તમે હવે બેચેનીના પ્રવાહમાં હો છો અને તે તમારું સદનસીબ પણ છે. બેચેની એ તમારાં વિકાસ માટેનું શ્રેષ્ઠ વાહન છે. વિચારી જુઓ : દરેક તબક્કે, આગામી વિરામ-સ્થાન પર પહોંચવાની બેચેનીએ તમને આગળ વધવામાં મદદ કરી હતી. જ્યારે તમે

તે આગલા વિરામ-સ્થાન પર પહોંચ્યા, ત્યારે તેનાં પરિણામસ્વરૂપ તમને શાંતિ પ્રાપ્ત થઈ હતી. તે પછી, ત્યાંથી તમને આગળ ધપાવવા માટે, બેચેની આવી પહોંચી હતી.

ભૌતિક અથવા આધ્યાત્મિક ક્ષેત્રોમાં સફળતા માટે અવિરત બેચેની અને તાકીદની ભાવના જરૂરી છે. બે વર્ષના ગાળામાં, એક યુવાન આઇઝેક ન્યૂટને કેલ્ક્યુલસ બનાવ્યું અને ગુરુત્વાકર્ષણ વિષે કેટલાક પાયાના વિચારો રજૂ કર્યા અને પ્રકાશ અને લેન્સને સમજવાનાં પ્રયત્નો દરમિયાન, તેણે તેની આંખમાં સોય પણ ભોંકી દીધી હતી. ઘણા વર્ષો પછી, જ્યારે કોઈએ તેમને પૂછ્યું કે તેમણે એ ગુરુત્વાકર્ષણની શોધ કેવી રીતે કરી, ત્યારે ન્યૂટને જવાબ આપ્યો, "સતત વિચાર કરીને."[26] એડિસન, એક સર્જનાત્મક શોધક, તેની લાઇટ બલ્બની શોધ વિષે વાત કરતા કહ્યું હતું, "દસ હજાર અસફળ પ્રયત્નો દરમિયાન, હું નિષ્ફળ નહોતો જતો, તે પ્રયત્નો દરમિયાન મેં એ દસ હજાર રીતો શોધી કાઢી હતી કે જે પ્રકાશ આપી શકે તેવી નહોતી."

તેવી જ રીતે, આધ્યાત્મિક ક્ષેત્રમાં, નિરંતર બેચેનીના ઘણા ઉદાહરણો છે, જે માનવીને પૂર્ણત્વ તરફ દોરી જાય છે. એક દિવસ, એક શિષ્યએ મહાન સંત રામકૃષ્ણ પરમહંસને પૂછ્યું કે તેઓ તેમની ભક્તિમાં આટલા બેચેન કેમ છે? રામકૃષ્ણએ જવાબ આપ્યો, 'બેચેની એ ભક્તિના સાગરમાં તરતી માછલી જેવી છે. બેચેની વિના, માછલી સ્થિર થઈ જશે અને મરી જશે. તેવી જ રીતે, બેચેની વિના, ભક્તની આધ્યાત્મિક પ્રગતિ અટકી જશે.'

આપણી મુસાફરીમાં, બેચેની એ અગ્રદૂત મશાલી છે અને આ બધી બેચેની દ્વારા આપણે જે અવસ્થા અનુભવતા હોઈએ છીએ, તે પીડાની અવસ્થા હોય છે. અસહ્ય પીડા નહીં, પરંતુ વધતી જતી પીડા, જે કોશેટામાંથી મુક્ત થતાં પતંગિયાની પીડા સમાન છે. તે એ પીડા છે જે તમારું નવું સ્વરૂપ બનાવે છે. વિજ્ઞાન પણ આ બતાવે છે: જ્યારે લોકો પીડા અને આઘાતથી ગ્રસ્ત હોય છે, ત્યારે જે લોકો અંદરથી ખૂબ આધ્યાત્મિક હોય છે, તેઓ તેને ઝડપથી પચાવી શકે છે. તેઓ પોતાનામાં આમૂલ પરિવર્તન લાવવા માટે પીડાનો ઉપયોગ કરે છે.[27]

પરંતુ યાદ રાખો, આપણે બેચેની અને પીડા શોધવા નથી જવાનું. આપણો હાર્ટફુલનેસનો માર્ગ સહજ છે. જે આવે, તેને સ્વીકારીએ છીએ અને પ્રગતિ માટે તેનો જ ઉપયોગ કરીએ છીએ. એ પણ સમજવું અગત્યનું છે કે હું અહીં જે બેચેનીનું વર્ણન કરી રહ્યો છું, તે આધ્યાત્મિક બેચેની છે. કોઈ બિમારી કે અન્ય કોઈ અસુવિધાને કારણે ઉદ્‌ભવેલી બેચેનીથી વિપરીત, આધ્યાત્મિક બેચેની હૃદયમાં એક આંતરિક મનોભાવ તરીકે ખીલે છે, જે તમને આગળ વધવા માટે પ્રેરણા આપે છે. આ મૂક આંતરિક મનોભાવમાં ઘણો આનંદ અને ઉત્સાહ હોય છે, જે તમને આગળ ને આગળ વધારતો રહે છે.

દસમાં ચક્ર પર, બેચેની અને પીડા એક એવી સ્થિતિનું સર્જન કરે છે, જેને 'અશાંત શાંતિ' તરીકે વર્ણવી શકાય છે. ખારાશ વિના મીઠાના ગાંગડાની કલ્પના કરી જુઓ. તે મીઠાનો જ એક ભાગ દેખાય છે, મીઠાના જ એક ભાગ તરીકે અનુભવાય છે, પરંતુ તેનાં મુખ્ય સારરૂપ – તેની ખારાશ – ત્યાં નથી. અગિયારમાં ચક્રની શાંતિ સાથે પણ કંઈક આવું જ બને છે. તે શાંતિ જેવું લાગે છે, પરંતુ ત્યાં શાંતિ નથી હોતી, માત્ર આગળ જવાની ઉત્તેજના હોય છે. આ સૌથી સુંદર બેચેનીમાં તરબોળ તમે 'પરમ તત્ત્વ' (Absolute) ના પ્રદેશમાં પ્રગતિ કરવાનું ચાલુ રાખો છો.

આત્મચિંતન

શું આધ્યાત્મિક વિકાસ માટે તમારી બેચેની તમને તમારા કાર્યસ્થળ પર અને પરિવારમાં આવતા રોજિંદા પડકારોને સ્વીકારવાનું સરળ બનાવે છે? શું તમારી પાસે તાજેતરના એવાં કોઈ પડકારનું ઉદાહરણ છે, જેને તમે ખુશીથી સ્વીકાર્યું હોય?

જેનાં માટે તમને તમારા જીવનમાં વારંવાર સંઘર્ષ કર્યા કરવો પડ્યો હોય, એવી કોઈ બાબતમાંથી તમે સૌથી મોટો કયો પાઠ શીખ્યા છો?શું આ પાઠ તમને નમ્રતા સાથે તમારી માનવીય ખામીઓને સ્વીકારવા માટે પ્રેરિત કરે છે?

26.

બારમું ચક્ર – સ્થિરતા

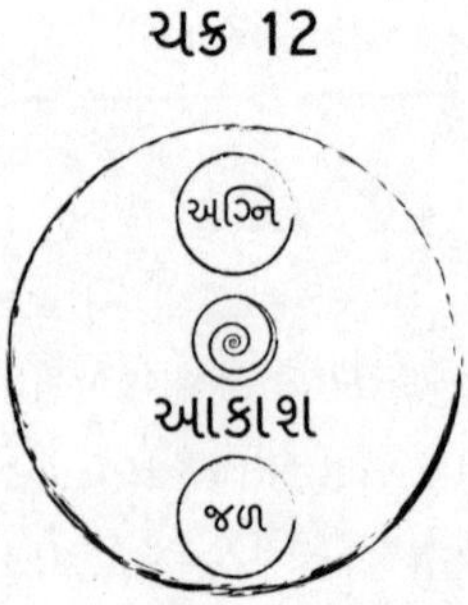

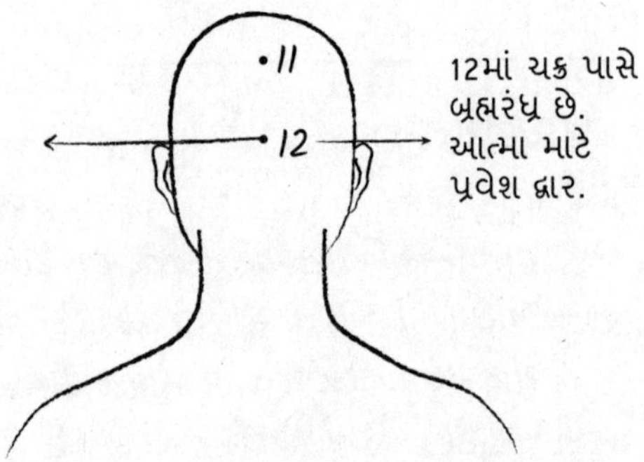

નામ	બારમું ચક્ર (સ્થિરતા)
મુખ્ય તત્ત્વ	આકાશ
રંગ	લીલો
સ્થાન	અગિયારમાં ચક્રથી પાછળ તરફ ચાર આંગળીની પહોળાઇ જેટલાં અંતરે
લાક્ષણિકતા	સંપૂર્ણ સ્થિરતા
મુખ્ય લાગણીઓ	અત્યંત વિનમ્રતા અને સ્થિરતા
નજીકના બિંદુઓ	સત્યપદ અને બ્રહ્મરંદ્ર
સમાન સ્પંદનો	બિંદુ 2 અને બિંદુ 7
ક્ષેત્ર	પૂર્ણતા, પ્રભુ

અધ્યાત્મને લગતી વાતોમાં અને આધ્યાત્મિક ક્ષેત્રે મૂળ સ્રોત સાથે આત્માનાં થતાં જોડાણને દર્શાવવા માટે, નદીઓનાં સંગમનો, એક પ્રેરણાદાયી રૂપક તરીકે ઉપયોગ કરાય છે. જ્યારે બે અથવા વધુ નદીઓ જોડાઈને એક નદી બનાવે છે, ત્યારે તે દ્વારા ઉત્પન્ન થતું નવી નદીનું બળ, તે બંને નદીઓના બળનાં સરવાળા કરતા પણ વધારે હોય છે. હિંદુ પૌરાણિક કથાઓમાં, ગંગા, યમુના અને સરસ્વતી નદીઓનું સંગમ સાર્વત્રિક ચેતના સાથે થતાં વ્યક્તિગત ચેતનાના વિલીનીકરણનું પ્રતીક છે. એ જ રીતે, મૂળ અમેરિકન પરંપરાઓમાં મિઝોરી નદી અને મિસિસિપી નદીનું સંગમ પણ એકતાની પરિવર્તનશીલ શક્તિ અને એક સામાન્ય લક્ષ્ય માટે સાથે મળીને કામ કરવાનાં મહત્ત્વને દર્શાવે છે.

તમે અગિયારમાથી બારમાં ચક્રમાં જવાની કલ્પના કરો, ત્યારે હું ઇચ્છું છું કે ચક્રમાંથી વહેતાં ઊર્જાનાં પ્રવાહની, એક નદીનાં પ્રવાહ તરીકે કલ્પના કરો. સ્વીકૃતિ, શાંતિ, પ્રેમ, હિંમત અને બીજી ઘણી નદીઓ છે, જે સમુદ્ર તરફ, એટલે કે મૂળ સ્રોત તરફ પ્રવાહિત થઈ રહી છે. કેટલીક નદીઓની શરૂઆત કદાચ માત્ર એક ઝરણા તરીકે જ થઈ હોય, એવું બને, પરંતુ તમારી પ્રગતિની સાથે સાથે, તે નદીઓનાં પ્રવાહમાં પણ ઉત્તરોત્તર વધારો થતો જાય છે. બારમું ચક્ર એ ભવ્ય સંગમ છે, જ્યાં તમે અત્યાર સુધીની યાત્રામાં મેળવેલ બધાનું, 'કેન્દ્ર' તરફ વહેતી એક ભવ્ય નદી સાથે મિલન થઈ જાય છે. અહીં આધ્યાત્મિક યાત્રા દરમિયાન, કોઈપણ ચક્ર પર પહોંચ્યા પછી, તે સંપૂર્ણપણે પ્રસ્ફૂરિત થઈ જાય, તેના ચાર તબક્કાને યાદ કરી લઈએ. તે ચાર તબક્કા છે: સાલોક્યતા, સામીપ્યતા, સારૂપ્યતા અને સાયુજ્યતા(લયાવસ્થા). બારમું ચક્ર બૃહદ્ સ્તરે આ પ્રક્રિયાને જ પ્રતિબિંબિત કરે છે, કારણ કે આ અગાઉનાં પ્રત્યેક ચક્ર પરની હાલત, 'મૂળ સ્રોત' સાથેની લયાવસ્થા પ્રસ્થાપિત કરવા માટે અહીં એકત્રિત થાય છે.

આ એક મહત્ત્વપૂર્ણ બાબત છે. જ્યારે કોઈ સાધક આધ્યાત્મિક શરીરનાં ચક્રોની યાત્રાની શરૂઆત કરે છે, ત્યારે તે પ્રવાસનો પ્રથમ તબક્કો છે: સાલોક્યતા. આ પ્રથમ તબક્કામાં, તે સાધકને 'કેન્દ્ર' બાબતે એક અસ્પષ્ટ સમજ હોય છે અને તે ઝાંખી સાથે, યાત્રાની શરૂઆત થાય છે. જેમ જેમ સાધક પ્રગતિ કરતો જાય અને નવા અનુભવો મેળવતો જાય,તેમ તેમ 'કેન્દ્ર' અંગેની સમજ, એક આકાર પ્રાપ્ત કરતી જાય છે કે કોઈ એક ઉચ્ચતર અસ્તિત્વ છે, જેની તરફ હું પ્રગતિ કરી રહ્યો છું. જેમ જેમ અહમની ઉન્નતિ થતી જાય છે, તેમ તેમ આ લાગણી વધારે મજબૂત બનતી જાય છે અને તે વ્યક્તિ 'મૂળ સ્રોત'ની સાથેની નિકટતાનો અનુભવ કરે છે. આ બીજો તબક્કો છે: સામીપ્યતા.

ઉત્તરોત્તર પ્રગતિ પછી, બારમાં ચક્ર પર, સાધક ત્રીજા તબક્કામાં આવે છે: સારૂપ્યતા. સાધકની ચેતના, હવે તેનાં આ નવા સ્તરની પહોંચને અનુરૂપ હોય છે. હૃદયમાંની હળવાશ બધી જ માનસિક પ્રવૃત્તિઓને પણ હળવી બનાવી દે છે. તેના

વિચારો હળવા હોય છે અને સમગ્ર વ્યવહારમાં પણ હળવાશ હોય છે. આ તબક્કામાં સાધકને સ્થિરતાનો અનુભવ થાય છે. કેન્દ્ર સાથે સતત વિકસતો જતો અનુનાદ હવે પૂર્ણ થઇ ગયો હોય છે અને હવે સાધક 'મૂળ સ્ત્રોત' જેવો જ હોય છે. આ તબક્કે સાધક શુધ્ધતાના સર્વોચ્ચ શિખર પર હોય છે.

શુધ્ધતાની સર્વોત્તમ અવસ્થા

બારમાં ચક્ર પર, સાધક શુધ્ધતાનું મૂર્ત સ્વરૂપ બની ચૂક્યો હોય છે. શુધ્ધતા, એ કોઇપણ પ્રકારના વિરોધાભાસની ગેરહાજરી છે. આવી સ્થિતિમાં, વિચાર તેનું વજન ગુમાવે છે, લાગણીઓનું ભારેપણું પણ નથી હોતું અને તેનાં અસ્તિત્વમાં એકત્વ હોય છે. વ્યક્તિ બધા ચક્રોના શુધ્ધિકરણ દ્વારા અને આંતરિક સ્વચ્છતાને પોષતી જીવનશૈલી કેળવીને 'પરમસત્ય' સાથે સમાનતા પ્રાપ્ત કરે છે. આમાં સાચી વિચારસરણી, સાચી સમજ અને જીવન પ્રત્યે પ્રામાણિક અભિગમ વિકસાવવા માટે સંસ્કારોની સફાઈનો અને મનના કાર્યોની સુધારણાનો સમાવેશ થાય છે. હવે સાધકની જે વિવેકબુધ્ધિ વિકસે છે, તે આંતરિક શુધ્ધતાને જાળવી રાખવામાં અને તેની વૃધ્ધિ કરવામાં મદદ કરે છે.

આપણે શુધ્ધતામાંથી ઉત્પન્ન થયા છીએ. જે શુધ્ધ પ્રવાહો આપણા અસ્તિત્વનું કારણ બને છે, તે પણ સૌથી શુધ્ધ સ્ત્રોતમાંથી ઉદ્‌ભવ્યા હોય છે અને તે જ કારણસર, સમય પસાર થતાં આપણામાં શુધ્ધતાનો વિચાર ચાલુ રહે છે. સ્ત્રોત સાથે ભક્તિનો સંબંધ સ્થાપિત કરવો, રુચિનો આંતરિક ઉત્સાહ અને ગુરુનું માર્ગદર્શન સાથે, સંબંધ સ્થાપિત કરવો, તે આ દુર્લભ શુધ્ધતાના સ્થાને પહોંચવામાં મદદ કરે છે.

અને આ શુધ્ધતાના ખોળામાં, વ્યક્તિ આરામ કરે છે.

આ તબક્કે, અહમ પરિશુધ્ધ થાય છે અને તેમાંથી જે બાકી રહે છે, તે ઓળખનું સૂક્ષ્મતમ આવરણ છે. ઇચ્છાઓ ઘણા સમય પહેલા વિદાય લે છે. બારમાં ચક્ર પર, આધ્યાત્મિક રીતે પ્રગતિ કરવાની ઇચ્છા પણ સમાપ્ત થાય છે. તમે સંપૂર્ણ સંતોષમાં છો, જ્યાં તમને કંઇ જોઈતું નથી અને તમારે શા માટે જોઇએ? તમે પરમાત્માના ખોળામાં સુરક્ષિત છો.

કદાચ, તમને પહેલેથી જ સમસ્યા દેખાય છે. જો કે આપણે 'પરમ તત્ત્વ' સુધી પહોંચી ગયા છીએ અને તેને સંપૂર્ણ રીતે ઓળખીએ છીએ, તેમ છતાં આપણે હજી એક નથી. આપણે તેમાં લય નથી પામ્યા, હજી સંઘર્ષ છે. તમે સંપૂર્ણ રીતે સંતુષ્ટ છો, 'પરમ તત્ત્વ' પ્રદેશમાં શાંતિમય છો અને આગળ વધવાની પ્રેરણાનો અભાવ છે, તેમ છતાં 'સ્ત્રોત' તમારી રાહ જુએ છે. આ સંઘર્ષને આપણે કેવી રીતે ટાળી શકીશું?

આ પરિસ્થિતિની જટિલતામાં ઉમેરો કરવા માટે બારમું ચક્ર છે. જ્યાં બ્રહ્મરંધ્ર પણ છે, જેના દ્વારા આત્મા શરીરમાં પ્રવેશે છે, તે સ્થિત છે. ગર્ભધારણની ક્ષણે આત્મા

આવે છે અને સગર્ભા માતાની નજીક રહે છે. આત્મા સગર્ભા માતાના પેટની આસપાસ ચક્કર મારે છે: બહાર રહીને આત્મા ગર્ભના વિકાસ માટે કોષની પ્રક્રિયાને વેગ આપે છે. ગર્ભધારણના પહેલા ત્રણ મહિનામાં આ પ્રક્રિયા થાય છે. તે કોષોના વિભાજનને વેગ આપે છે અને ગર્ભમાં જે પ્રથમ અંગની રચના થાય છે, તે હૃદય છે. હૃદય દ્વારા બીજા અંગોને પોષણ મળે છે. એક વખત જ્યારે ગર્ભનું બ્રહ્મરંધ્ર સારી રીતે વિકાસ પામે છે, ત્યારે આત્મા શરીરમાં પ્રવેશે છે. મૃત્યુના સમયે, મુક્ત અસ્તિત્વના આત્માઓ બ્રહ્મરંધ્ર દ્વારા શરીરમાંથી બહાર નીકળે છે. જો વ્યક્તિ મુક્તિના સ્તર સુધી પહોંચી, ન હોય, તો આત્મા શરીરના બીજા છિદ્રો, જેવાકે પાછળનો ભાગ, આંખો, મોં, કાન અથવા નાક દ્વારા શરીર છોડે છે.

જ્યારે તમે બારમાં ચક્ર ઉપર હો છો, ત્યારે આત્માની કુદરતી ઇચ્છા શરીર છોડવાની હશે. (ચિંતા ના કરો, કોઈ મૃત્યુ પામશે નહીં) આ તે સ્થાન છે, જ્યાં ગુરુ તમારી સંભાળ લે છે. જેમ કાંગારૂ માતા પોતાના બચ્ચાને એક સ્થાનથી બીજે લઈ જાય છે, તેમ ગુરુ અભ્યાસીને તેરમાં ચક્ર, કેન્દ્રિય ક્ષેત્રમાં લઈ જાય છે. હૃદયાધારિત માર્ગની અનેક નવીનતાઓમાંની એકમાં ગુરુ અભ્યાસીની ચેતનાનું બ્રહ્મરંધ્રથી પણ આગળ માર્ગદર્શન કરે છે અને કેન્દ્રિય ક્ષેત્રમાં તેનો પ્રવેશ સરળ બનાવે છે. આ, કેન્દ્રના પવિત્ર મેદાનમાં વ્યક્તિના પ્રવેશને કાયમ કરે છે. જે બધા જ ક્ષેત્રોમાં સૌથી મોટું ક્ષેત્ર છે, ત્યાં અભ્યાસીની ખૂબ જ રાહ જોવાય છે.

પ્રકૃતિનું દ્વાર – સત્યપદ

ગુરુ અભ્યાસીને અંતિમ ક્ષેત્રમાંથી કેન્દ્રિય ક્ષેત્રમાં લઈ જઈ શકે, તે પહેલાં એક દરવાજો છે, જેમાંથી વ્યક્તિએ પસાર થવું પડે છે. આ દ્વારને સત્યનો માર્ગ (*સત્યપદ*) કહેવાય છે. ફક્ત તેઓ જ કે જેમનો `હું', `મારું' અને `સ્વયં' (મારાપણા)નું `તું', `તારું' અને `તમારું'માં પરિવર્તન થઈ ગયું હોય, ફક્ત તેઓ જ આ સત્યના માર્ગમાંથી પસાર થઈ શકે છે. આ તે બાબતની પરીક્ષા છે કે શું કોઈ વ્યક્તિના ચારિત્ર્યમાં એવી કોઈ બાબત છે, જે કેન્દ્રમાં તેના પ્રવેશને અટકાવી શકે?. મોટાભાગે, અહંકાર સંપૂર્ણપણે નમ્રતામાં પરિવર્તિત થયો છે, તેની ખાતરી કરવા માટેની આ કસોટી છે. આ તમારી આંતરિક યોગ્યતાનો નિર્ણય નથી – તમે હંમેશાં કેન્દ્ર સાથે એક હતા અને છો- પરંતુ તે તમારી કેન્દ્રિય ક્ષેત્રની વિશાળતામાં આગળ વધવાની તૈયારીને સુનિશ્ચિત કરવા માટેનું એક મહત્ત્વનું સમર્થન છે.

સત્યનો માર્ગ પાર કરનારા લોકો અંગે, તમને માહિતી આપવા માટે, અહીં કેટલાક સંકેતો આપ્યા છે. આ સ્તરે રહેલા લોકોમાં હવે પ્રેમ નથી. ત્યાં હવે પ્રેમ ક્રિયા નથી,

તેઓ પ્રેમ બની ગયા છે. તેઓ હવે વિનમ્ર નથી, વિનમ્રતા તેમનો મૂળ સ્વભાવ છે. તેમના હૃદય બાળક જેવી નિર્દોષતાથી ભરેલાં છે.

આવી વ્યક્તિઓ, તે દીવા જેવી છે, જે શાંતિપૂર્વક તેમની આજુબાજુની બધીજ વસ્તુઓને પ્રકાશિત કરે છે અને આ પ્રક્રિયામાં તેમનો ઉપયોગ થાય છે. તેમના કાર્યો તમને ત્યાગ જેવાં લાગે છે. પરંતુ તેમના માટે જેવાં હોવા જોઈએ, તેવાં છે. આવા લોકોએ તેમના જીવનમાં જે પ્રાપ્ત કરવાની જરૂર હતી, તે પ્રાપ્ત કર્યું છે. તેમનું સંપૂર્ણપણે આંતરિક પરિવર્તન થયું છે. સૂર્યની જેમ, જે દરેકના માટે પ્રકાશે છે, ફૂલની જેમ કે જે પવનથી ફેલાવવા માટે પોતાની સુગંધ છોડે છે, આવી વ્યક્તિઓ પ્રેમસ્વરૂપ હોય છે. આવા લોકોની સંગતમાં આપણે આપણી ચિંતાઓ ભૂલી જઈએ છીએ અને આનંદની અવસ્થામાં ઉન્નતિ કરીએ છીએ. આવા હૃદયો માટે સત્યનો માર્ગ ખુલ્લો રહે છે અને આનંદપૂર્વક ગુરુ આવા સુંદર ફૂલને દિવ્ય સોનેરી ક્ષેત્રમાં લઈ જાય છે.

આત્મચિંતન

શું તમે સ્થિરતા અને સમર્પણના અનુભવ સાથે જોડાઈ શકો છો? તમે તમારી આધ્યાત્મિક ડાયરીમાં આ પરિસ્થિતિનું વર્ણન કેવી રીતે કરો છો?

શું તમે કલ્પના કરી શકો છો કે અંદર સ્થાયી થવાની અનુભૂતિ એટલી હદે થાય છે કે ત્યાં બીજાઓથી અલગ હોવાની જાગૃત સભાનતા હોતી નથી?

ભાગ 8

કેન્દ્રિય ક્ષેત્ર

27.

કેન્દ્રિય ક્ષેત્રમાં પ્રવેશ

અત્યાર સુધીની યાત્રામાં, તમને થયેલા દરેક અનુભવ દ્વારા તમને જ્ઞાન મળતું ગયું છે. જ્યારે કોઇ કહે કે, 'મને કાર કેવી રીતે ચલાવવી તે આવડે છે,' તો તેનો અર્થ એ થાય કે તેને કાર ચલાવવાનો અનુભવ છે. આપણાં અનુભવો એકઠાં થતાં, તે જ્ઞાન બને છે. હૃદય અને મનના પ્રદેશોના અનુભવોએ તમને તે ક્ષેત્રોનું જ્ઞાન મેળવવામાં મદદ કરી હોય છે. જ્યારે તમે કેન્દ્રિય પ્રદેશમાં આવો છો, ત્યારે અહમ ઉન્નત થાય છે, તેથી સામાન્ય અર્થમાં અનુભવ કરવાની ઇચ્છા અદૃશ્ય થઇ જાય છે. જ્યારે '*તમે*' અને '*તે*' એક થઇ જાઓ છો, ત્યારે માત્ર અસ્તિત્વ નું ઐક્ય જ રહે છે. એટલે કે, અનુભવ કરનાર અને અનુભવ, બંને જાણે એક થઇ જાય છે. શું તમને આ કોયડા જેવું લાગે છે? સમય જતાં જ્યારે સાધક આ તબક્કે પહોંચે છે, ત્યારે આ કોયડો, તેના અસ્તિત્વના ઊંડાણમાં આપમેળે ઉકેલાય છે.

અતિ સૂક્ષ્મ પ્રકારની અધિચેતના કેન્દ્રિય પ્રદેશમાં ફેલાયેલી છે, પરંતુ તે પણ આપણું લક્ષ્ય નથી. જેમ બાળકો ઢીંગલીઓ અથવા ડૉક્ટરની કીટ સાથે રમે છે, તેમ યોગીઓ ચેતના સાથે રમે છે. આપણે જ્યાં જ્યાં જઇ શકીએ છીએ, તે આપણે શું મેળવવા માંગીએ છીએ, તેનું પ્રતિક જ છે.

આપણે જે મેળવવા ઇચ્છીએ છીએ, તે એ ક્ષમતા છે, જે ચેતનાનું કારણ છે અને તે પછી આપણે તેનાથી પણ પર, પરમ સત્ય તરફ આગળ વધીએ છીએ. પરમ સત્ય દ્વારા, હું મૂળ 'શૂન્યતાની' અવસ્થાનો ઉલ્લેખ કરું છું. તે એટલી હળવી સ્થિતિ છે કે તેની સરખામણીમાં શુધ્ધતા, સરળતા અને શાંતિ પણ ભારે લાગે છે. તે ઇન્દ્રિયો અને સમજશક્તિની પણ પર છે.

બીજા બધા પ્રદેશો કરતાં કેન્દ્રિય પ્રદેશમાં આપણે સૌથી વધુ વિસ્તરી શકતા હોઇએ છીએ.

તેની વિશાળતાનો ખ્યાલ આપવા માટે, બાબુજીએ લખ્યું છે કે સર્જન પછી કેન્દ્રિય પ્રદેશમાં પ્રવેશ કરનાર પ્રથમ આર્ષદૃષ્ટા હજુ પણ કેન્દ્ર તરફ તરી રહ્યા છે અને તેઓ હજી સુધી અડધો રસ્તો જ પસાર કરી શક્યા છે. યોગિક સાહિત્યમાં, ખાસ કરીને

ઉપનિષદોમાં, કેન્દ્ર વિષે કેટલાંક ઉલ્લેખો છે, જેનો 'ભૂમા' તરીકે ઉલ્લેખ થયો છે. ઉદાહરણ તરીકે, છાંદોગ્ય ઉપનિષદમાં શ્લોક છે –

यत्र नान्यत्पश्यति नान्यच्छ्रिणोति नान्यद्विजानाति स भूमाथ
यत्रान्यत्पश्यत्यन्यच्छ्रिणोत्यन्यद्विजानाति तदल्पं
यो वै भूमा तदमृतमथ यदल्पं तन्मर्त्यम स ...
(छान्दोग्य उपनिषद् 7:24:1)

'જે અવસ્થામાં વ્યક્તિ અન્ય કંઈ પણ જોતી નથી, અન્ય કંઈ પણ સાંભળતી નથી, અન્ય કંઈ સમજતી પણ નથી, તે અવસ્થા 'ભૂમા' છે. પરંતુ જે અવસ્થામાં વ્યક્તિ અન્ય કંઈ જુએ પણ છે, અન્ય કંઈ સાંભળે પણ છે, અન્ય કંઈ સમજે પણ છે, તે સીમિત છે. 'ભૂમા' એટલે કે જે અસીમિત છે, તે જ અમર છે, જ્યારે જે સીમિત છે, તે નશ્વર છે.[28]

કેન્દ્રિય પ્રદેશમાં પ્રવેશ્યા પછી, જે સર્વપ્રથમ અનુભવાય છે, તે છે, સાર્વત્રિક અસ્તિત્વની લાગણી. જેમ જેમ સાધક પ્રગતિ કરે છે, તેમ તેમ તે ભવ્યતાના સાત વર્તુળોમાંથી પસાર થાય છે. સાધક આમાં તરે છે, તે દરમિયાન, તે વિવિધ હાલતોમાંથી પસાર થાય છે. આ બધા પછી, તે અનંતના મહાસાગરમાં પહોંચે છે, જ્યાંથી 'કેન્દ્ર' એટલે કે તેરમાં ચક્ર તરફ તરવાનું શરૂ થાય છે.

કેન્દ્રિય પ્રદેશમાં પ્રવેશ

કેન્દ્રિય પ્રદેશમાં પ્રવેશ થાય, તે માટે, ગુરુએ શિષ્યની ચેતનામાં જરૂરી ગતિ ઊભી કરવી જોઈએ. અભ્યાસીમાં આ ગતિ ઊભી કરવા માટે ગુરુ બે થી ત્રણ દિવસ સુધી વિશેષ ધ્યાનની બેઠકો આપે છે.

આ સત્રો દરમિયાન, બારમાં ચક્ર સુધીની આખી યાત્રા બે વખત દોહરાવવામાં આવે છે. દરેક ચક્ર આ બે થી ત્રણ દિવસમાં વિકાસનાં ચારેય તબક્કાઓમાંથી પસાર થાય છે. બધા ચક્રોમાંથી યાત્રા દોહરાવવાનું કારણ એ છે કે જેમ પથ્થરને દૂર ફેંકવા માટે ગતિ આપવી હોય, ત્યારે ગોફણને હવામાં થોડીવાર માટે ગોળ ગોળ ફેરવવામાં આવે છે, તે જ રીતે ચક્રોની યાત્રા ફરી ફરી કરવાથી ગતિ પ્રાપ્ત થાય છે. આવું પ્રબળ કાર્ય સંતોષની સ્થિતિને ખળભળાવી મૂકે છે અને કેન્દ્ર સાથે એક થવા માટેની આંતરિક બેચેનીને જીવંત કરે છે. જ્યારે પૂરતીગતિ ઉત્પન્ન થઈ જાય છે, ત્યારે અભ્યાસી 'સત્યપદ' પાર કરે છે અને કેન્દ્રિય ક્ષેત્ર તરફની તેમની અંતિમ કૂચ શરૂ કરે છે.

અભ્યાસીની એક ચક્રથી બીજા ચક્રમાં કરાતી ગતિનાં અવલોકનમાં એક મહત્ત્વપૂર્ણ પાસું છે. હૃદયના ક્ષેત્રમાં, અભ્યાસી, જાણે કે એક ચક્રમાંથી બીજા ચક્રમાં ધકેલાતો હોય, તેમ નીચેના ચક્રમાંથી ઉપરના ચક્ર તરફ ધકેલાય છે. જ્યારે અભ્યાસી મનસ્ ક્ષેત્રમાં પ્રવેશ કરે છે, ત્યારે ગતિ વિસ્તરતી જાય છે.

વ્યક્તિ દબાણથી ધકેલાતી નથી; તેના બદલે, ઉચ્ચતર ચક્ર તેને ઉપર તરફ ખેંચે છે. ઉદાહરણ તરીકે, આપણે સાતમાં ચક્રથી આઠમાં ચક્ર તરફ આગળ નથી વધતા, પણ આઠમું ચક્ર તમને ચુંબકની જેમ આકર્ષે છે અને આ રીતે વિસ્તરણ થતું જાય છે. ધક્કો અને ખેંચાણની નોંધ લેવાથી, વ્યક્તિની સંવેદનશીલતા વધારવામાં મદદ મળે છે.

કેન્દ્રિય પ્રદેશમાં પ્રવેશ અંગે, એક ટેકનીક તમને રસપ્રદ લાગી શકે છે. જ્યારે અભ્યાસી બારમાં ચક્ર પર હોય છે, ત્યારે કેન્દ્રિય પ્રદેશમાં એ સીધો પ્રવેશતો નથી. 'સત્યપદ' એ વળાંકવાળી બારી જેવો છે. જેમ સોકર બોલ ખૂણા સાથે અથડાઇને ગોલ તરફ વળે છે અને ગોલમાં પ્રવેશ કરે છે, તેમ વ્યક્તિ વળાંકવાળા માર્ગ થકી કેન્દ્રિય પ્રદેશમાં પ્રવેશ કરે છે અને અંતિમ કૂચ શરૂ થાય છે.

તમને કદાચ લાગે કે કેન્દ્ર પહોંચની બહાર છે અને તમને થશે કે મારે શું આ બધું જાણવાની જરૂર છે, ખરી? તો હા જી, એની જરૂર છે. તે તમારું સ્થાન છે, તે યોગ્ય સ્થાન છે અને તમારો ખરો વારસો તમારી રાહ જુએ છે. આપણે સમયની એક ખાસ ક્ષણમાંથી પસાર થઇ રહ્યા છીએ, જ્યાં પ્રકૃતિ-માતા આપણને આ જ જીવનમાં 'કેન્દ્ર' સુધી હરણ ફાળ ભરવા માટે બારી ખોલી આપે છે. માર્ગ ખુલ્લો છે, પદ્ધતિ ઉપલબ્ધ છે, સાધનો સરળ છે અને ક્ષેત્ર તૈયાર છે. માત્ર એક હૃદયની જ જરૂર છે જે આ બધું ઇચ્છતું હોય – અને તમે તેમાંના એક છો, પછી ભલે તમને તેનો હમણાં ખ્યાલ ન આવે. જે આવેગ તમને અંદર લઇ જાય છે, તે તમને આગળ વધતા રાખે છે. તેથી, તેમ નહીં થાય, એવી તમારી કોઇપણ શંકાને બાજુ પર રાખો. ઉત્સાહ સાથે સતત ખંત રાખો અને તમને કદી તેનો પસ્તાવો નહીં થાય.

28

તેરમું ચક્ર – શૂન્યતા

ચક્ર 13

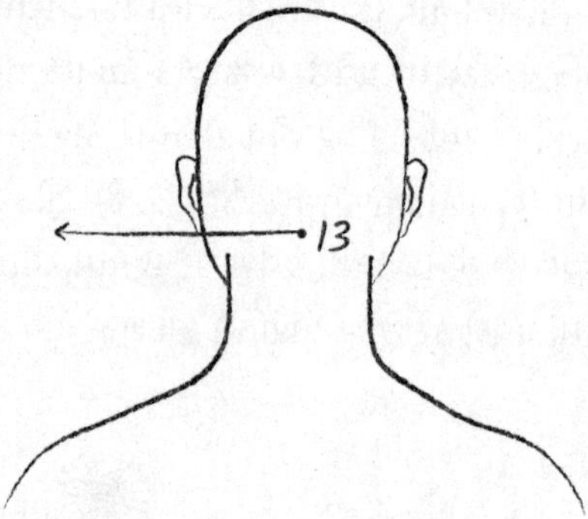

કેન્દ્રિય ક્ષેત્રનું ચક્ર

નામ	તેરમું ચક્ર (શૂન્યતા)
મુખ્ય તત્ત્વ	આકાશ
રંગ	રાખોડી
સ્થાન	બારમાં ચક્રની નીચે ચાર આંગળીની પહોળાઇ જેટલા અંતરે
લાક્ષણિકતા	સર્વવ્યાપકતા, સર્વજ્ઞતા, સર્વશક્તિમાન
મુખ્ય લાગણીઓ	ઐક્ય
નજીકના બિંદુઓ	સત્યપદ અને બ્રહ્મરંદ્ર
ક્ષેત્ર	કેન્દ્ર, ભૂમા

કેન્દ્રિય પ્રદેશમાં પ્રવેશવું એ પદાર્થથી ઊર્જા સુધીની અને ઊર્જાથી 'પરમ તત્ત્વ' સુધીની યાત્રાની સર્વોચ્ચ અવસ્થાને ચિહ્નિત કરે છે. સર્જન સમયે, 'કેન્દ્ર'માંથી એક પરમ સ્પંદન બહાર આવ્યું અને તેનું રૂપાંતર ઊર્જામાં થયું અને ત્યાર બાદ તેનું રૂપાંતર પદાર્થમાં થયું. જ્યારે તમે 'કેન્દ્રિય પ્રદેશ'માં પહોંચો છો, ત્યારે તમારી ચેતના ભૌતિક સ્તરથી, સૂક્ષ્મ સ્તરે વિકાસ પામીને 'કેન્દ્ર' સાથેની લયબદ્ધતા પુનઃસ્થાપિત કરે છે.

જ્યારે સાધક આ તબક્કે પહોંચે છે, ત્યારે તેના શરીરના પ્રત્યેક કોષ શુદ્ધ થઈ ગયા હોય છે. તેના શરીર-તંત્રમાંથી બધી જ જટિલતાઓ અને ભાવનાત્મક બોજ દૂર થઈ ગયાં હોય છે અને સાધક શુદ્ધતાનાં સર્વોચ્ચ સ્તર પર પહોંચી ગયો હોય છે. સ્વ-પરિવર્તન માટેની અટલ, પ્રમાણિક, સમર્પિત પ્રતિબદ્ધતાને પરિણામે આવું પરિવર્તન થાય છે.

યાત્રામાં આ બિંદુ સુધી હર-હંમેશ એક ધ્રુવીયતા રહ્યા કરતી હતી, જેનું નિરાકરણ લાવવું પડતું. હૃદય પ્રદેશમાં, ધ્રુવીયતા આ લાગણીઓ સાથે સંકળાયેલી હતી: સંતોષ-અસંતોષ, શાંતિ-ખલેલ, સ્નેહ -નારાજગી, સાહસ -નાહિંમત અને સ્પષ્ટતા-ભ્રમણા. મનસ પ્રદેશમાં, ધ્રુવીયતા સત્ત્વ સાથે સંકળાયેલી હતી, એટલે કે આત્મા અને 'સ્રોત', સ્વ અને ઉચ્ચ 'સ્વ.' કેન્દ્રિય પ્રદેશ'માં પ્રવેશ કર્યા પછી ધ્રુવીયતાનો ખેલ પૂરો થાય છે. હવે આ શૂન્યતાનું ક્ષેત્ર છે.

શૂન્યતાના અનુભવ માટે દુર્ભાગ્યે શબ્દો ઓછા પડે છે. 'કેન્દ્ર'ના વર્ણનો મર્યાદિત છે, વળી મોટે ભાગે તેમાં રૂપકોનાં અથવા નકારાત્મક ભાષાનાં ઉપયોગ સાથેના હોય છે. તેમ છતાં, હું જે શૂન્યતાનાં ક્ષેત્રનું વર્ણન કરવા માંગુ છું. તે એક પ્રવાસનાં વર્ણન જેવું છે, જે શૂન્યતાનાં પ્રદેશની સ્થિતિ અને શક્તિની વિગતો પ્રદાન કરે છે. બાબુજીએ કેન્દ્રિય પ્રદેશ પર વિસ્તારપૂર્વક આધ્યાત્મિક સંશોધન કર્યું છે. આ સંશોધનમાં, તેમને મુખ્યત્વે લાલાજીનું માર્ગદર્શન મળ્યું હતું અને પારંપરિક ઉચ્ચ આત્માઓએ પણ બાબુજીને મદદ કરી હતી. બાબુજીનાં આ સંશોધનનો આધાર રાખીને તેમાં મારા પોતાના અનુભવો ઉમેરીને હું આ અસાધારણ પ્રદેશની ઝલક આપવા માંગુ છું.

હું પ્રાર્થના કરું છું કે ક્યારેક તમે પોતે પણ તે તમારા માટે જાણશો.

કેન્દ્રિય ક્ષેત્ર અને અહમની અવસ્થાઓ

જ્યારે તમે કેન્દ્રિય પ્રદેશમાં પ્રવેશો છો, ત્યારે તમારી નમ્રતા અને શુદ્ધતા તમારી અંદર એવી અવસ્થાનું નિર્માણ કરે છે, જ્યાં તમે સંપૂર્ણ નિર્દોષતા ધરાવતા નવજાત બાળક

જેવા બની જાઓ છો. આ લાગણી બાઇબલમાં આ રીતે વ્યક્ત કરવામાં આવી છે –

'Truly I tell you, unless you change and become like little children, you will never enter the kingdom of heaven.'

'હું તમને સાચુ કહું છું કે જ્યાં સુધી તમે બદલાશો નહીં અને નાના બાળક જેવા બનશો નહીં, ત્યાં સુધી તમે ક્યારેય સ્વર્ગના રાજ્યમાં પ્રવેશી શકશો નહીં.'

જેમ માતાનો પ્રેમ બાળકનું રક્ષણ કરે છે અને તેની સંભાળ રાખે છે, તે જ રીતે તમે પણ હવે 'આદિ સ્રોત'ની ગોદમાં છો.

આત્મા અને 'સ્રોત' વચ્ચેની આવી આત્મીયતા, ભિન્નતા દૂર થવાને કારણે છે. જેમ જેમ અહમ ઉન્નત થતો જાય છે, તેમ તેમ ભિન્નતા દૂર થતી જાય છે. અહમની ઉન્નતિ હાલ ક્યા તબક્કામાં છે, તે સમજવાથી સાધક પોતે પોતાની આધ્યાત્મિક યાત્રામાં ક્યાં છે, તેનું મૂલ્યાંકન કરી શકે છે.

અહંકારનો ખ્યાલ ભૌતિક શરીર સાથેની આપણી ઓળખમાંથી ઉદ્‌ભવે છે. જ્યારે આપણે શરીરની પ્રવૃત્તિઓનું શ્રેય આપણી જાતને આપીએ છીએ, ત્યારે આપણી ચેતના શરીર પર સ્થિર થઇ જાય છે. 'મારી સખત મહેનતનાં કારણે જ આ અભિયાન સફળ રહ્યું છે' કે *'મારી સર્જનાત્મકતાને કારણે જ આ કાર્ય થઇ શક્યું છે'* કે *'હું આ કાર્ય કરવામાં સર્વોત્તમ છું.'* જેવાં વિચારો, એ ઉદાહરણો છે કે જ્યાં આપણે શરીરને કર્તા માનીએ છીએ. શરૂઆતના સમયે મોટાભાગના લોકો માટે, આ હાલત અહંકારની હોય છે.

જેવાં આપણે મનસ ક્ષેત્રમાં પ્રવેશીએ છીએ, આપણો દ્રષ્ટિકોણ શરીરને કર્તા તરીકે ઓળખવા તરફથી કોઇક આંતરિક કે સૂક્ષ્મ બાબત તરફ જાય છે. આ અહંકારના બીજા તબક્કાને ચિહ્નિત કરે છે. બધા લોકો, પોતપોતાની માન્યતા પ્રમાણે, આ આંતરિક સૂક્ષ્મ બાબતને આત્મા, મન, ઈશ્વર, ગુરુ કે કોઇક ઉચ્ચ શક્તિ તરીકે જણાવે છે. આ તબક્કે, હવે શરીરને જ કર્તા માનવામાં આવતું નથી. વ્યક્તિ તેની સફળતાનો શ્રેય વડીલોના માર્ગદર્શનને આપે છે અને પોતાની સિદ્ધિઓમાં પોતાને માર્ગદર્શન આપતી ઉચ્ચ શક્તિને ઓળખે છે. આ લાગણીઓ અહંકારના બીજા તબક્કાને પ્રતિબિંબિત કરે છે, જ્યાં શરીરની કર્તા તરીકેની ભૂમિકાનું ઊર્ધ્વીકરણ થાય છે.

જેમ જેમ આપણે આગળ વધીએ છીએ, તેમ તેમ આપણે અહંકારના ત્રીજા તબક્કામાં પહોંચીએ છીએ. આ તબક્કે, પ્રથમ અને બીજા તબક્કાની અનુભૂતિથી વિપરીત, આપણે સમજીએ છીએ કે કાર્ય શરીર દ્વારા કે કોઇ આંતરિક બાબત દ્વારા કરવામાં આવી રહ્યું નથી. હવે, આપણે સાચા માર્ગ પર છીએ. ન તો શરીર કે મન કર્તા છે, ઉપરાંત આપણને એવું પણ લાગતું નથી કે અન્ય કોઈ સત્તા આ કાર્ય કરી રહી

છે. કાર્ય, જે પ્રમાણે થવા યોગ્ય હોય, તે પ્રમાણે આપોઆપ થાય છે. કેવી રીતે? કોના દ્વારા? અથવા કઇ સત્તા દ્વારા? એવા પ્રશ્નો પર હવે આપણે વિચાર્યા કરતાં નથી.

આપણી પ્રગતિની સાથે સાથે જ્યારે આપણે દસમાં ચક્રની નજીક, 'પરમ-તત્ત્વ'ના પ્રદેશમાં પ્રવેશીએ છીએ, ત્યારે આપણને હવે કાર્ય થઇ રહ્યું હોવાની લાગણી પણ નથી રહેતી. આપણે એ પહેલાં કે પછી અનુભવતા નથી; આપણે માત્ર એટલું જ જાણીએ છીએ કે જરૂરિયાત કે માંગ પ્રમાણે તે આપોઆપ ચાલુ રહે છે. કલ્પના કરો કે તમે સૂઇ રહ્યા છો અને મચ્છર તમને કરડે છે.

તમને ખંજવાળની લાગણી થાય છે, જ્યારે તમે ઊંઘતા હો, ત્યારે તમારો હાથ તે જ જગ્યાએ જાય છે અને તમે ત્યાં ખંજવાળ કરો છો. તમને ખંજવાળ અનુભવવાની કોઇ સભાન જાગૃતિ નથી અને જ્યારે તમે જાગો છો, ત્યારે તમને તેના વિષે કંઇપણ યાદ હોતું નથી.આ સ્વયંભૂ થતાં કાર્યની હાલત છે, જ્યાં તમે સંજોગ અનુસાર દરેક કાર્ય કર્યા કરો છો, પરંતુ તે કાર્યો તમારા પર કોઇ છાપ છોડતાં નથી. બીજા શબ્દોમાં કહીએ, તો તમે કર્તાપદનો કોઇ ભાર વહન કરતા નથી. જેમ જેમ આ હાલત પરિપક્વ થતી જાય છે, તેમ તેમ, અહંકાર ઓળખમાં સમાતોજાય છે. આ અહંકારનો ચોથો અને અંતિમ તબક્કો છે અને આ તબક્કે, તમે ' કેન્દ્રિય પ્રદેશ'માં પ્રવેશવા માટે લાયક બનો છો.

જેનો હું 'ઓળખ' તરીકે ઉલ્લેખું છું, તે હજી ' કેન્દ્રિય પ્રદેશ'માં પણ અસ્તિત્વમાં હોય છે. તેને સૌથી પાતળા આવરણ તરીકે વિચારો, જે આત્માને 'સ્ત્રોત'થી અલગ કરે છે. જો કે, જ્યારે બ્રહ્માંડ વિલીન થઇ જાય છે, ત્યારે આ આવરણ પણ નથી રહેતું અને બધું 'કેન્દ્ર'માં પાછું ફરે છે.

અંતિમ વિલીનીકરણ દરમિયાન, મુક્ત આત્માઓની તમામ ઓળખ પણ અન્ય લોકોની સાથે એકત્વમાં લય થઇ જાય છે. બધી વ્યક્તિગત ઓળખો જતી રહે છે અને નવી રચાયેલી ઓળખ સમય આવે ત્યારે ફરી નવસર્જન લાવે છે.

શાશ્વત અસ્તિત્વ

કેન્દ્રિય પ્રદેશમાં, જિજ્ઞાસુઓ અસ્તિત્વની ભાવના સવિશેષપણે અનુભવે છે, જે તેમના અસ્તિત્વના દરેક પાસાઓમાં પ્રસરે છે. એવું લાગે છે કે તેમનું હૃદય સમગ્ર સર્જન માટે રમતનું મેદાન બની ગયું છે અને તેઓ અસ્તિત્વનું સાતત્ય અનુભવે છે. આ અનુભૂતિ ઉદ્દભવે છે, કારણ કે જિજ્ઞાસુઓની ચેતના એ અવસ્થા સુધી વિકસિત થઇ ગઇ હોય છે અને તેઓ ચેતનાથી પર એવાં ઊર્જા-સ્તર સુધી પહોંચી ગયા હોય છે, જે ચેતનાનું સર્જન કરી શકે છે.

અસ્તિત્વની આ ઉચ્ચ સ્થિતિમાં, જિજ્ઞાસુની ચેતના સર્વવ્યાપી બની જાય છે અને તેઓ બ્રહ્માંડને તેમના હૃદયની લયમાં ધબકતું અનુભવે છે. શાશ્વત અસ્તિત્વનો

અનુભવ આબેહૂબ વાસ્તવિક બને છે અને જિજ્ઞાસુને સમજાય છે કે અસ્તિત્વ ફક્ત તેના ભૌતિક સ્વરૂપ સુધી મર્યાદિત નથી, પરંતુ તે બ્રહ્માંડની દરેક વસ્તુને સમાવે છે.

અસ્તિત્વની આ ઉચ્ચતમ સ્થિતિ એ અનુભૂતિ સાથે ચાલુ રહે છે કે અસ્તિત્વ શાશ્વત છે અને તે સમય અથવા આકાશ દ્વારા બંધાયેલ નથી. જિજ્ઞાસુ અસ્તિત્વની કાલાતીતતા વિષે અને અનંત પ્રકૃતિ વિષે જાગૃત બને છે, જ્યાં બધું એકબીજા સાથે જોડાયેલું છે અને સ્વ અને બ્રહ્માંડ વચ્ચે કોઇ વિભાજન નથી. આટલી ઊંચી સ્થિતિ એક દુર્લભ ઉપલબ્ધિ છે, પરંતુ આગળ હજી ઘણું બધું છે.

ભવ્યતાના સાત વર્તુળો

જ્યારે તમે કેન્દ્રિય પ્રદેશમાં પ્રવેશો છો, ત્યારે તમે કંઇક ભવ્ય અનુભવો છો, જેને બાબુજી ભવ્યતાના સાત વર્તુળ કહે છે. આ વર્તુળોમાં શક્તિના અસંખ્ય ઊંચા મોજા છે' જે 'કેન્દ્ર'માંથી નીકળે છે અને તેમની સુંદરતા અવર્ણનીય છે. આ પ્રદેશને પાર કરવા માટે, જિજ્ઞાસુએ એક પછી એક મોજા પર સવારી કરવી પડે છે અને તે શિખાઉ સર્ફર (surfer - દરિયાઇ મોજા પર સવારી કરનાર) માટે પડકારરૂપ હોઈ શકે છે. તેમ છતાં, જો તમે ચેમ્પિયન સર્ફર હો, તો તમે પ્રવાહ સાથે જાઓ છો અને સંતુલન અને સંવાદિતાવાળું એક સુંદર સ્થાન શોધો છો અને સંપૂર્ણપણે હળવાશ (અહંકાર-રહિત) અનુભવો છો. આ અનુભવ સુંદર દરિયાઇ મોજા પર સવારી કરવા જેવો છે. એકવાર કોઇએ મને સુપ્રસિદ્ધ સર્ફર લેર્ડ હેમિલ્ટન વિષે કહ્યું હતું, કે તેઓ માટે મોટા મોજાપર સવારી કરવી, એ પાણીના વિશાળ દેવાલયમાં ઉડાન ભરવા જેવું છે, જ્યાં સમય સ્થિર હોવાની અનુભૂતિ રહે છે. ભવ્યતાના વર્તુળમાં, અનંત સાગરમાં વ્યક્તિ એક પછી એક મોટા મોટા મોજા પર સવારી કરતો રહે છે.

આ મોજાં પર વિના પ્રયાસે સહજપણે સવારી કેવી રીતે કરી શકાય, તેનું રહસ્ય પરિશુદ્ધ અને સંપૂર્ણ નમ્રતામાં રહેલું છે. સાધક પોતાને એક રજકણ કરતાં પણ વધુ તુચ્છ અનુભવે છે. અહીં ઉલટફેરનો સિદ્ધાંત કામ કરે છે. સાધક જેટલો નમ્ર છે, તેટલો ઊંચો જાય છે અને મોજા પર સવારી કરવી તેટલી સરળ બની રહે છે. ભવ્યતાના વર્તુળોને પાર કર્યા પછી, એ તબક્કો આવે છે, જ્યાંથી 'કેન્દ્ર' તરફ તરવાનું શરૂ થાય છે. આ અંતિમ અવસ્થા છે, આધ્યાત્મિક સંરચના અભિયાનમાં પ્રાપ્ત કરી શકાતી ઉચ્ચતમ અવસ્થા.

અંતિમ અવસ્થા – જ્ઞાનવિહીનતા અને અસ્તિત્વ-વિહીનતા

'કેન્દ્ર' તરફ તરવામાં, ગુરુ અને શિષ્ય, બંને ઐક્યમાં લયબદ્ધ હોય છે. ગુરુ, તેમાં આગળ રહીને શિષ્ય માટે રસ્તો તૈયાર કરતાં રહે છે, જે અનુસરીને શિષ્ય વગર પ્રયત્ને

તરી શકે. અહીં સુધીમાં, વ્યક્તિ જે અવસ્થામાં હોય છે, તેને જ્ઞાનવિહીનતા તરીકે વર્ણવી શકાય.

આ ખ્યાલને સમજવા માટે, જ્ઞાન અને અજ્ઞાનનો વિચાર સમજવો અત્યંત જરૂરી છે. જ્ઞાન એ પ્રકાશના લિસોટા જેવું છે, જે અમુક વિસ્તારને જ પ્રકાશિત કરે છે, જ્યારે તેની આસપાસના વિસ્તારો અંધકારમાં રહે છે. દાખલા તરીકે, કોપરનિકસનાં સંશોધને દર્શાવ્યું હતું કે પૃથ્વી સૌરમંડળનું કેન્દ્ર નથી. આ નવા જ્ઞાને અજ્ઞાન દૂર કર્યું. જ્યારે પણ આપણે જ્ઞાન પ્રાપ્ત કરીએ છીએ, ત્યારે આપણે એવા ક્ષેત્રોને જાણીએ છીએ કે જેના વિષે આપણે અગાઉ અજાણ હતા. જ્ઞાન અને અજ્ઞાન એકસાથે રહે છે.

જ્ઞાન અને અજ્ઞાનની ધ્રુવીયતાનું નિરાકરણ ' કેન્દ્રિય પ્રદેશ'માં આવે છે. અંતિમ અવસ્થામાં, અનુભવ કરવા માટેનો કોઇ 'હું' નથી અને પરિણામે, કોઇ જ્ઞાન નથી. આવી વ્યક્તિ એવી અવસ્થામાં પહોંચે છે કે જેને અસ્તિત્વ- વિહીનતા કહી શકાય.

હું સમજાવું. આપણી યાત્રામાં, જેમ જેમ આપણે 'પરમતત્ત્વ' તરફ જઇએ છીએ, તેમ તેમ આપણે વિચારવાથી, અનુભૂતિ તરફ, ત્યાંથી બનવા તરફ, ત્યાંથી અસ્તિત્વ તરફ અને છેલ્લે, અસ્તિત્વવિહીનતા તરફ આગળ વધીએ છીએ. આપણે મનથી શરૂઆત કરીએ છીએ અને 'આદિ સ્રોત' સાથેના આપણા જોડાણ વિષે વિચારીએ છીએ. સમય જતાં, આ વિચારસરણી આપણા હૃદયની અંદર અને આપણી આસપાસની દરેક જગ્યાએ 'આદિ સ્રોત'ની હાજરી છે, એ અનુભૂતિ તરફ વળે છે. જેમ જેમ આપણે ધ્યાન કરવાનું ચાલુ રાખીએ છીએ, તેમ તેમ અનુભૂતિ આપણને 'આદિ સ્રોત' સાથે વધુને વધુ સુસંગત બનવાના માર્ગ પર લઇ જાય છે

આને વધુ પરિચિત સંદર્ભમાં મૂકીએ, તો: ધારો કે તમે તમારા મિત્રના ઘરે થોડા અઠવાડિયા રોકાઓ છો. તમારા રોકાણ દરમિયાન, તમને તમારા મિત્રના દયાળુ વર્તન, ઉષ્માભર્યું આતિથ્ય અને તેના પરિવાર સાથે માણેલી આનંદ અને ખુશી તમને સ્પર્શી જાય છે. આ બાબત તમને તમારા મિત્ર જેવા બનવાની અને તેનાં જેવી જીવનશૈલી અપનાવવાની પ્રેરણા આપે છે, કે જેથી આવી આંતરિક સંપત્તિ મેળવી શકાય. તે જ રીતે, જ્યારે આપણે અંદર અને બહાર, 'આદિ સ્રોત'ને અને સુંદર હાલતોને ખુલતી અનુભવીએ છીએ, ત્યારે આપણે 'આદિ સ્રોત' જેવા બનીને ક્ષણિક અનુભવને કાયમી અનુભવમાં બદલવા માટે પ્રેરિત થઇએ છીએ. પછી એક તબક્કો આવે છે, જ્યાં 'બનવું' એ કાયમી ધોરણે 'આદિ સ્રોત' સાથેની લયાવસ્થામાં પરિવર્તન પામે છે. આપણી બધી ફરજો યોગ્ય રીતે નિભાવતી વખતે અને આપણી જવાબદારીઓનું ધ્યાન રાખતી વખતે, આપણે 'આદિ સ્રોત' સાથે સમાનતા વિકસાવીએ છીએ – સુરક્ષિત શાંત, અનંત અને નિશ્ચિંત. જ્યારે આપણી પાસે બધું હોય છે, ત્યારે આપણને કશાયની જરૂર હોતી નથી.

આ આંતરિક શૂન્યતા વ્યક્તિના વર્તનમાં કેવી રીતે દેખાય છે? તે વ્યક્તિની વર્તણૂકમાં સંપૂર્ણ સ્થિરતા અને સંયમન તરીકે અભિવ્યક્ત થાય છે. જ્યારે તમે આવી અત્યંત ઉન્નત અવસ્થા ધરાવનાર કોઇને મળો છો, ત્યારે તેમની સરળ સહજતા તમારા હૃદયને સ્પર્શી જાય છે. તેઓ જમવાના ટેબલ પર સેલાડ પીરસતા હોય, કે પછી પુસ્તક વાંચવા લેતા હોય, તેઓ આવા કોઈ સાદા કામ પણ કરતા હોય, ત્યારે પણ તેમની સ્થિરતા અને અસાધારણ શાંતિ તમારી નજરમાં આવ્યા વગર રહેતી નથી.

મને ઘણાં વર્ષો પહેલાનો એક અનુભવ યાદ છે, જ્યારે હું એક પ્રિસેપ્ટર વર્કશોપ માટે ફ્રાન્સના કુરમેટ્સમાં હતો. ચારીજી યુરોપ અને ઉત્તર અમેરિકાના અમારા પ્રિસેપ્ટર્સના જૂથને ખાસ કરીને હાલત વાંચવા અને સંવેદનશીલતા વિકસાવવાની તાલીમ આપી રહ્યા હતા. એક સાંજે, જ્યારે હું ચારીજી સાથે થોડો સમય હતો, ત્યારે મેં મારા કેટલાક અવલોકનો તેમને કહ્યા. પછી તેમણે મને એક પ્રશ્ન પૂછ્યો, જેના માટે હું તૈયાર નહોતો. તેમણે કહ્યું, 'શું તમે મને કહી શકશો કે આ સેમિનારમાં તમે જે લોકોનો અભ્યાસ કર્યો છે, તેમાં સૌથી સારી હાલત કોની છે?'

મેં ચારીજીને એક ડેનિશ પ્રિસેપ્ટર મહિલા વિષેનું મારું અવલોકન જણાવ્યું, જેમાં મને લાગ્યું હતું કે તેઓ 'પરમતત્ત્વ'ના ખોળામાં બેઠેલા છે. ચારીજીએ સ્મિત સાથે પૂછ્યું કે મને આવું કેમ લાગ્યું? મેં તેમને કહ્યું, 'જ્યારે હું આ બહેનને જોઉં છું, ત્યારે તેમનામાં સંપૂર્ણ સહજતા જણાય છે. જ્યારે તેઓ તેમના પતિનો હાથ પકડે છે, ત્યારે પણ તમને તેમાં કામવાસના દેખાશે નહીં. ત્યાં તમને માત્ર નિખાલસ પ્રેમ વહેતો જણાય છે. તેઓ સરળતાથી ધ્યાનમાં સરી જાય છે અને સ્થિરતાની આભા તેમને ઘેરી લે છે, વળી, ધ્યાન પછી પણ તેઓ તેમાં વીંટળાયેલા રહે છે. તેમાં ગહન સૂક્ષ્મતા દેખાઈ આવે છે. હું તેમની તલ્લીનતા જોઇ શકું છું, હું એ શૂન્યતા અનુભવી શકું છું કે જેનાથી આવી ગહન ઉપસ્થિતિ સર્જાઇ શકે.

ચારીજીએ મારી સામે આંખ મિચકારતા કહ્યું, "તમે બરાબર સમજ્યા." અને પછી તેમણે કહ્યું, "આ બ્રહ્મગતિની સ્થિતિ છે." બ્રહ્મગતિ શબ્દ આદિ અવસ્થાની સંપૂર્ણ સ્થિરતાનો વિચાર વ્યક્ત કરે છે. આ સંપૂર્ણ સ્થિરતા પણ 'કેન્દ્ર'માં છુપાયેલી અનંત ગતિનું પ્રતિનિધિત્વ કરે છે. જ્યારે મનુષ્યમાં આવી સ્થિતિ સર્જાય છે, ત્યારે તેને 'બ્રહ્મગતિ'* કહેવાય છે.

પોતાનું જીવન અને જીવનની માગણીઓનો આનંદથી સામનો કરવા સાથે આવી ઉચ્ચ અવસ્થા ધરાવતા અભ્યાસીના સાક્ષી બનીએ, ત્યારે આપણને એ યાદ અપાવે છે

---

* બ્રહ્મ શબ્દ બ્રુહા પરથી આવ્યો છે, જેનો અર્થ થાય છે 'વિસ્તરણ' અને ગતિનો અર્થ થાય છે 'અવસ્થા.' આ પરમતત્ત્વમાં અનંત વિસ્તરણની અવસ્થા છે.

કે લક્ષ્ય આપણા સૌની પહોંચમાં છે. આપણી તીવ્ર રુચિ, ઇચ્છા અને ભક્તિ, આપણને લક્ષ્ય માટે લાયક બનાવે છે.

તત્ત્વજ્ઞાન અને શૂન્યતા, અસત, અજ્ઞેય જેવા શબ્દો આપણામાં ચિંતનકારી જટિલતા ઊભી કરે છે. આ વિભાવના સમજવી મુશ્કેલ બની શકે છે અને સાધકને એવું લાગી શકે કે આ ઉચ્ચ અવસ્થા તેમના માટે નથી. પણ જ્યારે તમને આવા વિચારો આવે, ત્યારે તમારી જાતને, રોજિંદી ફરજો અને જવાબદારી નિભાવવાની સાથે પણ અનંતના ખોળામાં બેસનાર આ અભ્યાસી બહેનની વાત યાદ અપાવજો. શુદ્ધતા, સરળતા, પ્રેમ અને અધિકૃતતા ઉત્પન્ન કરવા તરફનું આપણું ધ્યાન આપણને માર્ગદર્શન આપે છે કે આપણે ક્યાં હોવું જોઈએ. તમારી નજર લક્ષ્ય પર રાખો, હૃદય તમને મહાન પ્રારબ્ધ માટે માર્ગદર્શન આપશે.

વિશેષ ઇચ્છાશક્તિ

બ્રહ્મગતિનું એક પાસું છે, જેને હું હવે સમજાવીશ. જે કોઇ સાધક આ અવસ્થામાં હોય છે, તેઓ જે કંઇ પણ ખાતરીપૂર્વક રજૂ કરે, તે પૂર્ણ થાય જ છે. તેને વિશેષ ઇચ્છાશક્તિ કહેવાય છે. વિશેષ ઇચ્છાશક્તિ પ્રકૃતિના કાર્યને પણ અસર કરી શકે છે. ઇચ્છાશક્તિનું આ અચૂકપણું, હકીકતમાં, બ્રહ્મગતિની લાક્ષણિકતાનું વાસ્તવિક અર્થઘટન છે.

માત્ર તે જ, કે જે ખાતરી પૂર્વક કહેવાયું હોય, તે જ 'થાય છે' અને તે જ દ્રષ્ટિમાં રહે છે. આત્મવિશ્વાસ એટલો મજબૂત બને છે કે તેનાથી કંઇપણ ક્યારેય અડચણ ઊભી કરી શકે નહીં. વ્યક્તિ શંકા દૂર કરવાનો પ્રયાસ કરતી નથી; તેમાં કોઇ શંકા રહેતી નથી.

એક શિયાળામાં, એક પિતા અને પુત્ર, એક ઢોળાવવાળા, બરફના પર્વત પર સ્કીઇંગ કરી રહ્યા હતા. આગલી રાત્રે જ્યાં તાજો બરફ પડ્યો હતો, તે જોતાં પિતાએ કહ્યું, "દીકરા, ખડકો અને વાંકાવળી ગયેલી ડાળીઓ હોય, તેવા વૃક્ષોનું ધ્યાન રાખજે." દીકરો, આતુરતાથી આગળ જોઇને બોલ્યો, "કયા ખડકો અને વૃક્ષો? મને તો માત્ર પગદંડી જ દેખાય છે." આવી સ્પષ્ટતા અને નિશ્ચિતતા એ વિશેષ ઇચ્છાશક્તિનો સાર છે.

વિશેષ ઇચ્છાશક્તિનો ઉપયોગ આધ્યાત્મિક કાર્ય માટે અને કુદરતના આદેશોને પૂર્ણ કરવા માટે થાય છે. પરંતુ તેનો અર્થ એ નથી કે તમે તેનો લાભ મેળવી શકતા નથી. તમે આવી માનસિકતામાંથી પ્રેરણા લઇ શકો છો અને

નિષ્ફળતા અથવા નિરાશાના વિચારોને ટાળી શકો છો. કોઇપણ કાર્ય શરૂ કરતા પહેલાં તે સફળતાપૂર્વક પૂર્ણ થયું છે, તેવુ દ્રઢ વિધાન કરો અને પછી દિવ્યતાના સ્મરણમાં કાર્ય શરૂ કરો.

માનવ જીવનનું વચન એ તક છે, કે જેમાં આપણે જ્યાં હોઇએ, ત્યાંથી 'કેન્દ્ર' તરફ હરણફાળ ભરી શકીએ છીએ. મનુષ્ય તરીકેનું પૃથ્વી પરનું જીવન, એ ઇરાદાપૂર્વક વિકસિત થવાની તક છે. માનવ સ્તર સુધીની ઉન્નતિ આપોઆપ જ થતી હોય છે. એક માનવ તરીકે, તમને 'કેન્દ્ર'માં પહોંચી શકવાની તક મળે છે. હું પ્રાર્થના કરું છું કે તમે સર્વોચ્ચને તમારા વાસ્તવિક લક્ષ્ય તરીકે અપનાવો અને તમારી ચેતનાને વિકસિત કરવા માટે પહેલાં ક્યારેય ન કર્યો હોય તેવો અભ્યાસ કરો અને સર્વોચ્ચમાં તમારી રાહ જોઇ રહેલા સ્થાનને યોગ્ય રીતે પ્રાપ્ત કરો.

આત્મચિંતન

તમારી ચેતનાની ઉન્નતિ માટે તમને કઈ યોજનાઓ મદદ કરી શકશે?

શું તમે એવું જીવન જીવવાની કલ્પના કરી શકો છો કે જેમાં દરેક બાબત વિચાર કે વિશ્લેષણ કે ચિંતા કે પ્રતિક્રિયા વગર વહેતી હોય અને જે કંઈ પણ થાય છે, તે તે વખતનાં સંજોગો પ્રમાણે યથાયોગ્ય જ હોય?

સમાપન

ધ્યાનમાં, આપણે આપણી આંખો બંધ કરીએ છીએ અને આપણું હૃદય ખોલીએ છીએ. ખુલ્લું હૃદય ઉપહાર પ્રાપ્ત કરે છે. ભેટની કદર કરવી એ કૃતજ્ઞતા છે, અને કૃતજ્ઞતા, આપણાં હૃદયમાં એક વિશેષ અવસ્થાનું સર્જન કરે છે. જ્યારે આપણે આપણી જાતને, તે વિશેષ અવસ્થાને હવાલે કરી દઈએ છીએ, ત્યારે આપણે પ્રેમ તરફ વધીએ છીએ. તે આંતરિક પ્રેમ 'પરમ તત્ત્વ' માટે આદર પેદા કરે છે. આપણો આદરભાવ વધતાં જતાં, હૃદય કૃપાના સ્પંદનોને આકર્ષે છે. જેવાં આપણે કૃપાના એ સ્પંદનો પર આરોહણ કરીએ છીએ, તેવું સમર્પણ શરૂ થાય છે. સમર્પણ એક શાંત અવસ્થાનું સર્જન કરે છે અને તે શાંત અવસ્થામાં શરણાગતિ શરૂ થાય છે. શરણાગતિની અવસ્થા આપણને લયાવસ્થા તરફ દોરી જાય છે.

પ્રત્યેક ધ્યાન એક પ્રેમ કથા હોય છે. તે આત્મા સાથે પરમાત્માનું મિલન હોય છે. તે એક ટીપાની સમુદ્ર સાથે એકત્વ પ્રાપ્ત કરવાની યાત્રા છે.

તમારી સફરને પણ હૃદયમાં છલકાતા પ્રેમ સાથેની એક યાત્રા બનાવી દો. પોતાનામાં સંપૂર્ણપણે ડુબાડી દેતાં પ્રેમ સાથેની યાત્રા - કારણ કે પ્રેમમાં ડૂબી ગયા વિના, કોઈ ઉદય નથી. હું હૃદયપૂર્વક પ્રાર્થના કરું છું કે હૃદયનાં અંતરતમથી શરૂ થઈ, હૃદયના અંતરતમમાં જ પૂર્ણ થતી આ યાત્રા દરમિયાન, તમે પ્રેમનો ભરપૂર આનંદ મેળવો અને લયાવસ્થા પ્રાપ્ત કરો. રસ્તો સાંકડો અને અંધકારમય પણ હોઈ શકે છે. યાત્રા દરમિયાન ક્યારેક તમને એકલવાયાપણું અને મુશ્કેલીભર્યું લાગી શકે છે. યાત્રા પરનું ચઢાણ દુર્ગમ અને લપસણું હોઈ શકે છે, પરંતુ યાદ રાખો કે તમારે જે મેળવવું છે, તે તમારી અંદર જ છે. હું રસ્તો જાણું છું અને તમને મદદ કરવા અને દરેક પગલે તમને ટેકો આપવા માટે હું હાજર જ છું. આશા રાખું છું કે તમે અનંત તરફ પ્રગતિ કરો અને તેની સાથે એક થાઓ. તમે બ્રહ્માંડને 'તમારા પરિવર્તિત સ્વ'ની ભેટ આપી શકો, તો તે તમારા તરફથી આપી શકાતી સર્વશ્રેષ્ઠ ભેટ હશે.

હાર્ટફુલનેસનાં સંસાધનો

હું અને મારી સાથે હાર્ટફુલનેસ સંસ્થાનો પ્રત્યેક અભ્યાસી ચેતનાની ઉન્નતિની તમારી આ યાત્રામાં તમારી જરૂરી સહાયતા કરવામાં ગૌરવ અનુભવીએ છીએ. તમે હમણાં જ ધ્યાન કરવાનું શરૂ કર્યું હોય કે તમે તમારા અભ્યાસને ગહન બનાવવા ઇચ્છતા હો, જે પણ હોય, મને આશા છે કે હાર્ટફુલનેસનાં નિમ્નલિખિત સંસાધનો તમને ઉપયોગી થશે.

અમારી વેબસાઇટ https://heartfulness.org પર જવા વિનંતી

અમારા પુસ્તકની વેબસાઇટ https://spiritualanatomy.com પર જવા વિનંતી,

અમારી એપ https://www.heartfulnessapp.org ને ડાઉનલોડ કરો,

સોસિયલ પ્લેટફોર્મ પર: ફેસબુક, ઇન્સ્ટાગ્રામ અને ટ્વિટર પર @heartfulness પર અમને ફોલો કરો, ,

https://heartfulness.my/heartspots લિન્ક પર તમારી નજીકના હાર્ટફુલનેસ કેન્દ્રની જાણકારી મેળવો અથવા હાર્ટફુલનેસ ટ્રેનરનો સંપર્ક કરો.

સંદર્ભ

પ્રકરણ1 તમારી આંતરિક યાત્રા – સાચા પરિવર્તનની ચાવી

1. Ganganatha Jha Patanjali and S. Subrahmanya Sastri, The Yoga-Darshana:

Comprising the Sutras of Patanjali with the Bhasya of Vyasa (Singapore: Asian

Humanities Press, 2004), 1.1; Vyasa, Yoga Bhashya (1:1).

2. Karen V. Smit and Steven B. Shirey, "Kimberlites: Earth's Diamond Delivery System," Gems & Gemology 55, no. 2 (Summer 2019), GIA, https://www.gia.edu/gems- gemology/summer- 2019- kimberlites- earths- diamond- delivery- system.

3. Lisa Miller, PhD, The Awakened Brain: The New Science of Spirituality and

Our Quest for an Inspired Life (New York: Random House, 2021), 8.

પ્રકરણ 2 તમારી સાચી કાર્યક્ષમતા

4. Thomas Gilovich and Victoria Husted Medvec, "The Temporal Pattern to

the Experience of Regret," Journal of Personality and Social Psychology 67,

no.3 (September 1994): 357–365, https://psycnet.apa.org/buy/1995-05382- 001;

S. Davidi and T. Gilovich, "The Ideal Road Not Taken: The Self-Discrepancies

Involved in People's Most Enduring Regrets," Emotion 18, no. 3 (2018): 439– 452, https://doi.org/10.1037/emo0000326.

5. Susan Kelley, "Woulda, coulda, shoulda: the haunting regret of failing our
ideal selves," Cornell Chronical, May 24, 2018, https://news.cornell.edu/stories
/2018/05/woulda-coulda-shoulda-haunting-regret-failing-our-ideal-selves.

પ્રકરણ 3 આત્માની વાત

6. Sophie Putka, "This Cyclic Model of the Universe Has Cosmologists Rethinking the Big Bang," Discover, July 29, 2021, https://www.discover magazine .com/the- sciences/this- cyclic- model-of-the- universe - has - cosmologists - rethinking- the- big- bang.

પ્રકરણ 4 કેન્દ્ર તરફની યાત્રાનો નકશો તૈયાર કરવો

7. Eckhart Tolle, A New Earth: Awakening to Your Life's Purpose (New York:
Dutton, 2005), 41.

પ્રકરણ 5 હાર્ટફુલનેસના મહત્ત્વનાં અભ્યાસો

8. Anurag Shrivastava, Bikesh K. Singh, Dwivedi Krishna, et al., "Effect of Heartfulness Meditation Among Long- Term, Short- Term and Non-meditators
on Prefrontal Cortex Activity of Brain Using Machine Learning Classification:
A Cross- Sectional Study," Cureus 15, no. 2 (February 14, 2023): e34977, doi:10.7759/cureus.34977.

9. Jayaram Thimmapuram, Robert Pargament, Kedesha Sibliss, et al., "Effect
of Heartfulness Meditation on Burnout, Emotional Wellness, and Telomere Length in Health Care Professionals," Journal of Community Hospital Internal
MedicinePerspectives7,no.1(2017):21–27,doi:10.1080/20009666.2016.1270806.

10. Kunai Desai, Pratibha Gupta, Priti Parikh, et al., "Impact of Virtual Heartfulness Meditation Program on Stress, Quality of Sleep, and Psychological
Wellbeing During the COVID-19 Pandemic: A Mixed- Method Study," International Journal of Environmental Research and Public Health 18, no. 21
(October 22, 2021): 11114, doi:10.3390/ijerph182111114.

11. Bhuvnesh Sankar Sylapan, Ajay Kumar Nair, Krishnamurthy Jayanna, et al.,
"Meditation, Well- Being and Cognition in Heartfulness Meditators— A Pilot Study," Consciousness and Cognition 86 (November 2020): 103032, doi:10.1016/j.concog.2020.103032.

પ્રકરણ 9 હાથી અને ખુરશી – મનને બાંધી રાખતું આપણું ભાવનાત્મક ઘડતર

12. A. H. Hastorf and H. Cantril, "They Saw a Game; A Case Study," Journal of Abnormal and Social Psychology 49 no. 1 (1954): 129– 134, https://doi.org /10.1037/h0057880.

પ્રકરણ 12 હૃદય ક્ષેત્રના પાંચ ચક્રો – દ્વંદ્વોનું ક્ષેત્ર

13. Juliana Ukiomogbe, "Where Are Emotions Felt in the Body? This Infographic Will Tell You," infographic, Greatist, September 9, 2020, https://greatist.com/connect/emotional- body- maps- infographic#infographic.

14. भगवद्गीता 2:62–2:63.

પ્રકરણ 15 તૃતીય ચક્ર – પ્રેમ

15. Luke 23:34 (New International Version).

પ્રકરણ 16 ચોથું ચક્ર – હિંમત

16. Patel, Kamlesh D., "Confidence, Courage and Self-Awareness" in The Wisdom Bridge (p. 194), 2022.

પ્રકરણ ૧૮ સ્વતંત્રતામાંથી સ્વતંત્રતા – હૃદયની ભેટ

17. Gabriel A. Radvansky, Sabine A. Krawietz, and Andrea K. Tamplin, "Walking Through Doorways Causes Forgetting: Further Explorations," Quarterly Journal of Experimental Psychology 64, no. 8 (August 2011): 1632– 1645, https://doi.org/10.1080/17470218.2011.571267.

18. Melissa Hughes, "3 Ways Kindness Changes the Brain," Melissa Hughes (website), updated January 8, 2022, https://www.melissahughes.rocks/post/3-ways-kindness- changes- the- brain.

19. Nigel Mathers, "Compassion and the Science of Kindness: Harvard Davis
Lecture 2015," British Journal of General Practice 66, no. 648 (July 2016): e525– e527, https://doi.org/10.3399/bjgp16X686041.

પ્રકરણ 19 મનસ ક્ષેત્ર – વિનમ્રતા તરફની યાત્રા

20. Patel, Kamlesh D., "Confidence, Courage and Self-Awareness" in The Wisdom Bridge (p. 191), 2022.

પ્રકરણ 20 છઠ્ઠું ચક્ર – નિઃસ્વાર્થપણું

21. Matthew 5:8 (NIV).

22. The Sutta- Nipata: A New Translation from the Pali Canon, translated by
H. Saddhatissa (Oxfordshire, UK: RoutledgeCurzon, 1995), I, 8.

પ્રકરણ 22 આઠમું ચક્ર – શરણાગતિ

23. Hellmuth Hecker, "Angulimala: A Murderer's Road to Sainthood," story adaptation, Access to Insight, Barre Center for Buddhist Studies, 2007, https://
www.accesstoinsight.org/lib/authors/hecker/wheel312.html.

24. Dacher Keltner and Jonathan Haidt, "Approaching Awe, a Moral, Spiritual,
and Aesthetic Emotion," Cognition and Emotion, 17 no. 2 (2003): 297–314,
https://doi.org/10.1080/02699930302297.

પ્રકરણ 23 નવમું ચક્ર – તુચ્છતાનો ભાવ

25. Dr. Joel Hoomans, "35,000 Decisions: The Great Choices of Strategic Leaders" The Leading Edge (blog), Roberts Wesleyan College, March 20, 2015,
https://go.roberts.edu/leadingedge/the- great- choices-of-strategic-leaders.

પ્રકરણ 25 અગિયારમું ચક્ર – બેચેની

26. Richard S. Westfall, Never at Rest:A Biography of Isaac Newton (Cambridge, UK: Cambridge University Press, 1983), chap. 4.

27. Scalora, Suza & Anderson, Micheline & Crete, Abigail & Mistur, Elisabeth & Chapman, Amy & Miller, Lisa. (2022). A Campus-Based Spiritual-Mind-Body Prevention Intervention Against Symptoms of Depression and Trauma; An Open Trial of Awakened Awareness. Mental Health & Prevention. 25. 200229.
10.1016/j.mhp.2022.200229.

પ્રકરણ 27 કેન્દ્રીય ક્ષેત્રમાં પ્રવેશ

28. छान्दोग्य उपनिषद 7:24:1

લેખક વિષે

દાજી તરીકે ઓળખાતા **કમલેશ ડી. પટેલ,** વૈશ્વિક હાર્ટફુલનેસ ઝુંબેશના ચોથા અને વર્તમાન આધ્યાત્મિક માર્ગદર્શક છે. છેલ્લા ચાર દાયકાઓથી તેઓ વિશ્વભરના લોકોને હાર્ટફુલનેસ ધ્યાનની તાલીમ આપી રહ્યા છે. તેમણે ઘણાં પુસ્તકો લખ્યાં છે, જેમાં *'ડિઝાઇનિંગ ડેસ્ટિની'*(પ્રારબ્ધનું ઘડતર) અને યુ.એસ.એના બેસ્ટ સેલર પુસ્તક – *'ધ હાર્ટફુલનેસ વે'* તથા *'ધ વિઝ્ડમ બ્રિજ'*નો સમાવેશ થાય છે. તેઓ પરિષદોમાં વ્યાખ્યાનો આપે છે, અને વિશ્વભરમાં હાર્ટફુલનેસ અંગેનાં વર્કશોપોનું આયોજન કરે છે.

ધ્યાનની પ્રણાલીને ગામડા સુધી પહોંચાડવાનો તેમનો પાયાનો આશય છે. દાજી હાલ ભારતના કાન્હા શાંતિ વનમમાં તેમના પરિવાર સાથે રહે છે અને તેમના પૌત્ર-પૌત્રીઓ સાથે ત્યાંની પ્રકૃતિના સુંદર વાતાવરણને માણે છે.

વધુ જાણકારી માટે www.heartfulness.org પર જવા વિનંતી.

હાર્ટફુલનેસ વિષે

હાર્ટફુલનેસ જીવનશૈલી બદલવા માટે ધ્યાનની કેટલીક પદ્ધતિઓ પ્રસ્તુત કરે છે, જે સૌ પ્રથમ વીસમી સદીની શરૂઆતમાં વિકસાવવામાં આવી હતી અને શ્રી રામચંદ્ર મિશન દ્વારા 1945માં આ પદ્ધતિને અભ્યાસ સ્વરૂપે રજૂ કરવામાં આવી હતી. આ પદ્ધતિઓ યોગનું આધુનિક સ્વરૂપ છે, જે સંતોષ, આંતરિક સ્થિરતા અને શાંતિ, કરુણા, હિંમત, વિચારોમાં સ્પષ્ટતા વગેરેને મળી રહે, તે માટે રચાયેલ છે. આ પદ્ધતિ સરળ છે અને સરળતાથી અપનાવી શકાય તેવી છે અને પંદર વર્ષથી મોટી ઉંમરની કોઈ પણ વ્યક્તિ તે અપનાવી શકે છે. જીવનના દરેક ક્ષેત્રના, દરેક સંસ્કૃતિના, કોઈ પણ ધર્મમાં માનનારા અને જુદી જુદી આર્થિક ક્ષમતા વાળા લોકો તેને અપનાવી શકે છે. હજારો પ્રમાણિત સ્વયંસેવકો અને તાલીમ આપનારાઓ ૧૬૦થી વધુ દેશોમાં કાર્યરત છે અને 5000થી પણ વધુ હાર્ટફુલનેસ કેન્દ્રો કાર્યરત છે.

વધુ જાણકારી માટે www.heartfulness.org પર જવા વિનંતી.